നവകേരള സ്രഷ്ടാക്കൾ

കരിവേലി ബാബുക്കുട്ടൻ

1948 ഓഗസ്റ്റ് 21-ന് മാവേലിക്കര താലൂക്കിൽ അറുനൂറ്റിമംഗലത്ത് ജനനം. ഇറവങ്കര ഗവ. ഹൈസ്കൂൾ, പന്തളം എൻ. എസ്. എസ്. കോളേജ് എന്നിവിടങ്ങളിലെ വിദ്യാഭ്യാസാനന്തരം 1969-ൽ ടെലികമ്മ്യൂണിക്കേഷൻ ഡിപ്പാർട്ടുമെന്റിൽ ടെലിഫോൺ ഓപ്പറേറ്ററായി ജോലിയിൽ പ്രവേശിച്ചു. 2002-ൽ ബി. എസ്. എൻ. എല്ലിൽ നിന്ന് സീനിയർ സൂപ്രവൈസറായി സ്വമേധയാ വിരമിച്ചു.

പ്രസിദ്ധീകരിച്ച കൃതികൾ:

വിജ്ഞാനനിധി (വിജ്ഞാനം)
പുലയർ ചരിത്രവും വർത്തമാനവും (ചരിത്രം)
കേരള ഇയർബുക്ക് 2019 (എജ്യുക്കേഷണൽ)
അയ്യൻകാളി അധഃസ്ഥിതരുടെ പടയാളി (ജീവചരിത്രം)

നവകേരള സ്രഷ്ടാക്കൾ

(ജീവചരിത്രം)

കരിവേലി ബാബുക്കുട്ടൻ

ലിപി പബ്ലിക്കേഷൻസ്
കോഴിക്കോട് - 673 002
വില: 400 രൂപ

Malayalam
NAVAKERALA SRASHTTAKKAL
(Biography)
By
KARIVELI BABUKKUTTAN
First Edition : December 2021

Proof reading : Latheef Parambil
Typeset & Layout : Jaisal Nallalam, Raveendran K.
Cover Design : Firoz Padikkal
Printed at Lipi Digital Prints

Price: Rs. 400/-

Publishers
LIPI PUBLICATIONS
Head Office
AL Ameen Building, 13/766- U 6
Rly.Stn. Link Road, Kozhikode - 673 002
Tel: 0495-2700321

Showroom
LIPI BOOKS
B-12, Vikas Building, Rly. Stn. Link Road, Kozhikode-2
Tel: 0495-2700192 Mobile: 9847262583
Email: lipipublicationsclt@gmail.com
lipiakbar@gmail.com
www.lipipublications.com

ഉള്ളടക്കം

	പ്രസാധകക്കുറിപ്പ്	-	10
	വായന തുടങ്ങും മുമ്പ്...	-	11
	ജീവചരിത്രങ്ങളുടെ നിറസാന്നിധ്യം	-	13
1.	അയ്യാവൈകുണ്ഠസ്വാമികൾ (1809 - 1851)	-	19
2.	തൈക്കാട്ട് അയ്യാഗുരുസ്വാമി (1814 - 1909)	-	21
3.	ആറാട്ടുപുഴ വേലായുധപ്പണിക്കർ (1825 - 1874)	-	24
4.	നിധീരിക്കൽ മാണിക്കത്തനാർ (1842 - 1904)	-	28
5.	കേരളവർമ്മ വലിയ കോയിത്തമ്പുരാൻ (1845 - 1914)	-	31
6.	ഒ. ചന്തുമേനോൻ (1847 - 1899)	-	34
7.	'പരുമല കൊച്ചുതിരുമേനി (1848 - 1902)	-	36
8.	രാജാ രവിവർമ്മ (1848 - 1906)	-	39
9.	ബ്രഹ്മാനന്ദ ശിവയോഗി (1852 - 1929)	-	44
10.	ചട്ടമ്പിസ്വാമികൾ (1853 - 1924)	-	46
11.	ശ്രീനാരായണഗുരു (1856 - 1928)	-	49
12.	ശ്രീമൂലം തിരുനാൾ രാമവർമ മഹാരാജാവ് (1857-1924)	-	41
13.	കണ്ടത്തിൽ വർഗ്ഗീസ് മാപ്പിള (1858 - 1904)	-	52
14.	എ.ആർ. രാജരാജവർമ്മ (1863 - 1918)	-	54
15.	അയ്യൻകാളി (1863 - 1941)	-	58
16.	ബാരിസ്റ്റർ ജി.പി. പിള്ള (1864 - 1903)	-	61
17.	ഡോക്ടർ പൽപ്പു (1863 - 1950)	-	63
18.	കൊടുങ്ങല്ലൂർ കുഞ്ഞിക്കുട്ടൻതമ്പുരാൻ (1864-1913)	-	67
19.	മൂലൂർ എസ്. പത്മനാഭപ്പണിക്കർ (1869 - 1931)	-	69
20.	വൈദ്യരത്നം പി.എസ്. വാര്യർ (1869 - 1944)	-	72
21.	സി.വി. കുഞ്ഞുരാമൻ (1871 - 1949)	-	77
22.	ശുഭാനന്ദഗുരുദേവൻ (1882 - 1950)	-	80

23. കുമാരനാശാൻ (1873 - 1924) - 83
24. വക്കം അബ്ദുൽഖാദർ മൗലവി (1873 - 1932) - 85
25. ചങ്ങനാശ്ശേരി പരമേശ്വരൻപിള്ള (1877 - 1935) - 87
26. ഉള്ളൂർ എസ്. പരമേശ്വരയ്യർ (1877 - 1949) - 90
27. സ്വദേശാഭിമാനി രാമകൃഷ്ണപിള്ള (1878 - 1928) - 94
28. പൊയ്കയിൽ ശ്രീകുമാരഗുരുദേവൻ (1878 - 1938) - 96
29. വള്ളത്തോൾ നാരായണമേനോൻ (1878 - 1958) - 99
30. മന്നത്തു പത്മനാഭൻ (1878 - 1970) - 102
31. ഗുരു കുഞ്ചുക്കുറുപ്പ് (1880 - 1972) - 105
32. ആർച്ച് ബിഷപ്പ് മാർ ഇവാനിയോസ് (1882 - 1953) - 107
33. പണ്ഡിറ്റ് കെ.പി. കറുപ്പൻ (1885 - 1938) - 110
34. വാഗ്ഭടാനന്ദ ഗുരുദേവൻ (1885 - 1939) - 113
35. ഇ. മൊയ്തു മൗലവി (1885 - 1995) - 116
36. ദേശാഭിമാനി ടി.കെ. മാധവൻ (1885 - 1930) - 119
37. ടി.എം. വർഗീസ് (1885 - 1961) - 122
38. ഡോ.(മിസ്സിസ്സ്) മേരീപുന്നൻ ലൂക്കോസ് (1886 - 1976) - 124
39. കെ.പി. കേശവമേനോൻ (1886 - 1978) - 126
40. ചെങ്ങന്നൂർ രാമൻപിള്ള (1886 - 1980) - 128
41. എം.സി. ജോസഫ് (1887 - 1981) - 130
42. വി.സി. ബാലകൃഷ്ണപ്പണിക്കർ (1889 - 1912) - 133
43. കേസരി ബാലകൃഷ്ണപിള്ള (1889 - 1960) - 135
44. സഹോദരൻ അയ്യപ്പൻ (1889 - 1968) - 138
45. എസ്. നീലകണ്ഠയ്യർ (1889 - 1971) - 141
46. കെ. കേളപ്പൻ (1889 - 1971) - 144
47. തോമസ് പോൾ (1890 - 1933) - 147
48. ചെമ്പകരാമൻപിള്ള (1891 - 1934) - 149
49. സി. കേശവൻ (1891 - 1969) - 151

50. പോത്തൻ ജോസഫ് (1892 - 1972) - 153
51. ഡോക്ടർ കെ.എൻ. പിഷാരടി (1892 - 1972) - 155
52. ജെ.സി. ഡാനിയേൽ (1893 - 1975) - 157
53. ബാരിസ്റ്റർ എ.കെ. പിള്ള (1893 - 1949) - 169
54. ഇ.വി. കൃഷ്ണപിള്ള (1894 - 1938) - 160
55. ഡോ. വേലുക്കുട്ടി അരയൻ (1894 - 1969) - 163
56. സർദാർ കെ.എം. പണിക്കർ (1895 - 1963) - 167
57. ചെമ്പൈ വൈദ്യനാഥ ഭാഗവതർ (1896 - 1974) - 171
58. വി.കെ. കൃഷ്ണമേനോൻ (1896 - 1974) - 173
59. കുറൂർ നീലകണ്ഠൻ നമ്പൂതിരിപ്പാട് (1896 - 1981) - 175
60. വി.ടി. ഭട്ടതിരിപ്പാട് (1896 - 1982) - 177
61. മുഹമ്മദ് അബ്ദുറഹ്മാൻ സാഹിബ് (1898 - 1945) - 179
62. കുമ്പളത്തു ശങ്കുപ്പിള്ള (1898 - 1969) - 184
63. ഡോ. എ.ടി. കോവൂർ (1898 - 1978) - 186
64. പൊന്നറ ശ്രീധർ (1898 - 1966) - 188
65. കെ.എം. സീതിസാഹിബ് (1899 - 1961) - 182
66. കുറ്റിപ്പുഴ കൃഷ്ണപിള്ള (1900 - 1971) - 190
67. 'കായൽ രാജാവ്' മുരിക്കൻ (1900 - 1974) - 193
68. കൈനിക്കര കുമാരപിള്ള (1900 - 1988) - 196
69. ആർ. സുഗതൻ (1901 - 1970) - 199
70. ജി. ശങ്കരക്കുറുപ്പ് (1901 - 1978) - 203
71. ശങ്കർ (1902 - 1989) - 209
72. പ്രൊഫ. ജോസഫ് മുണ്ടശ്ശേരി (1903 - 1977) - 211
73. കെ. സുകുമാരൻ (1903 - 1981) - 214
74. ഐ. കെ. കുമാരൻ (1903 - 1999) - 216
75. പ്രൊഫ. എം.പി. പോൾ (1904 - 1952) - 220
76. എ.കെ. ഗോപാലൻ (1904 - 1977) - 205

77. ഇളംകുളം കുഞ്ഞൻപിള്ള (1904 - 1973) - 222
78. ഡോ. യു.എസ്. നായർ (1904 - 1982) - 224
79. പി. കേശവദേവ് (1904 - 1983) - 226
80. സ്വാമി ആനന്ദതീർത്ഥൻ (1905 - 1987) - 229
81. ഡോ. എ. അയ്യപ്പൻ (1905 - 1988) - 232
82. പി. കൃഷ്ണപിള്ള (1906 - 1948) - 236
83. ടി. ഉബൈദ് (1908 - 1972) - 238
84. ആര്യവൈദ്യൻ പി.വി. രാമവാര്യർ (1908 - 1976) - 240
85. വൈക്കം മുഹമ്മദ് ബഷീർ (1908 - 1994) - 243
86. അക്കാമ്മ ചെറിയാൻ (1909 - 1982) - 246
87. പി.എൻ. പണിക്കർ (1909 - 1995) - 248
88. കെ.പി. ആർ. ഗോപാലൻ (1909 - 1997) - 250
89. ഇ.എം.എസ്. നമ്പൂതിരിപ്പാട് (1909 - 1998) - 253
90. സിസ്റ്റർ അൽഫോൺസ (1910 - 1946) - 256
91. പി. സുബ്രഹ്മണ്യം (1910 - 1978) - 258
92. എം.എൻ. ഗോവിന്ദൻനായർ (1910 - 1984) - 260
93. പുതുപ്പള്ളി രാഘവൻ (1910 - 2000) - 263
94. ചങ്ങമ്പുഴ കൃഷ്ണപിള്ള (1911 - 1948) - 265
95. കേണൽ ഉണ്ണിനായർ (1911 - 1950) - 269
96. കുഞ്ചാക്കോ (1911 - 1977) - 273
97. പൊൻകുന്നംവർക്കി (1911 - 2004) - 275
98. കെ. ദാമോദരൻ (1912 - 1976) - 278
99. തകഴി ശിവശങ്കരപ്പിള്ള (1912 - 1999) - 282
100. പാണക്കാട്ട് PMSA പൂക്കോയ തങ്ങൾ (1913 - 1975) - 284
101. എസ്.കെ. പൊറ്റെക്കാട് (1913 - 1982) - 287

ശ്രീ. എരുമേലി പരമേശ്വരൻ പിള്ളയുടെ
ഓർമ്മയ്ക്കു മുന്നിൽ
ആദരപൂർവ്വം...

പ്രസാധകക്കുറിപ്പ്

ലിപിയുടെ വായനക്കാർക്ക് അഭിമാനത്തോടെ യാണ് 'നവകേരള സ്രഷ്ടാക്കൾ' എന്ന ഈ ജീവചരിത്ര പരമ്പര സമർപ്പിക്കുന്നത്. വിദ്യാർത്ഥികൾക്കും പൊതുസമൂഹത്തിനും ഏറെ ഉപകാരപ്രദമാവുന്ന ജീവചരിത്രഗ്രന്ഥം കേരളത്തെ മാറ്റിമറിച്ച 101 പേരുടെ പ്രചോദിപ്പിക്കുന്ന ജീവിത കഥകളാണ്.

ഒരു കാലഘട്ടത്തിന്റെ രാഷ്ട്രീയ-സാമൂഹിക-സാംസ്കാരിക ചരിത്രം തന്നെയാണ് ഇതിലൂടെ വായനക്കാരിലെത്തുന്നത്. കരിവേലി ബാബുക്കുട്ടന്റെ അശ്രാന്ത പരിശ്രമത്തിന്റെ ഫലമാണ് ഇത്തരത്തിലൊരു പുസ്തകത്തിന്റെ പിറവി. പുസ്തകത്തിന്റെ എഡിറ്റർ ബാബുക്കുട്ടനും അത് ആദ്യന്തം പരിശോധിച്ച് ആധികാരികത ഉറപ്പുവരുത്തിയ ലിപിയുടെ പബ്ലിക്കേഷൻ മാനേജർ ലത്തീഫ് പറമ്പിലിനും ലേഔട്ട് നിർവ്വഹിച്ച ജെയ്സലിനും മുഖചിത്രമൊരുക്കിയ ഫിറോസ് പടിക്കലിനും ലിപിയുടെ നന്ദിയും കടപ്പാടും അറിയിക്കുന്നു.

മലയാളിയുടെ ഗ്രന്ഥപ്പുരയിൽ തീർച്ചയായും ഉണ്ടായിരിക്കേണ്ട ഈ ജീവചരിത്രഗ്രന്ഥം പ്രസിദ്ധീകരിക്കുന്നതിലുള്ള സംതൃപ്തിയും സന്തോഷവും അറിയിച്ചുകൊണ്ട്.

ലിപി അക്ബർ

വായന തുടങ്ങും മുമ്പ്...

ഭ്രാന്താലയമായിരുന്ന കേരളത്തെ 'ദൈവത്തിന്റെ സ്വന്തം നാടാ'യി പരിവർത്തിപ്പിക്കാൻ ചോരയും നീരും നൽകിയ മഹദ്‌വ്യക്തികളുടെ ഒരു പരമ്പര നമുക്കു പിന്നിലുണ്ട്. നവകേരള സ്രഷ്ടാക്കളായ അവരിൽ വൈകുണ്ഠസ്വാമികൾ തൊട്ടുള്ള നവോത്ഥാനനായകരും ആത്മീയ നേതാക്കളും രാഷ്ട്രീയ-സാംസ്കാരിക നേതാക്കളുമുണ്ട്. ഒപ്പം, കലാസാഹിത്യ പ്രതിഭകൾ, സിനിമാ-നാടകരംഗത്തെ കുലപതികൾ, പത്രാധിപന്മാർ ശാസ്ത്രജ്ഞർ, മണ്ണിൽ പൊന്നുവിളയിച്ച കർഷകശ്രേഷ്ഠന്മാർ, സാമൂഹ്യ പരിഷ്കർത്താക്കൾ, ചിന്തകർ, യുക്തിവാദികൾ തുടങ്ങി സമസ്ത മേഖലകളിലുമുള്ള പ്രഗത്ഭമതികളുടെ സംഭാവനകളുമുണ്ട്. അവരിൽ പ്രാതിനിധ്യസ്വഭാവമുള്ള ഇരുനൂറു വ്യക്തികളുടെ ജീവിതരേഖകളും കർമ്മകാണ്ഡവും തയ്യാറാക്കി ഒരു ദശകത്തിനു മുൻപ് ശ്രീ. എരുമേലി പരമേശ്വരൻ പിള്ളയുടെ പഠനാർഹമായ അവതാരികയും എഴുതിവാങ്ങി. പല കാരണങ്ങൾകൊണ്ടും ഈ കൃതി ഇതുവരെ പ്രസിദ്ധീകരിക്കാൻ കഴിഞ്ഞില്ല. ഇതിനിടെ ആകസ്മികമായി ശ്രീ. എരുമേലി അന്തരിച്ചു. എന്നെ ഏറെ ദുഃഖിതനാക്കിയ വേർപാട്!

ഇതിനിടെ നമ്മുടെ ചില ഉന്നത വ്യക്തിത്വങ്ങൾകൂടി യാത്ര പറഞ്ഞു. അവരിൽ ചിലരെ ഉൾപ്പെടുത്തിയും പഴയ സമാഹരണത്തിൽനിന്ന് ചിലത് ഒഴിവാക്കിയും നൂറ്റിയൊന്നു വ്യക്തികളെ ഉൾക്കൊള്ളിച്ചുകൊണ്ട് ഈ കൃതി പ്രസിദ്ധീകരിക്കാൻ കോഴിക്കോട് ലിപി പബ്ലിക്കേഷൻസ് മുന്നോട്ടുവന്നു.

ശേഷിക്കുന്ന ലേഖനങ്ങൾ ഇതിന്റെ തുടർഭാഗങ്ങളായി സമീപഭാവിയിൽ പ്രസിദ്ധീകരിക്കാനാവുമെന്നാണ് പ്രതീക്ഷ. 200-ൽപരം ലഘുലേഖനങ്ങൾക്കായി ശ്രീ. എരുമേലി കൈയെഴുത്തുപ്രതി സസൂക്ഷ്മം പരിശോധിച്ചു തയ്യാറാക്കിയ അവതാരിക ഇവിടെ പ്രസക്തമായതുകൊണ്ട് ഇതോടൊപ്പം ചേർത്തിരിക്കുന്നു.

പൂർവ്വസൂരികളെ കൂടുതൽ അറിയാനും അവരുടെ ജീവിതത്തിൽനിന്ന് ഊർജ്ജം സംഭരിച്ച് മുന്നോട്ടു പോകാനും യുവതലമുറയ്ക്ക് പ്രേരണയാവട്ടെ ഈ എളിയ ശ്രമം.

വ്യക്തികളും സ്ഥാപനങ്ങളും ഇത് തയ്യാറാക്കുന്നതിൽ ലേഖകനെ

സഹായിച്ചിട്ടുണ്ട്. 'മംഗളം' ന്യൂസ് എഡിറ്റർ ശ്രീ. ഹക്കീം നട്ടാശ്ശേരി, എം. ആർ. രാഘവവാര്യർ, കേരള സംഗീത നാടക അക്കാദമി തുടങ്ങിയ സ്ഥാപനങ്ങൾക്കും വ്യക്തികൾക്കും നന്ദി!

'നവകേരള ശില്പികളുടെ' ഈ ഒന്നാം ഭാഗം പ്രസിദ്ധീകരിക്കുന്ന കോഴിക്കോട് ലിപി പബ്ലിക്കേഷൻസിനും അതിന്റെ സാരഥി ലിപി അക്ബറിനും, പബ്ലിക്കേഷൻസ് മാനേജർ ലത്തീഫ് പറമ്പിലിനും സഹപ്രവർത്തകർക്കും ഹൃദയപൂർവ്വമായ നന്ദി!

മാവേലിക്കര

9-7-2020 **കരിവേലി ബാബുക്കുട്ടൻ**

ജീവചരിത്രങ്ങളുടെ നിറസാന്നിധ്യം

പ്രൊഫ: എരുമേലി പരമേശ്വരൻ പിള്ള

സാഹിത്യം, രാഷ്ട്രീയം, സാമൂഹികം, സംസ്ക്കാരം, പത്രപ്രവർത്തനം, പാരമ്പര്യ ദൃശ്യ-ശ്രാവ്യ കലകൾ, ചലച്ചിത്രം, വൈദ്യവൃത്തി, വിദ്യാഭ്യാസം, പുസ്തകപ്രസിദ്ധീകരണം, ആദ്ധ്യാത്മികം, കൃഷി, കായിക വിദ്യ തുടങ്ങിയ രംഗങ്ങളിൽ ക്രിയാത്മകവും മൗലികവുമായ സംഭാവനകൾ നൽകി കേരളത്തെ പുരോഗതിയിലേക്ക് നയിച്ച ഒട്ടനവധി പ്രശസ്തരും പ്രഗത്ഭരുമായ വ്യക്തികൾ ഇവിടെയുണ്ട് -ഉണ്ടായിരുന്നു. ഇപ്രകാരമുള്ള വ്യക്തികളാണ് ഒരു ദേശത്തിന്റെ ചരിത്രം നിർമ്മിക്കുന്നത് എന്ന യാഥാർത്ഥ്യം ഓർമ്മിക്കുക. പക്ഷേ, കാലത്തിന്റെ സ്രഷ്ടാക്കളായ ഇവർ നമ്മുടെ ഓർമ്മകളിൽ നിന്ന് അകന്നുപോകുന്നു. തന്നെയുമല്ല, വർത്തമാനകാല ജീവിത സങ്കീർണ്ണതകളും വ്യാകുലതകളും വിഭ്രമാത്മകമായ ജീവിതശൈലികളും സാമ്രാജ്യത്വ അധീശത്വമുള്ള വിദ്യാഭ്യാസ സമ്പ്രദായങ്ങളും ദേശചരിത്രത്തെ നിഷേധിക്കുവാനോ വിസ്മരിക്കാനോ പ്രേരകമാക്കുകയും ചെയ്യുന്നു. സ്വയം രൂപീകൃതമല്ല ചരിത്രം. സാമൂഹികജീവികളായ മനുഷ്യരുടെ ചിന്തകളുടെയും അദ്ധ്വാനത്തിന്റെയും സമന്വയമാണത്. ഇന്നലെകളുടെ രേഖാപ്രമാണമാണ് ചരിത്രം. സാഹിത്യം മനുഷ്യവികാരങ്ങളുടെയും അനുഭൂതികളുടെയും ആവിഷ്ക്കരണവും. ഈ ആവിഷ്ക്കരണത്തിൽ ഇന്നലെകളുടെ ജീവസാന്നിധ്യം ഉണ്ടാകും. ഇന്നലെകളിലെ അനുഭവങ്ങളുടെ വെളിച്ചത്തിൽ ഇന്നിനെ അപഗ്രഥിച്ച് വിലയിരുത്തുകയും നാളെയെ രൂപപ്പെടുത്താൻ ശ്രമിക്കുകയുമാണ് വേണ്ടത്. ഇതാണ് ഭൂത-വർത്തമാന-ഭാവികാലങ്ങളുടെ പരസ്പരബന്ധം. കരിവേലി ബാബുക്കുട്ടൻ തയ്യാറാക്കിയ 'നവകേരള സ്രഷ്ടാക്കൾ' എന്ന കൃതി വായിച്ചപ്പോൾ ഈ ആശയങ്ങളാണ് മനസ്സിൽ തെളിഞ്ഞുവന്നത്.

ആദ്യം എഴുതിയതുപോലെ വിവിധ രംഗങ്ങളിൽ ഫലപ്രദമായി സേവനം ചെയ്ത ഇരുനൂറ്റിയൊന്നു പ്രഗത്ഭവ്യക്തികളുടെ ലഘുജീവ ചരിത്രക്കുറിപ്പുകളും അവരുടെ ക്രിയാത്മക സംഭാവനകളും സൂക്ഷ്മബോധത്തോടെ ഈ പുസ്തകത്തിൽ വിവരിക്കുന്നു. കേരളത്തെ സംബന്ധിച്ചിടത്തോളം മറക്കാൻ കഴിയാത്ത വ്യക്തികളാണിവർ.

ലോകചരിത്രത്തിൽ ഇരുപതാം നൂറ്റാണ്ട് നിർണ്ണായക കാലമാണ്. രണ്ട് ലോകമഹായുദ്ധങ്ങൾക്ക് നാം സാക്ഷികളാകേണ്ടിവന്നു. നാസിസവും ഫാസിസവും അവയുടെ കിരാതരാഷ്ട്രീയ തത്ത്വശാസ്ത്രം കൊണ്ട് ലോകത്തെ വംശീയ കൊലപാതകങ്ങൾക്ക് ഇരയാക്കിയ കാലം. ഇതോടൊപ്പം സാമ്രാജ്യശക്തികളുടെ വളർച്ചയും ഉണ്ടായി. 1917-ലെ ഒക്ടോബർ വിപ്ലവവും സോവിയറ്റു യൂണിയന്റെ ആവിർഭാവവും ലോകചരിത്രത്തെ മാറ്റിമറിച്ച മഹാസംഭവങ്ങളാണ്. ഇന്ത്യയിൽ സ്വാതന്ത്ര്യസമരം ശക്തമായി. നാം സ്വാതന്ത്ര്യം നേടുകയും ചെയ്തു. ശ്രീബുദ്ധനുശേഷം അഹിംസയുടെ സന്ദേശം ഗാന്ധിജിയിലൂടെ ലോകമാകെ പ്രചരിച്ചു. സ്വാതന്ത്ര്യത്തിന്റെ എഴുപത്തിരണ്ടാം പിറന്നാളും നാം ആഘോഷിച്ചു.

ഈ ലോകസംഭവങ്ങളെല്ലാം പ്രത്യക്ഷമായും പരോക്ഷമായും കേരളത്തെ സ്വാധീനിക്കുകയുണ്ടായി. കേരളത്തെ സംബന്ധിച്ചിടത്തോളം എല്ലാ ജീവിതമേഖലകളിലും ഇത് നവോത്ഥാനത്തിന്റെ നൂറ്റാണ്ടാണ്. ബ്രാഹ്മണമേധാവിത്വത്തിനും ജാതിക്കും അനാചാരങ്ങൾക്കും എതിരായ പോരാട്ടം. പിന്നോക്ക ജനസമൂഹത്തിന്റെ മോചനത്തിനും സാമൂഹികസമത്വത്തിനും വേണ്ടി ശ്രീനാരായണഗുരുദേവന്റെ നേതൃത്വത്തിൽ രൂപംകൊണ്ട ശ്രീ നാരായണപ്രസ്ഥാനം (എസ്.എൻ.ഡി.പി. യോഗം), ദളിത ജനവിഭാഗങ്ങളുടെ അവകാശങ്ങൾ നേടിയെടുക്കാൻ അയ്യൻകാളിയുടെ നേതൃത്വത്തിൽ ആരംഭിച്ച സാധുജന പരിപാലന സംഘം, നമ്പൂതിരിയെ മനുഷ്യനാക്കാനായി വി.ടി.യുടെയും, ഇ.എം.എസ്സിന്റെയും മറ്റും നേതൃത്വത്തിലാരംഭിച്ച യോഗക്ഷേമ സഭ, വൈക്കം-ഗുരുവായൂർ സത്യാഗ്രഹങ്ങൾ, ചാന്നാർ ലഹള, ക്ഷേത്രപ്രവേശനത്തിനുവേണ്ടി അവർണർ നടത്തിയ സമരവും ക്ഷേത്രപ്രവേശന വിളംബരവും മാപ്പിളലഹള, നിവർത്തന പ്രക്ഷോഭണം, നായർ സർവ്വീസ് സൊസൈറ്റിയുടെ രൂപവത്കരണം, മലയാളികളുടെ ചിരകാലാഭിലാഷമായ ഐക്യകേരളത്തിന്റെ സാക്ഷാത്കരണം, തിരുവിതാംകൂർ സ്റ്റേറ്റ് കോൺഗ്രസ്സിന്റെ ആവിർഭാവം, കയ്യൂർ-കരിവള്ളൂർ-വയലാർ സമരങ്ങൾ തുടങ്ങി ഒട്ടനവധി സാമൂഹിക രാഷ്ട്രീയ സമരങ്ങളും പ്രക്ഷോഭണങ്ങളും നടന്നിട്ടുണ്ട്. ഈ നൂറ്റാണ്ടിൽ മലയാള സാഹിത്യത്തിന്റെയും കേരളീയ കലയുടെയും പുരോഗതിയും അഭിവൃദ്ധിയും ഈ കാലത്തുണ്ടായി. കവിത്രയത്തിന്റെ-ആശാൻ, ഉള്ളൂർ, വള്ളത്തോൾ-സജീവ സാന്നിദ്ധ്യവും സർഗ്ഗാത്മകതയും മലയാള സാഹിത്യത്തെ നവോത്ഥാനപാതയിലേക്ക് നയിച്ചു. ഈ പാത കൂടുതൽ വിശാലമാക്കിക്കൊണ്ട് ചങ്ങമ്പുഴ, ജി. ശങ്കരക്കുറുപ്പ്, വൈലോപ്പിള്ളി, വയലാർ, പി. ഭാസ്കരൻ, ഒ.എൻ.വി, പി. കുഞ്ഞിരാമൻനായർ, ബാലാമണിയമ്മ, ഇടശ്ശേരി തുടങ്ങിയ കാവ്യപ്രതിഭ

കൾ രംഗത്തുവന്നു. തകഴി, കേശവദേവ് പൊൻകുന്നം വർക്കി, വൈക്കം മുഹമ്മദ് ബഷീർ, ലളിതാംബിക അന്തർജ്ജനം, ചെറുകാട്, പി.ജെ. ആന്റണി, തോപ്പിൽ ഭാസി, കെ.ടി. മുഹമ്മദ്, ഉറൂബ്, പൊറ്റക്കാട് തുടങ്ങിയവർ കഥ-നോവൽ-നാടക-സാഹിത്യ വിഭാഗങ്ങളിൽ മൗലികസംഭാവനകൾ നൽകി മലയാള സാഹിത്യത്തിന് ജീവിതകേന്ദ്രിതമായ പുതിയ ഭാവുകത്വം സൃഷ്ടിച്ചു. ഇതുപോലെതന്നെ പ്രധാനമാണ് സാഹിത്യവിമർശനത്തിൽ കേസരി ബാലകൃഷ്ണപിള്ള, എം.പി. പോൾ, മുണ്ടശ്ശേരി, കുട്ടികൃഷ്ണമാരാർ തുടങ്ങിയവരുടെ നേതൃത്വം. കേരളീയ കലകളുടെ (വിശേഷിച്ച് ക്ലാസ്സിക് കലകൾ) സംരക്ഷണത്തിനും വളർച്ചയ്ക്കും വേണ്ടി വള്ളത്തോളിന്റെ നേതൃത്വത്തിൽ കേരള കലാമണ്ഡലം സ്ഥാപിച്ചതും ഇരുപതാം നൂറ്റാണ്ടിൽ തന്നെ. വർത്തമാനപ്പത്രങ്ങളുടെയും ആനുകാലികങ്ങളുടെയും പ്രാധാന്യം ജനങ്ങൾ മനസ്സിലാക്കിയതും അവയുടെ വളർച്ചയും ഈ നൂറ്റാണ്ടിന്റെ നേട്ടമാണ്. ആത്മീയതയ്ക്ക് പുതിയമാനം ഉണ്ടായതും യുക്തിവാദപ്രസ്ഥാനം ആരംഭിച്ചതും ഇതേ കാലയളവിലാണ്. പുസ്തക പ്രസിദ്ധീകരണം ശക്തവും വ്യാപകവുമായതോടെ കേരളീയരുടെ ചിന്തയിലും അവബോധത്തിലും രാഷ്ട്രീയ-സാമൂഹിക ബോധത്തിലും വലിയ മാറ്റമാണുണ്ടായത്. ചലച്ചിത്രത്തിന്റെ തുടക്കവും വികസനവും ദൃശ്യ-ശ്രാവ്യ മാധ്യമങ്ങളുടെ വ്യാപകമായ പ്രചാരണവും ഒട്ടേറെ നേട്ടങ്ങൾ കേരളത്തിന് കൈവരുത്തി. കമ്മ്യൂണിസ്റ്റ് പ്രസ്ഥാനത്തിന്റെ ആവിർഭാവവും കോൺഗ്രസ്സിന്റെ സാന്നിധ്യവും ഗുണാത്മകമായ നേട്ടങ്ങളാണ് കേരളത്തിൽ ഉണ്ടാക്കിയത്. ഇവിടെ പി. കൃഷ്ണപിള്ള, ഇ.എം.എസ്. നമ്പൂതിരിപ്പാട്, കെ. കേളപ്പൻ, പനമ്പിള്ളി ഗോവിന്ദമേനോൻ, സി. കേശവൻ, ഇ. മൊയ്തു മൗലവി, മുഹമ്മദ് അബ്ദുറഹിമാൻ സാഹിബ് എന്നീ നേതാക്കന്മാർ നമ്മുടെ ഓർമ്മയിലെത്തുന്നു. മുകളിൽ സൂചിപ്പിച്ച നവോത്ഥാന പ്രസ്ഥാനങ്ങളുടെയും രാഷ്ട്രീയ പ്രസ്ഥാനങ്ങളുടെയും കലാസാഹിത്യരംഗങ്ങളുടെയും ക്രമാനുഗതമായ പുരോഗതിയും അതിലൂടെ നവകേരള സൃഷ്ടിക്ക് സൃഷ്ടിപരമായ നേതൃത്വം നൽകിയ ചരിത്രപുരുഷന്മാരെ അറിയാനും ആദരിക്കാനും സഹായകമാകുന്നു. 'നവകേരള സ്രഷ്ടാക്കൾ'- ഇരുപതാം നൂറ്റാണ്ടിലെ കേരളത്തിന്റെ ചരിത്രപരമായ പുരോഗതിയുടെ പരിച്ഛേദമാണ് ഈ കൃതി.

വ്യക്തികൾ രൂപഭാവങ്ങളിലും ചിന്തയിലും സാമൂഹിക ബന്ധങ്ങളിലും വ്യത്യസ്തരായിരിക്കും. ഓരോ വ്യക്തിയിലും ജന്മസിദ്ധമായ ചില കഴിവുകളുണ്ട്. അതായത്, ജന്മവാസനകൾ, ജീവിതസാഹചര്യങ്ങളുമായി ബന്ധപ്പെടുമ്പോഴാണ് ഇവ വളരുന്നതും വികസിക്കുന്നതും. പാവപ്പെട്ടവർ,

അധഃസ്ഥിതരെന്ന് കരുതിയിരുന്നവർ, ഇടത്തരക്കാർ, ബ്രാഹ്മണർ ഉൾപ്പെടെയുള്ള മേലാളവർഗ്ഗം ഉപരിവിദ്യാഭ്യാസം നേടിയവർ, സമ്പന്ന കുടുംബങ്ങളിൽ ജനിച്ചവർ തുടങ്ങി വിവിധ ശ്രേണികളിൽപ്പെടുന്നവരാണ് പുസ്തകത്തിൽ പരാമർശിക്കുന്ന വിശിഷ്ടവ്യക്തികൾ. ലക്ഷ്യപൂർണ്ണവും നിസ്തന്ദ്രവുമായ കഠിനാദ്ധ്വാനത്തിലൂടെ അവരുടെ പ്രവർത്തന മേഖലകളിൽ വിജയം വരിച്ചവരാണ് ഓരോരുത്തരും. അവർക്ക് ശക്തി നൽകിയത് കാലവും സമൂഹവും ആണെന്ന് ഓർമ്മിക്കുക. സ്വന്തം നേട്ടമല്ല, സാമൂഹികോന്നമനം ആയിരുന്നു അവരുടെ ആത്യന്തിക ലക്ഷ്യം. അവരിൽ ഭൂരിപക്ഷവും ഉന്നത വിദ്യാഭ്യാസം നേടിയവരായിരുന്നു എന്നത് മറ്റൊരു സവിശേഷത. തങ്ങൾക്കു ലഭിച്ച വിദ്യാഭ്യാസം സമൂഹത്തിന് പ്രയോജനപ്പെടുത്താനാണ് ഈ വിശിഷ്ടവ്യക്തികൾ സന്നദ്ധരായത്. ജാതി-മത-വർഗ്ഗീയ ചിന്തകൾക്ക് അതീതമായ സേവനം. വ്യക്തിത്വങ്ങൾക്ക് ഭിന്നമുഖങ്ങളുണ്ട്. ഒരാൾതന്നെ വ്യത്യസ്ത മേഖലകളിൽ പ്രവർത്തിച്ച് വിജയം വരിക്കുന്നതായി കാണാം. കുമാരനാശാൻ കവിയും സമൂഹികപ്രവർത്തകനും എസ്.എൻ.ഡി.പി. യോഗത്തിന്റെ സെക്രട്ടറിയും ആയിരുന്നു. എല്ലാ രംഗങ്ങളിലും അദ്ദേഹം വിജയം കൈവരിച്ചു. അവസാനം വ്യവസായരംഗത്തുപോലും. ഗുരുദേവൻ കവിയും വേദപണ്ഡിതനും കൂടിയായിരുന്നു. സഹോദരൻ അയ്യപ്പൻ കവിയും പത്രപ്രവർത്തകനും രാഷ്ട്രീയക്കാരനും ആയിരുന്നു. ഉള്ളൂർ ഉന്നത സർക്കാർ ഉദ്യോഗസ്ഥനും കവിയും ഗവേഷകനും സാഹിത്യചരിത്രകാരനുമായിരുന്നു. മുണ്ടശ്ശേരി പുരോഗമന രാഷ്ട്രീയക്കാരനും അദ്ധ്യാപക സംഘടനയുടെ നേതാവും നിരൂപകനും. കേസരി ബാലകൃഷ്ണപിള്ള പത്രപ്രവർത്തകനും സാഹിത്യനിരൂപകനും ചരിത്രകാരനും. ഇ.എം.എസ്. രാഷ്ട്രീയ നേതാവും എഴുത്തുകാരനും ചരിത്രകാരനും. ജി. കവിയും അദ്ധ്യാപകനും. കെ. ദാമോദരൻ രാഷ്ട്രീയ നേതാവും ചരിത്രപണ്ഡിതനും നാടകകൃത്തും. ഉദാഹരണങ്ങൾ ധാരാളം. ഇവരുടെ പ്രതിഭാശക്തിയെ നാം സർവ്വാത്മനാ ആദരിക്കുന്നു.

കേരളത്തിന്റെ മാത്രമല്ല, ഇന്ത്യയുടെതന്നെ അഭിമാനമായ ചിത്രകലാകാരൻ രാജാരവിവർമ്മ, സംഗീതചക്രവർത്തിയായ ചെമ്പൈ വൈദ്യനാഥ ഭാഗവതർ തുടങ്ങിയവർ കലാകേരളത്തിന്റെ സമ്പത്തുകളാണ്. നിധീരിക്കൽ മാണിക്കത്തനാർ, കണ്ടത്തിൽ വറുഗ്ഗീസ് മാപ്പിള, സി.വി. കുഞ്ഞുരാമൻ, സ്വദേശാഭിമാനി രാമകൃഷ്ണപിള്ള, കെ.പി. കേശവമേനോൻ എന്നീ പ്രതിഭകൾ കേരള പത്രപ്രവർത്തന മേഖലയിലെ കുലപതികളാണ്. അവരെ തുടർന്ന് കെ. ബാലകൃഷ്ണൻ, പോത്തൻ ജോസഫ്, കാമ്പിശ്ശേരി വി. കരുണാകരൻ നമ്പ്യാർ തുടങ്ങിയവർ പത്രപ്രവർത്തനത്തിന്റെ രാഷ്ട്രീ

യ-സാമൂഹിക പ്രാധാന്യം പ്രായോഗികമായി വെളിപ്പെടുത്തുകയുണ്ടായി. ഇ.എം.എസ്. പ്രഗത്ഭനായ പത്രപ്രവർത്തകൻ കൂടിയാണ്. കെ. കേളപ്പനും ഈ രംഗത്ത് വ്യക്തിമുദ്ര പതിപ്പിക്കുകയുണ്ടായി. അന്ധവിശ്വാസങ്ങൾക്കും അനാചാരങ്ങൾക്കും എതിരെ പോരാടി നവീന മാനവിക ചിന്തയുടെ പ്രകാശം വിതറിയവരാണ് എം.സി. ജോസഫും, എ.ടി. കോവൂരും, കുറ്റിപ്പുഴയും. കുറ്റിപ്പുഴ സാഹിത്യനിരൂപകനും പ്രശസ്തനായ അദ്ധ്യാപകനും കൂടിയായിരുന്നു. ജീവചരിത്രങ്ങളുടെ ആദ്യകാല പ്രസാധകനായ തോമസ്പോളിനെ മലയാളത്തിന് മറക്കാനാവില്ല. ആയുർവ്വേദാചാര്യനായ വൈദ്യരത്നം പി.എസ്. വാര്യരും ശിഷ്യൻ പി.വി. രാമവാര്യരും ആയുർവ്വേദ ചികിത്സയിൽ ലോകമൊട്ടാകെ പ്രശസ്തരാണ്. കഥകളി ആചാര്യൻ ഗുരു കുഞ്ചുക്കുറുപ്പ് കലയുടെ നറുമുത്താണ്. സിനിമാ രംഗത്തെ ചില പ്രമുഖന്മാരെയും 'നവകേരള സ്രഷ്ടാക്കൾ' എന്ന കൃതിയിൽ വായിച്ചറിയാം.

പൂർവ്വസൂരികളെ അറിയാനുള്ള ഫലപ്രദമായ രചനയാണ് കരിവേലി ബാബുക്കുട്ടൻ നിർവ്വഹിച്ചിരിക്കുന്നത്. സ്കൂൾ കുട്ടികൾക്ക് ഇത് ഏറെ പ്രയോജനപ്പെടും. നമ്മുടെ നാടിനെക്കുറിച്ചുള്ള ചരിത്രബോധമാണ് ഈ കൃതി പ്രദാനം ചെയ്യുന്നത്- ആവുന്നത്ര ആധികാരികതയോടെ. ചില ജീവചരിത്രക്കുറിപ്പുകൾ ഹ്രസ്വമായിപ്പോയി എന്ന അഭിപ്രായം ഉണ്ടാകാം. ബാബുക്കുട്ടന്റെ അന്വേഷണശീലവും രചനാരീതിയും അഭിനന്ദനീയം. വേണ്ടത്ര വിവേകത്തോടെ രചിച്ച കൃതി ആയതിനാൽ വായനയുടെ സംസ്കാരം ഇതിൽ പ്രദീപ്തമാകുന്നു. നമ്മോട് വിട പറഞ്ഞവർ, വിടപറയാതെ 'നവകേരള സ്രഷ്ടാക്കൾ' എന്ന കൃതിയിലൂടെ വായനക്കാരുടെ മനസ്സിൽ തെളിഞ്ഞുനിൽക്കുന്നു -പ്രേരകശക്തിയായി ഉത്തേജനമായി.

അയ്യാ വൈകുണ്ഠ സ്വാമികൾ
(1809 – 1851)

അയിത്താചാരത്തെയും വർണ്ണവ്യവസ്ഥയെയും വെല്ലുവിളിച്ച, കേരളത്തിലെ നവോത്ഥാന പ്രവർത്തനങ്ങൾക്ക് നാന്ദികുറിച്ച മഹാത്മാവ്. സവർണ്ണ മേധാവിത്വത്തിന്റെ നീരാളിപ്പിടുത്തത്തിൽ വീർപ്പുമുട്ടി കഴിഞ്ഞ അടിസ്ഥാനവർഗ്ഗം മനുഷ്യാവകാശങ്ങൾക്കുവേണ്ടി ഉണർന്നുതുടങ്ങിയ പത്തൊൻപതാം നൂറ്റാണ്ടിന്റെ തുടക്കത്തിൽ മർദ്ദിതർക്കിടയിൽ അസഹിഷ്ണുതയുടെ നെരിപ്പോട് നീറിത്തുടങ്ങി. അവർക്കുമേലേ പ്രത്യാശയുടെ ശുക്രനക്ഷത്രമായി വൈകുണ്ഠസ്വാമികൾ ഉദിച്ചുയർന്നു. അവസരസമത്വവും സാമൂഹികനീതിയും നിഷേധിക്കപ്പെട്ട കീഴ്ജാതിക്കാരുടെ ആദ്യ ജിഹ്വയായി അദ്ദേഹം മാറി.

1809 മാർച്ച് 12-ന് നാഗർകോവിലിനു തെക്കുകിഴക്കുള്ള സ്വാമിത്തോപ്പി (താമരൈക്കുളം) ൽ അദ്ദേഹം ജനിച്ചു. നാടാർ കുടുംബത്തിലെ പൊന്നു നാടാർ ആയിരുന്നു പിതാവ്. അമ്മ വെയിലാളമ്മ. മുടിചൂടും പെരുമാൾ എന്നായിരുന്നു മാതാപിതാക്കൾ നല്കിയ പേര്. സവർണ്ണരുടെ എതിർപ്പിനെ തുടർന്ന് പിന്നീട് 'മുത്തുക്കുട്ടി' എന്നു മാറ്റി.

ക്രിസ്തുമതത്തിലേക്ക് പരിവർത്തനം ചെയ്ത തെക്കൻ തിരുവിതാംകൂറിലെ ചാന്നാർ സ്ത്രീകൾ മാറു മറയ്ക്കാനുള്ള അവകാശത്തിനായി 1813-ൽ തുടങ്ങിയ സമരമാണ് ചാന്നാർ ലഹള. സവർണ്ണ ഹിന്ദുക്കളെപ്പോലെ വസ്ത്രധാരണം ചെയ്യാനുള്ള നാടാർ സ്ത്രീകളുടെ അവകാശ

വാദം കേണൽ മൺട്രോ അംഗീകരിച്ചപ്പോൾ നാടാർ സ്ത്രീകൾ മേൽമുണ്ടു ധരിച്ചുതുടങ്ങി. ഇതിനെതിരെ സവർണ്ണർ രംഗത്തുവന്നു. 1822-ൽ സ്വാമി മാറുമറയ്ക്കൽ സമരത്തിന്റെ നേതൃത്വം തന്റെ 17-ാമത്തെ വയസ്സിൽ ഏറ്റെടുത്തു. പുരുഷന്മാർ തലേക്കെട്ടു ധരിക്കാനും സ്ത്രീകൾ മാറുമറയ്ക്കാനും ആ യുവാവ് ആഹ്വാനം ചെയ്തു. ഊഴിയംവേലയ്ക്ക് എതിരെയുള്ള സമരം ഇതിനെ തുടർന്നാണ്. വേലയ്ക്ക് കൂലി എന്ന മുദ്രാവാക്യം സ്വാമിജിയാണ് ആദ്യം ഉയർത്തിയത്.

സ്വാമിത്തോപ്പിലും മരുത്വാമലയിലും തപസ്സനുഷ്ഠിച്ച മുത്തുക്കുട്ടി അതോടെ വൈകുണ്ഠസ്വാമി എന്നറിയപ്പെടാൻ തുടങ്ങി. വിഗ്രഹാരാധനയെ എതിർത്ത സ്വാമി ദക്ഷിണേന്ത്യയിൽ ആദ്യമായി കണ്ണാടി പ്രതിഷ്ഠയുള്ള ക്ഷേത്രങ്ങൾ പണിതു. ഈ ക്ഷേത്രങ്ങൾ 'പതി' എന്നറിയപ്പെട്ടു. 'അഹം ബ്രഹ്മാസ്മി' (താൻ തന്നെ ദൈവം) എന്നതായിരുന്നു സ്വാമിയുടെ നിലപാട്. എല്ലാ ജാതിമതസ്ഥർക്കും ഉപയോഗിക്കാൻ പാകത്തിൽ കിണറുകൾ കുഴിച്ചു. അക്കാലംവരെ പൊതുകിണറുകളിൽ നിന്ന് വെള്ളമെടുക്കാൻ ചാന്നാരാദി അവർണ്ണർ അനുവദിക്കപ്പെട്ടിരുന്നില്ല. ഇങ്ങനെ നിർമ്മിക്കപ്പെട്ട സ്വാമിത്തോപ്പിലെ വൈകുണ്ഠ ക്ഷേത്രത്തിനു സമീപമുള്ള കിണർ 'മുന്തിരിക്കിണർ' എന്നറിയപ്പെടുന്നു.

1836-ൽ സവർണ്ണരുടെ 'ആചാരലംഘകൻ' ശരിവെച്ചുകൊണ്ട് സ്വാതി തിരുനാൾ വൈകുണ്ഠ സ്വാമികളെ കാരാഗൃഹത്തിൽ അടച്ചു. തിരുവിതാംകൂർ രാജഭരണത്തെ നീചഭരണമെന്നും ബ്രിട്ടീഷ് ഭരണത്തെ വെൺനീചഭരണമെന്നുമുള്ള സ്വാമിജിയുടെ ആക്ഷേപവും ഇതിനൊരു കാരണമായി. താമസംവിനാ വൈകുണ്ഠസ്വാമിയെ മോചിപ്പിക്കാൻ രാജാവ് നിർബ്ബന്ധിതനായി.

രാജ്യത്തെ ആദ്യകാല നവോത്ഥാന പ്രസ്ഥാനങ്ങളിലൊന്നായ 'സമത്വസമാജം' 1836-ൽ അദ്ദേഹം രൂപീകരിച്ചു. 'ഒൻറേ ജാതി, ഒൻറേ മതം, ഒൻറേ ദൈവം, ഒൻറേ ഉലകം, ഒൻറേ അരശ്, ഒൻറേ നീതി'-ഇതായിരുന്നു സമത്വസമാജത്തിന്റെ ആദർശസൂക്തം. നല്ല വീടുകൾ പണിയുക, ശുചിത്വമുള്ള വസ്ത്രം ധരിക്കുക, സ്ത്രീസമത്വം സാധ്യമാക്കുക എന്നിങ്ങനെ സ്വാമിജി അനുയായികളെ ഉപദേശിച്ചു. അയ്യാവഴി (Path of the Father), വൈകുണ്ഠസ്വാമി ധർമ്മപ്രചാരണ സഭ (V.S.D.P.) തുടങ്ങിയ സംഘടനകൾക്കും അദ്ദേഹം രൂപംനൽകി.

അദ്ദേഹത്തിന്റെ കൃതികൾ: അഖിലത്തിരുട്ട്, അരുൾനൂൽ.

കന്യാമകുമാരിയിലെ സ്വാമിത്തോപ്പിൽ 1851 ജൂൺ 3-ന് അകാലത്തിൽ സ്വാമിജി സമാധിയായി.

തൈക്കാട്ട് അയ്യാ ഗുരുസ്വാമി
(1814 – 1909)

പത്തൊൻപതാം നൂറ്റാണ്ടിന്റെ ഉത്തരാർദ്ധം മുതൽ ഇരുപതാം നൂറ്റാണ്ടിന്റെ പ്രാരംഭഘട്ടം വരെ തിരുവിതാംകൂറിന്റെ ആധ്യാത്മികരംഗത്ത് നിറഞ്ഞുനിന്ന മഹാത്മാവ്. ചര്യ, ക്രിയ, യോഗം, ജ്ഞാനം എന്നിവ അടിസ്ഥാനപ്രമാണമാക്കിയ ശിവരാജ യോഗവിദ്യയിലൂടെ ഗൃഹസ്ഥാശ്രമികളെപ്പോലും യോഗമാർഗ്ഗത്തിലേക്ക് ആനയിച്ച ഗൃഹസ്ഥാശ്രമിയായ യോഗിവര്യൻ.

ജനനം 1814-ൽ. പിതാവ് മഹർഷി ഋഷികേശരുടെ പുത്രനായ മുത്തുകുമാരൻ. മാതാവ് കൊല്ലം സ്വദേശിനിയായ രുഗ്മിണിയമ്മാൾ.

ടിപ്പുവിന്റെ പടയോട്ടക്കാലത്ത് വടക്കേ മലബാറിൽ നിന്നും തിരുവനന്തപുരം കവളപ്പാറയിലും പിന്നീട് തമിഴ്നാട്ടിലെ ചെങ്കൽപ്പേട്ട ജില്ലയിലുള്ള നകുലാപുരത്തും ഋഷികേശരുടെ കുടുംബം താമസമാക്കി. പിന്നീട് ആന്ധ്രയിൽ സ്ഥിരതാമസമാക്കി ഈ കുടുംബം. പിതാവിന്റെ മരണശേഷം മുത്തുകുമാരൻ കൊളംബിലെ രാജാവിന്റെ ദ്വിഭാഷിയായി ഉദ്യോഗം ലഭിച്ചു. മുത്തുകുമാരൻ കൊല്ലം സ്വദേശിനിയായ രുഗ്മിണിയമ്മാളെ വിവാഹം ചെയ്തു. ചെന്നൈയിൽ താമസമാക്കിയ ദമ്പതികൾക്ക് 1814-ൽ ജനിച്ച സുബ്ബരായർ ആണ് പിന്നീട് വിഖ്യാതനായിത്തീർന്ന അയ്യാ ഗുരുസ്വാമി. മാതാവിന്റെ നിര്യാണത്തെത്തുടർന്ന് പിതാവിന്റെ രണ്ടാം ഭാര്യയായി വന്ന തുളസിയമ്മാൾ സുബ്ബരായനെ തന്റെ മൂത്ത പുത്രനായിത്തന്നെ വളർത്തി.

അക്കാലത്ത് സുബ്ബരായന്റെ ഭവനത്തിൽ സ്ഥിരമായി സന്ദർശനം നടത്തിയിരുന്ന ശ്രീസച്ചിദാനന്ദരും ശ്രീചട്ടപരദേശിയുമാണ് സുബ്ബരായന്റെ ആധ്യാത്മിക ഗുരുക്കൾ.

സുബ്ബരായന് പതിനാറു വയസ്സു കഴിഞ്ഞപ്പോൾ മേൽപ്പറഞ്ഞ സിദ്ധന്മാരോടുകൂടി ദേശാടനത്തിനിറങ്ങി. അവർ ഭാരതത്തിലെ പുണ്യക്ഷേത്രങ്ങൾക്കൊപ്പം ബർമ്മ, സിംഗപ്പൂർ, പെനാംഗ്, ആഫ്രിക്ക തുടങ്ങിയ രാജ്യങ്ങളും സന്ദർശിച്ചു. അറിയുന്നവൻ, അറിവ് ഇത്യാദി ഭേദഭാവനകളെല്ലാം അകന്ന് ബ്രഹ്മത്തോട് താദാത്മ്യം പ്രാപിച്ച് ബ്രഹ്മംതന്നെയായിത്തീരുന്ന മനസ്സിന്റെ നിലയെന്തെന്ന് ഈ ഗുരുക്കന്മാർ സുബ്ബരായനെ പഠിപ്പിച്ചു. ഗുരുക്കന്മാരിൽ നിന്നും മൂന്നു വർഷംകൊണ്ട് യോഗവിദ്യയും അദ്ദേഹം വശമാക്കി.

വീട്ടിൽ തിരിച്ചെത്തിയശേഷം ഗുരുഭൂതന്മാരുടെ നിർദ്ദേശപ്രകാരം സുബ്ബരായൻ ശിവരാജയോഗവിദ്യ തന്റെ സാധനാമാർഗ്ഗമായി സ്വീകരിച്ചു.

ശ്രീമതി കമലമ്മാൾ ആയിരുന്നു അദ്ദേഹത്തിന്റെ സഹധർമ്മിണി. അഞ്ചു സന്താനങ്ങളാണ് അവർക്കുണ്ടായിരുന്നത്: ലോകനാഥപ്പണിക്കർ, പഴനിവേലയ്യ, മാണിക്യം, തടാതക പട്ടമ്മാൾ, കാർത്യായനി.

സുബ്ബരായന്റെ ബന്ധുവും കൊട്ടാരം ഉദ്യോഗസ്ഥനുമായ ഓതുവാർപിള്ളയിൽനിന്നും സുബ്ബരായന്റെ മഹത്ത്വത്തെയും പാണ്ഡിത്യത്തെയും കുറിച്ചറിഞ്ഞ സ്വാതിതിരുനാൾ അദ്ദേഹത്തെ കൊട്ടാരത്തിലേക്ക് ക്ഷണിച്ചു.

ബ്രിട്ടീഷ് പട്ടാളക്യാമ്പിൽ മെസ് സെക്രട്ടറിയായിരുന്ന മാഗ്രീകർ തിരുവിതാംകൂർ റസിഡന്റായപ്പോൾ മുമ്പ് അദ്ദേഹത്തിന്റെ ട്യൂട്ടറായിരുന്ന സുബ്ബരായനെ തിരുവിതാംകൂർ റസിഡൻസി മാനേജരായി നിയമിച്ചു. ഇത് കൊ:വ: 1048-ലാണ്. അന്ന് ആയില്യം തിരുനാൾ രാമവർമ്മയായിരുന്നു തിരുവിതാംകൂർ ഭരിച്ചിരുന്നത്. പുതിയ മാനേജരുടെ ആത്മീയപ്രഭാവം മനസ്സിലാക്കിയ മഹാരാജാവ് അദ്ദേഹത്തെ ഏറെ ബഹുമാനാദരവുകളോടെയാണ് കണ്ടിരുന്നത്. തുടർന്നു 1873 മുതൽ 1909 ജൂലൈ മാസത്തിൽ സമാധിയടയുന്നതുവരെ ആയില്യം തിരുനാൾ, വിശാഖം തിരുനാൾ, ശ്രീമൂലം തിരുനാൾ എന്നീ തിരുവിതാംകൂർ രാജാക്കന്മാരുടെ കാലത്ത്, അയ്യാ സ്വാമികൾ റസിഡന്റ് ഓഫീസ് മാനേജരായി ഉദ്യോഗത്തിലിരുന്നു. തൈക്കാട്ടായിരുന്നു സ്ഥിരതാമസം.

1943 ജൂലൈ 20-ന് അമ്മ മഹാറാണി സേതുലക്ഷ്മിഭായിയുടെ (ശ്രീചിത്തിര തിരുനാളിന്റെ ഭരണകാലത്ത്) നേതൃത്വത്തിൽ സ്വാമിജിയുടെ സമാധിയിൽ ശിവപ്രതിഷ്ഠ നടത്തി. തൈക്കാട് ശ്മശാനത്തോടുചേർന്ന്

വടക്കുഭാഗത്ത് സമാധിക്ഷേത്രം നിലകൊള്ളുന്നു.

ബ്രഹ്മജ്ഞാനി, ശിവരാജയോഗി, ഗൃഹസ്ഥനായ സന്ന്യാസി എന്നീ നിലകളിൽ വിശ്രുതനായ അയ്യാ ഗുരുസ്വാമി ഭൗതിക പ്രലോഭനങ്ങൾക്ക് ഒരിക്കലും വശംവദനായില്ല. പില്ക്കാല ആധ്യാത്മിക ജ്യോതിസ്സുകളായ ചട്ടമ്പിസ്വാമികൾ, ശ്രീനാരായണഗുരു തുടങ്ങിയവർക്ക് ഗുരുസ്ഥാനീയനായിരുന്ന അയ്യാ ഗുരുസ്വാമി തന്റേതായ ഒരു ആത്മീയ പ്രസ്ഥാനത്തിനും തുടക്കമിട്ടില്ല. എണ്ണമറ്റ ശിഷ്യന്മാർക്ക് ഇരുട്ടിനെ അകറ്റുന്ന ദേഹമായി മാത്രം അദ്ദേഹം വർത്തിച്ചു. തിരുവിതാംകൂറിലും പുറത്തും താൻ സൃഷ്ടിച്ച ആത്മീയ നവോത്ഥാനവും ശിഷ്യസമ്പത്തുമാണ് അദ്ദേഹത്തിന്റെ ശേഷിപ്പുകൾ.

ആറാട്ടുപുഴ വേലായുധപ്പണിക്കർ
(1825 – 1874)

19-ാം നൂറ്റാണ്ടിന്റെ പൂർവ്വാർദ്ധത്തിൽ ജനിച്ച് അസ്പൃശ്യതയ്ക്കും ജാതിവിവേചനത്തിനുമെതിരെ പോരാടി വർണ്ണവെറിയന്മാരുടെ കൊലക്കത്തിക്കിരയായി അകാലത്തിൽ പൊലിഞ്ഞ ധീരരക്തസാക്ഷി. വേലായുധപ്പണിക്കർ കൊല്ലപ്പെടുമ്പോൾ ശ്രീനാരായണഗുരു പത്തൊൻപത് വയസ്സുള്ള യുവാവ്. അയ്യൻകാളിയാവട്ടെ പതിനൊന്നു വയസ്സുള്ള കൗമാരക്കാരൻ. ശ്രീനാരായണനും അയ്യൻകാളിയും തങ്ങളുടെ നവോത്ഥാന പ്രവർത്തനങ്ങൾക്ക് വേലായുധപ്പണിക്കരുടെ ജീവിത സമരങ്ങളിൽനിന്ന് ഊർജ്ജം സംഭരിച്ചുവെന്നതിന് തെളിവ് വഴിയേ.

1825 ജനുവരി 11-ന് ആലപ്പുഴ ജില്ലയിൽ, കാർത്തികപ്പള്ളി താലൂക്കിൽ മംഗലം ഗ്രാമത്തിൽ പ്രസിദ്ധവും സമ്പന്നവുമായ ജന്മികുടുംബത്തിൽ (കല്ലിശ്ശേരിൽ) വേലായുധപ്പണിക്കർ ജനിച്ചു. പിതാവ് പെരുമാൾ ചേകവൻ. നൂറ്റിഅൻപത് ഏക്കർ പുരയിടവും അതിൽ പതിനാലായിരത്തിൽപ്പരം തെങ്ങും അനവധി കെട്ടിടങ്ങളും ഉണ്ടായിരുന്ന ഈഴവ തറവാട്. ഏഴ് കുതിരകളും രണ്ട് ആനകളും വാണിജ്യാവശ്യത്തിനായി പായ്ക്കപ്പലുകളും ഉള്ള ഈ ധനിക കുടുംബത്തിന് തിരുവിതാംകൂർ രാജാവ് പണിക്കർ പദവി കല്പിച്ചുകൊടുത്തിരുന്നു. വേലായുധപ്പണിക്കരുടെ പതിനാറാം വയസ്സിൽ കുടുംബകാരണവർ മരിച്ചപ്പോൾ തറവാടും ഭാരിച്ച സ്വത്തുക്കളും ഏക അവകാശിയായ അദ്ദേഹത്തിനു ലഭിച്ചു. തറവാട്ടുഭരണം ഏറ്റെടുത്തതിനുപിന്നാലെ

കായികാഭ്യാസികളെ വീട്ടിൽ വരുത്തി താമസിപ്പിച്ച് ആയുധവിദ്യയും ഗുസ്തിമുറകളും അഭ്യസിച്ചു. കുതിരസവാരിയും പണിക്കർക്ക് വശമായിരുന്നു. മലയാളം, തമിഴ്, സംസ്കൃതം എന്നീ ഭാഷകളിൽ പണിക്കർക്ക് നല്ല വ്യുല്പത്തി ഉണ്ടായിരുന്നു.

ഇരുപതാമത്തെ വയസ്സിൽ പുതുപ്പള്ളി വാരണാപ്പള്ളി തറവാട്ടിലെ വെളുമ്പിപ്പണിക്കത്തിയെ വിവാഹം ചെയ്തു. ഈ ദമ്പതികൾക്ക് ഏഴു പുത്രന്മാർ. മുൻ കേരള ധനകാര്യമന്ത്രി എം.കെ. ഹേമചന്ദ്രൻ വേലായുധപ്പണിക്കരുടെ പൗത്രനാണ്.

ബലിഷ്ഠനും ദീർഘകായനുമായ പണിക്കർ നന്നേ വെളുത്തിട്ടായിരുന്നു. കുടുമ വെച്ച് കഴുത്തിൽ സ്വർണ്ണമാല ചാർത്തി, നേര്യതു ചുറ്റി അനുചരവൃന്ദത്തോടൊപ്പം അപരിചിതരായ സവർണ്ണരുടെ മുന്നിലെത്തിയാൽ അവരൊന്നു താണുവണങ്ങിപ്പോകുന്ന രൂപം.

അവർണ്ണരോട് ജാതിഹിന്ദുക്കൾ കാട്ടിയിരുന്ന നൃശംസതകൾക്കെതിരെ പൊരുതാൻ പണിക്കർ കച്ചകെട്ടിയിറങ്ങി. നിഷേധിക്കപ്പെട്ട സഞ്ചാരസ്വാതന്ത്ര്യത്തിനുവേണ്ടി പൊതുനിരത്തുകളിലൂടെ സഞ്ചരിക്കാൻ അവർണ്ണരെ അദ്ദേഹം പ്രേരിപ്പിച്ചു. അവർണ്ണ സ്ത്രീകൾ മാറുമറയ്ക്കരുത് എന്ന അലിഖിത നിയമത്തെ ധിക്കരിച്ചുകൊണ്ട് അദ്ദേഹം അവർക്ക് വസ്ത്രങ്ങൾ നല്കി. പുതിയ വസ്ത്രധാരണരീതി കൈക്കൊണ്ട സ്ത്രീകളെ ആക്രമിച്ചവരെ വേലായുധപ്പണിക്കർ വധിച്ച സംഭവങ്ങൾപോലുമുണ്ട്.

ഒരിക്കൽ വൈക്കം ക്ഷേത്രത്തിലെ തന്ത്രവിദ്യാപീഠത്തിൽ ബ്രാഹ്മണനെപ്പോലെ കുടുമ വെച്ച് പൂണൂലും ധരിച്ച് പൂജ അഭ്യസിക്കുകയും പഠനം പൂർത്തിയാക്കി മടങ്ങാൻനേരം "....അവർണ്ണൻ ക്ഷേത്രത്തിൽ കയറിയാൽ എന്തു പ്രായശ്ചിത്ത കർമ്മമാണ് ചെയ്യേണ്ടത്?" എന്ന് ക്ഷേത്രതന്ത്രിയോട് ആരായുകയും തന്ത്രി, പ്രായശ്ചിത്തം ചെയ്യേണ്ടതിന്റെ വിശദാംശങ്ങൾ പറയുകയും പണിക്കർ അതിനുവേണ്ടിവരുന്ന ചെലവിനുള്ള പണം അപ്പോൾത്തന്നെ ക്ഷേത്രത്തിലേല്പിക്കുകയും ചെയ്തു!

1852-ൽ (ശ്രീനാരായണഗുരു ജനിക്കുന്നതിന് മൂന്നുവർഷം മുമ്പ്) പണിക്കർ മംഗലത്ത് ക്ഷേത്രം പണിതു. അതിനു തൊട്ടുമുമ്പ് ബ്രാഹ്മണവേഷത്തിൽ വൈക്കം ക്ഷേത്രത്തിൽ താമസിച്ച് ക്ഷേത്രനിർമ്മാണ രഹസ്യവും ക്ഷേത്രാചാരങ്ങളും ഹൃദിസ്ഥമാക്കിയിരുന്നു. വൈക്കത്തുനിന്ന് മടങ്ങിയെത്തിയ ശേഷം മാവേലിക്കര കണ്ടിയൂർ മറ്റം വിശ്വനാഥ ഗുരുക്കളെ വരുത്തി 1852-ലെ ശിവരാത്രിനാൾ പുതുതായി നിർമ്മിച്ച ക്ഷേത്രത്തിൽ ശിവലിംഗ പ്രതിഷ്ഠ നടത്തി. തമിഴ് ശൈവപിള്ളയായിരുന്നു ക്ഷേത്ര പരി

കർമ്മിയായിരുന്ന വിശ്വനാഥ ഗുരുക്കൾ. കാലങ്ങൾക്കുശേഷം അരുവിപ്പുറത്ത് ഗുരു നടത്തിയ ശിവപ്രതിഷ്ഠ ഇതിൽനിന്ന് പ്രചോദനമുൾക്കൊണ്ടിട്ടാവുമെന്ന് തീർച്ച.

ചാന്നാർ ലഹള

1813-ലാണ് ചാന്നാർ ലഹള. 'മാറുമറയ്ക്കൽ സമര'മെന്നും പേരുണ്ട്. മാറുമറയ്ക്കാനുള്ള അവകാശം ഇതുവഴി ചാന്നാർ സ്ത്രീകൾക്ക് കരഗതമായി. മാറും തോളും മറയ്ക്കാനുള്ള അവകാശം അതുവരെ ഹിന്ദുക്കളിലെ അഭിജാത സ്ത്രീകൾക്കും മുസ്ലിം ക്രിസ്ത്യൻ സ്ത്രീകൾക്കും മാത്രമായിരുന്നു. ഈ വിവേചനത്തിൽ പ്രതിഷേധിച്ച് നാടാർ സമുദായത്തിലെ ഒരു വിഭാഗം ക്രിസ്തുമതത്തിൽ ചേർന്നു. ബ്രിട്ടീഷ് ദിവാനായിരുന്ന കേണൽ മൺട്രോ (Col. John Mantro) മേൽവസ്ത്രം ധരിക്കാൻ പുതുക്രിസ്ത്യാനി സ്ത്രീകൾക്ക് 1813-ൽ ഉത്തരവിറക്കി. 'അലംഘനീയമായ' ജാതിവ്യത്യാസത്തിന് എതിരാണ് ഈ കല്പന എന്ന ആരോപണം തല്പരകക്ഷികൾ ഉയർത്തിയപ്പോൾ രാജശാസനയിലൂടെ മൺട്രോയുടെ ഉത്തരവ് റദ്ദാക്കി. പിന്നീട് ഏറെക്കഴിഞ്ഞാണ് മാറുമറയ്ക്കാനുള്ള അവകാശം സാർവ്വത്രികമായത്.

അച്ചിപ്പുടവസമരം

1858-ലാണ് അച്ചിപ്പുടവ സമരം നടന്നത്. അക്കാലത്ത് തിരുവിതാംകൂറിലെ നെയ്ത്തുകാർ ഈഴവരായിരുന്നു. എന്നാൽ അവർ നെയ്തുണ്ടാക്കുന്ന വസ്ത്രങ്ങൾ മുട്ടിനുതാഴെവരെ മാത്രം ധരിക്കാനേ അവർക്ക് അനുവാദമുണ്ടായിരുന്നുള്ളൂ. കായംകുളത്തിനു വടക്ക് പത്തിയൂരിൽ ഒരു സമ്പന്ന ഈഴവ കുടുംബത്തിലെ യുവതി നല്ല രീതിയിൽ വസ്ത്രം ധരിച്ച് വയൽവരമ്പിലൂടെ പോവുകയായിരുന്നു. എതിരേവന്ന സവർണ്ണൻ അവരെ അവഹേളിക്കുകയും വസ്ത്രത്തിൽ മുറുക്കിത്തുപ്പുകയും ചെയ്തു. ഇതറിഞ്ഞ വേലായുധപ്പണിക്കർ, ന്യായമായ തീരുമാനം ഉണ്ടാകുന്നതുവരെ അവർണ്ണർ സവർണ്ണരുടെ കൃഷിപ്പണികൾ ബഹിഷ്കരിക്കണമെന്ന് ആഹ്വാനം ചെയ്തു. ആ ആഹ്വാനം ശിരസ്സാവഹിക്കപ്പെട്ടു. ഇത് 'അച്ചിപ്പുടവ സമരം' എന്നറിയപ്പെടുന്നു.

മൂക്കുത്തിസമരം

പണിക്കരുടെ 'മൂക്കുത്തി സമരം' 1860-ലാണ്. അദ്ദേഹം ഒരു വട്ടിനിറയെ സ്വർണ്ണമൂക്കുത്തികളുമായി അങ്ങാടിയിലെത്തി. (പന്തളത്തു ചന്തയിലാണെന്നാണ് അറിവ്) അവിടെയെത്തിയ അവർണ്ണരായ സ്ത്രീകളെ മൂക്കുത്തി അണിയിച്ചു. എതിർക്കാൻ വന്ന സവർണ്ണ കിങ്കരന്മാരുടെ കര

ണക്കുറ്റി പുകച്ചുവിടുകയും ചെയ്തു!

അന്ന് കഥകളി സവർണ്ണരുടെ കുത്തകയാണല്ലോ. അത് അങ്ങനെ യാവണ്ട എന്ന് പണിക്കരങ്ങു തീരുമാനിച്ചു. അദ്ദേഹം താൻ സ്ഥാപിച്ച ക്ഷേത്രത്തോടനുബന്ധിച്ച് അവർണ്ണർക്കായി ഒരു കഥകളി യോഗം തുടക്കമിട്ടു!

1867-ൽ വിപുലമായ രീതിയിൽ ഒരു വഴിനടക്കൽ സമരവും പണിക്കർ ആസൂത്രണം ചെയ്ത് നടപ്പാക്കി. കീഴാളവർഗ്ഗത്തെ സമര സജ്ജമാക്കിയ ആദ്യ സഞ്ചാരസ്വാതന്ത്ര്യസമരമാണിത്. പിമ്പേ വന്ന ശ്രീനാരായണഗുരുവിന്റെയും ശ്രീ. അയ്യൻകാളിയുടെയും സാമൂഹികപരിവർത്തന യത്നങ്ങൾക്ക് വഴിമരുന്നിട്ട ഈ ധീരവിപ്ലവകാരിയെ ചരിത്രകാരന്മാർ തമസ്കരിക്കുകയാണുണ്ടായത്. ഒരു സംശയവും വേണ്ട, അവർണ്ണരുടെ സാമൂഹ്യാന്തസ്സിനുവേണ്ടി പൊരുതി രക്തസാക്ഷിത്വം വരിച്ച ആറാട്ടുപുഴ വേലായുധപ്പണിക്കർ കീഴാളരുടെ പിതൃസ്ഥാനീയനാണ്.

പ്രശസ്ത നരവംശ ശാസ്ത്രജ്ഞരായ ഫിലിപ്പൊ (Philippo), കരോലിൻ ഒസല്ല (Caroline Osella) എന്നിവർ വേലായുധപ്പണിക്കരെ നാരായണഗുരുവിന്റെ പുരോഗാമി(Pore Runner)യായി കണ്ടത് അർത്ഥപൂർണ്ണമാണ്. സവർണ്ണ ദുഷ്പ്രഭുത്വത്തിന്റെ കണ്ണിലെ കരടായ പണിക്കരെ നേരിട്ടെതിർക്കാൻ ഭയമായ ദുഷ്ടശക്തികൾ അദ്ദേഹത്തെ ചതിച്ചുകൊല്ലുകയായിരുന്നു. 1874 ജനുവരി 9-ന് ഒരു കേസിന്റെ ആവശ്യാർത്ഥം സ്വന്തം കെട്ടുവള്ളത്തിൽ യാത്ര ചെയ്യുകയായിരുന്നു. അർദ്ധരാത്രിയിൽ അദ്ദേഹം ഉറക്കത്തിലായിരുന്നു. മറ്റൊരു വള്ളത്തിലെത്തിയ അക്രമിസംഘത്തിലെ 'തൊപ്പിയിട്ട കിട്ടൻ' എന്നു വിളിപ്പേരുള്ള അക്രമി കഠാരകൊണ്ട് വേലായുധപ്പണിക്കരെ കുത്തിക്കൊന്നു! കായംകുളം കായലിലായിരുന്നു സംഭവം. അന്ത്യശ്വാസം വലിക്കുമ്പോൾ അദ്ദേഹത്തിന് നാല്പത്തിഒൻപതു വയസ്സു മാത്രമായിരുന്നു പ്രായം.

'ആറാട്ടുപുഴ വേലായുധപ്പണിക്കർ റിസർച്ച് ഫൗണ്ടേഷൻ ആന്റ് കൾച്ചറൽ സെന്റർ' എന്നൊരു സംഘടന നിലവിലുണ്ട്.

ആറാട്ടുപുഴ മംഗലം ഇടയ്ക്കാട് ജ്ഞാനേശ്വരം ക്ഷേത്രവളപ്പിൽ സ്ഥാപിക്കാനായി ഇതെഴുതുമ്പോൾ അദ്ദേഹത്തിന്റെ അർദ്ധകായ വെങ്കല പ്രതിമ തയ്യാറായിട്ടുണ്ട്. വേലായുധപ്പണിക്കരുടെ ജീർണ്ണാവസ്ഥയിലായ ഭവനം സംരക്ഷിത സ്മാരകമായി സംരക്ഷിക്കാൻ കേരള സർക്കാർ ഒരു കോടി രൂപ ബജറ്റിൽ വകയിരുത്തിയിട്ടുണ്ട്. പ്രതിമ നിർമ്മാണത്തിനു മുൻകൈ എടുത്തത് 'ആറാട്ടുപുഴ വേലായുധപ്പണിക്കർ സ്മാരക സമിതി'യാണ്.

നിധീരിക്കൽ മാണികത്തനാർ
(1842–1904)

'ദീപിക'യുടെ സ്ഥാപകപത്രാധിപർ, എഴുത്തുകാരൻ, ഭക്തനായ ദൈവികൻ.

1842 മേയ് 27-ന് കുറവിലങ്ങാട്ട് ജനിച്ചു. ഇമ്മാനുവേൽ എന്നായിരുന്നു പള്ളിപ്പേര്. ചെല്ലപ്പേര് മാണി എന്നും. കൂടുതൽ ഭാഷകൾ വശമാക്കാൻ മാണി ചെറുപ്പത്തിലേ ഔത്സുക്യം കാട്ടി. അക്കാലത്ത് വൈദിക പഠനത്തിന് പുരാതന കുടുംബങ്ങളിൽനിന്നു മാത്രമേ ആളുകളെ തിരഞ്ഞെടുത്തിരുന്നുള്ളൂ. വീട്ടിൽ ഒരു വൈദികനുള്ളത് ഒരനുഗ്രഹമായി അക്കാലത്തു കരുതിപ്പോന്നു.

വൈദിക വിദ്യാഭ്യാസം പൂർത്തിയാക്കിയ ഇമ്മാനുവേൽ യഥാകാലം വൈദികപീഠത്തിൽ ആരോഹണം ചെയ്തു. കാലം ഏറെക്കഴിഞ്ഞില്ല, അതിനുമുമ്പ് ഒരു കാര്യം പള്ളിക്കും ഇടവകക്കാർക്കും ബോധ്യമായി: അദ്ദേഹം ഒരു സാധാരണ വൈദികനല്ല, അസാമാന്യ കഴിവുകളുള്ള ഒരു സമുന്നത വ്യക്തിത്വമാണ് അദ്ദേഹത്തിന്റേത്! താമസിയാതെ മുടി, വടി, പൊന്മാല എന്നിവ സഹിതം മൈത്രാനുള്ള അധികാരങ്ങളെല്ലാം അദ്ദേഹത്തിനു ലഭിച്ചു.

ഇംഗ്ലീഷ് വിദ്യാഭ്യാസം അന്ന് നാട്ടിൽ സാർവ്വത്രികമായിരുന്നില്ല. ഇംഗ്ലീഷ് ഭാഷയിൽ വളരെ വേഗം അദ്ദേഹം നൈപുണ്യം നേടി. ഇംഗ്ലീഷ് പഠന

ത്തിന്റെ ആവശ്യകത അദ്ദേഹം നാട്ടുകാരെ ബോധ്യപ്പെടുത്തുകയും ഇംഗ്ലീഷ് പഠിക്കാൻ പ്രേരിപ്പിക്കുകയും ചെയ്തു. പള്ളികളിലെ പ്രസംഗ വേളകളിൽ ആ ഭാഷ പഠിക്കേണ്ടതിന്റെ ആവശ്യകത അദ്ദേഹം എടുത്തു പറഞ്ഞു.

പത്രപ്രവർത്തന രംഗത്ത് അദ്ദേഹം നിസ്തുല സേവനം നടത്തി. ഇന്ന് പ്രചുരപ്രചാരമുള്ള 'ദീപിക' ദിനപ്പത്രം 'നസ്രാണി ദീപിക'യായി 1887-ൽ മാന്നാനത്തുനിന്ന് ആരംഭിച്ചത് നിധീരിക്കൽ മാണിക്കത്തനാരാണ്. 'മലയാള മനോരമ' സ്ഥാപകൻ കണ്ടത്തിൽ വറുഗീസുമാപ്പിള അദ്ദേഹത്തിന്റെ ഉറ്റ മിത്രമായിരുന്നു, മാണിക്കത്തനാർ മനോരമയിൽ ഒട്ടേറെ ലേഖനങ്ങൾ എഴുതിയിട്ടുണ്ട്.

രോഗചികിത്സയിലും അദ്ദേഹം അറിവു സമ്പാദിച്ചു. അലോപ്പതി, നാട്ടുവൈദ്യം ഹോമിയോപ്പതി എന്നിവയിൽ നല്ല ജ്ഞാനം കത്തനാർ സമ്പാദിക്കുകയുണ്ടായി. കേരളത്തിൽ ഹോമിയോ ചികിത്സ ആദ്യം തുടങ്ങിയത് അദ്ദേഹമാണ്.

വിഭിന്ന സഭാവിശ്വാസികളായ ക്രൈസ്തവർ യോജിപ്പോടെ കഴിയണമെന്നും എല്ലാവരും ദൈവത്തിന്റെ മക്കളാകയാൽ സഹോദര തുല്യരായി ജീവിക്കണമെന്നും അദ്ദേഹം വിശ്വാസികളെ ഉദ്ബോധിപ്പിച്ചു. സമുദായൈക്യത്തിനുവേണ്ടി ഒരു പൊതു ആസ്ഥാനം നിർമ്മിക്കാൻ കത്തനാർ വാങ്ങിയ സ്ഥലമാണ് കോട്ടയത്ത് മനോരമയുടെ ഇന്നത്തെ ആസ്ഥാനം. പുരോഗമനപരമായ ആശയങ്ങൾ ക്രൈസ്തവ സമൂഹത്തിൽ പ്രചരിപ്പിക്കാൻ അദ്ദേഹം ബോധപൂർവ്വം ശ്രമിച്ചു. കേരളത്തിലെ ക്രിസ്ത്യാനികളെ യൂറോപ്യൻ മെത്രാന്മാരുടെ നിയന്ത്രണത്തിൽ നിന്ന് മാറ്റി ആ സ്ഥാനത്ത് തദ്ദേശീയരായ മെത്രാന്മാരെ വാഴിക്കുന്നതിനുള്ള നിശ്ചയദാർഢ്യത്തോടെയുള്ള അദ്ദേഹത്തിന്റെ ശ്രമം 1896-ൽ വിജയം കണ്ടു. ആ കാലഘട്ടത്തിൽ നാട്ടിലെ ഒരു ശരാശരി മെത്രാനു സാധിക്കുന്ന ഒരു കൃത്യമായിരുന്നില്ല അതെന്നറിയുമ്പോഴേ മാണികത്തനാരുടെ അസാമാന്യ വ്യക്തിപ്രഭാവം ബോധ്യപ്പെടുകയുള്ളൂ.

സ്തുത്യർഹമായി പ്രവർത്തിച്ചിരുന്ന 'ഭാഷാപോഷിണി സഭ'യുടെ അധ്യക്ഷന്മാർ തിരുവിതാംകൂർ, കൊച്ചി രാജാക്കന്മാരും സാമൂതിരിയും ആയിരുന്ന അവസരത്തിൽ സഭയുടെ ഉപാധ്യക്ഷനായിരുന്നു കത്തനാർ.

വൈദികന് സുറിയാനി, ലത്തീൻ ഭാഷകളിലേ അന്ന് അറിവു വേണ്ടിയിരുന്നുള്ളൂ. കത്തനാർക്കാവട്ടെ അതോടൊപ്പം പന്ത്രണ്ടു ഭാഷകളിൽക്കൂടി പ്രാവിണ്യമുണ്ടായിരുന്നു.

മലയാളത്തിൽ പ്രസിദ്ധപ്പെടുത്തിയ പ്രഥമ സഞ്ചാരസാഹിത്യ കൃതിയായ 'തിരുയാത്ര' വിവർത്തനം ചെയ്തത് മാണിക്കത്തനാരാണ്. ശോഭന രാജാവ്, കൃപാവതി എന്നീ നാടകങ്ങളും അദ്ദേഹം രചിച്ചു. ബൈബിളിലെ 'സൂസന്ന' എന്ന കഥയെ ഉപജീവിച്ച് അദ്ദേഹം 'സംസാൻ' എന്നൊരു ഖണ്ഡകാവ്യം രചിച്ചിട്ടുണ്ട്. യേശുവിന്റെ അന്ത്യരംഗത്തെപ്പറ്റി ഹൃദയസ്പൃക്കായ ഗാനങ്ങളും മറ്റു നിരവധി ഭക്തിഗാനങ്ങളും അദ്ദേഹത്തിന്റേതായിട്ടുണ്ട്.

ചങ്ങനാശ്ശേരി രവിവർമ്മതമ്പുരാന്റെ 'കവിസഭാ രഞ്ജനം' നാടകത്തിലെ കഥാപാത്രങ്ങൾ അന്നത്തെ സമകാലീന കവികളാണ്. കണ്ടത്തിൽ വറുഗീസുമാപ്പിളയും നിധീരിക്കൽ മാണിക്കത്തനാരും ഈ നാടകത്തിലെ കഥാപാത്രങ്ങളാണ്.

വൈദികൻ, കലാകാരൻ, സാഹിത്യകാരൻ, പത്രാധിപർ എന്നീ നിലകളിൽ ബഹുമുഖ പ്രതിഭയായിരുന്ന മാണിക്കത്തനാരെക്കുറിച്ച് മഹാകവി വള്ളത്തോൾ പറഞ്ഞു:

"മലയാള ഭാഷ നിലനില്ക്കുന്നിടത്തോളം കാലം ആ സാഹിത്യക്ഷേത്രത്തിന്റെ ഭിത്തിയിൽ കത്തനാരുടെ ചിത്രം മങ്ങാതെ നില്ക്കും".

മലയാള സാഹിത്യക്ഷേത്രത്തിന്റെ ആസ്ഥാനമായ കേരള സാഹിത്യ അക്കാദമി ഹാളിൽ 1969-ൽ നിധീരിക്കൽ മാണിക്കത്തനാരുടെ എണ്ണച്ഛായാചിത്രം അന്നത്തെ അക്കാദമി നിർവ്വാഹക സമിതിയംഗം ശ്രീമതി ആനി തയ്യിൽ അനാച്ഛാദനം ചെയ്തപ്പോൾ മഹാകവിയുടെ വാക്കുകൾ അന്വർത്ഥമായി.

1904 ജൂൺ 20-ന് 62-ാമത്തെ വയസ്സിൽ മാണിക്കത്തനാർ കഥാവശേഷനായി. അതേവർഷം തന്നെയാണ് തന്റെ ആത്മമിത്രമായ കണ്ടത്തിൽ വറുഗീസുമാപ്പിളയും അന്തരിച്ചത്.

കേരളവർമ്മ വലിയ കോയിത്തമ്പുരാൻ (1845–1914)

'**കേ**രള കാളിദാസൻ' എന്ന് പുകൾപെറ്റ കവിശ്രേഷ്ഠൻ. 'മേഘസന്ദേശ'ത്തോടു കിടപിടിക്കുന്നതെന്ന് നിരൂപകർ വാഴ്ത്തിയ 'മയൂരസന്ദേശം' എന്ന വിഖ്യാത സന്ദേശകാവ്യം, അന്യോപദേശ ശതകം, അഭിജ്ഞാന ശാകുന്തളം തുടങ്ങിയ കൃതികളുടെ കർത്താവ്.

എ.ഡി. 1845 ഫെബ്രു: 19–ന് (കൊ:വ: 1020 കുംഭം 10) ചങ്ങനാശ്ശേരിയിൽ ലക്ഷ്മീപുരത്തുള്ള കൊട്ടാരത്തിൽ ജനിച്ചു. മാതാവ് അംബത്തമ്പുരാട്ടി. പിതാവ് തളിപ്പറമ്പത്ത് മുല്ലപ്പള്ളി നാരായണൻ നമ്പൂതിരി. അഞ്ചാമത്തെ വയസ്സിൽ തിരുവാർപ്പ് രാമവാര്യർ എഴുത്തിനിരുത്തി. പിതാവിന്റെ മേൽനോട്ടത്തിൽ ഒൻപത് വയസ്സാകുമ്പോഴേക്കും ശ്രീകൃഷ്ണവിലാസം, രഘുവംശം,, കുമാരസംഭവം, മാഘം, നൈഷധം എന്നീ കാവ്യങ്ങൾ പഠിച്ചുകഴിഞ്ഞിരുന്നു.

ശ്രീമൂലംതിരുനാളിന്റെ പിതാവായ രാജരാജവർമ്മ കോയിത്തമ്പുരാൻ കേരളവർമ്മ വലിയ കോയിത്തമ്പുരാന്റെ മാതുലനായിരുന്നു. അദ്ദേഹം മരുമകന്റെ പഠനത്തിൽ പ്രത്യേക നിഷ്കർഷ പുലർത്തുകയും തിരുവനന്തപുരത്തേക്ക് കൂട്ടിക്കൊണ്ടുപോവുകയും ചെയ്തു. നാലുവർഷംകൊണ്ട് കേരളവർമ്മ നാടകാലങ്കാരങ്ങൾ, വ്യാകരണം, തർക്കമീമാംസ എന്നിവയിൽ വ്യുൽപ്പത്തി ആർജ്ജിച്ചു.

ഉപനയനത്തിനുശേഷം വലിയ കോയിത്തമ്പുരാൻ ലക്ഷ്മീറാണിയെ പാണീഗ്രഹണം ചെയ്തു. അതിനുശേഷം വിഭിന്ന ഗുരുനാഥന്മാരുടെ കീഴിൽ 'ശബ്ദേന്ദു ശേഖര' പര്യന്തം, വ്യാകരണം, വേദാന്തം തർക്കം എന്നീ വിഷയങ്ങളിൽ അഭ്യാസം നടത്തി. പല ഭാരതീയ ഭാഷകളും അദ്ദേഹം തുടർന്ന് വശമാക്കി. 1867-ൽ ആയില്യം തിരുനാൾ മഹാരാജാവ് വലിയ കോയിത്തമ്പുരാനെ പാഠപുസ്തക കമ്മിറ്റിയുടെ അധ്യക്ഷനായി നിയമിച്ചു. അദ്ദേഹത്തിന്റെ വിജ്ഞാനമഞ്ജരി, സന്മാർഗ്ഗദീപം, മഹത്ചരിത സംഗ്രഹം തുടങ്ങിയ കൃതികൾ പാഠപുസ്തകക്കമ്മിറ്റിയുടെ ആഭിമുഖ്യത്തിൽ ഇക്കാലത്ത് പ്രകാശിതങ്ങളായി. ഒട്ടനവധി ആട്ടക്കഥകളും അക്കാലത്ത് അദ്ദേഹം വിരചിച്ചു.

ദ്വിതീയാക്ഷരപ്രാസ വിവാദം

മലയാള മനോരമയിൽ അക്കാലത്ത് പ്രസിദ്ധീകരിച്ച ഒരു ലേഖനത്തിൽ കവികളുടെ പ്രാസഭ്രമത്തെ വിമർശിച്ചപ്പോൾ ഇരുവിഭാഗത്തിലും പെട്ടവർ ചേരിതിരിഞ്ഞ് പ്രസിദ്ധീകരണങ്ങളിലൂടെയും പ്രസംഗവേദികളിലൂടെയും വാദപ്രതിവാദങ്ങൾ ആരംഭിച്ചു. തിരുവനന്തപുരം മഹാരാജാസ് കോളേജിൽ 1908-ൽ നടന്ന മലയാള സമാജത്തിന്റെ വാർഷിക യോഗത്തിൽ പ്രഭാഷകനായിരുന്ന കെ.സി. കേശവപിള്ള ദ്വിതീയാക്ഷരപ്രാസത്തെ എതിർത്തു. എതിർവിഭാഗക്കാരും രംഗത്തുവന്നു. പ്രാസനിബന്ധന പാലിച്ച് ഉള്ളൂർ 'ഉമാകേരള'വും (പിന്നിട് ഉള്ളൂർ 'പ്രാസവൈരി'കൾക്കൊപ്പം ചേരുകയുണ്ടായി.) കെ.സി. കേശവപിള്ള ദ്വിതീയാക്ഷരപ്രാസം വെടിഞ്ഞ് 'കേശവീയ'വും എഴുതി. കേരളവർമ്മ വലിയ കോയിത്തമ്പുരാൻ, കുഞ്ഞിക്കുട്ടൻ തമ്പുരാൻ, നടുവത്ത് അച്ഛൻ നമ്പൂതിരി തുടങ്ങിയവർ ദ്വിതീയാക്ഷരപ്രാസവാദികളായി രംഗത്തു വന്നപ്പോൾ എതിർചേരിയിൽ എ.ആർ. രാജരാജവർമ്മ, പുന്നശ്ശേരി നമ്പി നീലകണ്ഠശർമ്മ, സി. അന്തപ്പായി തുടങ്ങിയവർ അണിനിരന്നു. പ്രാസവാദികളെ നയിച്ചത് വലിയ കോയിത്തമ്പുരാനും എതിർചേരിയെ നയിച്ചത് എ.ആറും ആയിരുന്നു. 'അർത്ഥത്തെ ബലികഴിച്ചും ശബ്ദഭംഗിയുണ്ടാക്കുവാനുള്ള കവികളുടെ ഭ്രമം ഇദംപ്രഥമമായി ചോദ്യം ചെയ്യപ്പെട്ടു. പ്രാസദീക്ഷ കൂടാതെ തന്നെ നല്ല കവിതകൾ എഴുതാമെന്നും ചില കവികൾ തെളിയിക്കുകയും ചെയ്തു. വലിയ കോയിത്തമ്പുരാന്റെ 'മയൂരസന്ദേശ'മാകട്ടെ ദ്വിതീയാക്ഷരപ്രാസത്തിന്റെ പ്രഭാവത്തിന് നല്ലൊരു ദൃഷ്ടാന്തമായി ഭവിക്കുകയും ചെയ്തു.

ആയില്യം തിരുനാൾ മഹാരാജാവിന് പ്രത്യേക വാത്സല്യം തന്നെ

കോയിത്തമ്പുരാനോടുണ്ടായിരുന്നു. പക്ഷേ, ആ ബന്ധം വളരെ വേഗം വഷളായി. വലിയ കോയിത്തമ്പുരാനെ ഹരിപ്പാട്ടു കൊട്ടാരത്തിൽ വീട്ടുതടങ്കലിലാക്കി. വിരഹദുഃഖത്താൽ പരവശനായ തമ്പുരാൻ പ്രാണപ്രേയസിക്ക് സന്ദേശരൂപേണ രചിച്ച കൃതിയാണ് 'മയൂരസന്ദേശം'.

കാളിദാസന്റെ അഭിജ്ഞാന ശാകുന്തളം 'മണിപ്രവാള ശാകുന്തളം എന്ന പേരിൽ മലയാളത്തിലേക്ക് വിവർത്തനം ചെയ്യുകവഴി കേരളവർമ്മ വലിയ കോയിത്തമ്പുരാൻ 'കേരള കാളിദാസൻ' എന്ന ബഹുമതി നേടി.

സംസ്കൃതത്തിൽ 29 കൃതികളും മലയാളത്തിൽ 11 പദ്യകൃതികളും 13 ഗദ്യകൃതികളും രചിച്ച വലിയ കോയിത്തമ്പുരാൻ അമരുകശതകം, അന്യാപദേശ ശതകം, അഭിജ്ഞാന ശാകുന്തളം എന്നിവ തർജ്ജമ ചെയ്തു.

കൊ:വ: 1090 സെപ്തംബർ 22-ന് (എ.ഡി. 1914) കാറപകടത്തിൽപ്പെട്ട് ഗുരുതരമായി പരിക്കുപറ്റിയ വലിയ കോയിത്തമ്പുരാൻ അതേവർഷം, അകാലത്തിൽ അന്തരിച്ചു.

ഒ. ചന്തുമേനോൻ
(1847 – 1899)

മലയാളത്തിലെ ലക്ഷണയുക്തമായ പ്രഥമ നോവൽ 'ഇന്ദുലേഖ'യുടെ കർത്താവ്.

'ഇന്ദുലേഖ'യുടെ രചനയിലൂടെ മലയാള സാഹിത്യത്തിൽ ലബ്ധപ്രതിഷ്ഠനായിത്തീർന്നു ചന്തുമേനോൻ. 1889-ൽ പ്രസിദ്ധീകരിച്ച ഈ നോവൽ ഒയ്യാരത്തു ചന്തുമേനോന്റെ വ്യക്തിത്വവും പ്രതിഭയും വെളിവാക്കുന്നു.

കൊ:വ: 1024 ധനു 10 (1847 ജനുവരി 9) ന് കുറുമ്പ്രനാട്ടിലെ നടുവണ്ണൂരിൽ കുളങ്ങര കുഞ്ഞിമഠത്തിൽ ചന്തുമേനോൻ ജനിച്ചു. അച്ഛൻ എടവാട്ടിൽ ചന്തുനായർ തഹസീൽദാരായിരുന്നു. മാതാവ് ചിറ്റേഴത്തു പാർവ്വതിയമ്മ. ചന്തുമേനോന് എട്ടു വയസ്സുള്ളപ്പോൾ പിതാവു മരിച്ചു. മെട്രിക്കുലേഷൻ പാസ്സായതോടൊപ്പം സംസ്കൃതവും അദ്ദേഹം പഠിച്ചു കഴിഞ്ഞിരുന്നു. പതിനേഴാമത്തെ വയസ്സിൽ അൺകവനന്റഡ് സിവിൽ സർവ്വീസ് പരീക്ഷ പാസ്സായി. സർക്കാർ സർവ്വീസിൽ ക്ലാർക്കായി ജോലി ലഭിച്ച ചന്തുമേനോൻ ജോലിയിലുള്ള അർപ്പണമനോഭാവംകൊണ്ട് സ്മാൾകാസ് കോടതിയിലെ ക്ലാർക്കുദ്യോഗത്തിൽ നിന്നും പടിപടിയായുയർന്ന് കൊ:വ: 1045-ൽ കളക്ടറായി. പിന്നീട് പൊലീസ് മുൻഷിയും ഹെഡ്മുനിസിഫുമായി.

കൊ.വ: 1047-ൽ ചന്തുമേനോൻ കാത്തോളിൽ വീട്ടിൽ സുകൃതിനി

എന്ന ലക്ഷ്മിയമ്മയെ വിവാഹം ചെയ്തു. മുൻസിഫ് ആയതിനുശേഷം മഞ്ചേരി, പാലക്കാട്, കോഴിക്കോട് എന്നിവിടങ്ങളിൽ ജോലി ചെയ്തു. പിന്നീട് ഒന്നാംക്ലാസ് മജിസ്ട്രേട്ടായി ഉയർന്നു.

ഉത്തരകേരളത്തിലെ അന്നത്തെ സാമൂഹിക ജീവിതാവസ്ഥയെ പ്രതിഫലിപ്പിക്കുന്ന 'ഇന്ദുലേഖ'യെ ബേക്കൺസ്ഫീൽഡ് എന്ന ആംഗലേയ സാഹിത്യകാരന്റെ 'ഹെൻറീത്താ ടെമ്പിൾ' എന്ന കൃതി സ്വാധീനിച്ചിട്ടുണ്ടെന്ന് ചന്തുമേനോൻ എഴുതിയിട്ടുണ്ട്.

ഒരു സാമൂഹികാഖ്യായികയാണ് 'ഇന്ദുലേഖ'. നവീന വിദ്യാഭ്യാസം ലഭിച്ച ഒരു യുവാവ് ജീർണ്ണമായ സമുദായസ്ഥിതിയെ പരിഹാസപൂർവ്വം വീക്ഷിക്കുന്നതാണ് 'ഇന്ദുലേഖ'യുടെ ഇതിവൃത്തം. ഗർഹണീയമായ ഫ്യൂഡൽ ജന്മി വ്യവസ്ഥയിൽ സവർണ്ണരായ നമ്പൂതിരിമാരും നായന്മാരും അലസരും സുഖലോലുപരുമായി നാശത്തിന്റെ പടുകുഴിയിലേക്ക് നിപതിച്ചുകൊണ്ടിരുന്നു, ആ കാലത്ത്. അനാചാരങ്ങൾ വരുത്തിവെച്ച സാമ്പത്തീകാധഃപതനം, ദാമ്പത്യത്തിലും കുടുംബഘടനയിലുമുള്ള ശൈഥില്യം എന്നിവമൂലമുള്ള സാമൂഹികമായ തകർച്ച സസൂക്ഷ്മം നിരീക്ഷിച്ച്, ആംഗല സാഹിത്യപരിചയം നല്കിയ ആത്മവിശ്വാസവുമായി ചന്തുമേനോൻ മാധവനും ഇന്ദുലേഖയ്ക്കും സൂരി നമ്പൂതിരിക്കും പഞ്ചുമേനോനും ജീവൻ നല്കി. മാധവനും ഇന്ദുലേഖയും പുതുതലമുറയുടേയും ഇതരർ ജീർണ്ണത ബാധിച്ച മുൻതലമുറയുടേയും പ്രതിനിധികളാണ്. ഇവർ തമ്മിലുള്ള ആശയ സംഘട്ടനങ്ങളെ മനുഷ്യവികാരങ്ങളുടെ മഷിയിൽ ചാലിച്ച് ചന്തുമേനോൻ വരച്ചുകാട്ടി. കേരള സമുദായത്തിന്റെ ആധുനികതയിലേക്കുള്ള ചുവടുവെപ്പിൽ 'ഇന്ദുലേഖ' തീർച്ചയായും ഒരു മൺചെരാതെങ്കിലുമായി.

ആദ്യ മലയാള നോവൽ അപ്പു നെടുങ്ങാടിയുടെ 'കുന്ദലത'യാണ്. ലക്ഷണയുക്തമായ പ്രഥമ നോവൽ പക്ഷേ, 'ഇന്ദുലേഖ' തന്നെ.

ചന്തുമേനോൻ എഴുതി പൂർത്തിയാക്കാത്ത രണ്ടാമത്തെ നോവലാണ് 'ശാരദ'. 'ഇന്ദുലേഖ'യെഴുതി ഇരുത്തംവന്ന തൂലികയുടെ സൃഷ്ടി. പാത്രരചനയിൽ നോവലിസ്റ്റിന്റെ പാടവം തെളിഞ്ഞുകാണുന്നത് 'ശാരദ'യിലാണ്.

സബ് ജഡ്ജിയായി കോഴിക്കോട്ടു ജോലി നോക്കവേ 1075 ചിങ്ങം 3 (1899 സെപ്തംബർ 7) ന് പക്ഷാഘാതം പിടിപെട്ട് ചന്തുമേനോൻ അന്തരിച്ചു.

പരുമല കൊച്ചുതിരുമേനി
(1848–1902)

ആത്മീയ മണ്ഡലത്തിൽ ഒരു ധ്രുവനക്ഷത്രമായി എന്നും ജ്വലിച്ചുനില്ക്കുന്ന ഒരഭൗമതേജസ്സാണ് ഭക്തസഹസ്രങ്ങൾ ആദരപൂർവ്വം 'പരുമല കൊച്ചുതിരുമേനി' എന്നു വിളിക്കുന്ന മലങ്കര ഓർത്തഡോക്സ് സഭയിലെ മഹാ പരിശുദ്ധനായ പരുമല ഗീവർഗ്ഗീസ് മാർ ഗ്രിഗോറിയോസ് മെത്രാപ്പൊലീത്ത.

തൊട്ടുകൂടായ്മയും തീണ്ടിക്കൂടായ്മയും കൊണ്ട് കേരള സമൂഹം മലീമസമായിരുന്ന ഒരു കാലഘട്ടത്തിൽ അവശജാതി വിഭാഗങ്ങളെ മാമോദീസാ മുക്കിയ തിരുമേനി കേരള സമൂഹത്തിലെ അയിത്താചരണത്തിനെതിരെ ശക്തമായ നിലപാടെടുത്ത സാമൂഹ്യ പരിഷ്കർത്താവുകൂടിയായിരുന്നു.

കൊ.വ: 1024 മിഥുനം 3 (എ.ഡി. 1848 ജൂൺ 15) ന് മുളന്തുരുത്തിയിൽ ചാത്തുരുത്തി ഭവനത്തിൽ ഗീവർഗ്ഗീസ് ജനിച്ചു. മുളന്തുരുത്തി 'പള്ളത്തട്ട' കുടുംബാംഗമായ കൊച്ചുമത്തായിയായിരുന്നു പിതാവ്. മാതാവ് കല്ലറയ്ക്കൽ പള്ളിപ്പുറത്തു ഭവനത്തിലെ മറിയം. പിന്നീട് കൊച്ചുമത്തായി-മറിയം ദമ്പതികൾ കുടുംബവകയായ ചാത്തുരുത്തി ഭവനത്തിലേക്ക് താമസം മാറ്റുകയാണുണ്ടായത്. അവരുടെ അഞ്ചു സന്താനങ്ങളിൽ 'അയ്പ്പോരാ' എന്ന ഓമനപ്പേരുകാരനാണ് മലങ്കര ഓർത്തഡോക്സ് സഭയുടെ മഹാ പരിശുദ്ധനായിത്തീർന്ന മാർ ഗ്രിഗോറിയോസ് മെത്രാപ്പൊ

ലീത്ത.

ബാല്യത്തിലെ അമ്മ മരിച്ച അയ്പ്പോരായുടെ സംരക്ഷണച്ചുമതല മാതൃസഹോദരിയായ മറിയം ഏറ്റെടുത്തു. 'ഓണക്കാവിൽ അയ്യാ' എന്ന ഗുരുനാഥനാണ് വിദ്യാരംഭം കുറിച്ചത്. പിതൃസഹോദരൻ ഗീവർഗ്ഗീസ് എന്ന വൈദികൻ അയ്പ്പോരായുടെ ദൈവഭക്തി കണ്ടറിയുകയും സുറിയാനി ഭാഷ അഭ്യസിപ്പിക്കുകയും ചെയ്തു. ക്രമേണ ഭയഭക്തിയും പ്രാർത്ഥനാ ജീവിതവും നിറഞ്ഞ കുട്ടിക്ക് സുറിയാനി ഗീതങ്ങൾ മധുരമായി ചൊല്ലാനും കഴിവുണ്ടായി. ദൈവികവൃത്തിയിൽ തന്റെ പിൻഗാമിയായി ഗീവർഗ്ഗീസിനെ കണ്ട പിതൃസഹോദരൻ ദൈവികസ്ഥാനത്തേക്കായി കുട്ടിയെ കുടുംബത്തിൽനിന്നു വേർപ്പെടുത്തി. മലങ്കര മാത്യൂസ് മാർ അത്താനാസയോസ് മെത്രാപ്പൊലീത്ത കൊ.വ: 1033-ാമാണ്ട് ഗീവർഗ്ഗീസിന് കോറയോസ്ഥാനം നല്കി.

കൊ.വ: 1040-നോടടുത്ത് വിശുദ്ധ അന്തോക്യാ സിംഹാസനത്തിൽനിന്ന്, മാത്യൂസ് മാർ അത്താനാസിയോസ് മെത്രാപ്പൊലീത്തയുടെ വിശ്വാസ വൈപരീത്യം മനസ്സിലാക്കാൻ നിയോഗിക്കപ്പെട്ട മാർ കൂറിലോസ് മെത്രാപ്പൊലീത്ത മലങ്കര എത്തിയപ്പോൾ ഗീവർഗ്ഗീസ് അദ്ദേഹത്തെ പരിചയപ്പെട്ടു. ഗീവർഗ്ഗീസിന്റെ കഴിവുകൾ തിരിച്ചറിഞ്ഞ മെത്രാപ്പൊലീത്ത അദ്ദേഹത്തെ ശിഷ്യനായി സ്വീകരിച്ചു. അദ്ദേഹം ശിഷ്യന് ശംശോനപട്ടവും കത്തനാർപട്ടവും കൊടുത്തു. 1865 നവംബർ 17-ന് കോർ എപ്പീസ്കോപ്പസ്ഥാനവും നല്കി. മലങ്കര സഭയിൽ ഗീവർഗ്ഗീസ് കോർ എപ്പീസ്കോപ്പ വളരെ വേഗം പ്രശസ്തനായി. വെട്ടിക്കലെ ദയറാ ജീവിതത്തിൽ തന്റെ ദൈവീക ജീവിതത്തിന് അദ്ദേഹം ആദർശപുരുഷനായി കണ്ടത് മൂന്നാം നൂറ്റാണ്ടിൽ മിശ്രയീമ്യ വനാന്തരത്തിൽ തീവ്ര വ്രതാനുഷ്ഠാനങ്ങളാൽ ഭക്തി ജീവിതം നയിച്ച് 105-ാം വയസ്സിൽ സ്വർഗ്ഗലോകം പൂകിയ പരിശുദ്ധ മാർ അത്താനിയോസിനെയാണ്.

1872 ഏപ്രിൽ 7-ന് 24-ാമത്തെ വയസ്സിൽ ഗീവർഗ്ഗീസ് കത്തനാരെ ദിവന്നാസിയോസ് മെത്രാപ്പൊലീത്ത തിരുമനസ്സ് റമ്പാനായി വാഴിച്ചു. എളിമജീവിതത്തിന്റെ ഉദാത്തശൈലി പിന്തുടർന്ന തിരുമേനി സ്വാർത്ഥതാത്പര്യങ്ങൾ ത്യജിച്ച് ദൈവനിയോഗത്തിനൊപ്പം നിന്നു. അദ്ദേഹം വ്രതത്തിൽ സ്വശരീരത്തെ ക്ഷീണിപ്പിക്കുകയും പ്രാർത്ഥനയാൽ ചുറ്റുപാടുകളെ പ്രശോഭിപ്പിക്കുകയും ചെയ്തു.

ദയാറയിലെ താമസം ഉപേക്ഷിച്ച് അന്ത്യോക്യ സിംഹാസനാധിപൻ മോറൻ മാർ പത്രോസ് പാത്രിയാർക്കീസ് തിരുമേനിയുടെ പ്രൈവറ്റ് സെക്ര

ട്ടറി എന്ന നിലയിൽ ബാവയോടൊപ്പം കേരളത്തിലുടനീളം അദ്ദേഹം സഞ്ച രിച്ചു.

1876 ഡിസംബർ 10-ന് തന്റെ 29-ാമത്തെ വയസ്സിലാണ് വടക്കൻ പറവൂർ പള്ളിയിൽവെച്ച് മെത്രാനായത്. അതേവർഷം തന്നെ മാർത്തോമാ ശ്ലീഹയാൽ സ്ഥാപിക്കപ്പെട്ട നിരണം ഭദ്രാസനത്തിന്റെ പ്രഥമ മെത്രാപ്പൊലീത്തയായി.

1895 ജനുവരി 27-ന് പുലിക്കോട്ടിൽ ജോസഫ് മാർ ദിവന്നാസിയോസ് മെത്രാപ്പൊലീത്തയോടൊപ്പം പരുമല പള്ളിയുടെ കൂദാശയിൽ പങ്കുകൊണ്ടു. ഇതേ വർഷം തന്നെയായിരുന്നു അദ്ദേഹത്തിന്റെ ഊർശ്ലേം യാത്ര. മലയാളത്തിൽ ആദ്യമായി പ്രസിദ്ധീകരിക്കപ്പെട്ട ലക്ഷണയുക്തമായ യാത്രാവിവരണം- 'ഊർശ്ലേം യാത്രാവിവരണം'- ഈ യാത്രയെ മുൻനിർത്തി അദ്ദേഹം രചിച്ചു.

29-ാമത്തെ വയസ്സിൽ മൈത്രാൻ സ്ഥാനത്ത് അവരോധിക്കപ്പെട്ട തിരുമേനി ജനങ്ങളാൽ 'കൊച്ചുതിരുമേനി' എന്നു വിളിക്കപ്പെട്ടു. 1887-ൽ പരുമലയിലേക്ക് നിയോഗിക്കപ്പെട്ട തിരുമേനി 'പരുമല കൊച്ചുതിരുമേനി' എന്ന് ആദരവോടെ അറിയപ്പെട്ടു.

തിരുവല്ല എം.ജി.എം. സ്കൂൾ, മുളന്തുരുത്തി സെന്റ് തോമസ് സ്കൂൾ, കുന്നംകുളം ഇഗ്നാത്തിയോസ് സ്കൂൾ എന്നീ വിദ്യാലയങ്ങൾ തിരുമേനി സ്ഥാപിച്ചവയാണ്.

1902 നവംബർ 2-ന് 54-ാമത്തെ വയസ്സിൽ പരിശുദ്ധ പിതാവ് ഇഹലോകവാസം വെടിഞ്ഞു.

രോഗികൾക്കു സൗഖ്യവും അശരണർക്ക് ആശ്രയവും നിരാലംബർക്ക് അഭയവുമായി നിർമ്മലജീവിതം നയിച്ച പരുമല തിരുമേനിയുടെ പരുമലയിലുള്ള ഖബറിടത്തിൽ നിത്യേന ആയിരക്കണക്കിനു ഭക്തർ എത്തിക്കൊണ്ടിരിക്കുന്നു.

രാജാ രവിവർമ്മ
(1848–1906)

കേരളീയ ചിത്രകലയ്ക്ക് രാജ്യാന്തരീയ പ്രശസ്തി നേടിക്കൊടുത്ത രാജാ രവിവർമ്മയെ ചിത്രകാരന്മാരിലെ രാജാവും രാജാക്കന്മാരിലെ ചിത്രകാരനും എന്നു വിശേഷിപ്പിക്കാറുണ്ട്. നവമായൊരു ചിത്രഭാഷയിലൂടെ എണ്ണച്ചായത്തിന്റെ മാറ്റു തെളിയിച്ചു അദ്ദേഹം.

1848 ഏപ്രിൽ 29-ന് രവിവർമ്മ കിളിമാനൂരിൽ ജനിച്ചു. കിളിമാനൂർ കൊട്ടാരത്തിലെ ഉമാംബ തമ്പുരാട്ടിയായിരുന്നു മാതാവ്. പിതാവ് എഴുമാവിൽ നീലകണ്ഠൻ ഭട്ടതിരിപ്പാട്. അമ്മാവനായ രാജരാജവർമ്മയിൽനിന്ന് ചിത്രകലയുടെ ബാലപാഠങ്ങൾ അഭ്യസിച്ചു. പതിനാലാമത്തെ വയസ്സിൽ ആയില്യം തിരുനാൾ മഹാരാജാവ് കുട്ടിയെ തിരുവിതാംകൂർ കൊട്ടാരത്തിലേക്ക് കൂട്ടിക്കൊണ്ടുപോയി. അവിടെ കൊട്ടാരം ചിത്രകാരനായ രാമസ്വാമി നായിഡുവിന്റെ കീഴിൽ ജലച്ചായ ചിത്രരചന അഭ്യസിച്ചു. മൂന്നു വർഷങ്ങൾക്കുശേഷം ബ്രിട്ടീഷ് ചിത്രകാരനായ തിയോഡർ ജൻസന്റെ (Theodor Jenson) കീഴിൽ എണ്ണച്ചായാ ചിത്രങ്ങളുടെ സാങ്കേതികവശങ്ങൾ മനസ്സിലാക്കി.

1873-ൽ മദിരാശി ചിത്രകലാ പ്രദർശനത്തിൽ രവിവർമ്മ ഒന്നാം സമ്മാനം കരസ്ഥമാക്കി. തന്റെ 'മുല്ലപ്പൂ ചൂടിയ മലയാളി സ്ത്രീ' എന്ന ചിത്രത്തിനാണ് സുവർണ്ണമുദ്ര ലഭിച്ചത്. അതേവർഷം തന്നെ വിയന്നയിലെ രവിവർമ്മ ചിത്രങ്ങളുടെ പ്രദർശനം നടന്നു. അതോടെ അദ്ദേഹം അന്താ

രാഷ്ട്ര പ്രശസ്തിയുള്ള ഭാരതീയ ചിത്രകാരനായി മാറി.

1876-ൽ വീണ്ടും മദ്രാസ് പ്രദർശനം. തുടർന്ന് 1880-ൽ പൂന പ്രദർശനം. രവിവർമ്മയുടെ 'ശകുന്തളയുടെ പ്രേമലേഖനം' എന്ന ചിത്രം സർ മോണിയർ വില്യംസിന്റെ പ്രസിദ്ധമായ ശാകുന്തളം വിവർത്തനത്തിന്റെ മുഖ്യ ചിത്രമായി ഉപയോഗിക്കപ്പെട്ടു.

1881-ലാണ് ദമയന്തി, സൈരന്ധ്രി, സരസ്വതി, ലക്ഷ്മി എന്നീ ചിത്രങ്ങളുടെ രചനകൾ.

1873-ൽ രവിവർമ്മ പൂരൂരുട്ടാതി തിരുനാൾ തമ്പുരാട്ടിയെ വിവാഹം ചെയ്തു. 1887-ൽ അമ്മയും 1891-ൽ ഭാര്യയും അന്തരിച്ചു. 1899-ൽ അച്ഛനും അന്തരിച്ചു. 1893-ൽ രവിവർമ്മയുടെ ഷിക്കാഗോ ചിത്രപ്രദർശനത്തിൽ കീർത്തിമുദ്രകളും പ്രശംസാപത്രങ്ങളും അദ്ദേഹത്തിനു ലഭിച്ചു. ഇക്കാലത്താണ് സ്വാമി വിവേകാനന്ദനുമായി അദ്ദേഹം പരിചയപ്പെടുന്നത്.

പുരാണേതിഹാസങ്ങളിലെ കഥാപാത്രങ്ങളും ശാകുന്തളം നാടകത്തിലെ നിരവധി നിർണ്ണായക മുഹൂർത്തങ്ങളും രവിവർമ്മ ചിത്രങ്ങൾക്ക് നിമിത്തമായിട്ടുണ്ട്. ഭാവാത്മകതയിലും ട്രീറ്റുമെന്റിലും അദ്ദേഹത്തിന്റെ ചിത്രങ്ങൾക്ക് ചൈതന്യം അവകാശപ്പെടാമെങ്കിലും യൂറോപ്യൻ പാരമ്പര്യത്തിന്റെയും അക്കാദമിക് ശൈലിയുടെയും പേരിൽ രവിവർമ്മ ചിത്രങ്ങൾ വിമർശിക്കപ്പെട്ടിട്ടുണ്ട്.

രവിവർമ്മയുടെ പ്രധാന രചനകൾ: വീണമീട്ടുന്ന സ്ത്രീ (Lady Playing Veena), മഹാരാഷ്ട്ര വനിത (Maharashtra Lady), സീതാ വനവാസം (Sita Vanavasa), Birth of Sakunthala, There comes Pappa, Sakunthala sitting with Anasooya and Priyamvadha, Sakunthala Pathralekhan, Yasoda with Krishna, Hamsa Damayanti, Lady in Moon light, Kadambari, Damayanti, Vasantsena, Looking in to the mirror, Milkmaid, Sakunthala-looks of love, Reverie, Kerala Beauty, Jatayu Vadham.

രാജാരവിവർമ്മ 1906 ഒക്ടോബർ 2-ന് മഹത്തായ ഒരു പൈതൃകം ഭൂമിയിലവശേഷിപ്പിച്ച് വർണ്ണരഹിതമായ ഒരു ലോകത്തേക്ക് പിൻവാങ്ങി. തിരുവനന്തപുരം ശ്രീചിത്രാ ആർട്ട് ഗ്യാലറിയിലും വിവിധ രാജ്യങ്ങളിലുള്ള വ്യക്തികളുടെയും സ്ഥാപനങ്ങളുടെയും ശേഖരങ്ങളിലുമുള്ള ചിത്രങ്ങളിലൂടെ ആ അനുഗൃഹീത ചിത്രകാരൻ അനശ്വരനായിരിക്കുന്നു.

ബ്രഹ്മാനന്ദ ശിവയോഗി
(1852–1929)

ആനന്ദമത സിദ്ധാന്തങ്ങളുടെ ഉപജ്ഞാതാവായ യോഗിവര്യൻ. ആനന്ദമതം, ആനന്ദമഹാസഭ, ആലത്തൂർ സിദ്ധാശ്രമം എന്നിവയുടെ സ്ഥാപകൻ.

പാലക്കാട് ജില്ലയിലെ കൊല്ലങ്കോട്ട് 1852 ആഗസ്റ്റ് 26–ന് ജനിച്ചു. പിതാവ് കുഞ്ഞികൃഷ്ണമേനോൻ. മാതാവ് നാണിയമ്മ. കാരാട്ട് ഗോവിന്ദ മേനോൻ എന്നാണ് പൂർവ്വാശ്രമത്തിലെ നാമം. സന്ന്യാസ ദീക്ഷയിൽ പത്മ നാഭ ശാസ്ത്രികൾ, കൂടല്ലൂർ ശാസ്ത്രികൾ എന്നിവരായിരുന്നു ഗുരുക്ക ന്മാർ. സന്ന്യാസ ദീക്ഷയ്ക്കുശേഷം ബ്രഹ്മാനന്ദ ശിവയോഗിയായി അറിയ പ്പെട്ടു.

ആനന്ദമതം

ബ്രഹ്മാനന്ദസ്വാമി ശിവയോഗി സ്ഥാപിച്ച മതം. ജാതിക്കെതിരെ ഉയർന്നുവന്ന മതം. ഈശ്വരാനുഗ്രഹം, മുജ്ജന്മകർമ്മം എന്നിവയിൽ ആന ന്ദമതം വിശ്വസിക്കുന്നില്ല. സ്വർഗ്ഗ നരകങ്ങളും മോക്ഷപ്രാപ്തിയും ഇല്ല. ഈശ്വരനെന്നാൽ ആനന്ദശക്തിയാണ്. മനസ്സാണ് ദൈവം. മനോനിയ ന്ത്രണം തന്നെ മോക്ഷം. വിഗ്രഹാരാധനയ്ക്കും ബലിക്കും ആനന്ദമതം എതിരാണ്.

യുക്തിയിലും ശാസ്ത്രീയമായ കാഴ്ചപ്പാടിലും അധിഷ്ഠിതമായ ആനന്ദമത പ്രസ്ഥാനം എന്തുകൊണ്ടോ ഇവിടെ വേരുപിടിച്ചില്ല.

മനസ്സാണ് ദൈവം എന്നു പ്രഖ്യാപിച്ച ബ്രഹ്മാനന്ദ ശിവയോഗി നിരന്തരമായ പഠനം, ഗവേഷണം, ധ്യാനം എന്നിവയിലൂടെ പുതിയൊരു സിദ്ധാന്തവും ജീവിതചര്യയും ആവിഷ്കരിച്ചു. അദ്ദേഹത്തിന്റെ സിദ്ധാന്തങ്ങളെ 'ആനന്ദമതം' എന്നു വിളിക്കുന്നു.

1918-ൽ സ്വാമിജി ആലത്തൂരിൽ സിദ്ധാശ്രമം സ്ഥാപിച്ചു. തന്റെ സിദ്ധാന്തങ്ങളുടെ പ്രചരണത്തിനായാണ് 'ആനന്ദമഹാസഭ'യ്ക്ക് രൂപം നല്കിയത്. സഭാംഗങ്ങൾ അനുവർത്തിക്കേണ്ട ജീവിതരീതി എങ്ങനെയായിരിക്കണമെന്ന് അവർക്ക് ഉപദേശനിർദ്ദേശങ്ങൾ നൽകി. ഹിംസാത്മകമായ മതകർമ്മങ്ങൾ വർജ്ജിക്കുക, താലികെട്ടു കല്യാണം, പുലകുളി അടിയന്തരം എന്നിവ ഒഴിവാക്കുക, ശവസംസ്കാരച്ചടങ്ങുകൾ ലളിതമാക്കുക, നിത്യജീവിതത്തിലെ ആഢംബര ചെലവുകൾ ഉപേക്ഷിക്കുക, ജാതിയുടെയും മതത്തിന്റെയും അടിസ്ഥാനത്തിൽ മനുഷ്യരെ വിഘടിപ്പിക്കാതിരിക്കുക, പക്ഷിമൃഗാദികളെ ആഹരിക്കാതിരിക്കുക, അവയെ ദേവീദേവന്മാർക്ക് ബലിയർപ്പിക്കാതിരിക്കുക തുടങ്ങിയവയായിരുന്നു അനുയായികൾക്കുള്ള അദ്ദേഹത്തിന്റെ ഉപദേശങ്ങൾ.

യോഗിനിമാതാ താവുക്കുട്ടിയമ്മയായിരുന്നു അദ്ദേഹത്തിന്റെ ധർമ്മപത്നി.

പ്രധാന കൃതികൾ: മോക്ഷപ്രദീപം, ആനന്ദസൂത്രം, സ്ത്രീവിദ്യാപോഷിണി, ആനന്ദഗുണം, സിദ്ധാനുഭൂതി, ആനന്ദഗുരുഗീത, വിഗ്രഹാരാധനാ ഖണ്ഡനം, ആനന്ദവിമാനം, ആനന്ദാദർശം.

'ബ്രഹ്മാനന്ദസ്വാമി ശിവയോഗി' എന്നൊരു ജീവചരിത്രം പവനൻ എഴുതിയിട്ടുണ്ട്.

വാഗ്ഭടാനന്ദൻ അദ്ദേഹത്തിന്റെ ശിഷ്യനാണ്.

ഒരു നൂറ്റാണ്ടിന്നപ്പുറത്ത് അന്ധവിശ്വാസജഢിലമായ കേരള സാമൂഹികാവസ്ഥയിൽ പരിഷ്കൃത സമൂഹസൃഷ്ടിക്കായി ഒരു നവസിദ്ധാന്തവും ലളിത ജീവിതചര്യയും ആവിഷ്കരിച്ച ഈ യോഗിവര്യൻ 77-ാമത്തെ വയസ്സിൽ 1929 സെപ്തം. 10-ന് സമാധിയായി.

ചട്ടമ്പിസ്വാമികൾ
(1853–1924)

കാഷായമോ കമണ്ഡലുവോ ഇല്ലാതെ, ഒരാശ്രമംപോലും സ്വന്ത മായില്ലാതെ, നിരന്തരമായി സഞ്ചരിച്ചുകൊണ്ടിരുന്ന, വേദങ്ങൾ സർവ്വജാതിക്കും പഠിക്കാം എന്നുദ്ഘോഷിച്ച, വേദം സനാതനമായ പ്രമാണമല്ല എന്ന് സധൈര്യം പറഞ്ഞ, കേരളത്തിലെ ആദ്ധ്യാത്മിക പ്രബുദ്ധതയ്ക്ക് കാരണാഭൂതരിൽ മുമ്പനായ സന്ന്യാസിവര്യനാണ് വിദ്യാധിരാജ പരമഭട്ടാരക ചട്ടമ്പിസ്വാമികൾ. സാംസ്കാരിക നവോത്ഥാനത്തിനും സാമൂഹിക പുരോഗതിക്കും വേണ്ടി പത്തൊമ്പതാം നൂറ്റാണ്ടിന്റെ ഉത്തരാർദ്ധത്തിൽ ആ ശബ്ദം മാറ്റൊലിക്കൊണ്ടു.

തിരുവനന്തപുരത്ത് കണ്ണമ്മൂലയിൽ ഉള്ളൂർക്കോട് എന്ന നായർ ഭവനത്തിൽ കൊല്ലവർഷം 1029 ചിങ്ങം 11 (1853 ഓഗസ്റ്റ് 25) നായിരുന്നു കുഞ്ഞൻപിള്ളയുടെ ജനനം. പിതാവ് വാസുദേവശർമ്മയെന്ന ശാന്തിക്കാരൻ പോറ്റി. മാതാവ് നങ്ങാദേവി. വേലചെയ്ത് നിത്യവൃത്തി കഴിച്ചിരുന്ന കുടുംബം. കൊല്ലൂർ മഠത്തിൽ സഹായിയായ കുഞ്ഞൻപിള്ള (അയ്യപ്പൻ എന്ന് യഥാർത്ഥ നാമം) അവിടെനിന്നു ലഭിക്കുന്ന ചോറും ഉപ്പും മുളകും ഭക്ഷിച്ച് പശിയടക്കി. ആശാൻ പള്ളിക്കൂടത്തിനകത്തു കടന്ന് പഠിക്കാൻ പാങ്ങില്ലാഞ്ഞതിനാൽ കളരിക്കു പുറത്തുനിന്ന് സംസ്കൃതം കേട്ടുപഠിച്ചു. കേട്ടതെല്ലാം അകത്താക്കിയതറിഞ്ഞ പണ്ഡിതർ പയ്യനെ അകത്തുകയറ്റി. പിന്നെ പേട്ടയിൽ രാമൻപിള്ളയാശാന്റെയടുത്ത് അല്പകാല പഠനം.

കുഞ്ഞന്റെ പഠന നിലവാരം തിരിച്ചറിഞ്ഞ ആശാൻ ബാലനെ കളരിയിലെ ചട്ടമ്പി (ഇന്നത്തെ മോണിട്ടർ) യാക്കി.

അന്നൊക്കെ അടുത്ത കാളീക്ഷേത്രത്തിലെ ഏകാന്തതയിൽ ധ്യാനനിരതനായിരിക്കുക കുഞ്ഞന്റെ പതിവായിരുന്നു. കുഞ്ഞന് ജാതിയിൽ താഴെയുള്ളവരോടായിരുന്നു അടുപ്പം. ഒരിക്കൽ ഒരു വൃദ്ധസന്ന്യാസി കുഞ്ഞന് ബാലസുബ്രഹ്മണ്യമന്ത്രം ഉപദേശിച്ചു. അതോടെ തന്റെ അന്തഃരംഗം ഉണരുന്നത് കുഞ്ഞൻ അനുഭവിച്ചറിഞ്ഞു.

പിന്നീട് ഭൂതപ്പാണ്ടിയിൽ ആധാരമെഴുത്തുകാരൻ, ഹജൂർ കച്ചേരി ഗുമസ്തൻ- പക്ഷേ ഒന്നിലുമുറച്ചില്ല. ജ്ഞാനഭിക്ഷുവായ കുഞ്ഞൻ തിരുവനന്തപുരം മഹാരാജാസ് കോളേജിലെ സ്വാമിനാഥദേശികൾ എന്ന തമിഴ് പണ്ഡിതരിൽനിന്ന് തമിഴ് വേദാന്തം കുറേയൊക്കെ ഹൃദിസ്ഥമാക്കി. ജഡാപാഠി എന്ന പണ്ഡിതരോടൊപ്പം 4 വർഷത്തോളം കല്ലടക്കുറിച്ചിയിൽ താമസിച്ച് തമിഴിലും സംസ്കൃതത്തിലുമുള്ള പല പ്രാമാണിക ഗ്രന്ഥങ്ങളും പഠിച്ചു. മറ്റു ചിലരിൽനിന്ന് മർമ്മവിദ്യയും സിദ്ധവൈദ്യവും ഇസ്ലാംമത തത്ത്വങ്ങളും വശമാക്കി.

സിദ്ധനായി തിരിച്ചെത്തിയ ചട്ടമ്പിസ്വാമികൾ കൂപക്കര പോറ്റിയുടെ മഠത്തിലെ തന്ത്രഗ്രന്ഥങ്ങളൊക്കെ വായിച്ചു. സ്വാമികളുടെ ജ്ഞാനജിജ്ഞാസ ആയൂർവ്വേദം, ജ്യോതിഷം എന്നീ വിഷയങ്ങളിലേക്ക് വ്യാപിച്ചു.

ജാതിചിന്തയ്ക്കെതിരെ സാമൂഹിക മനഃസാക്ഷി ഉണർത്താനും അനാചാരങ്ങളെ ത്യജിക്കാനും ആചാരാനുഷ്ഠാനങ്ങളിൽ നിലനിന്ന ബ്രാഹ്മണ മേധാവിത്വത്തെ എതിർക്കാനും നായർ സമുദായത്തിലെ കൂട്ടുകുടുംബ വ്യവസ്ഥ, സംബന്ധമുറ, ആളോഹരി സമ്പ്രദായം, മരുമക്കത്തായം എന്നിവയ്ക്കെതിരെ പ്രതികരിക്കാനും സ്വാമികൾ തുനിഞ്ഞു. നായർ സമുദായത്തിൽ പിന്നീടുണ്ടായ പരിഷ്കാരങ്ങൾക്ക് നാന്ദികുറിച്ചത് സ്വാമികളുടെ ആശയങ്ങളാണ്.

മറ്റു സന്ന്യാസിമാരിൽ നിന്നും ഭിന്നമായി ഒരു വെള്ളമുണ്ടും തോർത്തും മാത്രമായിരുന്നു അദ്ദേഹത്തിന്റെ വസ്ത്രം.

പ്രാചീന മലയാളം, വേദാധികാര നിരൂപണം, ജീവകാരുണ്യ നിരൂപണം, ശ്രീചക്രപൂജാകല്പം, നിജാനന്ദ വിലാസം, ആദിഭാഷ, തർക്കരഹസ്യരത്നം തുടങ്ങിയവയാണ് ചട്ടമ്പിസ്വാമികളുടെ കൃതികൾ.

വേദങ്ങളും ഓംകാരവും ഗായത്രിയും ബ്രാഹ്മണർക്കായി ദൈവം സൃഷ്ടിച്ചതാണ് എന്ന മൂഢവിശ്വാസത്തിന്റെ തിരസ്കാരമാണ് 1920-ൽ എഴുതിയ 'വേദാധികാര നിരൂപണം' ഹൈന്ദവ സമൂഹത്തിൽ അവിഹിതമായ

അധീശത്വം നേടിയ ബ്രാഹ്മണ്യത്തെ ഈ കൃതി നിശിതമായ വിമർശനത്തിന് വിധേയമാക്കുന്നു. ജ്ഞാനസമ്പാദനത്തിന് (വേദപഠനത്തിന്) സർവ്വമനുഷ്യർക്കുമുള്ള അർഹത പ്രമാണങ്ങളെ മുൻനിർത്തി സ്ഥാപിച്ചെടുക്കുന്നു ഈ കൃതി.

കൊ.വ: 1099 മേടം 23-ന് (എ.ഡി. 1924 മേയ് 5) ചട്ടമ്പിസ്വാമികൾ സമാധിയായി.

ശ്രീനാരായണഗുരു
(1856 – 1928)

കേരളം ആത്മീയലോകത്തിനു നല്കിയ വരദാനമാണ് ശ്രീനാരായണ ഗുരുദേവൻ. മനുഷ്യനെ തൊട്ടുകൂടാത്തവനും തീണ്ടിക്കൂടാത്തവനും ദൃഷ്ടിഗോചരമായാൽ ദോഷമുള്ളവനുമായി ഗണിച്ച കേരളമെന്ന ഭ്രാന്താലയത്തിൽ മാനവികതയുടെ മഹത്ത്വം ഉദ്ഘോഷിച്ചുകൊണ്ട് മനുഷ്യർ സോദരത്വേന വാഴുന്ന ഒരു മാതൃകാസ്ഥാനമായി കേരളത്തെ പരിവർത്തിപ്പിക്കാൻ തന്നിൽ അന്തർലീനമായ ആധ്യാത്മിക ചൈതന്യവും ചിന്തയും ആയുധമാക്കിയ ഋഷി. മാനവികതയുടെ മഹാ സിദ്ധാന്തം ആവിഷ്കരിക്കുകയും അത് പ്രായോഗികമാക്കാനുള്ള സംഘടിത ശ്രമങ്ങൾക്ക് ധാർമ്മികനേതൃത്വം നല്കുകയും ചെയ്തു ഗുരുദേവൻ. ദാർശനികൻ, പണ്ഡിതൻ, ആത്മീയഗുരു, കവി.

തിരുവനന്തപുരം ജില്ലയിൽ ചെമ്പഴന്തി ഗ്രാമത്തിൽ വയൽവാരം വീട്ടിൽ 1856 ഓഗസ്റ്റ് 20-ന് ജനിച്ചു. (കൊ.വ: 1032 ചിങ്ങം, ചതയം നക്ഷത്രം) അച്ഛൻ മാടനാശാൻ. അമ്മ കുട്ടി. ചെമ്പഴന്തി മൂത്തപിള്ളയുടെ അടുക്കൽ എഴുത്തിനിരുന്നു. 1876-ൽ സംസ്കൃത പഠനത്തിനായി കായംകുളം വാരണാപ്പിള്ളിൽ താമസിച്ചുകൊണ്ട് ഓമംപിള്ളി രാമൻപിള്ള ആശാന്റെ ശിഷ്യനായി. 1894-ൽ ശിവരാത്രിനാളിൽ അരുവിപ്പുറത്ത് ശിവലിംഗ പ്രതിഷ്ഠ നടത്തി. അതിനെ ചോദ്യം ചെയ്ത സവർണ്ണ മാടമ്പിമാരോട് "ഇത് ഈഴവ ശിവനാണ്" എന്നു പ്രതികരിച്ചുകൊണ്ട് ജാത്യാചാരങ്ങളുടെ

ശിരസ്സിൽ ആഞ്ഞടിച്ചു.

ഇനിയുള്ള ജീവിതചരിത്ര നാഴികക്കല്ലുകൾ വിസ്തരഭയംമൂലം ചുരുക്കിക്കുറിക്കാം:

1903-എസ്.എൻ.ഡി.പി. യോഗസ്ഥാപനം. മൂത്തകുന്നത്ത് ക്ഷേത്രപ്രതിഷ്ഠ.

1904-വർക്കല കുന്നിൽ പർണ്ണശാല.

വിവാഹാഘോഷങ്ങളിൽ നിലവിലിരുന്ന ചടങ്ങുകളിലെ അനാചാരങ്ങൾക്കെതിരെ ആഹ്വാനം. ഏപ്രിലിൽ ശിവഗിരി ആഘോഷം.

1908-വർക്കല ശിവക്ഷേത്ര നിർമ്മാണം ആരംഭം.

1911-ഛിന്നഭിന്നമായി കിടന്ന തീയ്യ, ഈഴവ സമുദായങ്ങളെ ഏകോപിപ്പിച്ചു.

1912-ശാരദാ പ്രതിഷ്ഠ. ഇന്നത്തെ കർണ്ണാടകയിൽ മംഗലാപുരത്ത് കുദ്രോളിയിൽ ഗോകർണ്ണനാഥ ക്ഷേത്രം പ്രതിഷ്ഠ.

1913-ആലുവായിൽ അദ്വൈതാശ്രമവും സംസ്കൃത വിദ്യാലയവും ആരംഭിച്ചു.

1914-ആലുവാ അദ്വൈതാശ്രമത്തിൽവെച്ച് 'നമുക്കു ജാതിയില്ല' എന്നു പ്രഖ്യാപിച്ചു.

1918-സിലോണിൽ കേന്ദ്രം സ്ഥാപിച്ചു.

1920-മദ്യവർജ്ജന സന്ദേശം.

1922-ആലുവായിൽ സർവ്വമത സമ്മേളനം.

1923-സിലോൺ സന്ദർശനം.

1924-വിവിധ മതാനുയായികളെ ഏകോപിപ്പിക്കാൻ ശ്രമം.

1928-ശ്രീനാരായണ ധർമ്മസംഘം പ്രവർത്തനം തുടങ്ങി.

ആഗസ്റ്റിൽ സ്വാമി ആനന്ദതീർത്ഥന് അവസാനത്തെ സന്ന്യാസദീക്ഷ.

1928 സെപ്തംബർ 20-സമാധിയിലൂടെ ആ ദിവ്യതേജസ്സ് ഈ ലോകത്തോട് വിടപറഞ്ഞു.

കേരളത്തിലെ ഒരു അവർണ്ണ സമുദായത്തിൽനിന്ന് ഉയർന്നുവന്ന ഈ സന്ന്യാസശ്രേഷ്ഠന് മറ്റൊരു കേരളീയനായിരുന്ന ശ്രീശങ്കരന്റെ അദ്വൈതവേദാന്തമാണ് പ്രചോദനമായത്. ആയിരം വർഷങ്ങൾക്കുമുമ്പ് ശങ്കരാചാര്യർ ഭാരതത്തിലുടനീള സഞ്ചരിച്ച് ബുദ്ധഭിക്ഷുക്കളെ വേദാന്തം കൊണ്ടു

തോല്പിച്ച് വർണ്ണാശ്രമ വ്യവസ്ഥയെ അരക്കിട്ടുറപ്പിച്ചപ്പോൾ അതേ അദ്വൈതവേദാന്തം കരുവാക്കി ശ്രീനാരായണൻ ആ വ്യവസ്ഥയുടെ അടിക്കല്ലിളക്കി.

ഗുരുവിന്റെ രചനകളെക്കുറിച്ച്:

ശ്രീനാരായണധർമ്മം, വിഷ്ണ്വഷ്ടകം, വാസുദേവാഷ്ടകം, ബ്രഹ്മവിദ്യാ പഞ്ചകം, ദർശനമാല, ശ്രീകൃഷ്ണ ദർശനം, വേദാന്തസൂത്രം തുടങ്ങി 21 സംസ്കൃത ഗ്രന്ഥങ്ങൾ.

ദേവീസ്തവം, ശിവസ്തവം, കുണ്ഡലിനിപ്പാട്ട്, ഈശാവാസ്യോപനിഷത്ത് ഭാഷ, ശിവശതകം, അർദ്ധനാരീശ്വരസ്തോത്രം, തിരുക്കുറൽ ഭാഷ, അദ്വൈതദീപിക, ആത്മോപദേശ ശതകം, ജാതിനിർണ്ണയം, ദൈവശതകം തുടങ്ങി 40 മലയാള ഗ്രന്ഥങ്ങൾ.

'തേവാരപ്പതി കങ്കൾ' എന്നൊരു തമിഴ് കൃതിയും സ്വാമികൾ രചിച്ചിട്ടുണ്ട്.

ശ്രീമൂലംതിരുനാൾ രാമവർമ്മ മഹാരാജാവ് (1857 – 1924)

ആധുനിക തിരുവിതാംകൂറിന്റെ ശില്പി. തിരുവിതാംകൂർ വാണ രാജാക്കന്മാരിൽ പ്രജാക്ഷേമ തല്പരരിൽ പ്രമുഖൻ. വിശാഖം തിരുനാൾ രാമവർമ്മയെ തുടർന്ന് 1885-ൽ തിരുവിതാംകൂറിന്റെ ഭരണഭാരമേറ്റ ശ്രീമൂലംതിരുനാൾ രാമവർമ്മ മഹാരാജാവിന്റെ ഭരണകാലത്ത് (1857-1924) ഉണ്ടായ സാമൂഹ്യപുരോഗതിയും സാമൂഹിക പരിഷ്കരണ നടപടികളും ഒട്ടേറെയാണ്. സുദീർഘമായ 39 വർഷം തിരുവിതാംകൂർ ഭരിച്ച ശ്രീമൂലം തിരുനാളിന്റെ ഭരണകാലഘട്ടത്തിൽ വി. രാമയ്യങ്കാർ മുതൽ ടി. രാഘവയ്യ വരെ ഒമ്പത് ദിവാന്മാർ തിരുവിതാംകൂർ ഭരിച്ചു. രാമവർമ്മയുടെ പിതാവ് ചങ്ങനാശ്ശേരി കൊട്ടാരത്തിലെ രാജരാജവർമ്മയും അമ്മ ആയില്യം തിരുനാൾ രാമവർമ്മ മഹാരാജാവിന്റെ സഹോദരിയായ ലക്ഷ്മിഭായിയും ആയിരുന്നു.

1857 സെപ്തംബർ 25-ന് ജനനം. മുപ്പത്തിനാലാമത്തെ വയസ്സിൽ അദ്ദേഹം അധികാരമേറ്റു. ഭരണഭാരമേറ്റ് ഒരു വർഷമായപ്പോൾ, 1886-ൽ, അടുത്ത മുപ്പതു വർഷത്തേക്ക് ഭൂനികുതിയിൽ വർദ്ധനവു വരുത്തുന്നതല്ല എന്ന രാജവിളംബരമുണ്ടായി. 1888-ൽ ഇന്ത്യയിലെ ആദ്യ ലജിസ്ലേറ്റീവ് കൗൺസിൽ തിരുവിതാംകൂറിൽ ആരംഭിച്ചു. നിയമസഭയുടെ അംഗീകാരമില്ലാതെ രാജാവ് ഏകപക്ഷീയമായി രൂപം നല്കുന്ന നിയമത്തിന് ആറു മാസം മാത്രമേ പ്രാബല്യമുണ്ടായിരിക്കൂ എന്നു വ്യവസ്ഥയുണ്ടാക്കി.

മരുമക്കത്തായ കുടുംബത്തിൽ അവകാശികൾ ഇല്ലാതെ വന്നാൽ ഒരു കുടുംബത്തിലെ 25% സ്വത്ത് സർക്കാരിലേക്ക് ലയിപ്പിക്കണം എന്ന നിയമം ശ്രീമൂലംതിരുനാളിനു മുമ്പ് തിരുവിതാംകൂറിൽ പ്രാബല്യത്തിലുണ്ടായിരുന്നു. ഈ നിയമം അദ്ദേഹം പിൻവലിച്ചു.

ശ്രീമൂലം പ്രജാസഭ

1904-ൽ സ്ഥാപിച്ചു. ജന്മി-വ്യാപാരി പ്രതിനിധികളുടെ സഭയായിരുന്നു തുടക്കത്തിൽ. അനുദ്യോഗസ്ഥ അംഗങ്ങൾ നോമിനേറ്റു ചെയ്യപ്പെട്ടു. പിന്നീട് അംഗസംഖ്യ 50. 35 പേർ അനുദ്യോഗസ്ഥർ. അതിൽ 28 അംഗങ്ങളെ 5 രൂപയ്ക്കുമുകളിൽ കരംതീരുവയുള്ളവർ തിരഞ്ഞെടുത്തു.

സംവരണം: ഈഴവർ-8, മുസ്ലീങ്ങൾ-3, ലത്തീൻ കത്തോലിക്കർ -3.

1932-ലെ ഭരണപരിഷ്കാരത്തോടുകൂടി (അന്ന് ശ്രീചിത്തിര തിരുനാളാണ് രാജാവ്) ഈ സഭ അധോമണ്ഡലമായി. 72 അംഗങ്ങളിൽ 10 പേർ ഉദ്യോഗസ്ഥാംഗങ്ങൾ. ദിവാൻ സഭാധ്യക്ഷൻ. ഏറ്റവും ഒടുവിൽ അംഗസംഖ്യ 100 ആയി. ഡിവിഷൻ പേഷ്കാർമാർ തിരഞ്ഞെടുക്കുന്ന 66 പേർ. തിരുവനന്തപുരം, നാഗർകോവിൽ, കൊല്ലം, കോട്ടയം, ആലപ്പുഴ എന്നീ 5 മുനിസിപ്പാലിറ്റികൾ നിയമിക്കുന്ന 5 പേർ. സർക്കാർ അംഗീകാരമുള്ള സംഘടനകളുടെ 19 പേർ. നോമിനേഷൻ 10 പേർ. ആണ്ടിലൊരിക്കൽ യോഗം.

ശ്രീമൂലം പ്രജാസഭയുടെ പ്രഥമ സമ്മേളനം 1904 ഒക്ടോബർ 22-ന് നടന്നു.

കോതയാർ അണക്കെട്ട് (1895), കൊല്ലം-തിരുവിതാംകൂർ റെയിൽവേ (1900), ജാതിവ്യത്യാസം കൂടാതെ എല്ലാവർക്കും വിദ്യാഭ്യാസം (1904), തിരുവനന്തപുരം ആയുർവ്വേദ കോളേജ്, ലോ കോളേജ്, വിമൻസ് കോളേജ് എന്നിവ ശ്രീമൂലംതിരുനാളിന്റെ ഭരണനേട്ടങ്ങളിൽപ്പെടുന്നു. തിരുവിതാംകൂറിൽ പറയരെ സാംബവരായി അംഗീകരിച്ചതും കൊച്ചി-ചെങ്കോട്ട റെയിൽപ്പാത തുറന്നതും വി.ജെ.ടി. ഹാൾ നിർമ്മിച്ചതും 1904-ൽ ശ്രീമൂലം അസംബ്ലി (പ്രജാസഭ) രൂപീകരിച്ചതും അദ്ദേഹത്തിന്റെ ഭരണകാലത്തു തന്നെ.

അയ്യൻകാളി തുടങ്ങിയ അധഃകൃത നേതാക്കൾ തിരുവിതാംകൂർ നിയമനിർമ്മാണ സഭ (പ്രജാസഭ) യിൽ സാമാജികരായി ഉയർത്തപ്പെട്ടതിൽ

അധഃസ്ഥിതവർഗ്ഗം ഈ ഭരണാധികാരിയോടു കടപ്പെട്ടിരിക്കുന്നു.

ശ്രീമൂലം ഭരണകാലത്തെ ദിവാന്മാർ: രാമയ്യങ്കാർ (1880–'86), ടി. രാമ റാവു (1886–'92), എസ്. ശങ്കരസുബ്ബയ്യർ (1892–'98), കൃഷ്ണസ്വാമി റാവു (1898–'04), വി.പി. മാധവറാവു (1904–'06), എസ്. ഗോപാലസ്വാമി (1906–'08), പി. രാജഗോപാലാചാരി (1908–'14), എം. കൃഷ്ണൻനായർ (1914–'20), ടി. രാഘവയ്യ (1920–'24).

കൊ.വ: 1099 കർക്കിടകം 22-ന് (1924 മാർച്ച് 7) ന് ശ്രീമൂലംതിരുനാൾ രാമവർമ്മ മഹാരാജാവ് നാടുനീങ്ങി.

☞

കണ്ടത്തിൽ വർഗ്ഗീസ് മാപ്പിള

(1858–1904)

മലയാള മനോരമയുടെയും ഭാഷാപോഷിണിയുടെയും സ്ഥാപക പത്രാധിപർ. മലയാള ഭാഷയ്ക്കും പത്രപ്രവർത്തന മേഖലയ്ക്കും സർവ്വോപരി മലയാള സാഹിത്യ പുരോഗതിക്കും അതുല്യ സംഭാവനകൾ നല്കിയ മഹാശയൻ.

മധ്യതിരുവിതാംകൂറിലെ സമ്പന്നമായ യാക്കോബായ കുടുംബത്തിൽ (കണ്ടത്തിൽ) 1858–ൽ ജനിച്ചു. പിതാവ് ഈപ്പൻ അക്കാലത്ത് സാമ്പത്തിക ഭദ്രത ഏറെയുള്ള താലൂക്ക് 'മുതൽപിടിക്കാരൻ' ആയിരുന്നു. മാതാവ് സാറാമ്മ. മാന്യകുടുംബങ്ങളിലെ വ്യക്തികൾക്കുമാത്രം ലഭിച്ചിരുന്ന ഉദ്യോഗമായിരുന്നു അത്. ആദായകരമായ ഏതു ജോലിയും ലഭിക്കുമായിരുന്ന വർഗീസുമാപ്പിള പക്ഷേ, ദുരിതങ്ങൾ നിറഞ്ഞ പത്രപ്രവർത്തന മേഖലയാണ് തിരഞ്ഞെടുത്തത്.

1881–ൽ 23 വയസ്സുള്ളപ്പോൾ വർഗീസുമാപ്പിള തന്റെ ലക്ഷ്യപ്രാപ്തിക്കുവേണ്ടി ഇറങ്ങിപ്പുറപ്പെട്ടു. കൊച്ചിയിൽ ദേവ്ജ് ഭീമ്ജി എന്ന ഗുജറാത്തിയെ കണ്ടുമുട്ടിയത് വറുഗീസുമാപ്പിളയുടെ ജീവിതത്തിലെ വഴിത്തിരിവായി. ഭാഷാഭിവൃദ്ധിയിലും പത്രപ്രവർത്തനത്തിലും തത്പരനായ ദേവ്ജി സ്വന്തം പ്രസ്സിൽ മലയാളത്തിലെ പഴയ ഗ്രന്ഥങ്ങൾ പ്രസാധനം ചെയ്തുകൊണ്ടിരിക്കുകയായിരുന്നു, അദ്ദേഹം ആരംഭിച്ച 'കേരളമിത്രം' എന്ന വാരികയുടെ പത്രാധിപരായി വർഗീസുമാപ്പിളയെ നിയോഗിച്ചു. പത്രസംബന്ധ

മായ വർഗീസുമാപ്പിളയുടെ വീക്ഷണഗതി കാരണം 'കേരളമിത്രം' വളരെ വേഗം ഒരു ബഹുജനമാധ്യമമായി.

പിതാവിന്റെ ഇംഗിതപ്രകാരം നാട്ടിലെത്തി മുതൽപിടിക്കാരന്റെ ജോലിയിൽ അദ്ദേഹത്തിന് ഏർപ്പെടേണ്ടിവന്നു. പക്ഷേ പത്രപ്രവർത്തനം ജീവിതസാഫല്യമായി കരുതിയ വർഗീസുമാപ്പിളയ്ക്ക് തനിക്ക് ഇഷ്ടമില്ലാത്ത തൊഴിലിൽ ഏറെനാൾ തുടരാനായില്ല. താമസിയാതെ അദ്ദേഹം കോട്ടയം സി.എം.എസ്. കോളേജിൽ മലയാളം മുൻഷിയായി. സംസ്കൃതത്തിൽ കൂടുതൽ അവഗാഹം നേടുവാൻ ആ ഉദ്യോഗം വഹിച്ച ഹ്രസ്വകാലത്ത് അദ്ദേഹത്തിനു കഴിഞ്ഞു.

1886-ൽ തന്റെ അഭ്യുദയകാംക്ഷികളുടെ സഹായത്തോടെ വർഗീസുമാപ്പിള മലയാള മനോരമ കമ്പനി രജിസ്റ്റർ ചെയ്തു. 'കേരളമിത്ര'ത്തിലെ അനുഭവജ്ഞാനം മുതലാക്കി 1888-ൽ സ്വന്തം പത്രാധിപത്യത്തിൽ മലയാള മനോരമ പ്രസിദ്ധീകരണം തുടങ്ങി. വിഭിന്ന സ്വഭാവക്കാരായ വായനക്കാരെ മുന്നിൽ കണ്ടുകൊണ്ട് സാഹിത്യത്തിനും രാജ്യവൃത്താന്തങ്ങൾക്കും പത്രത്തിൽ ഇടംകൊടുത്തു. നാലുപേജ് മാത്രമുണ്ടായിരുന്ന പത്രത്തിൽ ഒരു പേജ് പൂർണ്ണമായും ശ്ലോകങ്ങൾക്കും സമസ്യകൾക്കുമായി മാറ്റിവെച്ചു. അന്നത്തെ കേരളീയ കവികളുടെ കേളീരംഗമായിരുന്നു ആ പേജ്. ശനിയാഴ്ചതോറും പ്രസിദ്ധീകരിച്ചിരുന്ന മനോരമ പിന്നീട് ഞായറാഴ്ച ഒഴികെയുള്ള എല്ലാ ദിവസങ്ങളിലും പ്രസിദ്ധീകരിച്ചുതുടങ്ങി. ജാതിമത വ്യത്യാസം കൂടാതെ സാഹിത്യവാസനയുള്ള എല്ലാ എഴുത്തുകാരെയും വർഗീസുമാപ്പിള പ്രോത്സാഹിപ്പിച്ചു. മലയാള സാഹിത്യത്തിൽ ചിരപ്രതിഷ്ഠ നേടിയ ഒട്ടേറെ എഴുത്തുകാർ പയറ്റിത്തെളിഞ്ഞത് മനോരമയുടെ താളുകളിലൂടെയാണ്.

ഭാഷാഭിവൃദ്ധിക്കും സാഹിത്യപോഷണത്തിനുമായി 1892-ൽ അദ്ദേഹം ഒരു കവിസമ്മേളനം കോട്ടയത്തു വിളിച്ചുകൂട്ടി. ആ സമ്മേളനത്തിൽവെച്ച് ഒരു 'കവിസമാജ'ത്തിനു രൂപം കൊടുത്തു. അതു പിന്നീട് 'ഭാഷാപോഷിണി സഭ'യായി രൂപാന്തരപ്പെട്ടു. സഭയുടെ മുഖപത്രമായിട്ടാണ് 'ഭാഷാപോഷിണി' കൊല്ലവർഷം 1067 മേടത്തിൽ (1892 മേയ്) ഒരു ചതുർമാസികയായി ആരംഭിച്ചത്.

പത്രപ്രവർത്തനത്തിനുവേണ്ടി തന്റെ ജീവിതം ഉഴിഞ്ഞുവെച്ച കണ്ടത്തിൽ വർഗീസുമാപ്പിള സ്വന്തം കർമ്മരംഗത്ത് 14 വർഷം പൂർത്തിയാക്കി കേവലം 46-ാമത്തെ വയസ്സിൽ 1904-ൽ ദിവംഗതനായി.

എ. ആർ. രാജരാജവർമ്മ
(1863 – 1918)

'**കേ**രളപാണിനി' എന്നു പുകൾപെറ്റ പ്രഗത്ഭ വൈയ്യാകരണൻ, ഗദ്യകാരൻ, അതുല്യനായ വിമർശകൻ, ഖണ്ഡകാവ്യ പ്രസ്ഥാനത്തിന്റെ ഉപജ്ഞാതാവ്, കോളേജ് പ്രിൻസിപ്പാൾ, ഗ്രന്ഥകാരൻ.

കൊല്ലവർഷം 1038 കന്നി 9 (1863 ഫെബ്രുവരി 20) ന് ചങ്ങനാശ്ശേരി ലക്ഷ്മീപുരത്തു കൊട്ടാരത്തിൽ ജനനം. അച്ഛൻ ഏറ്റുമാനൂർ ഓണന്തുരുത്തി വാസുദേവൻ നമ്പൂതിരി. മാതാവ് ഭരണിതിരുനാൾ കുഞ്ഞിക്കാവുഅമ്മത്തമ്പുരാട്ടി. കേരളവർമ്മ വലിയ കോയിത്തമ്പുരാന്റെ മാതൃസഹോദരീ പുത്രിയായിരുന്നു ഭരണിതിരുനാൾ തമ്പുരാട്ടി. രാജരാജവർമ്മയ്ക്ക് രണ്ടു വയസ്സാകുമ്പോഴേക്കും കുടുംബം ഹരിപ്പാട്ട് അനന്തപുരം കൊട്ടാരത്തിൽ താമസം തുടങ്ങിയിരുന്നു.

ചുനക്കര അച്യുതവാര്യരും ശങ്കരവാര്യരുമായിരുന്നു ആദ്യ ഗുരുക്കന്മാർ. ഈ അവസരത്തിലാണ് ആയില്യം തിരുനാൾ മഹാരാജാവിന്റെ അപ്രീതിക്കു വിധേയനായി കേരളവർമ്മ വലിയ കോയിത്തമ്പുരാൻ ഹരിപ്പാട്ടെത്തുന്നത്. വലിയ കോയിത്തമ്പുരാൻ കുറേക്കാലം ഭാഗിനേയനായ എ.ആറിന്റെ ഗുരുവായി.

നാലഞ്ചുവർഷം കൊണ്ട് എ.ആർ. 'നൈഷധം' ഉൾപ്പെടെയുള്ള മഹാകാവ്യങ്ങളും നാടകാലങ്കാരാദികളും സിദ്ധാന്തകൗമുദിയും മാതുലന്റെ

സഹായത്താൽ ഹൃദിസ്ഥമാക്കി.

ഭാഗിനേയനിൽ ഒരു അതിപ്രതിഭാശാലി ഒളിഞ്ഞിരിപ്പുണ്ടെന്ന് വലിയ കോയിത്തമ്പുരാന് മനസ്സിലായി. അദ്ദേഹം സംസ്കൃതത്തിനു പുറമെ ഇംഗ്ലീഷ്, ചരിത്രം, ഗണിതശാസ്ത്രം, ഭൂമിശാസ്ത്രം തുടങ്ങിയവയും അധ്യാപന വിഷയമാക്കി. ഇവയെല്ലാം എ.ആറിന് ഇംഗ്ലീഷ് സ്കൂളിൽ വളരെ പ്രയോജനപ്പെടുകയും ചെയ്തു.

1880-ൽ ആയില്യം തിരുനാൾ നാടുനീങ്ങിയപ്പോൾ വലിയ കോയിത്തമ്പുരാന്റെ വീട്ടുതടങ്കൽ അവസാനിക്കുകയും അദ്ദേഹത്തോടൊപ്പം എ.ആറും തിരുവനന്തപുരത്ത് താമസമാക്കുകയും ചെയ്തു. അവിടെ പ്രമുഖ വൈയ്യാകരണനായ തുറവൂർ നാരായണശാസ്ത്രിയുടെ സാമീപ്യം പഠനകാര്യത്തിൽ എ.ആറിന് ഗുണം ചെയ്യുകയും ചെയ്തു.

തിരുവനന്തപുരത്ത് രാജരാജവർമ്മ രാജകീയ മഹാപാഠശാലയിൽ നാലാംക്ലാസിൽ ചേർന്നു.

മെട്രിക്കുലേഷൻ പരീക്ഷ പാസായി. അധികകാലം കഴിയുന്നതിനു മുമ്പ് മാതാവ് അന്തരിച്ചു. ഇത് 1884-ലാണ്. 1880-ൽ രാജ്യഭാരം ഏറ്റുകഴിഞ്ഞിരുന്ന വിശാഖംതിരുനാൾ മഹാരാജാവ് എ.ആറിന്റെ വിദ്യാഭ്യാസ കാര്യത്തിൽ അതീവ ശ്രദ്ധാലുവായിരുന്നു. രാജകൊട്ടാരത്തിൽ താമസിച്ച് രാജരാജവർമ്മ എഫ്.എ. പരീക്ഷയ്ക്കു പഠിക്കുകയും 1886-ൽ പരീക്ഷ പാസ്സാവുകയും ചെയ്തു.

1889-ൽ അദ്ദേഹം മാവേലിക്കര കൊട്ടാരത്തിലെ സ്വാതിതിരുനാൾ മഹാപ്രഭ തമ്പുരാട്ടിയെ വിവാഹം ചെയ്തു. അതേവർഷം തന്നെ ബി.എ. പാസ്സാവുകയും ചെയ്തു. (കോയിത്തമ്പുരാക്കന്മാരിൽ ആദ്യമായി ബിരുദധാരിയായത് എ.ആറാണ്.)

ബ്രഹ്മവിദ്യ, വിജ്ഞാന ചിന്താമണി തുടങ്ങിയ മാസികകളിൽ എഴുതിത്തുടങ്ങുന്നത് ഇക്കാലത്താണ്. 1890-ൽ സംസ്കൃത പാഠശാലയുടെ പര്യവേക്ഷകനായി എ.ആറിനെ നിയമിച്ചു. 1891-ൽ എം.എ. പരീക്ഷ ജയിച്ചു. 1894-ൽ സംസ്കൃത കോളേജ് പ്രിൻസിപ്പൽ. 1899-ൽ തിരുവനന്തപുരം മഹാരാജാസ് കോളേജിൽ നാട്ടുഭാഷാ സൂപ്രണ്ടായി. 1912-ൽ സംസ്കൃത, ദ്രാവിഡ ഭാഷകളുടെ പ്രൊഫസർ. മദ്രാസ് സർവ്വകലാശാലയുടെ പാഠപുസ്തകക്കമ്മിറ്റി മെമ്പറായി നേരത്തേ നിയമിതനായ എ.ആർ. പാഠപുസ്തകങ്ങൾക്കുവേണ്ടി ഒട്ടേറെ കൃതികൾ രചിച്ചു.

1914-ൽ എ.ആർ. തിരുവനന്തപുരം മഹാരാജാസ് കോളേജ് പ്രിൻസിപ്പലായി നിയമിതനായി. ഒരു കേരളീയൻ ആദ്യമായി കോളേജ് പ്രിൻസി

പ്പാൾ പദവിയിലെത്തുന്നത് നടാടെയായിരുന്നു.

ദ്വിതീയാക്ഷരപ്രാസ വിവാദത്തിൽ കേരളത്തിലെ സാഹിത്യകാരന്മാർ ഇരുചേരിയിലായപ്പോൾ ഇരുവിഭാഗങ്ങളെയും അണിയറയിൽ നിന്ന് നയിച്ചത് എ.ആറും വലിയ കോയിത്തമ്പുരാനുമായിരുന്നു. കേരളവർമ്മ വലിയ കോയിത്തമ്പുരാൻ, കുഞ്ഞിക്കുട്ടൻ തമ്പുരാൻ, നടുവത്ത് അച്ഛൻ നമ്പൂതിരി തുടങ്ങിയവർ ദ്വിതീയാക്ഷരപ്രാസം അവശ്യഭാവിയാണെന്നും എ. ആർ. രാജരാജവർമ്മ, കെ.സി. കേശവപിള്ള, ഉള്ളൂർ, പുന്നശ്ശേരി നമ്പി, സി. അന്തപ്പായി തുടങ്ങിയവർ അത് ആവശ്യമില്ലെന്നും വാദിച്ചു. അർത്ഥത്തെ അവഗണിച്ച് ശബ്ദഭംഗിക്ക് പ്രാമുഖ്യം കൊടുക്കുന്ന കവികളുടെ ശ്രമം ആദ്യമായി ചോദ്യം ചെയ്യപ്പെട്ടു. ദ്വിതീയാക്ഷരപ്രാസ ദീക്ഷ കൂടാതെ ഉത്തമ കവിതകൾ രചിക്കാനാവുമെന്ന് പ്രാസവിരുദ്ധ കവികൾ സ്വന്തം രചനകളിലൂടെ തെളിയിക്കുകയും ചെയ്തു. എ.ആറിന്റെ മേഘസന്ദേശം തർജ്ജമ ഉദാഹരണം.

ഈ അങ്കംവെട്ടലിന് ഒരു ഗുണമുണ്ടായി. ഉൽകൃഷ്ടങ്ങളായ കുറേ കൃതികൾ ഇരുഭാഗത്തുമുള്ള കവികളിൽ നിന്ന് കൈരളിക്കു ലഭിച്ചു.

നിരൂപണത്തെ ശാസ്ത്രീയ ദൃഷ്ടിയോടെ സമീപിച്ച ഈ ഭാഷാപണ്ഡിതൻ കാലാതിവർത്തിയായ ഉൽകൃഷ്ട ഗ്രന്ഥങ്ങളുടെ വിലയിരുത്തലിലാണ് ശ്രദ്ധിച്ചത്. ഉണ്ണായിവാര്യരുടെ 'നളചരിതം' ആട്ടക്കഥ പ്രസാധനം ചെയ്തുകൊണ്ട് അതിനെഴുതിയ അവതാരിക ഉത്തമ സാഹിത്യകൃതിയെ പരിശോധിക്കേണ്ടത് എങ്ങനെയെന്നതിന് ഒരു ഉത്തമ മാതൃകയാണ്.

വിമർശനഗ്രന്ഥങ്ങളേക്കാൾ അവതാരികകൾകൊണ്ട് ശ്രദ്ധേയരായ മൂന്നു വിമർശക കേസരികളാണ് എ.ആർ. രാജരാജവർമ്മ, എം.പി. പോൾ, കേസരി ബാലകൃഷ്ണപിള്ള എന്നിവർ. നളചരിതത്തിന് എ.ആർ. എഴുതിയ വ്യാഖ്യാനം (കാന്താര താരകം) ഏറെ ശ്രദ്ധേയമാണ്. എങ്കിലും ആശാന്റെ 'നളിനി'ക്ക്' അദ്ദേഹമെഴുതിയ അവതാരികയ്ക്ക് ഒരുൽകൃഷ്ട വിമർശനഗ്രന്ഥത്തേക്കാൾ ആഴമുണ്ട്. നമ്മുടെ കാവ്യസങ്കല്പങ്ങളെയും അഭിരുചികളെയും തിരുത്തിക്കുറിക്കാൻ ആ അവതാരികയ്ക്കു കഴിഞ്ഞു. 'നളിനി' മലയാള കാവ്യരംഗത്ത് ഒരു 'ടേണിംഗ് പോയിന്റ്' ആണെന്നും മലയാള കവിത ഇനി ചരിക്കുക ഈ മാർഗ്ഗത്തിലൂടെയാണെന്നും എ.ആർ. അതിൽ ചൂണ്ടിക്കാട്ടിയിരിക്കുന്നു.

സംസ്കൃതത്തിന്റെ നീരാളിപ്പിടുത്തം കാരണം പ്രയോഗലുപ്തമായിക്കൊണ്ടിരുന്ന നിരവധി മലയാളം വാക്കുകൾക്ക് പുനർജ്ജീവനം നല്കാൻ മേഘസന്ദേശ വിവർത്തനത്തിൽ അദ്ദേഹം ശ്രമിച്ചു. വിവർത്ത

നത്തിൽ മലയാളം പദങ്ങൾക്ക് നല്കിയ പ്രാമുഖ്യം സംസ്കൃതപക്ഷപാതികളായ പല വിമർശകരും ഒരു ന്യൂനതയായി കണ്ടു!

കേരളപാണിനീയം, ഭാഷാഭൂഷണം, വൃത്തമഞ്ജരി, സാഹിത്യസാഹ്യം, പ്രസാദമാല, മലയവിലാസം, ഭാഷാ കുമാരസംഭവം, വീണാഷ്ടകം, വിമാനാഷ്ടകം തുടങ്ങിയ അമൂല്യ കൃതികൾ കൈരളിക്കു നല്കിയ ഈ ഭാഷാസ്നേഹി 'കേരളപാണിനി' എന്ന ബഹുമതിയുമായി മലയാള ഭാഷയിൽ ചിരഞ്ജീവിയായിരിക്കുന്നു.

കൊ.വ: 1093 മിഥുനം 4-ാം തിയ്യതി (1918 ജൂൺ 18) 56-ാമത്തെ വയസ്സിൽ, മലയാള ഭാഷയുടെയും സാഹിത്യത്തിന്റെയും ദുർവ്വിധിയെന്നു പറയട്ടെ, അകാലത്തിൽ കൈരളിയുടെ ഈ സൽപ്പുത്രൻ അന്തരിച്ചു. രാജരാജവർമ്മയുടെ നിര്യാണത്തിൽ മനംനൊന്ത് ആശാൻ രചിച്ച വിലാപകാവ്യമാണ് 'പ്രരോദനം'.

☞

അയ്യൻകാളി
(1863 – 1941)

കേരളം കണ്ട സാമൂഹിക പരിഷ്കർത്താക്കളിൽ മുൻനിരയിൽ. അധഃകൃതവിഭാഗങ്ങൾ സമൂഹത്തിൽനിന്നും തലമുറകളായി ഏറ്റുവാങ്ങേണ്ടിവന്ന പീഡനങ്ങൾക്കെതിരെ സമരങ്ങൾ സംഘടിപ്പിച്ചും അവരുടെ വിദ്യാലയപ്രവേശനത്തിനായി സമരങ്ങൾ നയിച്ചും പൊതുരംഗത്തെത്തി. വഴിനടപ്പു സ്വാതന്ത്ര്യത്തിനുവേണ്ടി പൊരുതുക മാത്രമല്ല, അധഃകൃതർക്കു നിഷേധിക്കപ്പെട്ട മേൽമുണ്ടും തലക്കെട്ടുമായി പൊതു നിരത്തുകളിൽ വില്ലുവണ്ടിയോടിച്ച് അയ്യൻകാളി സവർണ്ണനീതിയെ വെല്ലുവിളിച്ചു. 1907-ൽ അധഃകൃത ഉന്നമനത്തിനുവേണ്ടി 'സാധുജന പരിപാല സംഘം' രൂപീകരിച്ചു. സംഘത്തിന്റെ നേതൃത്വത്തിൽ തിരുവിതാംകൂറിലെ ആദ്യ കൃഷിസമരം വിജയകരമായി നടത്തുകയും ചെയ്തു.

തിരുവനന്തപുരം ജില്ലയിൽ വെങ്ങാനൂരിൽ പെരുങ്കാറ്റുവിളയിലെ പ്ലാവറ വീട്ടിൽ കൊ.വ: 1039 ചിങ്ങം 14 (1863 ആഗസ്റ്റ് 28) നായിരുന്നു അയ്യൻകാളിയുടെ ജനനം. പിതാവ് അയ്യൻ. മാതാവ് മാല.

അധഃകൃതർക്ക് സ്കൂൾ പ്രവേശനം നിഷേധിക്കപ്പെട്ട കാലമായിരുന്നതുകൊണ്ട് വിദ്യ അഭ്യസിക്കാൻ അയ്യൻകാളിക്കു കഴിഞ്ഞില്ല.

മനുഷ്യൻ പരിതഃസ്ഥിതിയുടെ അടിമയാണല്ലോ. അഥവാ പരിതഃസ്ഥിതികളാണല്ലോ വ്യക്തികളെ സ്ഫുടം ചെയ്തെടുക്കുന്നത്. അന്നത്തെ

സാമൂഹ്യാവസ്ഥ അയ്യൻകാളിയിലെ വിപ്ലവകാരിയെ സ്ഫുടം ചെയ്തെടുക്കുകയായിരുന്നു. പൊതുനിരത്തിലൂടെയുള്ള സഞ്ചാര സ്വാതന്ത്ര്യത്തിനുവേണ്ടിയായിരുന്നു യുവാവായ അയ്യൻകാളിയുടെ ആദ്യ സമരം. വില്ലുവണ്ടിയിലേറിയുള്ള ആ ജൈത്രയാത്ര അങ്ങനെയാണുണ്ടായത്. സഹജാതരുടെ പിന്നോക്കാവസ്ഥ പരിഹരിക്കുന്നതിനും അവകാശ സംരക്ഷണത്തിനുമായി സംഘശക്തിയുടെ കൂട്ടായ്മ- 'സാധുജന പരിപാലന സംഘം'. വിദ്യാഭ്യാസ സ്വാതന്ത്ര്യത്തിനായി പാഠശാലകളിലേക്കുള്ള 'അതിക്രമിച്ചു കടക്കൽ', തന്റെ ജനതയ്ക്ക് സ്കൂൾ വിദ്യാഭ്യാസം, സർക്കാർ ഉത്തരവുണ്ടായിട്ടും നിഷേധിച്ച സവർണ്ണലോബിക്കെതിരെ കൃഷിപ്പണിമുടക്ക്, അടിമത്തത്തിന്റെ അടയാളമായ കല്ലുമാല പൊട്ടിച്ചെറിയാൻ അധഃകൃത സ്ത്രീകളെ പ്രാപ്തരാക്കിയ വിപ്ലവാഹ്വാനം.

അടിമവർഗ്ഗം സ്വന്തം ശക്തി തിരിച്ചറിയുകയായിരുന്നു. ഇരുട്ടിന്റെ സന്തതികളെ നിലംപരിശാക്കിയ 'പുലയ ലഹള'കൾ നാട്ടിലെമ്പാടും അരങ്ങേറി. നെഞ്ചുവിരിച്ച് അയ്യൻകാളി ഏഴകളുടെ പ്രതിനിധിയായി ശ്രീമൂലം പ്രജാസഭയിലേക്ക് കടന്നുചെന്നു. തിരുവതാംകൂർ നിയമനിർമ്മാണ സഭയിൽ ഏഴകളുടെ സ്വാതന്ത്ര്യത്തിനുവേണ്ടി അയ്യൻകാളിയുടെ ശബ്ദമുയർന്നു. 1911 ഡിസംബർ 15-ന് പ്രജാസഭാ മെമ്പറായ അയ്യൻകാളി 28 വർഷക്കാലം ആ വേദി തന്റെ ജനതയുടെ സാമൂഹികോൽക്കർഷത്തിനായി പൊരുതാനുള്ള ഇടമാക്കി. അവരുടെ ആവശ്യങ്ങളും ആകുലതകളും സഭാവേദിയിൽ എണ്ണിയെണ്ണി അവതരിപ്പിച്ചു. സഞ്ചാരസ്വാതന്ത്ര്യം വിദ്യാഭ്യാസ സ്വാതന്ത്ര്യം, കൃഷിഭൂമി തുടങ്ങിയ ആവശ്യങ്ങളിൽ അധികാരിവർഗത്തെക്കൊണ്ട് സത്വരമായ നടപടികൾ കൈക്കൊള്ളിക്കാൻ അദ്ദേഹത്തിന് കഴിഞ്ഞു.

സാധുജന പരിപാലന സംഘം

അയ്യൻകാളി രൂപീകരിച്ച സംഘടന 1907-ൽ സ്ഥാപിതമായി. നാരായണഗുരുവിന്റെ ഉപദേശ നിർദ്ദേശങ്ങൾ ഈ സംഘടന രൂപീകരിക്കുന്നതിൽ ലഭിച്ചു. വെങ്ങാനൂരായിരുന്നു ആ സ്ഥാപനം. പുരുഷന്മാരിൽ നിന്ന് മാസം അര ചക്രവും സ്ത്രീകളിൽ നിന്ന് കാൽ ചക്രവും പിരിച്ച് സ്വന്തം സ്ഥലം സംഘടനയ്ക്ക് വാങ്ങി. സംഘത്തിന്റെ പ്രവർത്തന ഫലമായി അനേകായിരം കുട്ടികളെ വിദ്യാലയങ്ങളിലെത്തിക്കാൻ കഴിഞ്ഞു. വാർഷിക സമ്മേളനങ്ങൾ വി.ജെ.ടി. ഹാളിലാണ് നടക്കാറുണ്ടായിരുന്നത്. 1938-ൽ മകളുടെ ഭർത്താവായ ടി.ടി. കേശവൻ ശാസ്ത്രി 'ആൾ ട്രാവൻകൂർ

പുലയ മഹാസഭ രൂപവല്ക്കരിച്ചപ്പോൾ അധഃകൃതരിലെ പുലയർ 'സാധുജന പരിപാലന സംഘം' വിട്ട് പുലയമഹാ സഭയുമായി സഹകരിച്ചതോടെ പ്രവർത്തനം നിലച്ചു.

'സാധുജന പരിപാലന സംഘ'ത്തിലൂടെ സംഘത്തിന്റെ മുഖപത്രമായ 'സാധുജന പരിപാലിക' 1913-ൽ പ്രസിദ്ധപ്പെടുത്തിത്തുടങ്ങി. ആചാരപരിഷ്കരണത്തിലും അന്ധവിശ്വാസദൂരീകരണത്തിലും പരിഷ്കൃതമായ വസ്ത്രധാരണത്തിലും അധഃകൃതരെ ബോധവാന്മാരാക്കാൻ അയ്യൻകാളിക്കും സഹപ്രവർത്തകർക്കും കഴിഞ്ഞു.

അധഃകൃതരുടെ ഉയിർത്തെഴുന്നേൽപ്പ് എന്ന തന്റെ സ്വപ്നം യാഥാർത്ഥ്യമാക്കാൻ 'സാധുജന പരിപാലന സംഘ'ത്തിലൂടെ അദ്ദേഹത്തിനു കഴിഞ്ഞില്ല. സംഘടനയെ വിഘടിപ്പിക്കാനുള്ള ബാഹ്യ, ആന്തരിക ശക്തികളുടെ കുത്സിതശ്രമങ്ങളും ആരോഗ്യത്തെ കാർന്നുതിന്നുന്ന കാസരോഗവും അയ്യൻകാളിയുടെ ലക്ഷ്യപ്രാപ്തിയെ പ്രതികൂലമായി ബാധിച്ചു.

1941 ജൂൺ 18-ന് ആ സിംഹഗർജ്ജനം നിലച്ചു.

കോട്ടുകാൽ മഞ്ചാംകുഴി കുടുംബത്തിലെ ചെല്ലമ്മയായിരുന്നു ഭാര്യ. മകൾ തങ്കമ്മ. തങ്കമ്മയുടെ ഭർത്താവ് അധ്യാപകനും ഗ്രന്ഥകാരനും 'ആൾ കേരള പുലയമഹാ സഭ'യുടെ സ്ഥാപകനും ഹരിജനോദ്ധാരകനുമായിരുന്ന ടി. ടി. കേശവൻ ശാസ്ത്രി.

2002 സെപ്തംബർ 12-ന് പോസ്റ്റൽ വകുപ്പ് അയ്യൻകാളിയുടെ സ്മാരക സ്റ്റാമ്പ് പുറത്തിറക്കി.

ബാരിസ്റ്റർ ജി. പി. പിള്ള
(1864 – 1903)

തിരുവിതാംകൂർ രാഷ്ട്രീയ പ്രക്ഷോഭണത്തിന്റെ ജനയിതാവ്. 'മലയാളി മെമ്മോറിയൽ' പ്രക്ഷോഭത്തിന്റെ പ്രധാന ശക്തിസ്രോതസ്സ്.

1864 ഫെബ്രുവരി 26-ന് ജി. പരമേശ്വരൻ പിള്ള എന്ന ജി.പി. പിള്ള ജനിച്ചു. തിരുവനന്തപുരം പള്ളിപ്പുറം ഗ്രാമത്തിൽ വളവക്കുന്നത്ത് കാർത്ത്യായനിയമ്മ മാതാവ്. പിതാവ് കൊട്ടാരക്കര സ്വദേശിയും സംസ്കൃത പണ്ഡിതനുമായിരുന്ന ഹരിഹരയ്യർ. അകാലത്തിൽ അമ്മ മരിച്ചു. അതോടെ പിതാവിന്റെ വീട്ടിലേക്കുള്ള സന്ദർശനം നിലച്ചു. പിന്നീട് മാതൃസഹോദരിയുടെ സംരക്ഷണത്തിലായി പരമേശ്വരൻ പിള്ള.

തിരുവനന്തപുരം മഹാരാജാസ് ഹൈസ്കൂളിലും മഹാരാജാസ് കോളേജിലുമായി വിദ്യാഭ്യാസം. വേറിട്ടൊരു വ്യക്തിപ്രഭാവത്തിനുടമയായ ജി.പി. പിള്ള വിദ്യാർത്ഥിയായിരിക്കെത്തന്നെ ഇംഗ്ലീഷിൽ ലേഖനങ്ങൾ എഴുതിത്തുടങ്ങി. 'കൊച്ചിൻ ആർഗസ്' എന്ന വാരികയിലാണ് ആദ്യ ലേഖനം പ്രത്യക്ഷപ്പെട്ടത്.

തിരുവിതാംകൂർ ദിവാൻ വെമ്പാകം രാമയ്യങ്കാരുടെ സ്വേച്ഛാഭരണത്തെ വിമർശിച്ച് ലേഖനമെഴുതിയതിന് സർക്കാർ ഇടപെട്ട് കോളേജിൽ നിന്ന് പുറത്താക്കി.

മദിരാശി പ്രസിഡൻസി കോളേജിൽ നിന്ന് ബി.എ. ബിരുദം നേടി

കുറേക്കാലം അവിടെ ഹൈക്കോടതിയിൽ വിവർത്തകനായി. പിന്നീട് Madras Standardന്റെ പത്രാധിപർ. തിരുവിതാംകൂറിലെ രാഷ്ട്രീയ സ്ഥിതി ഗതികൾ വിശദമാക്കിക്കൊണ്ട് ലേഖനങ്ങളും ലഘുലേഖകളും എഴുതി ജനങ്ങളിൽ ഉത്തരവാദ ഭരണത്തിനുള്ള ആവേശം ജ്വലിപ്പിച്ചു.

തിരുവിതാംകൂറിൽ ഉയർന്ന ഉദ്യോഗങ്ങൾ അക്കാലത്ത് തമിഴ് ബ്രാഹ്മണരുടെ കുത്തകയായിരുന്നു. ഇതിനെതിരെ 'തിരുവിതാംകൂർ തിരുവിതാംകൂറുകാർക്ക്' എന്ന മുദ്രാവാക്യമുയർത്തി പതിനായിരത്തിലധികം പേർ ഒപ്പിട്ട ഭീമ ഹർജി 1891-ൽ ശ്രീമൂലംതിരുനാൾ മഹാരാജാവിനു സമർപ്പിച്ചു. ഇതാണ് 'മലയാളി മെമ്മോറിയൽ'.

ജി. പി. പിള്ളയോടൊപ്പം കെ. പി. ശങ്കരമേനോൻ, ഡോ. പൽപ്പു എന്നിവരും ഇതിനു നേതൃത്വം നല്കി. ഈഴവരുടെ വിദ്യാഭ്യാസം, സർക്കാർ സർവ്വീസിലെ പ്രാതിനിധ്യം എന്നിവയ്ക്കുവേണ്ടി ഡോ. പൽപ്പുവിനോടൊപ്പം നിന്ന് പ്രവർത്തിച്ച ജി. പി. 'മദ്രാസ് സ്റ്റാന്റേർഡി'ലും മറ്റു പത്രങ്ങളിലും തദ്വിഷയകമായി ലേഖനങ്ങളെഴുതി.

മദ്രാസ് സ്റ്റാന്റേർഡ്' ഒരു ദിനപത്രമായി മാറിയത് അദ്ദേഹം പത്രാധിപരായിരിക്കുമ്പോഴാണ്. ശക്തമായ മുഖപ്രസംഗങ്ങളും ജി.പി.യുടെ ഭാവനയും ക്രാന്തദർശിത്വവും രൂപം കൊടുത്ത പംക്തികളും സ്വാതന്ത്ര്യസമരത്തെ പ്രോജ്ജ്വലിപ്പിക്കുന്ന വാർത്തകളും കൊണ്ട് ആ പത്രം ഒന്നാംനിരയിലെത്തി. രാഷ്ട്രീയരംഗത്തെ മുൻനിര ദേശീയ നേതാക്കളിൽ പലരും ജി. പി.യുടെ സുഹൃത്തുക്കളായിരുന്നു. 1895, 1898 എന്നീ വർഷങ്ങളിൽ മദിരാശിയിൽ ചേർന്ന കോൺഗ്രസ് യോഗങ്ങളുടെ സെക്രട്ടറി ജി.പി.യായിരുന്നു. 'മദ്രാസ് സ്റ്റാന്റേർഡ്' പത്രാധിപരായിരിക്കെ ഒരു അഭിഭാഷകനോട് നിയമയുദ്ധത്തിൽ പരാജയപ്പെട്ട ആഘാതം, നിയമം പഠിക്കാൻ അദ്ദേഹത്തെ പ്രേരിപ്പിച്ചു. ഇംഗ്ലണ്ടിലെത്തിയ ജി.പി. 1902-ൽ ബാരിസ്റ്റർ പരീക്ഷ പാസ്സായി.

36 ഭാരതീയരുടെ തൂലികാ ചിത്രങ്ങൾ ഉൾക്കൊള്ളിച്ചുകൊണ്ടുള്ള ജി.പി.യുടെ ആദ്യകൃതി Representative Indians ലണ്ടനിൽ നിന്ന് പ്രസിദ്ധീകരിച്ചു. മറ്റൊരു ഗ്രന്ഥമാണ് 'Landon and Paris'.

ലണ്ടനിൽനിന്ന് തിരിച്ചെത്തിയ ജി.പി. സർക്കാർ വാഗ്ദാനം ചെയ്ത ഉയർന്ന ഉദ്യോഗം നിരസിച്ച് തിരുവിതാംകൂർ ഹൈക്കോടതിയിൽ അഭിഭാഷകനായി. ചുരുങ്ങിയ കാലംകൊണ്ട് ഇന്ത്യയിലെ പ്രമുഖ അഭിഭാഷകരുടെ നിരയിലേക്കുയർന്ന അദ്ദേഹം 39-ാമത്തെ വയസ്സിൽ, 1903 മേയ് 21 -ന് പെട്ടെന്ന് അന്തരിച്ചു. സീതാലക്ഷ്മിയായിരുന്നു സഹധർമ്മിണി.

ഡോക്ടർ പൽപ്പു
(1863–1950)

നവകേരള ശില്പികളിൽ പ്രധാനി. എസ്.എൻ.ഡി.പി. യോഗം പ്രസിഡന്റ്, സാമൂഹിക പരിഷ്കർത്താവ്.

സമൂഹത്തിൽ അടിമത്തത്തിന്റെയും പൗരാവകാശലംഘനങ്ങളുടെയും വിവേചനത്തിന്റെയും കയ്പുനീർ കുടിച്ച് ജീവിതം തുടങ്ങിയ പൽപ്പു ഉന്നതനായ സാമൂഹിക പരിഷ്കർത്താവും ആതുരസേവന രംഗത്ത് വ്യക്തിമുദ്ര പതിപ്പിച്ച ഭിഷഗ്വരനായും മാറിയ വ്യക്തിയാണ്.

ജീവിതത്തിന്റെ മുഖ്യധാരയിൽ നിന്ന് പുറന്തള്ളപ്പെട്ട്, മാനുഷികാവകാശങ്ങൾ നിഷേധിക്കപ്പെട്ട്

'തൊട്ടുകൂടാത്തവർ, തീണ്ടീക്കൂടാത്തവർ
ദൃഷ്ടിയിൽപ്പെട്ടാലും ദോഷമുള്ളോർ
കെട്ടില്ലാത്തോർ തമ്മിലുണ്ണാത്തോരിങ്ങനെ
ഒട്ടല്ലഹോ ജാതിക്കോമരങ്ങൾ'

എന്ന് മഹാകവി ആശാൻ വിശേഷിപ്പിച്ച അന്ധകാരാവൃതമായ ഒരു സാമൂഹികാവസ്ഥയിൽ ജനിച്ച് സ്വാതന്ത്ര്യത്തിന്റെ ചൈതന്യവത്തായ ഉദയപ്പിറവി കണ്ട് കണ്ണടച്ച ഡോ. പൽപ്പു ആ പരിവർത്തനത്തിന്റെ സാക്ഷി മാത്രമായിരുന്നില്ല; അതിനായി യത്നിച്ച സമരഭടൻ കൂടിയായിരുന്നു.

പൽപ്പു, ഫെർണാണ്ടസ് എന്ന വെള്ളക്കാരന്റെയടുത്ത് ഇംഗ്ലീഷ് പഠിക്കാൻ മാസം നാലുചക്രം ഫീസു കൊടുക്കാനാവാത്ത നിസ്സഹായാവസ്ഥയിലായിരുന്നു. പിതാവിന്റെ കോൺട്രാക്ട് പണികൾ നഷ്ടത്തിൽ കലാശിച്ച് കുടുംബം സാമ്പത്തിക പരാധീനതയിൽപ്പെട്ടു കഴിഞ്ഞിരുന്നു. ഇംഗ്ലീഷ് പരിജ്ഞാനവും കോടതിവ്യവഹാരങ്ങളിൽ സമർത്ഥനുമായിരുന്ന പിതാവ് ഈ യോഗ്യതയുള്ളവരെ സർക്കാർ സർവ്വീസിൽ എടുക്കാനുള്ള പരീക്ഷയ്ക്ക് അപേക്ഷ നൽകിയപ്പോൾ അയിത്തജാതിക്കാരനായതിനാൽ അപേക്ഷ നിരസിക്കപ്പെട്ടു. പൽപ്പുവിന്റെ ചെറിയച്ഛൻ വേലായുധൻ ബിരുദധാരിയായിട്ടുപോലും പൊന്നുതമ്പുരാന്റെ തിരുവിതാംകൂറിൽ ഒരുദ്യോഗം ലഭിച്ചില്ല. വേലായുധന് പിന്നീട് മദിരാശിയിൽ ഉയർന്ന ഉദ്യോഗം ലഭിക്കുകയും റാവു ബഹദൂർ സ്ഥാനം വരെ ഉയരുകയും ചെയ്തു. പൽപ്പുവിന് മെഡിക്കൽ വിഭാഗത്തിൽ പ്രവേശനപ്പരീക്ഷയിൽ ഇംഗ്ലീഷിൽ ഒന്നാം സ്ഥാനവും മറ്റെല്ലാ വിഷയങ്ങളിലും രണ്ടാം റാങ്കും ഉണ്ടായിരുന്നിട്ടും മെഡിക്കൽ സ്കൂളിലേക്ക്, ഈഴവനായതു കാരണം തെരഞ്ഞെടുക്കപ്പെട്ടില്ല. അദ്ദേഹം അമ്മയുടെ ആഭരണങ്ങൾ വിറ്റും പണം കടംവാങ്ങിയും മദിരാശിയിലെത്തി ഒട്ടുവളരെ ക്ലേശങ്ങൾ സഹിച്ച് മെഡിക്കൽ ബിരുദം നേടി. അനന്തരം മദിരാശി, മൈസൂർ, ബറോഡ തുടങ്ങിയ സർക്കാറുകൾക്കു കീഴിൽ പ്രഗത്ഭനായ ഡോക്ടറായി സേവനമനുഷ്ഠിച്ചു.

ഉന്നതനായ സർക്കാർ ഡോക്ടറായി വ്യക്തിജീവിതത്തിൽ ഒതുങ്ങിക്കൂടാതെ തന്റെ ദുരനുഭവങ്ങളിൽനിന്ന് ഊർജ്ജം ഉൾക്കൊണ്ട് ഒരു സമുദായ പരിഷ്ക്കർത്താവായി അദ്ദേഹം മാറി.

1865-ൽ പൽപ്പു ജനിക്കുമ്പോൾ നാരായണഗുരു ചെമ്പഴന്തിയിലെ കുടിപ്പള്ളിക്കൂടത്തിൽ നിലത്തെഴുത്തു പഠിക്കുന്ന ബാലനാണ്. 1885-ൽ തിരുവിതാംകൂർ സർക്കാർ പൽപ്പുവിന് മെഡിക്കൽ സ്കൂൾ പ്രവേശനം നിഷേധിച്ച കാലത്ത് ഗുരു ഒരു അവധൂതനായി ഊരുചുറ്റുകയായിരുന്നു. 1888-ലെ അരുവിപ്പുറം ശിവപ്രതിഷ്ഠാ കാലത്ത് പൽപ്പു മദിരാശി മെഡിക്കൽ കോളേജിൽ വിദ്യാർത്ഥിയായിരുന്നു. സമീപഭാവിയിൽ തന്റെ നേതാവിനെ പൽപ്പു ഗുരുവിൽ കണ്ടെത്തുകയും സമുദായത്തിന്റെ ഉൽക്കർഷത്തിനായുള്ള ശ്രമങ്ങളിൽ വ്യാപൃതനാവുകയും ചെയ്തു. അധഃസ്ഥിതരുടെ മോചനം സാധ്യമാവണമെങ്കിൽ വിദ്യാഭ്യാസവും ഭരണപങ്കാളിത്തവും അനിവാര്യമാണെന്ന് അദ്ദേഹം കണ്ടു. അതിനായി പൊതുജനാഭിപ്രായ രൂപീകരണം, അധികാരസ്ഥാനങ്ങളിൽ നിവേദനം എന്ന ദ്വിമുഖ പരിപാടി അദ്ദേഹം ആവിഷ്കരിച്ചു.

മദിരാശിയിൽ നിന്നും മൈസൂറിൽ നിന്നും പ്രസിദ്ധീകരിച്ചിരുന്ന ഇംഗ്ലീഷ് ദിനപത്രങ്ങളിലൂടെ കേരളത്തിലെ അധഃസ്ഥിതരുടെ വിദ്യാഭ്യാസ, ഉദ്യോഗ വിഷയങ്ങളിലുള്ള യാതനകളെക്കുറിച്ച് അദ്ദേഹം ലേഖനങ്ങൾ എഴുതി.

അരുവിപ്പുറം പ്രതിഷ്ഠയ്ക്കുശേഷം ഗുരു ക്ഷേത്രഭരണത്തിനുവേണ്ടി 'അരുവിപ്പുറം ക്ഷേത്രയോഗം' എന്നൊരു കമ്മിറ്റി രൂപീകരിച്ചിരുന്നു. എന്നാൽ സമുദായോൽക്കർഷത്തിന് ഒരു ഏകീകൃത സംഘടന അനിവാര്യമാണെന്ന് ഡോ. പൽപ്പുവിന് തോന്നി. കുമാരനാശാൻ സംസ്കൃത പഠനം പൂർത്തിയാക്കി നാട്ടിൽ മടങ്ങിയെത്തിയപ്പോൾ ഡോ. പൽപ്പു തന്റെ ആശയം ഗുരുവിനേയും ആശാനേയും അറിയിച്ചു. മൂവരും ഈ വിഷയത്തിൽ ഏകാഭിപ്രായക്കാരായിരുന്നു. അവർ തിരുവനന്തപുരത്തും സമീപ പ്രദേശങ്ങളിലുമുള്ള ഈഴവ പ്രമാണിമാരുടെ യോഗം വിളിച്ചുചേർത്തതിന്റെ ഫലമായി 1903 മേയ് 15-ന് 'അരുവിപ്പുറം ശ്രീനാരായണ ധർമ്മപരിപാലന യോഗം' എന്ന സംഘടന രജിസ്റ്റർ ചെയ്യപ്പെട്ടു. അരുവിപ്പുറം ശ്രീനാരായണ ധർമ്മപരിപാലന യോഗം പിന്നീട് 'ശ്രീനാരായണ ധർമ്മപരിപാലന യോഗ'മായി രൂപാന്തരപ്പെട്ടു. സ്ഥിരാധ്യക്ഷനായി നാരായണഗുരുവിനെയും ഉപാധ്യക്ഷനായി ഡോ. പൽപ്പുവിനെയും സെക്രട്ടറിയായി കുമാരനാശാനെയും തിരഞ്ഞെടുത്തു.

ഈഴവ മെമ്മോറിയൽ

1896 സെപ്തംബർ 3-ന് 13,176 ഈഴവർ ഒപ്പിട്ട ഒരു ഭീമഹർജി ഡോ. പൽപ്പുവിന്റെ നേതൃത്വത്തിൽ ശ്രീമൂലംതിരുനാൾ മഹാരാജാവിനു സമർപ്പിച്ചു. ജനസംഖ്യയുടെ അഞ്ചിലൊന്നോളം വരുന്ന ഈഴവർക്ക് അന്ന് സർക്കാർ ഉദ്യോഗങ്ങളിൽ നാമമാത്രമായ പ്രാതിനിധ്യം പോലും ഇല്ലായിരുന്നു. വിദ്യാഭ്യാസ-ഔദ്യോഗികരംഗങ്ങളിൽ തങ്ങൾക്ക് നീതി ലഭിക്കണമെന്ന് അഭ്യർത്ഥിച്ചുകൊണ്ടുള്ള ഈ നിവേദനം 'ഈഴവ മെമ്മോറിയൽ' എന്ന് അറിയപ്പെടുന്നു.

ആചാര വിശ്വാസങ്ങളിൽ കാലാനുസൃതമായ മാറ്റത്തിനും വിദ്യാഭ്യാസത്തിന് പ്രമുഖ പരിഗണനയും നല്കാൻ ഡോ. പൽപ്പു അനുയായികളെ ഉദ്ബോധിപ്പിച്ചു. സംഘടനാശക്തികൊണ്ട് അവകാശങ്ങൾ നേടിയെടുക്കുക, കുടുംബശ്രേയസ്സിന് കൈത്തൊഴിലുകൾ പ്രോത്സാഹിപ്പിക്കുക, സ്വദേശവസ്തുക്കൾ ഉപയോഗിക്കുക എന്നിവക്ക് ഡോ. പൽപ്പു പ്രാധാന്യം

നല്കി.

മദ്രാസിൽ വാക്സിൻ സൂപ്രണ്ട്, മൈസൂരിൽ ഹെൽത്ത് ഓഫീസർ, സാനിട്ടറി കമ്മീഷണർ, ജയിൽ സൂപ്രണ്ട്, വാക്സിനേഷൻ ഇൻസ്പെക്ടർ എന്നീ നിലകളിലും ബറോഡ ഗവൺമെന്റിന്റെ സാനിട്ടറി അഡ്വൈസർ എന്നീ നിലകളിലും അദ്ദേഹം സേവനം ചെയ്തു.

എസ്.എൻ.ഡി.പി. യോഗത്തിന്റെ പ്രസിഡണ്ട് പദവിയിലിരുന്ന ഡോ. പൽപ്പുവിന്റെ മക്കൾ നടരാജഗുരു, ആനന്ദലക്ഷ്മി, ദാക്ഷായണി. 1950 ജനുവരി 25-ന് ഡോ. പൽപ്പു അന്തരിച്ചു.

☞

കൊടുങ്ങല്ലൂർ കുഞ്ഞിക്കുട്ടൻ തമ്പുരാൻ (1864 – 1913)

മലയാള സാഹിത്യലോകത്തിലെ സവ്യസാചി. ഒരു ലക്ഷത്തി ഇരുപത്തി അയ്യായിരം ശ്ലോകങ്ങളുള്ള മഹാഭാരതം 874 ദിവസംകൊണ്ട് മലയാളത്തിലേക്ക് പരിഭാഷപ്പെടുത്തിയ 'വിസ്മയ സർഗ്ഗശേഷിയുടെ' ഉടമ. കേരള വ്യാസൻ.

കൊടുങ്ങല്ലൂർ കോവിലകം എന്നും ഒരു വിദ്വൽസദസുതന്നെയായിരുന്നു; വിദ്വാൻ ഇളയതമ്പുരാൻ, കവി സാർവ്വഭൗമൻ കൊച്ചുണ്ണിത്തമ്പുരാൻ, സരസദ്രുതകവി കിരീടമണി കുഞ്ഞിക്കുട്ടൻ തമ്പുരാൻ എന്നീ ത്രിമൂർത്തികളുടെ കാലത്ത് വിശേഷിച്ചും.

കുഞ്ഞിക്കുട്ടൻ തമ്പുരാൻ കൊ.വ: 1040 കന്നി 4-ാം തിയ്യതി (1864 സെപ്തംബർ 18) അശ്വതി നക്ഷത്രത്തിൽ കൊടുങ്ങല്ലൂർ രാജവംശത്തിന്റെ ഒരു ശാഖയായ തൃക്കുലശേഖരപുരം കോവിലകത്ത് ജനിച്ചു. മാതാവ് കുഞ്ഞിപ്പിള്ള തമ്പുരാട്ടി. പിതാവ് വെണ്മണി പ്രസ്ഥാനത്തിന്റെ ജനയിതാവായ അച്ഛൻ നമ്പൂതിരിപ്പാട്. രാമവർമ്മ എന്നായിരുന്നു യഥാർത്ഥ പേര്. അഞ്ചാം വയസ്സിൽ വളപ്പിൽ ഉണ്ണിയാശാന്റെ അടുക്കൽ വിദ്യാരംഭം. 'മാഘം' വരെയുള്ള കാവ്യങ്ങളെല്ലാം കൊടുങ്ങല്ലൂർ ഗോദവർമ്മൻ മൂന്നാം രാജാവിന്റെ ശിക്ഷണത്തിൽ അഭ്യസിച്ചു. പിന്നീട് മാതുലനായ വിദ്വാൻ കുഞ്ഞുരാമൻ തമ്പുരാൻ ഗുരു. അദ്ദേഹം കുഞ്ഞിക്കുട്ടനെ വ്യാകരണ ഗ്രന്ഥങ്ങ

ളൊക്കെ അഭ്യസിപ്പിച്ചു. തർക്കം, വേദാന്തം, ജ്യോതിഷം തുടങ്ങിയവ യൊക്കെ കുഞ്ഞിക്കുട്ടൻ ഹൃദിസ്ഥമാക്കി.

രണ്ടു ഭാര്യമാരാണ് തമ്പുരാനുണ്ടായിരുന്നത്. കോയിപ്പിള്ളിൽ പാപ്പി യമ്മയും കിഴക്കേ കോവിലകത്ത് ശ്രീമതി കുട്ടിത്തമ്പുരാട്ടിയും. പാപ്പിയ മ്മയുടെ മരണശേഷം സംഗീതവിദുഷിയായ കിഴക്കേ സ്രാമ്പിയിൽ കുട്ടി പ്പാറുവമ്മയെ തമ്പുരാൻ വിവാഹം ചെയ്തു.

ദ്രുതകവന രചനയിൽ പ്രഗത്ഭനായിരുന്നു തമ്പുരാൻ. പ്രസിദ്ധപ്പെ ടുത്തിയ പ്രഥമ കൃതി 'കവിഭാരത'മായിരുന്നു.

ഖണ്ഡകാവ്യ പ്രസ്ഥാനത്തിന് തുടക്കം കുറിച്ചത് കുഞ്ഞിക്കുട്ടൻ തമ്പുരാനാണ്. ഒട്ടനവധി ഖണ്ഡകാവ്യങ്ങളുടെ കർത്താവായ തമ്പുരാന്റെ ചില ഖണ്ഡകാവ്യങ്ങളാണ് ശരസേതുബന്ധം, പാലുള്ളി ചരിതം, കുലു ക്കമില്ലാവൂർ ഗൃഹം, കൂടൽമാണിക്യം, ഉദയസിംഹൻ, ദക്ഷയാഗ ശതകം, സന്ധ്യാവർണ്ണം തുടങ്ങിയവ. മഹാഭാരതം വിവർത്തനം കൂടാതെ 'കേരള മഹാകാവ്യം' 10 സർഗ്ഗങ്ങളും അസംഖ്യം ഖണ്ഡകാവ്യങ്ങളും സ്തവങ്ങൾ, കീർത്തനങ്ങൾ എന്നിവയിലായി 35ൽപ്പരം കൃതികളും 12ൽപ്പരം നാടക ങ്ങളും 33 ലേഖനങ്ങളും പുറമേ സമാഹരിക്കപ്പെടാത്ത ഗദ്യ ലേഖനങ്ങളും അസംഖ്യം കവിതാ കത്തുകളും ശാസ്ത്രഗ്രന്ഥങ്ങളും വിവർത്തനങ്ങളും ജരാസന്ധവധവ്യാ യോഗം, ധനശാസ്ത്രകാരിക, ശ്രീശങ്കരഗുരു ചരിതം തുടങ്ങി 15-ഓളം സംസ്കൃത കൃതികളും അദ്ദേഹത്തിന്റേതായിട്ടുണ്ട്. പുറമേ മംഗളങ്ങൾ, സമസ്യാപൂരണങ്ങൾ, ശ്ലോക തർജ്ജമകൾ തുടങ്ങി യവയും.

കൊ.വ:1072-ൽ .ഷേക്സ്പിയറുടെ ഹാംലറ്റ് തർജ്ജമ ചെയ്തു.

മക്കൾ: സരസ്വതിയമ്മ, ചെറിയ തമ്പാട്ടി, ഭാരതിയമ്മ, ഏട്ടൻ തമ്പു രാൻ, ശ്രീമതിത്തമ്പുരാട്ടി, രാമക്കുറുപ്പ്.

കൊ.വ: 1088 മകരം 10-ന് (1913 ജനുവരി 22) കേവലം 48-ാമത്തെ വയസ്സിൽ മലയാള സാഹിത്യത്തിലെ നിത്യവിസ്മയമായ കുഞ്ഞിക്കുട്ടൻ തമ്പുരാൻ അന്തരിച്ചു.

☞

മൂലൂർ എസ്. പത്മനാഭപ്പണിക്കർ
(1869 – 1931)

സിംഹാസനങ്ങൾക്കും ആവണപ്പലകകൾക്കും ചുറ്റും സംസ്കൃതത്തിന്റെ കനകച്ചിലങ്ക കിലുക്കി നൃത്തമാടിയ സാഹിതീദേവിയെ ഉപാസിച്ച് വരമേറ്റുവാങ്ങിയ സരസകവി മൂലൂർ എസ്. പത്മനാഭപ്പണിക്കർ അവർണ്ണരിൽ നിന്ന് ഉദിച്ചുയർന്ന ആദി സാഹിതീതാരമായിരുന്നു. കൊടുങ്ങല്ലൂർ കുഞ്ഞിക്കുട്ടൻ തമ്പുരാനോട് തൂലികയിലൂടെ ഏറ്റുമുട്ടിയ മൂലൂരിനെ മറ്റൊരു തമ്പുരാൻ, സാക്ഷാൽ കേരളവർമ്മ വലിയ കോയിത്തമ്പുരാൻ 'സരസകവി'പ്പട്ടം നല്കി ആദരിച്ചത് കാലത്തിന്റെ കാവ്യനീതി!.

കൊ.വ: 1044 കുംഭം 27–ന് (1869) തിരുവോണ നക്ഷത്രത്തിൽ ആയിരുന്നു പത്മനാഭപ്പണിക്കരുടെ ജനനം. മാന്നാറിനടുത്ത് പനയന്നാർ കാവ് ദേവീക്ഷേത്രത്തിനടുത്തുള്ള കാവിൽ വീട്ടിലായിരുന്നു അദ്ദേഹത്തിന്റെ ജനനം. പിതാവ് ഇടനാട്ടിൽ മൂലൂർവീട്ടിൽ ശങ്കരൻ വൈദ്യനും മാതാവ് വെളുത്തകുഞ്ഞമ്മയും. സോദരിമാർ: കുഞ്ഞിപ്പെണ്ണമ്മ, നങ്ങേലി. അഞ്ച് വയസ്സുള്ളപ്പോൾ അമ്മ മരിച്ചു. അവർണ്ണർക്ക് വിദ്യാലയത്തിൽ പ്രവേശനം അനുവദിക്കപ്പെടാതിരുന്ന കാലം. സ്വപിതാവുതന്നെ അമരകോശം, അഷ്ടാംഗഹൃദയം, സഹസ്രയോഗം എന്നിവ പഠിപ്പിച്ചു. അതിനുശേഷം വിദ്വാൻ കൊച്ചുരാമൻ പിള്ളയാശാൻ കാവ്യനാടകാലങ്കാരങ്ങൾ പഠിപ്പിച്ചു. പത്മനാഭൻ അക്കാലത്തുതന്നെ ഭാഷാകവിതകൾ എഴുതാൻ തുടങ്ങിയിരുന്നു. ശ്രീ പരീക്ഷിദുത്ഭവം, നളചരിതം എന്നീ അമ്മാനപ്പാടുകളായിരുന്നു ആദ്യം

രചിച്ചത്.

തന്റെ യൗവ്വന കാലഘട്ടത്തിൽ കാവ്യരചനയ്ക്കൊപ്പം സമുദായോദ്ധാരണ പ്രവർത്തനങ്ങളിലും അദ്ദേഹം പങ്കെടുത്തു. നാരായണ ഗുരുവിന്റെ ആദർശങ്ങളിൽ ആകൃഷ്ടനായ പത്മനാഭപ്പണിക്കർ ജാത്യാനാചാരങ്ങൾക്കെതിരെയുള്ള പ്രവർത്തനങ്ങളിൽ ഭാഗഭാക്കായി.

കണ്ടത്തിൽ വർഗീസുമാപ്പിള 'മലയാള മനോരമ' പ്രസിദ്ധീകരിച്ചതുമുതൽ പത്മനാഭപ്പണിക്കർ പ്രസ്തുത പത്രവുമായി ഗാഢബന്ധം പുലർത്തി. പത്രത്തിലേക്ക് സ്ഥിരമായി പദ്യങ്ങൾ എത്തിച്ച് പ്രസിദ്ധീകരിച്ചുകൊണ്ടിരുന്നു.

ഇതിനിടെ 'സുന്ദോപസുന്ദ ചരിത്രം കുറത്തിപ്പാ'ട്ടെഴുതി.

കൊ.വ: 1065 തുലാം 20-ാം തിയ്യതി (1890) അയത്തിൽ വീട്ടിൽ കുറുംബയെ അദ്ദേഹം വിവാഹം ചെയ്തു. അതിനുശേഷം പന്തളം വടക്കേക്കര ഇലവുന്തിട്ടയിലേക്ക് താമസം മാറ്റി.

സാന്ദർഭികമായി അക്കാലത്തെ ചില സംഭവങ്ങൾ സൂചിപ്പിക്കട്ടെ, കഥാപുരുഷനായ പത്മനാഭൻ അക്കാലത്ത് പത്മനാഭപ്പണിക്കർ എന്ന് സ്വന്തം നാമധേയം പരിഷ്കരിച്ചു. 'പണിക്കർ' സ്ഥാനം സവർണ്ണനായർ വിഭാഗത്തിന് മാത്രമേ ഉപയോഗിക്കാൻ അനുവദിക്കപ്പെട്ടിരുന്നുള്ളൂ. മൂലൂരിനെ പരിഹസിച്ചുകൊണ്ട് സാക്ഷാൽ സി.എസ്. സുബ്രഹ്മണ്യൻ പോറ്റി അന്ന് ഇങ്ങനെ പ്രതികരിച്ചു:

"പണിക്കനേയൊന്നു പരിഷ്കരിച്ചാൽ
പണിക്കരാമെന്നു നിനച്ചിടേണ്ട
നിനയ്ക്കെടോ കാക്ക നന്നായ്
മിനുക്കിയാൽ ഹംസമതാകുമെന്നോ?"

പാവം, പോറ്റി. നമുക്കദ്ദേഹത്തെ ഇന്നുവേണമെങ്കിൽ 'അറുപിന്തിരിപ്പൻ' എന്നാക്ഷേപിക്കാം. അക്കാലഘട്ടത്തിലെ സാമൂഹ്യാവസ്ഥ പരിഗണിച്ച് നമുക്കു പോറ്റിയോടു പൊറുക്കാം.

1892-ൽ മൂലൂർ കുചേലശതകം മണിപ്രവാളവും 1893-ൽ സംഗീതകേതു ചരിതം തർജ്ജമയും പ്രസിദ്ധപ്പെടുത്തി.

മൂലൂരിന്റെ രചനകളിൽ ബുദ്ധമത തത്ത്വങ്ങൾ ശക്തമായി സ്വാധീനം ചെലുത്തിയിട്ടുണ്ട്.

നാരായണഗുരുവിന്റെ അനുഗ്രഹാശിസ്സുകൾ ആവോളം ലഭിച്ചിട്ടുണ്ട്

മൂലൂരിന്.

കൊടുങ്ങല്ലൂർ കുഞ്ഞിക്കുട്ടൻ തമ്പുരാൻ 'കവിഭാരതം' രചിച്ചപ്പോൾ അവർണ്ണ കവികളെ അവഗണിച്ചതിൽ പ്രതിഷേധിച്ച് മൂലൂർ 1894-ൽ 'കവി രാമായണം' രചിച്ചു.

മൂലൂർ എസ്. പത്മനാഭപ്പണിക്കർ പ്രജാസഭാ മെമ്പറായി പ്രവർത്തിച്ചിട്ടുണ്ട് 1914 മുതൽ.

ശ്രീരാമോദന്തം, ദൃഷ്ടാന്ത ശതകം, ശുകസന്ദേശം, കിരാതം, കവിഭാരതം, ആസന്നമരണ ചിന്താശതകം, പാലാഴിമഥനം, ബാലബോധനം, കുചേലശതകം, സുഭദ്രാഹരണം സംഗീത നാടകം തുടങ്ങി മുപ്പത്തഞ്ചിൽപ്പരം ഗ്രന്ഥങ്ങളുടെ സ്രഷ്ടാവാണ് മൂലൂർ എസ്. പത്മനാഭപ്പണിക്കർ. 'ആസന്നമരണ ചിന്താശതക'ത്തിന് ഭാഷാപോഷിണിയുടെ സമ്മാനം ലഭിച്ചു.

മറ്റ് ബഹുമതികൾ: 1900-ത്തിൽ കേരളവർമ്മ വലിയ കോയിത്തമ്പുരാൻ 'സരസകവി'പ്പട്ടം നല്കി. 1905-ലെ എസ്.എൻ.ഡി.പി. യോഗം സാഹിത്യപരീക്ഷയിൽ 'ഈശ്വരഭക്തി' എന്ന കവിതയ്ക്ക് ഒന്നാം സമ്മാനം. 1908-ലെ ഓച്ചിറ കൃഷി, വ്യവസായ പ്രദർശനത്തോടനുബന്ധിച്ച് നടത്തപ്പെട്ട സാഹിത്യപ്രദർശനത്തിൽ 'സ്ത്രീധർമ്മം' ഖണ്ഡകാവ്യം ഒന്നാം സമ്മാനത്തിന് അർഹമായി. 1915-ലെ മാർത്തോമാ സഭാദ്ധ്യക്ഷൻ തിത്തൂസ് മെത്രാപ്പൊലീത്തയുടെ രജതജൂബിലി മഹോത്സവം പ്രമാണിച്ച് നടന്ന കവിതാമത്സരത്തിൽ ഒന്നാം സ്ഥാനം.

തനിക്കേറ്റവും പ്രിയങ്കരനായിരുന്ന കേരളവർമ്മ വലിയ കോയിത്തമ്പുരാന്റെ സ്മരണാർത്ഥം പണികഴിപ്പിച്ച 'കേരളവർമ്മ സൗധം' എന്ന സ്വഗൃഹത്തിൽ വെച്ച് 1931-ൽ (കൊ.വ. മീനം 9, 1106) 61-ാമത്തെ വയസ്സിൽ മസൂരിരോഗം പിടിപെട്ട് മൂലൂർ നിര്യാതനായി.

വൈദ്യരത്നം പി. എസ്. വാര്യർ
(1869 – 1944)

ആയുർവ്വേദത്തിന്റെ നവോത്ഥാനത്തിന് വഴികാട്ടിയ ഭിഷഗ്വരൻ. ദേശാന്തരങ്ങളിൽ ഖ്യാതി പടർത്തിയ കോട്ടയ്ക്കൽ ആര്യവൈദ്യശാലയുടെ സ്ഥാപകൻ. പി.എസ്.വി. നാട്യസംഘത്തിന് രൂപം കൊടുത്ത കലാസ്നേഹി.

1869 ഏപ്രിൽ 10–ന് കോട്ടയ്ക്കലിൽ പി.എസ്. വാര്യർ ജനിച്ചു. അച്ഛൻ മാരായമംഗലത്ത് മങ്കുളങ്ങര രാമവാര്യർ. അമ്മ പന്നിയമ്പള്ളി വാര്യത്ത് കുഞ്ഞിക്കുട്ടി വാരസ്യാർ. പൂർണ്ണമായ നാമം പന്നിയമ്പള്ളി ശങ്കുണ്ണി വാര്യർ. കിള്ളിമംഗലത്ത് കൃഷ്ണവാര്യരുടെ അടുക്കൽ ആറാം വയസ്സിൽ വിദ്യാഭ്യാസം. ജോത്സ്യൻ അനന്തനാരായണയ്യരുടെ അടുക്കൽ ബാലനായ ശങ്കുണ്ണി ജോത്സ്യം പഠിച്ചതായും അറിവുണ്ട്. അഷ്ടവൈദ്യൻ കുട്ടഞ്ചേരി അപ്ഫൻ മൂസിന്റെ കീഴിൽ വൈദ്യവിദ്യാഭ്യാസം പതിനാറു വയസ്സ് കഴിഞ്ഞപ്പോൾ ആരംഭിച്ചു. നാലുവർഷം കൊണ്ട് വൈദ്യസംബന്ധമായ മിക്ക വിഷയങ്ങളും പഠിച്ചു. കുട്ടഞ്ചേരി മൂസിന്റെയടുക്കൽ ഗുരുകുലവാസത്തിനിടെ ആട്ടക്കഥ, പാചകവൃത്തി എന്നിവയിലും സാമാന്യജ്ഞാനം ആർജ്ജിക്കാൻ ആ യുവാവിനു കഴിഞ്ഞു.

വിദ്യാഭ്യാസം പൂർത്തിയാക്കി ചെറിയ തോതിൽ ചികിത്സ ആരംഭിച്ചപ്പോൾ അലോപ്പതി ചികിത്സയെക്കുറിച്ച് സാമാന്യ ജ്ഞാനമെങ്കിലും ആർജ്ജിക്കണമെന്ന് ക്രാന്തദർശിയായ ശങ്കുണ്ണി തീരുമാനിച്ചു. അലോപ്പതി

പഠിക്കണമെങ്കിൽ ഇംഗ്ലീഷ് ഭാഷ അറിഞ്ഞിരിക്കണം. അദ്ദേഹം കോട്ടയ്ക്കൽ കോവിലകത്തെ തമ്പുരാക്കന്മാർ ഇംഗ്ലീഷ് പഠനത്തിനായി ഏർപ്പെടുത്തിയിരുന്ന പ്രത്യേക സൗകര്യങ്ങൾ ഉപയോഗപ്പെടുത്തി കുട്ടിയേട്ടൻ തമ്പുരാന്റെ സഹായത്തോടെ ഇംഗ്ലീഷിൽ സാമാന്യ പരിജ്ഞാനം നേടി.

പിന്നീട് മഞ്ചേരിയിൽ ഡോ. വി. വർഗീസ് എന്ന അലോപ്പതി ഡോക്ടറുടെ ഒപ്പം താമസിച്ച് അലോപ്പതിയിൽ പ്രായോഗിക പരിജ്ഞാനം നേടി. മൂന്നു വർഷത്തോളം ഡോ. വർഗീസിനൊപ്പം കഴിഞ്ഞു.

കോട്ടയ്ക്കലിൽ മടങ്ങിയെത്തിയ ശങ്കുണ്ണി വൈദ്യവൃത്തി ആരംഭിച്ചു. രോഗത്തിന്റെ സൂക്ഷ്മ വിവരങ്ങൾപോലും അന്വേഷിച്ചറിഞ്ഞും സ്നേഹമായ പെരുമാറ്റവും ശ്രദ്ധയോടെയുള്ള ചികിത്സാവിധികളും കാരണം ശങ്കുണ്ണിയുടെ പ്രസിദ്ധി നാടെങ്ങും പരന്നു. ഈ കാലത്ത് കുട്ടികളെ അഷ്ടാംഗഹൃദയവും സംസ്കൃതവും അദ്ദേഹം പഠിപ്പിച്ചിരുന്നു. സംഗീതത്തിലും കഥകളിയിലും പരിശീലനം നേടിയതും ഈ കാലഘട്ടത്തിലാണ്.

30-ാമത്തെ വയസ്സിൽ ദേശമംഗലത്തെ ആറ്റൂർ വാര്യത്തെ ഒരു പെൺകുട്ടിയെ അദ്ദേഹം വിവാഹം ചെയ്തു. ഇക്കാലത്ത് അന്തരിച്ച പിതാവിന്റെ ഒസ്യത്ത് പ്രകാരം ലഭിച്ച പണം വൈദ്യശാലയുടെ വികസനത്തിന് ഉപയുക്തമായി.

തനത് ചികിത്സാ സമ്പ്രദായങ്ങൾ ഒന്നൊന്നായി തകർന്നു തുടങ്ങിയ കാലത്ത് 1902 ഒക്ടോബർ 12 വിജയദശമി ദിനത്തിൽ കോട്ടയ്ക്കൽ ആര്യവൈദ്യശാല സ്ഥാപിച്ചതോടെ അദ്ദേഹം പി.എസ് വാര്യർ എന്നറിയപ്പെടാൻ തുടങ്ങി. ആര്യവൈദ്യശാല സ്ഥാപിച്ച അവസരത്തിൽ, യോജിച്ചു നിന്ന് ആയുർവ്വേവദത്തിന്റെ ശോച്യാവസ്ഥ പരിഹരിക്കാൻ വാര്യർ ആയുർവ്വേദ വൈദ്യന്മാരെ ആഹ്വാനം ചെയ്തു. ആ ആഹ്വാനം സർവ്വഥാ സ്വീകരിച്ചും അദ്ദേഹത്തിന്റെ മാതൃക പിന്തുടർന്നും കേരളത്തിലങ്ങോളമിങ്ങോളം അനേകം ചെറുകിട ആയുർവ്വേദ വൈദ്യശാലകൾ സ്ഥാപിക്കപ്പെട്ടു.

1903-ൽ ആയുർവ്വേദത്തിന്റെ ഉന്നമനത്തിന് അദ്ദേഹം 'ആര്യവൈദ്യസമാജം' സ്ഥാപിച്ചു. (ഇത് 1976-ൽ ആയുർവ്വേദിക് സ്റ്റഡീസ് ആന്റ് റിസർച്ച് സൊസൈറ്റി ആയി മാറി) അതേവർഷം തന്നെ മലയാളത്തിലെ പ്രഥമ വൈദ്യമാസിക- 'ധന്വന്തരി' പ്രസിദ്ധീകരണം തുടങ്ങി. 23 വർഷക്കാലം വൈദ്യരംഗത്തെ ചർച്ചകൾക്കും ഇടപെടലുകൾക്കും 'ധന്വന്തരി' നേതൃത്വം നല്കുകയുണ്ടായി.

ആയുർവ്വേദ മരുന്നുകളുടെ വിവരങ്ങളടങ്ങിയ മലയാളത്തിലെ ആദ്യത്തെ ഔഷധപ്പട്ടിക പ്രസിദ്ധീകരിച്ചതും ഇതേ വർഷമാണ്.

1907–ൽ ആയുർവ്വേദ മരുന്നുകളുടെ ഉപയോഗവും പഞ്ചകർമ്മ ചികിത്സയും വിവരിക്കുന്ന 'ചികിത്സാ സംഗ്രഹം' പ്രസിദ്ധീകരിച്ചു. മലയാളം, ഇംഗ്ലീഷ്, ഹിന്ദി എന്നീ ഭാഷകളിൽ ഈ ഗ്രന്ഥത്തിന്റെ പതിനായിരക്കണക്കിനു പ്രതികൾ ഇപ്പോൾ പ്രചാരത്തിലുണ്ട്.

ആര്യവൈദ്യശാലയോടനുബന്ധിച്ച് 1909–ൽ അദ്ദേഹം 'പരമശിവ വിലാസം നാടകക്കമ്പനി' സ്ഥാപിച്ചു. കേരളത്തിലെ ആദ്യകാല സംഗീത നാടകങ്ങളുടെ പ്രശസ്തി വർദ്ധിപ്പിക്കുന്നതിൽ ഈ നാടകസംഘം നിർണ്ണായകമായ പങ്കുവഹിച്ചിട്ടുണ്ട്. 'പരമശിവ വിലാസം നാടകക്കമ്പനി'യിലൂടെ അവതരിപ്പിച്ച നാടകങ്ങളുടെ രചനയും സംഗീതവും സംവിധാനവും നിർവ്വഹിച്ചതും പി.എസ്. വാര്യരായിരുന്നു.

ആര്യവൈദ്യശാലയുടെ ആദ്യത്തെ ശാഖ 1916–ൽ കോഴിക്കോട്ട് ആരംഭിച്ചു. ആര്യവൈദ്യശാലയുടെ ആഭിമുഖ്യത്തിൽ 1917–ൽ കോഴിക്കോട്ട് ആയുർവ്വേദ പാഠശാല തുടങ്ങി. ശരീരശാസ്ത്രത്തിനും ശരീരഘടനാശാസ്ത്രത്തിനും തുല്യ പ്രാധാന്യം നല്കിക്കൊണ്ട് പരിചയത്തിനും സിദ്ധാന്തത്തിനും ഊന്നൽ നല്കി നാലു വർഷത്തെ പാഠ്യപദ്ധതി പി.എസ്. വാര്യർ ക്രോഡീകരിച്ചു. 1924–ൽ പാഠശാല കോട്ടയ്ക്കലിലേക്ക് മാറ്റി. ഇപ്പോൾ കാലിക്കറ്റ് യൂണിവേഴ്സിറ്റിയോട് അഫിലിയേറ്റു ചെയ്ത വി.പി. എസ്.വി. ആയുർവ്വേദിക് കോളേജ്, കേരളാ ആയുർവ്വേദിക് സ്റ്റഡീസ് ആന്റ് റിസർച്ച് സൊസൈറ്റി ഏറ്റെടുത്തു നടത്തുന്നു.

1924–ൽ ഐ.പി., ഒ.പി. വിഭാഗങ്ങളോടുകൂടിയ ആര്യവൈദ്യ ചികിത്സാശാല (ഇപ്പോഴത്തെ ചാരിറ്റബിൾ ഹോസ്പിറ്റൽ) സ്ഥാപിച്ചു. 160 കിടക്കകളുള്ള ചാരിറ്റബിൾ ഹോസ്പിറ്റലിൽ ഇപ്പോൾ ദിവസേന ആയിരത്തോളം രോഗികൾക്ക് സൗജന്യ ചികിത്സ നല്കിവരുന്നു.

ആയുർവ്വേദ വിദ്യാർത്ഥികളെ അനാട്ടമി പഠിപ്പിക്കാൻ 1925–ൽ വാര്യർ 'അഷ്ടാംഗ ശാരീരം' എന്ന സംസ്കൃത ഗ്രന്ഥം രചിക്കുകയുണ്ടായി. ജയ്പൂരിൽ വെച്ച് നടന്ന 16–ാം ഓൾ ഇന്ത്യ ആയുർവേദ കോൺഗ്രസ്സ് ഈ ഗ്രന്ഥത്തിന് 'സർട്ടിഫിക്കറ്റ് ഓഫ് മെരിറ്റ്' നല്കി.

1927–ൽ ആര്യവൈദ്യശാലയുടെ രജതജൂബിലി ആഘോഷങ്ങൾ നടന്നു. രജതജൂബിലി പ്രമാണിച്ച് വൈദ്യശാലയിലെ തൊഴിലാളികൾക്ക് ലാഭവിഹിതം 'ബോണസ്' നല്കിത്തുടങ്ങിയത് ആ കാലത്ത് ഒരു പുതിയ രീതിയായിരുന്നു.

1928-ൽ ആര്യവൈദ്യശാലയോടു ചേർന്ന് കൈലാസ മന്ദിരം നിർമ്മിച്ചു. ഈ മന്ദിരത്തിൽ വെച്ചാണ് സമസ്ത കേരള സാഹിത്യ പരിഷത്തിന്റെ മൂന്നാം സമ്മേളനം നടന്നത്. ജാതിഭേദമന്യേ സകലർക്കും പ്രവേശിക്കുവാൻവേണ്ടി വിശ്വംഭര ക്ഷേത്ര നിർമ്മാണം പി.എസ്. വാര്യർ നടത്തിയത് 1932-ൽ.

1933-ൽ അദ്ദേഹത്തെ ഇന്ത്യാ ഗവൺമെന്റ് 'വൈദ്യരത്നം' ബഹുമതി നല്കി ആദരിച്ചു.

ആര്യവൈദ്യശാല അതിന്റെ വികസനപ്രക്രിയ തുടരുകയായിരുന്നു.

1934-ൽ ഔഷധച്ചെടികൾ വെച്ചുപിടിപ്പിക്കാനായി മണ്ണാർക്കാടിനടുത്ത് 120 ഏക്കർ സ്ഥലത്തും കോട്ടയ്ക്കലിൽ 50 ഏക്കറിലും ഔഷധോദ്യാനം നിർമ്മിച്ചു.

1939-ൽ വൈദ്യരത്നം തന്റെ വിൽപ്പത്രം രജിസ്റ്റർ ചെയ്തു. അതിൽപ്രകാരമാണ് പിൽക്കാലത്ത് കോട്ടയ്ക്കൽ ആര്യവൈദ്യശാല ഒരു ചാരിറ്റബിൾ ട്രസ്റ്റായി മാറിയത്. അതേവർഷം തന്നെ നാടകക്കമ്പനിയെ 'പി.എസ്.വി. നാട്യസംഘ'മാക്കി.

1942-ൽ ആയുർവ്വേദ കോളേജിന്റെ രജതജൂബിലി ആഘോഷിച്ചു. 'ബൃഹച്ഛാരീരം' എന്ന സംസ്കൃതഗ്രന്ഥം (ഒന്നാംഭാഗം) പ്രസിദ്ധീകരിച്ചതും ഇതേ വർഷമാണ്.

1944 ജനുവരി 30-ന് ആ മഹത്ജീവിതം 75-ാമത്തെ വയസ്സിൽ പൊലിഞ്ഞു.

ഇന്ന് വൈദ്യശാസ്ത്രമെന്ന നിലയിൽ ആയുർവ്വേദം ദേശാന്തരങ്ങളിൽപോലും കീർത്തിയാർജ്ജിച്ചിട്ടുണ്ട്. ഇതിന് വൈദ്യരത്നം പി.എസ്. വാര്യരുടെയും ആര്യവൈദ്യശാലയുടെയും സംഭാവനകൾ നിസ്തുലമാണ്. ആര്യവൈദ്യശാലയുടെ സ്ഥാപനത്തോടനുബന്ധിച്ച് പി.എസ്. വാര്യരുടെ വിജ്ഞാപനത്തിൽ സൂചിപ്പിച്ച കാര്യങ്ങളുടെ അർത്ഥവ്യാപ്തി ഇന്ന് വളരെ ഏറിയിട്ടുണ്ട്. വൈദ്യന്മാർ പ്രവൃത്തി വിഭാവനം ചെയ്ത് ചിലർ ഔഷധങ്ങളെ പരിശോധനയ്ക്കു വിധേയമാക്കി അവ ഉപയോഗിച്ച് ശാസ്ത്രവിധിക്കനുസൃതമായി മരുന്നുകൾ ഉണ്ടാക്കുകയും മറ്റു ചിലർ അത്തരം നിർമ്മിതൗഷധങ്ങൾ ഉപയോഗിച്ച് ചികിത്സിക്കുകയും ചെയ്യുന്നതായാൽ ഭാവിയിലേക്ക് കൂടുതൽ നന്നായിരിക്കുമെന്ന് അദ്ദേഹം വിജ്ഞാപനത്തിൽ സൂചിപ്പിക്കുകയുണ്ടായി. ഇക്കാലത്ത് അസംസ്കൃതൗഷധങ്ങൾ ശേഖരിച്ച് സംസ്കരിച്ച് സൂക്ഷിക്കുന്നതും അതുപയോഗിച്ച് ഔഷധങ്ങളുണ്ടാക്കുന്നതും രണ്ടു വ്യത്യസ്ത വിഭാഗത്തിന്റെ ഭാഗമാകേണ്ട കാലമായിരിക്കു

ന്നു. ഔഷധച്ചെടികൾ കൃഷി ചെയ്യേണ്ടത് ഇനി വേറൊരു വിഭാഗവുമാവണം. ആയുർവ്വേദ ഔഷധങ്ങളിൽ ധാരാളമുപയോഗിക്കുന്നതും മാർക്കറ്റിൽ ലഭിക്കുന്നതുമായ അസംസ്കൃത വസ്തുക്കൾ പരിശുദ്ധമായ രീതിയിൽ ലഭിക്കുന്നതിനുള്ള സംവിധാനവുമുണ്ടാകണം. ആയുർവ്വേദവുമായി ബന്ധപ്പെട്ടവർ പരസ്പര സഹകരണത്തോടെ വർത്തിക്കേണ്ടതിന്റെ ആവശ്യകത ഇരുപതാം നൂറ്റാണ്ടിന്റെ തുടക്കത്തിൽ കണ്ട ആ മഹാ ഭിഷഗ്വരന്റെ സ്വപ്നം അടുത്ത നൂറ്റാണ്ടിന്റെ തുടക്കത്തിൽ യാഥാർത്ഥ്യമാവുന്നു!

☞

സി. വി. കുഞ്ഞുരാമൻ
(1871–1949)

കേരള കൗമുദി സ്ഥാപക പത്രാധിപർ, അധ്യാപകൻ, വക്കീൽ, എസ്.എൻ.ഡി.പി. യോഗം ജനറൽ സെക്രട്ടറി, ശ്രീമൂലം പ്രജാസഭാ മെമ്പർ, സാഹിത്യകാരൻ, യുക്തിവാദി.

പല മേഖലകളിലും പയറ്റി, പലയിടത്തും സ്വന്തം വൈഭവം പ്രകടമാക്കിയ സി. വി. കുഞ്ഞിരാമൻ മയ്യനാട്ട് പാട്ടത്തിൽ വേലായുധന്റെയും കല്ലുംപുറത്ത് കുഞ്ഞിക്കാളിയുടെയും മകനായി കൊ.വ: 1046 കുംഭത്തിലെ പൗർണ്ണമി ദിനത്തിൽ (എ.ഡി. 1871 ഫെബ്രുവരി 6) ജനിച്ചു. മഹാ കുസൃതിയായിരുന്നു ചെറുപ്പത്തിൽ. മലയാളം പരീക്ഷ പ്രശസ്തമായി പാസ്സായി. ഇംഗ്ലീഷ് വിദ്യാഭ്യാസം കൊല്ലം സെന്റ് അലോഷ്യസ് സ്കൂളിലായിരുന്നു. അതിനുശേഷം മജിസ്ട്രേട്ടു പരീക്ഷ പാസായി. അവർണ്ണരായ ഈഴവർക്ക് സ്വന്തമായി സ്കൂൾ ആരംഭിക്കാൻ സർക്കാർ അനുവാദം കൊടുത്തപ്പോൾ അദ്ദേഹം മയ്യനാട് ഒരു സ്കൂൾ ആരംഭിക്കുകയും അതിന്റെ ഹെഡ്മാസ്റ്ററാവുകയും ചെയ്തു. കായിക്കരയിലേയും മണിയംകുളത്തേയും സ്കൂളുകളിൽ പിന്നീട് ഹെഡ്മാസ്റ്ററായി.

പറവൂർ കേശവനാശാന്റെ പത്രാധിപത്യത്തിൽ പ്രസിദ്ധീകരിച്ചുകൊണ്ടിരുന്ന 'സുജനാനന്ദിനി' പത്രത്തിൽ തുടർച്ചയായി ലേഖനങ്ങൾ എഴുതിക്കൊണ്ടായിരുന്നു തുടക്കം. ചെറുപ്പത്തിലേ കവിതാക്കമ്പമുണ്ടായിരുന്നു.

യൗവ്വനത്തിലുണ്ടായ ഒരു പ്രേമബന്ധത്തിന്റെ 'ചൂടും ചൂരും' നിമിത്തം കവിത 'ആത്മപ്രവാഹിനിയായി' പ്രവഹിച്ചതുമാവാം. ഏതായാലും 'കാർത്തികോദയം' എന്ന സുന്ദരമായ ഖണ്ഡകാവ്യം കവിതാരചനയിലുള്ള അദ്ദേഹത്തിന്റെ വൈഭവം വെളിവാക്കുന്നുണ്ട്. ആശാന്റെ 'നളിനി' പ്രസിദ്ധീകരിച്ചു കണ്ടതോടെ സി.വി. കവിതയെഴുത്തങ്ങുനിർത്തി എന്നാണ് പറയപ്പെടുന്നത്. ആ സർഗ്ഗശക്തി പിന്നീടു തിരിഞ്ഞത് നോവലുകളിലേക്കും കഥകളിലേക്കും ലേഖനങ്ങളിലേക്കുമാണ്.

'സുജനാനന്ദിനി'യുമായി സഹകരിച്ചുകൊണ്ടിരിക്കെ പറവൂരിൽ ഈഴവരും നായന്മാരും തമ്മിലുണ്ടായ അസ്വാരസ്യം കാരണം ആ പത്രവുമായുള്ള ബന്ധം വിട്ടു. കൊ.വ: 1086 (എ.ഡി. 1911) ലാണ് സി.വി. സ്വന്തം പത്രാധിപത്യത്തിൽ 'കേരളകൗമുദി' ആരംഭിച്ചത്. സരസകവി മൂലൂരിന്റെ സഹായം കേരള കൗമുദിയുടെ പ്രസാധനത്തിൽ സി.വി.ക്കു ലഭിച്ചു. കേരള കൗമുദി മുദ്രണം ചെയ്തത് മയ്യനാട് സുവർണ്ണപ്രകാശം പ്രസ്സിലാണ്. പത്രം ആരംഭിച്ച് ഒരു വർഷം കഴിഞ്ഞപ്പോൾ അധ്യാപക ജോലി രാജിവെച്ച് സി.വി. പത്രാധിപരും മകൻ കെ. സുകുമാരൻ മാനേജിംഗ് എഡിറ്ററുമായി പൂർണ്ണമായും പത്രം നടത്തിപ്പിൽ മുഴുകി. അക്കാലത്ത് ടി.കെ. മാധവന്റെ ദേശാഭിമാനി, മലയാളരാജ്യം എന്നീ പത്രങ്ങളുടെ പത്രാധിപരായും പ്രവർത്തിച്ചിട്ടുണ്ട്. നിവർത്തനപ്രക്ഷോഭവുമായി ബന്ധപ്പെട്ട് അനന്തരവനും ജാമാതാവുമായ സി. കേശവനെ അറസ്റ്റ് ചെയ്യുകയും മലയാളരാജ്യം മാനേജിംഗ് എഡിറ്റർ സർ സി.പി.യെ ന്യായീകരിക്കുകയും ചെയ്തപ്പോൾ 'മലയാളരാജ്യ'ത്തിൽ നിന്ന് രാജിവെച്ചു.

1920-ൽ ആലപ്പുഴ എസ്.എൻ.ഡി.പി. യോഗം വാർഷികത്തിൽ മതപരിവർത്തനം സംബന്ധിച്ച പ്രമേയം അവതരിപ്പിച്ചു. ഹൈന്ദവ ജനതയിലെ പ്രബല സമുദായമായ ഈഴവരും മറ്റ് അവർണ്ണവിഭാഗങ്ങളും ജാതീയമായ അടിച്ചമർത്തലുകൾക്ക് വിധേയരായി ഇനിയും ഹൈന്ദവരായി തുടരേണ്ടതില്ലെന്നും ആര്യസമാജം, ബ്രഹ്മസമാജം, ക്രിസ്തുമതം, ഇസ്ലാംമതം ഇവയിലേതിലെങ്കിലും കുറഞ്ഞപക്ഷം ഈഴവരെങ്കിലും ലയിക്കണമെന്നുള്ള അഭിപ്രായഗതി ശക്തിപ്രാപിച്ചപ്പോഴാണ് അത്തരമൊരു പ്രമേയം അവതരിപ്പിച്ചത്. മിതവാദി സി. കൃഷ്ണനാവട്ടെ പണ്ട് ബുദ്ധമതാനുയായികളായിരുന്ന ഈഴവർ ബുദ്ധമതത്തിലേക്ക് മടങ്ങണമെന്ന വാദം മുന്നോട്ടുവെച്ചു.

അക്കാലത്ത് സി.വി. കുഞ്ഞിരാമൻ എഴുതിയ 'മതപരിവർത്തനം' എന്ന ലേഖനത്തിൽ ഹിന്ദുമതത്തിൽ നിന്ന് ഈഴവർ വേർപിരിയണമെന്ന് വാദിക്കുകയും ചെയ്തിരുന്നു. ജാതിക്കെതിരെ നിരന്തര സമരം നടത്തിയി

രുന്ന സി.വി. കുഞ്ഞിരാമൻ 'ഈഴവരുടെ മതപരിവർത്തന സംരംഭം' എന്നൊരു ലഘുലേഖയും പ്രസിദ്ധീകരിച്ചു, 1935-'36 കാലഘട്ടത്തിൽ നടന്ന ഈദൃശ മതപരിവർത്തന നീക്കങ്ങളും അതിനു വളരെ മുമ്പേമുതൽ അധഃകൃത സമുദായങ്ങളിൽ നിന്ന് ക്രിസ്തുമതത്തിലേക്കുള്ള പ്രവാഹവുമാണ് ക്ഷേത്രപ്രവേശന വിളംബരം തിരക്കിട്ടു പുറപ്പെടുവിക്കാൻ തിരുവിതാംകൂർ സർക്കാറിനെ നിർബ്ബന്ധിതമാക്കിയതെന്നത് ഒരു സത്യം മാത്രമാണ്.

സരളമായിരുന്നു അദ്ദേഹത്തിന്റെ ഭാഷാശൈലി, ഫലിതവും പരിഹാസവും സമന്വയിച്ചതായിരുന്നു അദ്ദേഹത്തിന്റെ ആശയവിനിമയരീതി. പരന്ന വായനയും അപാരമായ ഓർമ്മശക്തിയും സി.വി. എന്ന എഴുത്തുകാരന് എന്നും കൂട്ടിനുണ്ടായിരുന്നു. അതിബുദ്ധിമാനായിരുന്നു അദ്ദേഹം. തന്ത്രശാലിയും. അതുകൊണ്ടാവുമോ അഹന്തയും പരപുച്ഛവും അദ്ദേഹത്തിൽ നിഴലിട്ടുനിന്നത്? പല അവസരങ്ങളിലും കാലുമാറുകയും അഭിപ്രായം മാറ്റുകയും ചെയ്തിട്ടുണ്ട് സി.വി. കുഞ്ഞിരാമൻ. ഈ നിലപാടിനെ ചോദ്യം ചെയ്തവരോട് 'അഭിപ്രായം ഇരുമ്പുലക്കയല്ല' എന്ന് ഒട്ടും കൂസാതെ പ്രതികരിക്കാനും അദ്ദേഹത്തിനായി. ഒരാളെ പരിഹസിക്കുമ്പോൾ സദാചാരമാർഗ്ഗങ്ങൾപോലും വെടിഞ്ഞിട്ടുണ്ടദ്ദേഹം. വാക്കൊന്ന്, പ്രവൃത്തി മറ്റൊന്ന് എന്നതിനൊരു ദൃഷ്ടാന്തം: യുക്തിവാദിയായ സി.വി. ഒരിക്കൽ പ്രാർത്ഥിക്കുന്നത് കണ്ടുപിടിച്ച് ചോദ്യം ചെയ്തയാളോട്:

"ഈശ്വരൻ ഉണ്ടോ ഇല്ലയോ എന്നെനിക്കു തീർച്ചയില്ല. ഒരു പക്ഷേ, ഇന്നത്തെ എന്റെ അഭിപ്രായം തെറ്റാണെന്നും ഈശ്വരനുണ്ടെന്നും വരികയാണെങ്കിൽ സ്വർഗ്ഗരാജ്യത്തിന് ഒരവകാശവാദം പുറപ്പെടുവിക്കാൻ ഈ പ്രാർത്ഥനകൾ മതിവായ തെളിവായിരിക്കുമല്ലോ".

അനാചാരങ്ങൾക്കെതിരായിരുന്ന സി.വി. ആന്തരാ 'ചാന്നായ്മ'യിൽ ഊറ്റംകൊള്ളുകയും ചെയ്തിരുന്നു! വ്യക്തിപരമായ ഇത്തരം 'സ്വഭാവ വിശേഷങ്ങൾ' ഉണ്ടായിരുന്നുവെങ്കിലും സി.വി. പുരോഗമനവാദിയായിരുന്നു. രാഗപരിണാമം, എന്റെ ശ്രീകോവിൽ, പഞ്ചവടി, പത്മാദേവി, നാഗയക്ഷി എന്നിവയാണ് സി.വി.യുടെ നോവലുകൾ. വ്യാസഭാരതം, സോമനാഥൻ, ഉണ്ണിയാർച്ച, മാലൂത്തണ്ടാൻ തുടങ്ങിയവ ഗദ്യകൃതികൾ, ആശയസമ്പുഷ്ടമായ ഒട്ടേറെ ലേഖനങ്ങൾ അദ്ദേഹം എഴുതിയിട്ടുണ്ട്.

ഇക്കാവമ്മയായിരുന്നു സി.വി.യുടെ പത്നി. കേരള കൗമുദി പത്രാധിപരായിരുന്ന കെ. സുകുമാരൻ മകനാണ്. മകളുടെ ഭർത്താവായിരുന്നു സി. കേശവൻ. കൊ.വ: 1125 മീനം 28-ാം തിയ്യതി (1949 ഏപ്രിൽ 10) സി. വി. കുഞ്ഞിരാമൻ അന്തരിച്ചു.

ശുഭാനന്ദ ഗുരുദേവൻ
(1882–1950)

'ആത്മബോധോദയ സംഘം' സ്ഥാപകൻ.

തിരുവല്ലയ്ക്കടുത്ത് വെൺപാല ഗ്രാമത്തിൽ പറയകുടുംബമായ മലയിൽ തറയിൽ ഇട്ട്യാതിയുടേയും കൊച്ചുനീലിയുടേയും മകനായി കൊ.വ: മേടം 17-ന് (1882 ഏപ്രിൽ 28) ജനിച്ച പാപ്പൻകുട്ടിയാണ് പിൽക്കാലത്ത് ശ്രീ ശുഭാനന്ദ ഗുരുദേവനായി പ്രസിദ്ധനായതും 'ആത്മബോധോദയ സംഘം' എന്ന മഹാപ്രസ്ഥാനം സ്ഥാപിച്ചതും. ചുറ്റും നടമാടുന്ന ജാത്യനാചാരങ്ങളിൽ ഖിന്നനായി, രണ്ടാം ക്ലാസുവരെ മാത്രം പഠിച്ച ആ സാധു ബാലൻ വീടുവിട്ടിറങ്ങി. പതിനെട്ടു വർഷത്തോളം ദേശാടനം. ആധ്യാത്മിക-മതസംഘടനകളുമായി ബന്ധം പുലർത്തി, ആത്മീയാചാര്യന്മാരെ സന്ദർശിച്ച് പീരുമേടിനടുത്തുള്ള ചിന്തലാർ തോട്ടത്തിലെത്തി. കരിന്തിരി മലയുടെ മുകളിൽ ഒരു പുന്നമരച്ചുവട്ടിൽ തപോവൃത്തിയിൽ കഴിഞ്ഞു. ആത്മജ്ഞാനത്തിന്റെ അന്തർജ്വാല ഉള്ളിൽ തെളിഞ്ഞപ്പോൾ തന്നിലൂടെ മുക്തിപദം പ്രാപിക്കുന്നതിന് പര്യാപ്തമായ തത്ത്വസംഹിത മനസ്സിൽ രൂപപ്പെടുത്തി മലയിറങ്ങി. നാട്ടിൽ ചുറ്റിസഞ്ചരിച്ച് മതപണ്ഡിതന്മാർ, സന്ന്യാസിമാർ എന്നിവരുമായി ബന്ധപ്പെട്ടു. എന്നാൽ അവരുടെ പ്രവർത്തനങ്ങൾ പാവപ്പെട്ടവരുടെ ഐഹിക-പാരത്രിക ജീവിതനന്മയ്ക്ക് ഉതകുന്നവയല്ലെന്ന് അദ്ദേഹം തിരിച്ചറിഞ്ഞു.

കൊ.വ: 1904-ൽ മാവേലിക്കര പട്ടണത്തിനടുത്തുള്ള ചെന്നിത്തല

ഗ്രാമത്തിലെത്തിയ പാപ്പൻകുട്ടി കഷായമെടുത്ത് 'ശുഭാനന്ദൻ' എന്ന നാമം സ്വീകരിച്ചു. താമസംവിനാ ഗുരുവിന്റെ മഹത്ത്വം നാടെങ്ങും പരന്നു. നാടിന്റെ നാനാഭാഗങ്ങളിൽ നിന്നും ആളുകൾ അദ്ദേഹത്തിന്റെ ശിഷ്യരായി മാറി. ചെറുകോൽ ഗ്രാമത്തിൽ ഒരു ഓലമേഞ്ഞ ആശ്രമം തയ്യാറാക്കി അദ്ദേഹം ആളുകൾക്ക് തത്ത്വോപദേശം നൽകി. ആദ്യകാലത്തെ ശുഭാനന്ദന്റെ ഒരുപദേശം:

"എന്നിൽ സ്വയംഭൂവായി ഉദയം ചെയ്യുന്ന അറിവിൽ, അതായത് സർവ്വമത സാരസ്വമായ ആത്മബോധത്തിൽ ദൈവജീവനും ശക്തിയും ചൈതന്യവും ആനന്ദവും എല്ലാമെല്ലാമുണ്ട്".

ശുഭാനന്ദഗുരു അവതാര പുരുഷനാണെന്നും അസ്പൃശ്യരായി കരുതപ്പെട്ട സാംബവ സമുദായത്തിൽ പിറന്നതുകൊണ്ട് അദ്ദേഹത്തിന്റെ മാഹാത്മ്യം തമസ്കരിക്കപ്പെട്ടുവെന്നും ശിഷ്യഗണങ്ങൾ വിശ്വസിക്കുന്നു. ജ്ഞാനം ജാതിചിന്തയെ അവഗണിക്കുന്നു. ജ്ഞാനത്തിന് മതഭേദമില്ല. ആത്മാവ് ദൈവത്തിന്റെ ഇരിപ്പിടമാണ്. ആത്മാവിലുൽഫുല്ലമാകുന്ന അറിവുതന്നെ അവതാരം. ഗുരു, ശിഷ്യൻ, ഈശ്വരൻ -എല്ലാം ഒന്നുംതന്നെ. തന്റെ ഈദൃശമായ തത്ത്വോപദേശങ്ങൾ കീർത്തനങ്ങളായി അദ്ദേഹം ലോകത്തിനു നല്കി. കലി അജ്ഞാനമാണെന്നും അജ്ഞാനം അന്ധകാരമാണെന്നും അന്ധകാരത്തെ (തമസ്സിനെ) ഉച്ചാടനം ചെയ്യാൻ ജ്ഞാനപ്രകാശം വേണമെന്നും സ്വാമികൾ പറഞ്ഞു. കലിയുഗത്തിൽ സർവ്വേശ്വരൻ അവതരിച്ച് ആത്മാവിനു ദാനമായി നല്കുന്നത് ആനന്ദമാണ്. വ്യക്തി ആനന്ദത്തിന്റെ പരകോടിയിലെത്തുമ്പോൾ ജാതിമതഭേദ ചിന്തകൾ വിസ്മരിച്ച് ആത്മാവിനെ ആത്മബോധമെന്ന ശാന്തിദായകബോധത്തിൽക്കൂടി ഏകോപിപ്പിച്ച് സജ്ജനങ്ങളാക്കുന്നു. ഇതാണ് ശുഭാനന്ദ ഗുരുമാർഗ്ഗം. ദൈവം ഒന്നേയുള്ളൂ. അത് അനവധി മടങ്ങ് പ്രശോഭിതമായ ആനന്ദശക്തിയാണ്. സൃഷ്ടിക്കു മുമ്പ് ദൈവം ഏകനായിരുന്നു. സർവ്വജ്ഞനും സർവ്വശക്തനുമായ ദൈവം തന്റെ ഏകത്വമായ സർവ്വജ്ഞാനത്തേയും ശക്തിയേയുംകൊണ്ട് ഏകനായി സൃഷ്ടി നടത്തി. അങ്ങനെ സൃഷ്ടിസ്വരൂപനായി. അന്യമായി ഒന്നും ഇല്ലാതെയിരിക്കയാൽ സ്രഷ്ടാവ് സൃഷ്ടിയിലും സൃഷ്ടികൾ സ്രഷ്ടാവിലും ബന്ധപ്പെട്ട് ഏകത്വത്തിൽ ആനന്ദിച്ചു. സൃഷ്ടിയുടെ ലക്ഷ്യവും അതുതന്നെ.

മാവേലിക്കര പട്ടണപ്രാന്തത്തിലുള്ള കൊറ്റാർകാവിലെ ആരാധനാമന്ദിരം കേന്ദ്രീകരിച്ചായിരുന്നു ആത്മബോധോദയ സംഘത്തിന്റെ പ്രവർത്തനങ്ങൾ. കല്ലിമേൽ, തൃക്കൊടിത്താനം, കുളത്തൂർ കാടിക്കാവ്, കൊല്ലം,

മലയാലപ്പുഴ, പീരുമേട്, ചിറ്റാർ തുടങ്ങി കേരളത്തിന്റെ വിവിധ പ്രദേശങ്ങളിൽ ഇപ്പോൾ ശുഭാനന്ദാശ്രമങ്ങളും അവയിൽ പലതിനോടുമനുബന്ധിച്ച് മറ്റു സ്ഥാപനങ്ങളുമുണ്ട്. ശുഭാനന്ദന്റെ ജീവചരിത്രമെഴുതിയ ('അവതാര പുരുഷനായ എന്റെ ഗുരുദേവൻ') സ്വാമി നീലകണ്ഠ തീർത്ഥരായിരുന്നു സംഘത്തിന്റെ പ്രഥമ ജനറൽ സെക്രട്ടറി. കൊ.വ: 1112 മുതൽ 1125 വരെ അദ്ദേഹം ആ സ്ഥാനത്തു തുടർന്നു. അന്ന് സംഘം രക്ഷാധികാരി മാവേലിക്കര കൊട്ടാരത്തിലെ രാമവർമ്മ വലിയ രാജ (ആർട്ടിസ്റ്റ് തമ്പുരാൻ) ആയിരുന്നു.

ശുഭാനന്ദ ഗുരുദേവൻ കൊ.വ: 1125 കർക്കിടകം 13-ന് (എ.ഡി. 1950 ജൂലൈ 29) സമാധിയായി.

കുമാരനാശാൻ
(1873–1924)

മലയാളത്തിന്റെ സ്നേഹഗായകൻ. മഹാകാവ്യമെഴുതാതെ മഹാകവിപ്പട്ടം നേടിയ പ്രഥമ മലയാള കവി. റൊമാന്റിസത്തിന്റെ യുഗശില്പിയായി മലയാള കവിതയിൽ പരിവർത്തനത്തിനു നാന്ദികുറിച്ചു. കവി എന്ന നിലയിലും പൊതുപ്രവർത്തകൻ എന്ന നിലയിലും സാമൂഹ്യമാറ്റങ്ങൾക്കു വേണ്ടി പൊരുതിയ ഉത്പതിഷ്ണു. എസ്.എൻ.ഡി.പി. യോഗത്തിന്റെ പ്രഥമ ജനറൽ സെക്രട്ടറി, പ്രജാസഭാ മെമ്പർ, പത്രാധിപർ സർവ്വോപരി മലയാള കവിത്രയങ്ങളിലൊരാൾ.

കൊ.വ: 1048 മേടം 1-ന് (1873 ഏപ്രിൽ 12) കടയ്ക്കാവൂരിനു സമീപം കായിക്കര എന്ന ഗ്രാമത്തിൽ ജനിച്ചു. തൊമ്മൻവിളാകത്തു വീട്ടിൽ നാരായണനാശാനും കാളിയമ്മയുമായിരുന്നു മാതാപിതാക്കൾ. ഉടയാൻകുഴി കൊച്ചുരാമൻ വൈദ്യരുടെ അടുക്കൽ 'കുമരു' സംസ്കൃതം പഠിച്ചു. പതിനാലു വയസ്സുവരെ സർക്കാർ മലയാളം പള്ളിക്കൂടത്തിൽ പഠിച്ചതിനുശേഷം മണലൂർ ഗോവിന്ദനാശാന്റെ ശിഷ്യത്വം സ്വീകരിച്ച് വീണ്ടും സംസ്കൃത പഠനം.

കുമരുവിന്റെ സാഹിത്യവാസന കണ്ടറിഞ്ഞ നാരായണഗുരു അന്ന് മൈസൂരിൽ സർക്കാർ സർവ്വീസിലായിരുന്ന ഡോ. പൽപ്പുവുമായി ബന്ധപ്പെട്ട് ബാംഗ്ലൂർ സംസ്കൃത മഹാപാഠശാലയിൽ ചേർത്തു.

ബാംഗ്ലൂരിൽ കഴിയുമ്പോഴാണ് ആശാൻ പ്രബോധ ചന്ദ്രോദയം നാടകവും സൗന്ദര്യ ലഹരിയും തർജ്ജമ ചെയ്തത്. ബാംഗ്ലൂരിൽ പ്ലേഗു പടർന്നുപിടിച്ചതു കാരണം മദ്രാസിലേക്കും അവിടെ നിന്നും കൽക്കത്തയിലേക്കും പോയി. 1900ത്തിൽ കൽക്കത്തയിൽ നിന്ന് നാട്ടിലേക്കു മടങ്ങി.

പിന്നീട് ഗുരുസ്വാമിയുടെ അന്തേവാസിയായി. യോഗത്തിന്റെ മുഖപത്രമായ 'വിവേകോദയം' മാസികയുടെ പത്രാധിപത്യവും ആശാൻ വഹിച്ചു.

വീണപൂവ്, ഒരു സിംഹപ്രസവം, നളിനി, ലീല, ചിന്താവിഷ്ടയായ സീത, ദുരവസ്ഥ, ചണ്ഡാലഭിക്ഷുകി, ശ്രീബുദ്ധചരിതം, ബാലരാമായണം, പ്രരോദനം, വനമാല എന്നീ കാവ്യങ്ങളും സൗന്ദര്യലഹരി, മേഘസന്ദേശം, പ്രബോധ ചന്ദ്രോദയം, രാജയോഗം എന്നീ തർജ്ജമകളും അദ്ദേഹം രചിച്ചു.

റൊമാന്റിക് പ്രസ്ഥാനം മലയാളത്തിൽ വികസ്വരമായത് കവിത്രയങ്ങളുടെ കാലത്താണ്. ഭാവശുദ്ധി, തത്ത്വചിന്ത, സാമൂഹ്യബോധം എന്നിവ ആശാൻ കൃതികളിൽ അന്തർലീനമായിരുന്നു. സ്നേഹത്തിന്റെ ശക്തിസൗന്ദര്യങ്ങൾ സ്വന്തം കവിതകളിലൂടെ പ്രതിഫലിപ്പിച്ച കവിയാണദ്ദേഹം. കാവ്യജീവിതത്തിലെയും ഭൗതീകജീവിതത്തിലെയും ഒടുവിലത്തെ മൂന്നു വർഷക്കാലം, ജാത്യാചാരങ്ങൾക്കും സാമൂഹ്യനീതിക്കും വേണ്ടി നിലകൊണ്ട ഒരു പ്രസ്ഥാനത്തിന്റെ നായകനെന്ന നിലയിൽ അദ്ദേഹം ചെലവഴിച്ചത് സാമൂഹ്യതിന്മകൾക്കെതിരെയായിരുന്നു.

1924 ജനുവരി 16-ന് കേവലം 51 വയസ്സു മാത്രമുള്ളപ്പോൾ ആശാനെന്ന സ്നേഹഗായകൻ പല്ലനയാറ്റിലെ ദാരുണമായ ബോട്ടപകടത്തിൽ ഒരു വിഷാദസ്മൃതിയായി!

വക്കം അബ്ദുൾഖാദർ മൗലവി

(1873–1932)

ധീരനായ പത്രപ്രവർത്തകൻ, ഇസ്ലാമിക പണ്ഡിതൻ, സാമൂഹ്യ പരിഷ്കർത്താവ്.

1873 ഡിസംബർ 28-ന് ജനിച്ചു. മലയാളത്തിനുപുറമേ സംസ്കൃതം, ഹിന്ദുസ്ഥാനി, അറബി, തമിഴ് എന്നീ ഭാഷകളും വശമായിരുന്നു. 1904-ൽ ബ്രിട്ടീഷ് കോളനിയായ അഞ്ചുതെങ്ങിൽ സ്വന്തമായി പ്രസ്സ് സ്ഥാപിച്ചു. ഇവിടെനിന്ന് മൗലവി 'സ്വദേശാഭിമാനി' പത്രം പ്രസിദ്ധീകരിച്ചു തുടങ്ങിയപ്പോൾ പത്രാധിപരായി നിയോഗിച്ചത് സി. പി. ഗോപാലകൃഷ്ണപിള്ളയെ ആയിരുന്നു. കുറേക്കാലം കഴിഞ്ഞ് പത്രത്തിന്റെ ആസ്ഥാനം വക്കത്തേക്കു മാറ്റി. അന്നേയ്ക്ക് പ്രശസ്ത പത്രപ്രവർത്തകനായിക്കഴിഞ്ഞിരുന്ന സ്വദേശാഭിമാനി കെ. രാകൃഷ്ണപിള്ളയെ പത്രാധിപരായി നിയോഗിച്ചു. ഒരു പത്രമുടമയുടെ സ്വാഭാവികമായ കൈകടത്തലുകൾപോലും പത്രത്തിന്റെ നടത്തിപ്പിൽ ഉണ്ടായില്ലെന്നുമാത്രമല്ല രാമകൃഷ്ണപിള്ളയ്ക്ക് സ്വതന്ത്രമായും നിർഭയമായും ഒരു പത്രാധിപർ എന്ന നിലയിൽ എല്ലാ സ്വാതന്ത്ര്യവും മൗലവി നല്കി. ഭരണരംഗത്തെ ജനവിരുദ്ധ നയങ്ങൾക്കും ഭരണാധികാരികളുടെ വീഴ്ചകൾക്കുമെതിരെ തന്റെ പത്രാധിപർ നിർഭയനായി പൊരുതിയപ്പോൾ തന്റെ ആശയാഭിലാഷങ്ങൾക്കനുയോജ്യനായ ഒരു പത്രാധിപരെ കിട്ടിയ ചാരിതാർത്ഥ്യമായിരുന്നു അബ്ദുൾഖാദർ മൗലവിക്ക്. രാമകൃഷ്ണപിള്ളയും 'സ്വദേശാഭിമാനി' പത്രവും അധികാരികളെ അസഹി

ഷ്ണുക്കളാക്കുന്നുവെന്നറിഞ്ഞപ്പോഴും മൗലവി പതറിയില്ല; രാമകൃഷ്ണ പിള്ള എന്ന പത്രാധിപരെ പിന്തിരിപ്പിച്ചില്ല. ദിവാൻ പി. രാജഗോപാലാചാരിയെ കടുത്ത ഭാഷയിൽ പത്രം വിമർശിച്ചുകൊണ്ടിരിക്കെ (സ്ത്രീലമ്പട സ്വഭാവമുള്ള ദിവാനെ രാമകൃഷ്ണപിള്ളയുടെ തൂലിക വിശേഷിപ്പിച്ചിരുന്നത് 'ജാരഗോപാലാചാരി'യെന്നത്രേ!) 1910-ൽ രാമകൃഷ്ണപിള്ളയെ നാടുകടത്തുകയും പത്രം കണ്ടുകെട്ടുകയും ചെയ്തു. (1957-ലെ ഇ.എം.എസ്. സർക്കാർ പ്രസ്സ് മൗലവിയുടെ അനന്തരാവകാശികൾക്ക് തിരികെ നല്കുകയുണ്ടായി. 'എന്റെ പത്രാധിപരില്ലാതെ എനിക്കെന്തിനു പത്രം?' എന്നാണ് പ്രസ്സും പത്രവും കണ്ടുകെട്ടിയപ്പോൾ മൗലവി പ്രതികരിച്ചത്.

1906-ൽ മൗലവി 'അൽ-ഇസ്ലാം' എന്നൊരു അറബി മലയാള മാസികയും ആരംഭിച്ചിരുന്നു. മുസ്ലീം സമുദായത്തിന്റെ മതപരവും സാമൂഹികവുമായ പ്രശ്നങ്ങളിൽ ഇടപെടാനും മുസ്ലീം ബുദ്ധിജീവികൾക്ക് ഒത്തുചേരാനും വേണ്ടി മൗലവിയുടെ നേതൃത്വത്തിൽ 1923-ൽ 'മുസ്ലീം ഐക്യസംഘം' എന്നൊരു സംഘടന രൂപീകരിച്ചു. മുസ്ലീം ജനവിഭാഗത്തെ യാഥാസ്ഥിതികത്വത്തിന്റെ പിടിയിൽനിന്നു മോചിപ്പിക്കാനും ബദ്ധശ്രദ്ധനായി പരിശ്രമിച്ചു, ഉത്പതിഷ്ണുവായ വക്കം മൗലവി. അദ്ദേഹം ഈദൃശ പ്രവർത്തനങ്ങൾക്കായി 'ഇസ്ലാം ധർമ്മപരിപാലന സംഘം, ജമാ അത്തുൽ ഇർഷാദ് എന്നീ സംഘടനകൾക്ക് രൂപം കൊടുത്തു.

1921-ലെ മാപ്പിള ലഹളയെത്തുടർന്ന് 1922-ൽ ഏറനാട്ട് പ്രാമാണികരായ മുസ്ലീംകളുടെ ഇടയിൽ ഉടലെടുത്ത അഭിപ്രായഭിന്നത ദുരീകരിക്കാനായി ഒരു മുസ്ലീം കൂട്ടായ്മയുണ്ടായി. മൗലവി ഈ കൂട്ടായ്മയിലെ പ്രവർത്തകനായിരുന്നു. ഇത് 'കേരള മുസ്ലീം ഐക്യസംഘ'മായി രൂപാന്തരപ്പെട്ടപ്പോഴും അതിന്റെ മുന്നണി പ്രവർത്തകനായി അദ്ദേഹമുണ്ടായിരുന്നു. പരിശുദ്ധ ഖുർആൻ വ്യാഖ്യാനസഹിതം മൗലവി പരിഭാഷപ്പെടുത്തിയിട്ടുണ്ട്. സമുദായത്തിന്റെ ഉൽക്കർഷത്തിന് വ്യക്തിപരമായും നാടിന്റെ ഉൽക്കർഷത്തിന് ഒരു പത്രപ്രവർത്തകൻ എന്ന നിലയിലും മൂല്യവത്തായ സംഭാവനകൾ നൽകിയ സാർത്ഥകമായ ആ ജീവിതത്തിന് 1932 ഒക്ടോബർ 31-ന് വിരാമമായി.

ഹ്രസ്വജീവിതംകൊണ്ട് 'സ്വദേശാഭിമാനി' എന്ന ജനകീയ ജിഹ്വയും അതിന്റെ ജീവാത്മാവായ വക്കം അബ്ദുൾഖാദർ മൗലവിയും പരമാത്മാവായ കെ. രാമകൃഷ്ണപിള്ളയും കേരള മനസ്സിൽ അണയാത്ത മൺചെരാതായി പ്രകാശിച്ചുകൊണ്ടിരിക്കുന്നു.

ചങ്ങനാശ്ശേരി പരമേശ്വരൻപിള്ള
(1877 – 1935)

സാമൂഹ്യപരിഷ്കർത്താവ്, ഹരിജൻ സേവക് സംഘം സെക്രട്ടറി, എൻ.എസ്.എസ്. പ്രസിഡണ്ട്, ജഡ്ജി, ശ്രീമൂലം പോപ്പുലർ അസംബ്ലി മെമ്പർ.

1877–ൽ പഴയ തിരുവിതാംകൂറിൽ ചങ്ങനാശ്ശേരി പ്രവിശ്യയിൽ വാഴപ്പള്ളിയിൽ ജനിച്ചു. പിതാവ് വടക്കേക്കര പുത്തോട്ടുവീട്ടിൽ നാരായണപിള്ള. മാതാവ് മണക്കാട്ടുവീട്ടിൽ നാരായണിയമ്മ. പരമേശ്വരൻ പിള്ളയുടെ ബാല്യത്തിൽത്തന്നെ അച്ഛനമ്മമാർ മരണപ്പെട്ടു. പരാശ്രയത്തിലാണ് അദ്ദേഹം വിദ്യാഭ്യാസകാലം കഴിച്ചുകൂട്ടിയത്. പ്രാഥമിക വിദ്യാഭ്യാസം വാഴപ്പള്ളിയിലും ചങ്ങനാശ്ശേരിയിലും. പിന്നീട് തിരുവനന്തപുരത്ത് പ്രിപ്പറേറ്ററി സ്കൂളിലും കൊല്ലം മഹാരാജാസ് സ്കൂളിലും പഠിച്ചു. തുടർന്ന് തിരുവനന്തപുരം മഹാരാജാസ് കോളേജിൽ നിന്ന് എഫ്.എ. ബിരുദം ഒന്നാം ക്ലാസിൽ പാസായി. കുറേക്കാലം തിരുവനന്തപുരം ചാല ഫോർട്ട് ഹൈസ്കൂളിലും കൊല്ലം മഹാരാജാസ് സ്കൂളിലും അധ്യാപകവൃത്തിയിൽ ഏർപ്പെട്ടു.

അനന്തരം ബി.എൽ. പാസായി വക്കീൽ ജോലിയിൽ പ്രവേശിച്ച പിള്ള കുറഞ്ഞകാലം കൊണ്ട് പ്രഗത്ഭനായ അഭിഭാഷകൻ എന്ന ഖ്യാതി നേടി.കൊല്ലം ബാർ അസോസിയേഷന്റെ സ്ഥാപക നേതാക്കളിലൊരാളായിരുന്നു ചങ്ങനാശ്ശേരി പരമേശ്വരൻ പിള്ള.

30-ാമത്തെ വയസ്സ് മുതൽ അദ്ദേഹം പൊതുകാര്യങ്ങളിൽ ഇടപെട്ടു തുടങ്ങി. 1913-ൽ നായർ സർവ്വീസ് സൊസൈറ്റി (എൻ.എസ്.എസ്.) യുടെ രണ്ടാമത്തെ പ്രസിഡണ്ടായി പരമേശ്വരൻ പിള്ള തിരഞ്ഞെടുക്കപ്പെട്ടു.

തിരുവിതാംകൂർ നിയമസഭയിലും പുറത്തും സാമൂഹ്യപരിഷ്കരണ പ്രവർത്തനങ്ങൾക്കും പൗരസ്വാതന്ത്ര്യത്തിനും ഉത്തരവാദ ഭരണത്തിനുംവേണ്ടി വാദിച്ച ചങ്ങനാശ്ശേരി പരമേശ്വരൻപിള്ള ഗാന്ധിജിയുമായി അടുത്ത ബന്ധം പുലർത്തിയിരുന്നു. ഹരിജൻ സേവാ സംഘത്തിന്റെ കേന്ദ്രക്കമ്മിറ്റി അംഗവും അതിന്റെ കേരള പ്രദേശ് ശാഖയുടെ പ്രസിഡണ്ടുമായി പ്രവർത്തിച്ചു. കേരളത്തിലുടനീളം ഹരിജൻ സേവാ സംഘത്തിന്റെ നേതൃത്വത്തിൽ എൺപത്തിരണ്ടോളം ഹരിജനോദ്ധാരണ കേന്ദ്രങ്ങൾ സ്ഥാപിക്കുവാൻ അദ്ദേഹത്തിന്റെ നേതൃത്വത്തിന് കഴിഞ്ഞു.

അയിത്തത്തിനെതിരെ ശുചീന്ദ്രത്തും വൈക്കത്തും നടന്ന സമരങ്ങളിൽ ചങ്ങനാശ്ശേരി പരമേശ്വരൻപിള്ള നേതൃത്വപരമായ പങ്കുവഹിച്ചു. വൈക്കം സത്യാഗ്രഹത്തോടനുബന്ധിച്ചുനടന്ന സവർണ്ണ ജാഥയിൽ മന്നത്തു പത്മനാഭനോടൊപ്പം പങ്കുചേർന്നു. സത്യഗ്രഹം സംബന്ധിച്ച് 25,000 പേർ ഒപ്പിട്ട ഭീമഹർജി റാണിക്കു സമർപ്പിക്കാൻ നിയുക്തനായത് പരമേശ്വരൻ പിള്ളയാണ്. അതിനുമുമ്പ് 1920-ൽ രാജകല്പനയിലൂടെ തിരുവിതാംകൂർ നിയമസഭ പരിഷ്കരിച്ചതിനെതിരെ പ്രതിഷേധിച്ചുകൊണ്ട് തിരുവിതാംകൂർ ലെജിസ്ലേറ്റീവ് അസംബ്ലി രൂപീകരിക്കാനുള്ള പ്രക്ഷോഭത്തിലെ മുൻനിര നായകനായിരുന്നു പരമേശ്വരൻപിള്ള. തൽഫലമായി 50 അംഗ നിയമസഭയിൽ, 1922-ൽ, 22 പേർ തിരഞ്ഞെടുക്കപ്പെട്ട അംഗങ്ങളായിരുന്നു.

1923-ൽ അദ്ദേഹം മരുമക്കത്തായം, ആളോഹരി എന്നിവ സംബന്ധിച്ച ബിൽ നിയമസഭയിൽ അവതരിപ്പിക്കുകയും 'നായർ റഗുലേഷൻ ആക്ട്' അസംബ്ലിയിൽ പാസാക്കിയെടുക്കാൻ സഫലശ്രമം നടത്തുകയും ചെയ്തു.

1926-ൽ തിരുവിതാംകൂർ ഹൈക്കോടതിയിലെ ന്യായാധിപനായി പരമേശ്വരൻപിള്ള അവരോധിക്കപ്പെട്ടു. ആറുവർഷം അദ്ദേഹം ആ സ്ഥാനത്തു തുടർന്നു.

1938-ൽ ഇന്ത്യൻ നാഷണൽ കോൺഗ്രസിന്റെ ഹരിപുര സമ്മേളനം നടന്നു. നാട്ടുരാജ്യങ്ങളിലെ രാഷ്ട്രീയ മുന്നേറ്റങ്ങളിൽ ഇടപെടേണ്ടതില്ലെന്നും രാഷ്ട്രീയ പ്രക്ഷോഭങ്ങൾ നയിക്കാൻ സ്വതന്ത്ര രാഷ്ട്രീയ സംഘടനകൾക്ക് പ്രോത്സാഹനം നല്കണമെന്നും സമ്മേളനം തീരുമാനിച്ചു. എട്ട് ബ്രിട്ടീഷ് ഇന്ത്യൻ സംസ്ഥാന സർക്കാറുകളുടെ നേതൃത്വം ഈ കാലത്ത്

ഇന്ത്യൻ നാഷണൽ കോൺഗ്രസിനായിരുന്നു.

ഹരിപുര സമ്മേളനത്തിന്റെ തീരുമാനത്തിന്റെ പശ്ചാത്തലത്തിൽ 1938 ഫെബ്രുവരിയിൽ തിരുവനന്തപുരത്ത് സി.വി. കുഞ്ഞിരാമന്റെ അധ്യക്ഷതയിൽ കൂടിയ രാഷ്ട്രീയ പൊതുയോഗം തിരുവിതാംകൂർ സ്റ്റേറ്റ് കോൺഗ്രസിനു രൂപം നല്കി. പട്ടം എ. താണുപിള്ള പ്രസിഡണ്ടായും പി.എസ്. നടരാജപിള്ള സെക്രട്ടറിയായും തിരഞ്ഞെടുക്കപ്പെട്ടു. യോഗം തിരുവിതാംകൂറിൽ ഉത്തരവാദ ഭരണത്തിനായുള്ള പ്രക്ഷോഭം തുടങ്ങാൻ തീരുമാനിച്ചു. സ്റ്റേറ്റ് കോൺഗ്രസും ഇന്ത്യൻ നാഷണൽ കോൺഗ്രസിന്റെ തിരുവിതാംകൂർതല ശാഖാസമിതിയും ലയിപ്പിക്കുവാനുള്ള ശ്രമം, പക്ഷേ, വിഫലമായി. കോൺഗ്രസ് ശാഖാ സമിതി പിരിച്ചുവിടാൻ തീരുമാനിച്ചുവെങ്കിലും ചങ്ങനാശ്ശേരി പരമേശ്വരൻപിള്ളയും ജി. രാമചന്ദ്രനും സ്റ്റേറ്റ് കോൺഗ്രസിൽ ചേരാൻ തയ്യാറായില്ല.

അധഃകൃത വിഭാഗങ്ങളുടെ സാമൂഹ്യപുരോഗതി സ്വപ്നം കാണുകയും അവരുടെ സാമൂഹ്യാവസ്ഥയിൽ അസഹിഷ്ണുവാവുകയും ചെയ്ത ഈ ഉൽപ്പതിഷ്ണു 1935 ജൂൺ 30-ന് 63-ാമത്തെ വയസ്സിൽ അന്തരിച്ചു.

ഉള്ളൂർ എസ്. പരമേശ്വരയ്യർ
(1877 – 1949)

കവിത്രയത്തിലൊരാൾ. കവി, സാഹിത്യഗവേഷകൻ, പ്രബന്ധകാരൻ എന്നീ നിലകളിൽ നിത്യസ്മരണീയൻ.

ദാരിദ്ര്യത്തിന്റെ കഷ്ടതകൾ ചെറുപ്പത്തിൽ ഏറെ അനുഭവിച്ച ഉള്ളൂർ സ്വപരിശ്രമം കൊണ്ടുയർന്ന് തിരുവിതാംകൂറിന്റെ ആക്ടിംഗ് ചീഫ് സെക്രട്ടറി പദംവരെയെത്തി.

തിരുവനന്തപുരത്ത് ഉള്ളൂർ ഗ്രാമത്തിലാണ് കൊ.വ: 1052 ഇടവമാസം 25-ന് (എ.ഡി. 1877 ജൂൺ 6) പരമേശ്വരയ്യരുടെ ജനനം. പിതാവ് സുബ്രഹ്മണ്യ അയ്യർ. മാതാവ് ഭഗവതിയമ്മ. സംസ്കൃത ഭാഷയിൽ അഭിജ്ഞനും നാട്ടുഭാഷാ വിദ്യാഭ്യാസ പ്രവർത്തകനും വാഗ്മിയുമായിരുന്നു പിതാവ്. പ്രാഥമിക വിദ്യാഭ്യാസം ചങ്ങനാശ്ശേരിയിൽ. അവിടെ അധ്യാപകനായിരുന്നു പിതാവ്. അമരകോശം, സിദ്ധരൂപം, ശ്രീരാമോദന്തം എന്നീ ഗ്രന്ഥങ്ങളുമായി പരമേശ്വരയ്യർ പരിചയപ്പെട്ടത് സ്വപിതാവിലൂടെയാണ്. ശ്രീകണ്ഠേശ്വരത്ത് അയ്യപ്പൻപോറ്റിയാണ് പിതാവിനെ സംസ്കൃതം പഠിപ്പിച്ചത്. പിതാവാകട്ടെ മകൻ പരമേശ്വരയ്യരെ സംസ്കൃതത്തിൽ നല്ല വ്യുൽപ്പത്തിക്ക് ഉടമയാക്കുകയും ചെയ്തു. പിന്നീട് കളർകോടു ചക്രപാണിവാര്യർ, വിഖ്യാത കവിയും പണ്ഡിതനുമായ ചങ്ങനാശ്ശേരി ലക്ഷ്മീപുരത്തു രവിവർമ്മ കോയിത്തമ്പുരാൻ എന്നിവരുടെ

കീഴിലും സംസ്കൃത പഠനം തുടർന്നു. അഞ്ചുവർഷക്കാലം കോയിത്തമ്പുരാന്റെ ശിഷ്യത്വത്തിൽ കഴിഞ്ഞ പരമേശ്വരയ്യർ കുമാരസംഭവം, നൈഷധീയ ചരിതം, രഘുവംശം തുടങ്ങിയ മഹാകാവ്യങ്ങളും ശാകുന്തളാദി നാടകങ്ങളും മേല്പത്തൂർ മഹാകവിയുടെ സുഭദ്രാഹരണാദി പ്രബന്ധങ്ങളും വായിച്ചു പരിശീലിച്ചു.

പരമേശ്വരയ്യരിലെ കവിയുണരുന്നത് രവിവർമ്മ കോയിത്തമ്പുരാനുമായുള്ള സഹവാസത്താലാണ്. അന്ന് ലക്ഷ്മീപുരം കൊട്ടാരത്തിൽ കവികളും സഹൃദയരും ഒത്തുകൂടി ശ്ലോകം ചൊല്ലുക, വ്യാഖ്യാനിക്കുക, കവിതാരചന നടത്തുക, വാദപ്രതിവാദങ്ങളിൽ ഏർപ്പെടുക എന്നിവ പതിവായിരുന്നു. ആ സമ്മേളനാദികളിൽ പരമേശ്വരയ്യരും സംബന്ധിക്കുമായിരുന്നു. കവിതാരചന, ശ്ലോകം ചമയ്ക്കൽ എന്നിവയിൽ കമ്പം കയറുന്നത് അങ്ങനെയാണ്. കൗമാരം പിന്നിടുന്നതിനു മുമ്പുതന്നെ കവിതാരചന ആരംഭിക്കുകയും കണ്ടത്തിൽ വർഗീസുമാപ്പിളയുടെ 'മലയാള മനോരമ', നിധീരിക്കൽ മാണിക്കത്തനാരുടെ 'നസ്രാണി ദീപിക' എന്നീ പ്രസിദ്ധീകരണങ്ങളിൽ കവിതകളും ലേഖനങ്ങളും എഴുതുക പതിവാകുകയും ചെയ്തു.

കൊ.വ: 1062-ൽ ഇംഗ്ലീഷ് പഠനം തുടങ്ങി, കൊ.വ: 1065-ൽ പിതാവ് നാല്പതാമത്തെ വയസ്സിൽ അന്തരിച്ചു. ഒരു വലിയ കുടുംബത്തെ സംരക്ഷിക്കേണ്ട ഭാരിച്ച ജോലി പരമേശ്വരയ്യരുടെ ചുമലിലായി. വിദ്യയിലല്ലാതെ സാമ്പത്തിക ഭദ്രതയിൽ ശ്രദ്ധാലുവായിരുന്നില്ല പിതാവ്. ദാരിദ്ര്യം ആ കുടുംബത്തെ വല്ലാതെ അലട്ടി. കുടുംബം ഉള്ളൂരിലേക്ക് താമസം മാറുകയും പരമേശ്വരയ്യർ ഹൈസ്കൂളിൽ പഠിക്കാനായി ചേരുകയും ചെയ്തു. ഇതിനിടെ ഏക സഹോദരിയും മരിച്ചു. അടിക്കടിയുണ്ടായിക്കൊണ്ടിരുന്ന വ്യക്തിപരമായ പ്രാതികൂല്യങ്ങളിൽ പതറാതെ വിദ്യാഭ്യാസവും സാഹിത്യസപര്യയും അഭങ്കുരം മുമ്പോട്ടു കൊണ്ടുപോവുകയും കുടുംബത്തോടുള്ള ഉത്തരവാദിത്വം വേണ്ടവിധം നിർവ്വഹിക്കുകയും ചെയ്തുകൊണ്ടിരുന്നു.

കൊ.വ: 1072-ൽ പരമേശ്വരയ്യർ ബി.എ. പരീക്ഷ ജയിച്ചു. ആ വർഷം തന്നെ ടൗൺ സ്കൂളിൽ അധ്യാപകനായി. 1073-ൽ അതേ സ്കൂളിൽ പ്രധാനാധ്യാപകനായി. അതോടൊപ്പം എഫ്.എൽ. പരീക്ഷ ജയിച്ചു. ഇക്കാലത്ത് ഗണപതിശാസ്ത്രിയുടെ ശിഷ്യത്വത്തിൽ വ്യാകരണം പഠിച്ചു. പില്ക്കാലത്ത് കവിതിലകൻ പന്തളം കേരളവർമ്മ തമ്പുരാന്റെ അടുക്കൽ രസഗംഗാധരാദി ശാസ്ത്രങ്ങളും തുറവൂർ ശാസ്ത്രിയിൽ നിന്നും മഹാഭാഷ്യത്തിലെ ചില ആഗ്നികങ്ങളും ഹൃദിസ്ഥമാക്കി.

കൊ.വ: 1076-ൽ സെൻസസ് ഡിപ്പാർട്ടുമെന്റിൽ ക്ലാർക്കായും അനന്തരം ഹെഡ്ക്ലാർക്കായും ജോലി ചെയ്തു. അതിനിടെ ബി.എൽ. പരീക്ഷ 1078-ൽ ജയിച്ചു. 1079-ൽ മലയാളവും തമിഴും മുഖ്യവിഷയമായെടുത്ത് എം.എ.യും ജയിച്ചു. സെൻസസ് റിപ്പോർട്ട് പരിഭാഷപ്പെടുത്തിയത് പരമേശ്വരയ്യരാണ്. ഡോ. എഡ്ഗർ തെഴ്സ്റ്റൺ 'തെക്കേ ഇന്ത്യയിലെ ജാതികളും വർഗ്ഗങ്ങളും' എഴുതിക്കൊണ്ടിരുന്നപ്പോൾ ആ മഹാഗ്രന്ഥത്തിന്റെ രചനയ്ക്കാവശ്യമായി തിരുവിതാംകൂറിലെ ജാതി-വർഗ്ഗങ്ങളെക്കുറിച്ചുള്ള വിവരങ്ങൾ തയ്യാറാക്കിയത് പരമേശ്വരയ്യരാണ്. ഇതിനിടെ പത്മനാഭപുരത്ത് ആക്ടിംഗ് ശിരസ്തദാർ ഉദ്യോഗവും വഹിച്ചു. ഈ കാലമാവുമ്പോഴേക്കും വിവിധ ഭാഷകളിൽ അദ്ദേഹം പാണ്ഡിത്യം നേടിക്കഴിഞ്ഞിരുന്നു. തിരുവിതാംകൂർ സർക്കാരും മദ്രാസ് സർവ്വകലാശാലയും അദ്ദേഹത്തെ പരീക്ഷകനായി നിയമിച്ചു. ലണ്ടനിലെ 'രാജകീയ കലാസംഘം' അദ്ദേഹത്തെ F.R.H.S. ബിരുദം നല്കി ആദരിച്ചു. കവിയും പണ്ഡിതനുമെന്ന നിലയിൽ പരമേശ്വരയ്യരുടെ കീർത്തി ഇതിനകം കേരളമാകെ വ്യാപരിച്ചിരുന്നു.

1079-ൽ ഹജൂർ കച്ചേരിയിൽ ഹെഡ്ക്ലാർക്ക് ഉദ്യോഗം ലഭിച്ചു. അതിൽ പ്രവേശിച്ച് അധികം വൈകാതെ കൊട്ടാരക്കരയിൽ തഹസീൽദാർ മജിസ്ട്രേട്ടായി നിയമിക്കപ്പെട്ടു. എസ്. രാജഗോപാലാചാരി പുതിയ ദിവാൻജിയായി ചുമതലയേറ്റപ്പോൾ ഹജൂർ കച്ചേരിയിലേക്കു മടങ്ങി. 1085 വരെ തഹസീൽദാരായി തുടർന്നു. 1085-ൽ മുൻസിഫ് ആയി. 1088-ൽ ഹജൂരിൽ അസി. സെക്രട്ടറിയായി നിയമിക്കപ്പെട്ട പരമേശ്വരയ്യർ 1100 വരെ ആ സ്ഥാനത്ത് തുടർന്നു. ദിവാൻജിയുടെ പ്രൈവറ്റ് സെക്രട്ടറി, നിയമസഭാ കാര്യദർശി, പാഠപുസ്തക കമ്മിറ്റിയംഗം, ക്ഷേത്ര പ്രവേശന കമ്മിറ്റിയംഗം, ശമ്പള പരിഷ്കരണ കമ്മിറ്റിയംഗം തുടങ്ങി എണ്ണമറ്റ ചുമതലകൾ അദ്ദേഹം വഹിച്ചു. പേഷ്കാരായും ലാന്റ് റവന്യൂ കമ്മീഷണറായും ഉന്നത പദവികൾ വഹിച്ചശേഷം 1107 ഇടവം 25-ന് (എ.ഡി. 1932) പരമേശ്വരയ്യർ ഉദ്യോഗത്തിൽനിന്നു പിരിഞ്ഞു.

കൊ.വ: 1056-ൽ വിവാഹിതനായ പരമേശ്വരയ്യരുടെ ഭാര്യ അനന്തലക്ഷ്മിയമ്മയായിരുന്നു. മകൻ സുബ്രഹ്മണ്യൻ. മകൾ പാർവ്വതി. കൊ.വ: 1124 മിഥുനം 1-ന് (എ.ഡി. 1949 ജൂൺ 15) ഉള്ളൂർ അന്തരിച്ചു.

ക്ലാസിക് കവിതയുടെ അനുകർത്താവും ആരാധകനുമായിരുന്നു ഉള്ളൂർ. ദ്വിതീയാക്ഷരപ്രാസത്തിൽ തുടക്കത്തിൽ കമ്പക്കാരനായിരുന്ന ഉള്ളൂർ പിന്നീട് ജനാഭിരുചിയിൽ വന്ന മാറ്റം കണക്കിലെടുത്ത് അതിൽനിന്നു പിന്മാറി. 'സംക്ഷേപണത്തേക്കാൾ വിസ്തരണമാണ് ഉള്ളൂർ കവിതകളുടെ

പ്രത്യേകത. ആത്മപരിത്യാഗവും പരോപകാരവും അന്തഃശുദ്ധിയുടെ ലക്ഷണങ്ങളായി അദ്ദേഹം കണ്ടു. സർവ്വസാഹോദര്യവും സമഭാവനയും ചരാചര സ്നേഹവും അന്തഃസത്തയുടെ പ്രചോദകമായി അദ്ദേഹം കണ്ടു.

'കർണ്ണഭൂഷണ'മാണ് ഉള്ളൂരിന്റെ മാസ്റ്റർ പീസ്. അദ്ദേഹത്തിന്റെ കലാനൈപുണ്യം നിറഞ്ഞുവിളങ്ങുന്ന കൃതിയാണത്. കർണ്ണനോടും ആ പുരാണപുരുഷന്റെ സാഹചര്യങ്ങളോടും കവി താദാത്മ്യം പ്രാപിച്ചിരിക്കുന്നു.

തുടക്കത്തിൽ ശബ്ദഭംഗിയിൽ ഭ്രമിച്ച ഉള്ളൂർ കവിത പുഷ്കലകാലമാവുമ്പോഴേക്കും ചിന്തയുടെയും ആശയങ്ങളുടെയും ഔന്നത്യത്തിലെത്തുന്നു.

പ്രധാന കൃതികൾ: ഉമാകേരളം, മഹാകാവ്യം, അരുണോദയം, താരാഹാരം, കിരണാവലി, രത്നമാല, മണിമഞ്ജുഷ, ഹൃദയകൗമുദി, തരംഗിണി, കല്പശാഖി, അമൃതധാര, ദീപാവലി, ചിത്രശാല, തപ്തഹൃദയം (സമാഹാര ഗ്രന്ഥങ്ങൾ).

കർണ്ണഭൂഷണം, പിംഗള, ഭക്തിദീപിക (ഖണ്ഡകൃതികൾ).

സ്വദേശാഭിമാനി രാമകൃഷ്ണപിള്ള
(1878 – 1928)

"ഭയകൗടില്യ ലോഭങ്ങൾ
വളർത്തില്ലൊരു നാടിനെ"

സ്വദേശാഭിമാനി പത്രത്തിന്റെ ഈ മുഖക്കുറിപ്പിനെ അന്വർത്ഥമാക്കിക്കൊണ്ട് ആ പത്രത്തിലൂടെ രാജാധികാരത്തിനും ദുർഭരണത്തിനുമെതിരെ നിരന്തരമായി കലഹിച്ച സാഹസികനായ പത്രാധിപരായിരുന്നു കെ. രാമകൃഷ്ണപിള്ള.

1878 മേയ് 25-ന് നെയ്യാറ്റിൻകരയിൽ രാമകൃഷ്ണപിള്ള ജനിച്ചു.

തിരുവിതാംകൂറിൽ ജനകീയ പ്രസ്ഥാനങ്ങൾ രൂപംകൊണ്ടതിൽ പത്രമാധ്യമങ്ങൾക്കുള്ള സ്വാധീനം ചെറുതല്ല. പത്തൊമ്പതാം നൂറ്റാണ്ടിന്റെ ഉത്തരാർദ്ധത്തിൽ ഇംഗ്ലീഷ് വിദ്യാഭ്യാസം ലഭിച്ച യുവതലമുറയിൽ പലരും പുരോഗമനാശയങ്ങൾ പത്രത്തിലൂടെ പ്രചരിപ്പിച്ചു തുടങ്ങിയകാലം. കോഴിക്കോട്ടു നിന്നാരംഭിച്ച, ചെങ്ങളത്ത് കുഞ്ഞിരാമ മേനോന്റെ, 'കേരളപത്രിക' ഒരു സാമൂഹ്യമാറ്റത്തിന് കാഹളമൂതിയ മാധ്യമമായിരുന്നു. പേട്ടയിൽ രാമൻപിള്ളിയാശാൻ, സി.വി. രാമൻപിള്ള, കെ. വേലുപിള്ള, എം.ആർ. മാധവവാര്യർ തുടങ്ങിയവർ പല കാലങ്ങളിൽ ഇതിന്റെ പത്രാധിപത്യം വഹിച്ചു. കുറേക്കാലം രാമകൃഷ്ണപിള്ളയും 'കേരളപത്രിക'യുടെ പത്രാധിപരായിരുന്നു. വക്കം അബ്ദുൾഖാദർ മൗലവി 1905-ൽ ആരംഭിച്ച 'സ്വദേശാ

ഭിമാനി'യുടെ പത്രാധിപരായി രാമകൃഷ്ണപിള്ള പിന്നീട് ചുമതലയേറ്റു.

ദിവാൻ രാജഗോപാലാചാരിയുടെ ദുർഭരണത്തിനെതിരെ നിശിത വിമർശനങ്ങൾ 'സ്വദേശാഭിമാനി'യുടെ പുറങ്ങളിൽ നിരന്തരമായി വരാൻ തുടങ്ങി. പത്രം രാജവാഴ്ചയുടെ കണ്ണിലെ കരടായി. ഒരിക്കൽ തിരുവനന്തപുരം ശ്രീപത്മനാഭസ്വാമി ക്ഷേത്രത്തിലെ ആറാട്ടുദിവസം സ്ത്രീകൾക്കായി ഒരുക്കിയിരുന്ന സ്ഥലത്ത് സ്ത്രീലമ്പടനായ ദിവാൻ കാട്ടിക്കൂട്ടിയ വിക്രിയകളെക്കുറിച്ച് പത്രത്തിൽ പരാമർശമുണ്ടായി. ലേഖനത്തിൽ ദിവാനെ വിശേഷിപ്പിച്ചത് 'ജാരഗോപാലാചാരി' എന്ന്! പോരേ പൂരം!! തിരുത്തണമെന്ന് രാജകല്പന വന്നു. അടുത്ത ലക്കത്തിൽ 'തിരുത്ത്' ഇപ്രകാരം: 'അച്ചടിപ്പിശകുമൂലം' എന്നതിനുപകരം 'അച്ചിപ്പിശകുമൂലം'!

ദിവാൻ ഭരണത്തിൽ സ്വാഭാവികമായതു സംഭവിച്ചു- പത്രം കണ്ടുകെട്ടി. രാമകൃഷ്ണപിള്ള നാടുകടത്തപ്പെട്ടു, അന്ന് മദ്രാസ് സംസ്ഥാനത്തിലായിരുന്ന കണ്ണൂരിലേക്ക്. ഇത് 1910 സെപ്തംബർ 26-നായിരുന്നു.

അതിനുമുമ്പ് ശ്രീമൂലം അസംബ്ലി മെമ്പറായിരുന്ന രാമകൃഷ്ണപിള്ളയെ ആ പദവിയിൽ നിന്ന് നിഷ്കാസിതനാക്കിയിരുന്നു.

നാടുകടത്തിയതിനുശേഷം മരിക്കുന്നതുവരെ അദ്ദേഹത്തിന് സ്വദേശത്തേക്കുവരാൻ കഴിഞ്ഞില്ല. നാടുകടത്തപ്പെട്ട രാമകൃഷ്ണപിള്ളയും കുടുംബവും അനുഭവിച്ച ദുരിതങ്ങൾ 'വ്യാഴവട്ട സ്മരണകൾ' എന്ന തന്റെ കൃതിയിൽ അദ്ദേഹത്തിന്റെ ഭാര്യ ബി. കല്യാണിയമ്മ ഹൃദയസ്പൃക്കായി രേഖപ്പെടുത്തിയിട്ടുണ്ട്.

നാടുകടത്തപ്പെട്ടതിനുശേഷം 18 വർഷം കൂടി ജീവിച്ചിരുന്ന രാമകൃഷ്ണപിള്ള ഒട്ടേറെ ദുരിതങ്ങൾ സഹിച്ച് രോഗബാധിതനായി. 1928 മാർച്ച് 28-ന് 50-ാമത്തെ വയസ്സിൽ കണ്ണൂരിൽ അന്തരിച്ചു.

വൃത്താന്ത പത്രപ്രവർത്തനം, കാറൽമാർക്സ് എന്നീ കൃതികൾ അദ്ദേഹം രചിച്ചിട്ടുണ്ട്.

പൊയ്കയിൽ ശ്രീകുമാര ഗുരുദേവൻ
(1878–1938)

അയ്യൻകാളി പ്രസ്ഥാനം സജീവമാകുന്നതിന് വളരെ മുമ്പേ, കേരളത്തിലെ അടിമജനതയുടെ മോചനമാർഗ്ഗം ക്രിസ്തുമതത്തിലേക്കുള്ള മതപരിവർത്തനമാണ് എന്ന ധാരണ അവശജനതയിൽ ഒരു വിഭാഗത്തിൽ പരന്നുതുടങ്ങിയിരുന്നു. 16–ാം നൂറ്റാണ്ടിൽ കേരളത്തിൽ ക്രൈസ്തവ മിഷണറി പ്രവർത്തനം ആരംഭിച്ചു. കത്തോലിക്കാ മിഷണറിയായിരുന്ന ഫ്രാൻസിസ് സേവ്യറാണ് മിഷണറി പ്രവർത്തനത്തിനു തുടക്കം കുറിച്ചത്. തീരദേശത്തുള്ള മുക്കുവരുടെ ഇടയിൽ അദ്ദേഹം പ്രവർത്തിച്ചു. മുക്കുവരിൽ ഏറെപ്പേരും കത്തോലിക്കാ സഭയിൽ ചേർന്നു. ഈ സഭയിൽ ചേർന്ന സവർണ്ണ ക്രിസ്ത്യാനികളാവട്ടെ 'മലങ്കര റീത്ത്' എന്ന പേരിൽ വേറിട്ടുനിന്നു. ബ്രിട്ടീഷ് ഭരണം ഭാരതത്തിൽ വ്യാപിച്ചതോടെ പ്രൊട്ടസ്റ്റന്റ് മിഷണറിമാരുടെ പ്രവർത്തനം കേരളത്തിലും തുടങ്ങി. ലണ്ടൻ മിഷൻ സൊസൈറ്റി, രക്ഷാസൈന്യം (Salvation Army) ബേസൽ ഇവാഞ്ചലിക്കൽ മിഷൻ എന്നീ ക്രിസ്തീയ വിഭാഗങ്ങൾ മതപരിവർത്തന പ്രവർത്തനങ്ങളിൽ വ്യാപൃതരായി. ഹൈന്ദവ സവർണ്ണവിഭാഗങ്ങളുടെയും രാജഭരണത്തിന്റെയും പീഡനങ്ങൾക്കുവിധേയരായ അധഃകൃതർ മോചനമാർഗ്ഗമായി ക്രിസ്തുമതം സ്വീകരിച്ചെങ്കിലും അവിടെയും അവർക്ക് തിക്താനുഭവങ്ങളായിരുന്നു. മതം മാറിയ പുലയർ, പറയർ തുടങ്ങിയവരെ സുറിയാനി ക്രിസ്ത്യാനികൾ അസ്സൽ ക്രിസ്ത്യാനികളായി ഉൾക്കൊള്ളാൻ തയ്യാറാ

യില്ല. മതപരമായും സാമൂഹ്യമായും സവർണ്ണ ക്രിസ്ത്യാനികളുടെ നിരയിൽ അവർക്കു സ്ഥാനം ലഭിച്ചില്ല. പുതു ക്രിസ്ത്യാനികളായും ചേരമർ ക്രിസ്ത്യാനികളായും പോരാ, പുലക്രിസ്ത്യാനിയായി അവർ ക്രൈസ്തവ മതത്തിന്റെ പുറംപോക്കു ഭൂമികളിൽ കഴിഞ്ഞുകൂടി.

അവശ ക്രിസ്ത്യാനികളുടെ ഈ പതിത്വത്തിന്റെ പശ്ചാത്തലത്തിലാണ് 'പ്രത്യക്ഷ രക്ഷാദൈവ സഭയുടെ' ഉദയം.

ഇരവിപേരൂർ ഗ്രാമത്തിൽ ശങ്കരമംഗലം എന്ന സ്ഥലത്ത് 1878 ഫെബ്രുവരി 17-ന് ജനിച്ച കുമാരൻ എന്ന പറയ യുവാവ് ക്രിസ്തുമതത്തിലേക്ക് മതപരിവർത്തനം നടത്തി യോഹന്നാനായി. പക്ഷേ, ക്രൈസ്തവ മതത്തിൽ നിലനിന്ന വിവേചനം അദ്ദേഹത്തെ നിരാശനും ദുഃഖിതനുമാക്കി. പറയൻ മത്തായി, പറയൻ യോഹന്നാൻ എന്ന് പുതുക്രിസ്ത്യാനികളെ സംബോധന ചെയ്യുക പതിവായിരുന്നു. സവർണ്ണരുടെ പള്ളികളിൽ അവർക്ക് പ്രവേശനവും നിഷേധിച്ചിരുന്നു. അവർക്കായി പ്രത്യേകം പള്ളികൾ സ്ഥാപിക്കപ്പെട്ടു തുടങ്ങി. പ്രത്യക്ഷരക്ഷാ ദൈവസഭയുടെ ആദ്യകാല സഭാഗീതങ്ങളിൽ അതിനെക്കുറിച്ച് സൂചിപ്പിച്ചിട്ടുണ്ട്:

'പുലയനൊരു പള്ളി പറയനൊരു പള്ളി
മീൻപിടുത്തക്കാരൻ മരയ്ക്കാനൊരു പള്ളി
പള്ളിയോടു പള്ളി നിരന്നിങ്ങുവന്നിട്ടും
വ്യത്യാസം മാറി ഞാൻ കാണുന്നില്ല'

മറ്റൊന്ന്,

'ഹിന്ദുമതത്തിൽ പുറവഴിയേ നമ്മൾ
അനാഥരെന്ന പോൽ സഞ്ചരിച്ചു
ക്രിസ്തുമതത്തിൽ പുറവഴിയേ നമ്മൾ
അനാഥനെന്ന പോൽ സഞ്ചരിച്ചു
ഹിന്ദുമതത്തിലും ചേർത്തില്ലല്ലോ- നമ്മെ
ക്രിസ്തുമതത്തിലും ചേർത്തില്ലല്ലോ'.

മാർത്തോമാ സഭയിൽ ചേർന്ന കുമാരൻ ഈ വിവേചനത്തിൽ മനംനൊന്ത് 'വേർപാട്' വിഭാഗത്തിലേക്കു മാറി. പിന്നീടാണ് അദ്ദേഹം 'യോഹന്നാനാ'യശേഷം പൊയ്കയിൽ കുമാരനായി മടങ്ങിവന്ന് 'പ്രത്യക്ഷരക്ഷാ ദൈവ സഭ'യ്ക്ക് രൂപം നൽകിയത്. ക്രിസ്തുമതത്തിലും ബൈബിളിലും ജാതിചിന്ത ഇല്ലാതിരിക്കെ സുറിയാനി ക്രിസ്ത്യാനികൾ പുലർത്തുന്ന

ജാതിവിവേചനത്തിൽ പ്രതിഷേധിച്ചായിരുന്നു ഇത്. മുമ്പ് ക്രൈസ്തവ സഭയുടെ ഉപവിഭാഗമായിട്ടായിരുന്നു 'ദൈവസഭ' തുടങ്ങിയതെങ്കിലും പിന്നീട് കുമാരഗുരു പുതിയ മതതത്ത്വങ്ങൾ പ്രചരിപ്പിച്ചു തുടങ്ങി. അതിന്റെ സാരാംശം:

മനുഷ്യന്റെ പ്രശ്നപരിഹാരാർത്ഥം കാലാകാലങ്ങളിൽ ദൈവം ഭൂമിയിൽ മനുഷ്യനായവതരിച്ച് മനുഷ്യവർഗ്ഗത്തെ പാപമുക്തമാക്കാൻ ശ്രമിക്കുന്നു. യേശുവിന്റെ അവതാരം അങ്ങനെയാണ്. വർത്തമാനകാല പ്രശ്നം അടിമവർഗ്ഗങ്ങളുടെ വിമോചനമാകയാൽ ദൈവം ഭൂമിയിൽ പൊയ്കയിൽ യോഹന്നാനായി അവതരിച്ചിരിക്കുന്നു. ആത്മീയ-സാമ്പത്തീക ഉൽക്കർഷത്തിന് അടിമ ജനത പൊയ്കയിൽ യോഹന്നാനെ ആശ്രയിക്കണം. അടിമ വർഗ്ഗത്തിലെ അവാന്തര വിഭാഗങ്ങൾ ജാതിസ്പർദ്ധയിൽ നിന്ന് മുക്തരാവണം. ദൈവസഭ 'പ്രത്യക്ഷരക്ഷാ ദൈവസഭ'യായപ്പോൾ ക്രിസ്തീയസഭയല്ലാതായി. ഹൈന്ദവ, ക്രൈസ്തവ മതങ്ങളുടെ ഇടയിൽപ്പെട്ട് ദുരിതമനുഭവിക്കുന്ന അധഃകൃത വർഗ്ഗങ്ങളെ മതത്തിനുപരിയായി ഏകോപിപ്പിച്ച് ഏകസമുദായ രൂപീകരണവും നടന്നു. ആ സമുദായത്തിന്റെ ഉൽക്കർഷമാണ് പി.ആർ.ഡി.എസിന്റെ ലക്ഷ്യം.

ആര്യവല്ക്കരണത്തിനെതിരെ പൊരുതുക എന്നതാണ് ഇരുപതാം നൂറ്റാണ്ടിന്റെ പൂർവ്വാർദ്ധത്തിൽ പി.ആർ.ഡി.എസ് മുന്നോട്ടുവെച്ച ആശയം.

വിഗ്രഹങ്ങൾക്കുപകരം തന്റെയുള്ളിലുള്ള ദൈവത്തെ കണ്ടെത്താൻ കുമാരഗുരു ഉദ്ബോധിപ്പിച്ചു. 1907-ൽ അദ്ദേഹം നാട്ടിലങ്ങോളമിങ്ങോളം പ്രസംഗ പരമ്പര നടത്തി.

പി.ആർ.ഡി.എസ്. ഒരു മഹാപ്രസ്ഥാനമായി ഇന്ന് വളർന്നിട്ടുണ്ട്. ആസ്ഥാനം തിരുവല്ലയ്ക്കടുത്ത് ഇരവിപേരൂർ ശ്രീകുമാർ നഗറിൽ.

ശ്രീകുമാര ഗുരുദേവൻ കൊ.വ: 114 മിഥുനം 15-ാം തിയ്യതി (എ.ഡി. 1938) ജൂൺ 29-ന് സമാധിയായി.

വള്ളത്തോൾ നാരായണമേനോൻ
(1878 – 1958)

ആധുനിക കവിത്രയത്തിലൊരാൾ. കേരള വാല്മീകിയെന്നും കേരള ടാഗൂർ എന്നും വള്ളത്തോളിനെ വിശേഷിപ്പിക്കാറുണ്ട്. കേരള കലാമണ്ഡലം സ്ഥാപകൻ, പത്രാധിപർ.

1878 ഒക്ടോബർ 16-ന് പൊന്നാനിക്കടുത്തുള്ള തിരൂരിൽ ചേന്നര വില്ലേജിൽ ജനിച്ചു. അച്ഛൻ കടുങ്ങോട്ട് മല്ലിശ്ശേരി ദാമോദരൻ ഇളയത്. അമ്മ കുട്ടിപ്പാറുവമ്മ (പാർവ്വതി).

കാല്പനിക കവിതയിൽ വള്ളത്തോളിന്റെ രംഗപ്രവേശം 1190-ലെഴുതിയ 'ബധിര വിലാപ'ത്തിലൂടെയാണ്. ആത്മകഥാപരമായ ഒരു കൃതിയാണത്. കവിയെ ബാധിച്ച ബധിരരോഗമാണ് ആ കവിതയ്ക്കു വിഷയം.

അദ്ദേഹത്തിന്റെ മറ്റു ഖണ്ഡകാവ്യങ്ങൾ: ഗണപതി (1913), ബന്ധനസ്ഥനായ അനിരുദ്ധൻ (1914), ശിഷ്യനും മകനും (1918), മഗ്ദലന മറിയം (1921), കൊച്ചുസീത (1927), അച്ഛനും മകളും (1936) എന്നിവയാണ്.

കൂടാതെ നാല് ലഘുകാവ്യങ്ങളും ആറു കവിതാസമാഹാരങ്ങളും വാല്മീകിരാമായണം, ഋഗ്വേദം തുടങ്ങിയവയുടെ തർജ്ജമകളും രചിച്ചു. 11 ഭാഗങ്ങളായി ക്രോഡീകരിച്ച 156 കവിതകളടങ്ങിയ 'സാഹിത്യമഞ്ജരി' 1912 മുതൽ 1958 വരെ രചിച്ചിട്ടുള്ള കവിതകളുടെ സമാഹാരമാണ്.

'സാഹിത്യമഞ്ജരി'യിൽ നാടിനെക്കുറിച്ചുള്ള അഭിമാനാതിരേകവും

(മാതൃവന്ദനം) ഭാരതത്തിന്റെ പാരമ്പര്യത്തിലുള്ള അഭിമാനവും (മാതൃഭൂമിയോട്) ആശയപൗഷ്കല്യവും (ഉണ്ണാനില്ല ഉടുപ്പാനില്ല, പുരാണങ്ങൾ) നിറഞ്ഞുനില്ക്കുന്നു. കർമ്മഭൂമിയുടെ പിഞ്ചുകാൽ, രാധയുടെ കൃതാർത്ഥത, എന്റെ ഗുരുനാഥൻ, കിളിക്കൊഞ്ചൽ എന്നീ കവിതകൾ മനോഹരങ്ങളും ആശയസമ്പുഷ്ടങ്ങളുമാണ്. ഗാന്ധിജിയെ സ്വന്തം ഗുരുവായി വരിക്കുന്നു 'എന്റെ ഗുരുനാഥൻ' എന്ന കവിതയിൽ.

ഗാന്ധിജിയുടെ നേതൃത്വത്തിൽ ഭാരതം സ്വാതന്ത്ര്യത്തിന്റെ പൊൻപുലരി സ്വപ്നംകണ്ട് പൊരുതിക്കൊണ്ടിരിക്കുമ്പോൾ വള്ളത്തോൾ എന്ന കവി മഹാകവിപ്പട്ടം ചൂടിയിരുന്നു. ദേശാഭിമാന പ്രചോദിതങ്ങളായ കവിതകൾ കൊണ്ട് വള്ളത്തോൾ ദേശീയപ്രസ്ഥാനത്തിന് തന്നാൽ കഴിയുന്ന ഇന്ധനം പകർന്നുകൊണ്ടേയിരുന്നു. കേരള സമൂഹത്തിൽ ഇത്തിൾക്കണ്ണിപോലെ പടർന്നുകയറിയ അയിത്തംപോലെയുള്ള ദുരാചാരങ്ങളുടെ ഗർഹണീയത തുറന്നുകാട്ടാനും 'തോണിയാത്ര' പോലെയുള്ള കവിതകളിലൂടെ അദ്ദേഹം ശ്രമിച്ചിട്ടുണ്ട്.

മാർക്കണ്ഡേയപുരാണം, പത്മപുരാണം, മത്സ്യപുരാണം, വാമനപുരാണം എന്നീ കൃതികൾ അദ്ദേഹം വിവർത്തനം ചെയ്തു. തന്റെ 75-ാമത്തെ വയസ്സിലാണ് വള്ളത്തോൾ ഋഗ്വേദസൂക്തം പരിഭാഷപ്പെടുത്താൻ ആരംഭിച്ചത്. അതോടൊപ്പം അഭിജ്ഞാനശാകുന്തളം, മദ്ധ്യമവ്യായോഗം, അഭിഷേകനാടകം, പഞ്ചരാത്രം എന്നീ സംസ്കൃത കൃതികളും തർജ്ജമ ചെയ്തു.

1930-ൽ സ്ഥാപിച്ച കേരള കലാമണ്ഡലത്തിന്റെ സ്ഥാപകൻ വള്ളത്തോളാണ്. കേരളത്തിൽ ഫ്യൂഡലിസത്തിന്റെ തകർച്ച സ്വാഭാവികമായും കഥകളി എന്ന കലാരൂപത്തിന്റെയും തകർച്ചയ്ക്ക് കാരണമാവേണ്ടതായിരുന്നു. ആ ദുരന്തം ഒഴിവാക്കിയത് വള്ളത്തോളാണ്. കുന്നംകുളത്ത് സ്ഥാപിച്ച കഥകളി വിദ്യാലയമാണ് പിന്നീട് ചെറുതുരുത്തിയിലേക്കു മാറ്റി കലാമണ്ഡലമാക്കി വികസിപ്പിച്ചത്. കഥകളിയെ പരിപോഷിപ്പിക്കുകയും ലോക കലാരൂപമായി ഈ കലാരൂപത്തെ ഉയർത്തിക്കൊണ്ടുവരികയും ചെയ്തത് വള്ളത്തോളാണ്.

1923-ൽ തിരുവിതാംകൂർ മഹാരാജാവിൽ നിന്ന് വീരശൃംഖല ലഭിച്ച വള്ളത്തോൾ പക്ഷേ, വെയിൽസ് രാജകുമാരൻ നല്കിയ പട്ടും വളയും നിരസിച്ചു.

1955-ൽ വള്ളത്തോളിന് പത്മഭൂഷൺ ലഭിച്ചു. മഹാകവിയുടെ പേരിൽ മലയാള സാഹിത്യത്തിലെ സമഗ്ര സംഭാവനകൾക്കുള്ള 'വള്ളത്തോൾ

പുരസ്കാരം' 1993 മുതൽ വർഷംതോറും നല്കിവരുന്നു.

ആധുനിക രീതിയിലുള്ള വിദ്യാഭ്യാസം വള്ളത്തോളിനു ലഭിച്ചില്ല. സംസ്കൃത പാരമ്പര്യത്തിലുള്ള വിദ്യാഭ്യാസം മാതുലനായ രാമുണ്ണിമേനോനിൽ നിന്ന് ലഭിച്ചു. വിദ്യാർത്ഥിയായിരിക്കെ തർക്കശാസ്ത്രവും അഷ്ടാംഗ ഹൃദയവും വശമാക്കി. ആയൂർവ്വേദത്തിൽ കൈക്കുളങ്ങര രാമവാര്യരും തർക്കശാസ്ത്രത്തിൽ സുബ്രഹ്മണ്യശാസ്ത്രിയുമായിരുന്നു ഗുരുക്കൾ. ചെറുപ്പത്തിൽതന്നെ കവിതാ രചനയിൽ ആഭിമുഖ്യം തുടങ്ങി. ആദ്യകൃതി 'കിരാതശതകം'. 1894-ൽ ഭാഷാപോഷിണി സഭ സംഘടിപ്പിച്ച കവിതാ മത്സരത്തിൽ ഒന്നാം സ്ഥാനം ലഭിച്ചു. 1916-ൽ 'ആത്മപോഷിണി'യുടെ പത്രാധിപരായിരുന്നു.

1958 മാർച്ച് 13-ന് 80-ാം വയസ്സിൽ മലയാള കവിതയുടെ അഭിമാനമായിരുന്ന വള്ളത്തോൾ ഓർമ്മയായി.

മന്നത്തു പത്മനാഭൻ
(1878–1970)

എൻ.എസ്.എസിന്റെ സ്ഥാപക നേതാവും സാമൂഹ്യ പരിഷ്ക്കർത്താവും. 1959–ലെ വിമോചന സമര നായകൻ.

വാകത്താനത്ത് നീലവന ഇല്ലത്ത് ഈശ്വരൻ നമ്പൂതിരിയുടെയും പെരുന്ന ചിറമറ്റത്ത് പാർവ്വതി അമ്മയുടെയും മൂത്ത മകനായി 1878 ജനുവരി 2–ന് മൂലം നക്ഷത്രത്തിൽ ജനിച്ച പത്മനാഭപിള്ളയാണ് പിന്നീട് മന്നത്തു പത്മനാഭനായി, ചരിത്രപുരുഷനായി ശൂന്യതയിൽനിന്ന് അത്ഭുതം സൃഷ്ടിച്ചത്. ഇന്ന് കോടികൾ ആസ്തിയുള്ള മഹാപ്രസ്ഥാനമായി പടർന്നു പന്തലിച്ച നായർ സർവ്വീസ് സൊസൈറ്റിയുടെ വളർച്ചയ്ക്കു പിന്നിൽ ഈ മനുഷ്യന്റെ നിശ്ചയദാർഢ്യവും കഠിനാധ്വാനവുമുണ്ട്. നായർ സമുദായത്തിലെ അന്ധവിശ്വാസങ്ങളും അനാചാരങ്ങളും സാമ്പത്തീക അച്ചടക്കമില്ലായ്മയും ഇല്ലാതാക്കാൻ യുവാവായ മന്നത്തു പത്മനാഭന്റെ നേതൃത്വത്തിൽ കുറേ നായർ ചെറുപ്പക്കാർ രംഗത്തുവന്നു. കൊ.വ: 1090 തുലാമാസം 15–ന് ചങ്ങനാശ്ശേരി സ്വദേശികളായ 13 പേരും എസ്.ബി. ഹൈസ്കൂളിൽ അധ്യാപകവൃത്തിയിലുണ്ടായിരുന്ന മലബാർ സ്വദേശി കെ. കേളപ്പൻ നായരും (കേളപ്പജി) പെരുന്നയിലെ മന്നത്തുവീട്ടിൽ യോഗം ചേർന്നു. പത്മനാഭപിള്ളയുടെ മാതാവ് കൊളുത്തിയ നിലവിളക്കിനെ സാക്ഷിയാക്കി അവർ പ്രതിജ്ഞയെടുത്തു. സമുദായത്തിനുവേണ്ടി പ്രവർത്തിക്കും.

എൻ.എസ്.എസ്. സ്ഥാപകാംഗങ്ങൾ

1. കെ. കേളപ്പൻനായർ (മലബാർ)
2. മന്നത്തു പത്മനാഭപിള്ള (പെരുന്ന)
3. പനങ്ങോട്ട് കേശവപ്പണിക്കർ (മുട്ടാർ)
4. എൻ.സി. ത്രിവിക്രമ കൈമൾ (ചങ്ങനാശ്ശേരി)
5. കാക്കനാട്ട് നാരായണപ്പണിക്കർ (വെളിയനാട്)
6. പനയ്ക്കാട്ട് പരമേശ്വരക്കുറുപ്പ് (വേഴപ്ര)
7. നാഗവള്ളിൽ കൊച്ചുകുഞ്ഞു കുറുപ്പ് (രാമങ്കരി)
8. പടിഞ്ഞാറേക്കൂറ്റ് കൃഷ്ണപിള്ള (പെരുന്ന)
9. കൊറ്റനാട്ടിൽ പത്മനാഭപിള്ള (പുഴവായ്)
10. പള്ളിപ്പുറത്ത് നാരായണപിള്ള (തൃക്കൊടിത്താനം)
11. കൊണ്ടൂർ കൃഷ്ണപിള്ള (തൃക്കൊടിത്താനം)
12. തളിയിൽ മാധവൻപിള്ള (വാഴപ്പള്ളി)
13. വാൽപ്പറമ്പിൽ വേലായുധൻപിള്ള (വാഴപ്പള്ളി)
14. പൊതുവാടത്ത് പത്മനാഭപിള്ള (വാഴപ്പള്ളി)

ഇതര സമുദായങ്ങൾക്ക് ദോഷകരമായ യാതൊരു പ്രവൃത്തിയും ചെയ്യുന്നതല്ല. കേളപ്പൻനായർ പ്രസിഡണ്ടായും മന്നത്തു പത്മനാഭപിള്ള സെക്രട്ടറിയായും പനങ്ങോട് കേശവപ്പണിക്കർ ഖജാൻജിയായും ആ ദിവസം മന്നത്തു തറവാട്ടിൽ പിറവികൊണ്ട 'നായർ ഭൃത്യജനസംഘ'മാണ് പിൽക്കാലത്ത് 'നായർ സർവ്വീസ് സൊസൈറ്റി'യായി കേരളമാകെ പടർന്നു പന്തലിച്ചത്.

ആദ്യത്തെ 31 വർഷക്കാലം മന്നത്തു പത്മനാഭൻ ജനറൽ സെക്രട്ടറിയായി പ്രവർത്തിച്ചു. പിന്നീട് 22 മാസം അദ്ദേഹം പ്രസിഡണ്ടായിരുന്നു. ക്ഷേത്ര പ്രവേശന വിളംബരത്തിന് രണ്ടു ദശാബ്ദം മുമ്പുതന്നെ പെരുന്നയിലെ ദേവീക്ഷേത്രം അയിത്തജാതിക്കാർക്കായി തുറന്നുകൊടുക്കുന്നതിൽ മന്നം നേതൃത്വപരമായ പങ്കുവഹിച്ചു. വൈക്കം സത്യഗ്രഹ സമരത്തിൽ കൊ.വ:1100 തുലാം 16-ന് സമരക്കാർ തിരുവനന്തപുരത്തേക്കു നടത്തിയ കാൽനട ജാഥയിൽ സവർണ്ണ ജാഥയുടെ സർവ്വസൈന്യാധിപൻ മന്നത്തു പത്മനാഭനായിരുന്നു. ശിവഗിരിയിൽ ജാഥാംഗങ്ങളെ അനുഗ്രഹിച്ചുകൊണ്ട് ശ്രീനാരായണഗുരു ഇങ്ങനെ പറഞ്ഞു: "അവർണ്ണരുടെ സഞ്ചാരസ്വാതന്ത്ര്യത്തിനുവേണ്ടി സവർണ്ണർ നടത്തുന്ന ഈ സേവനം അഭിനന്ദനീയവും

അത്ഭുതകരവുമാണ്!"

മന്നം ദേവസ്വംബോർഡ് പ്രസിഡണ്ടും ആർ. ശങ്കർ ബോർഡ് അംഗവുമായിരിക്കെ ഇരുവരും മുൻകൈയെടുത്ത് 'ഹിന്ദു മഹാമണ്ഡലം' രൂപീകരിച്ചു. നിവർത്തന പ്രക്ഷോഭത്തിനുശേഷം രൂപംപ്രാപിച്ച ഉത്തരവാദ ഭരണപ്രക്ഷോഭത്തിൽ പങ്കെടുക്കുകയും സർ സി.പി.യുടെ സ്വേച്ഛാധികാര ഭരണത്തിനെതിരെ നിലപാടെടുക്കുകയും ചെയ്തതിന് 1947 ജൂൺ മാസത്തിൽ മന്നം അറസ്റ്റ് ചെയ്യപ്പെട്ടു.

1964-ൽ കോൺഗ്രസിൽനിന്നും വിഘടിച്ചു മാറിയവർ കെ.എം. ജോർജ്ജിന്റെ നേതൃത്വത്തിൽ 'കേരളാ കോൺഗ്രസ് രൂപീകരിച്ചപ്പോൾ പുതിയ രാഷ്ട്രീയ കക്ഷിയുടെ തലതൊട്ടപ്പനായത് മന്നം. 'ഭാരതകേസരി' മന്നത്തു പത്മനാഭനെ 1968-ൽ രാഷ്ട്രം പത്മഭൂഷൺ നല്കി ആദരിച്ചു.

ആത്മകഥ: "എന്റെ ജീവിത സ്മരണകൾ"

സംഘടനയുടെ ആദ്യ വിദ്യാഭ്യാസ സ്ഥാപനമായ കറുകച്ചാലിലെ മിഡിൽ സ്കൂളിന്റെ പണി പൂർത്തിയാക്കാൻ സെക്രട്ടറി എന്ന നിലയിൽ രാപ്പകലന്യെ വിശപ്പും ദാഹവും മറന്ന് അലഞ്ഞ മന്നത്തു പത്മനാഭന്റെ ക്രാന്തദർശിത്വത്തിനും സ്ഥൈര്യത്തിനും നിദർശനമായി തലയുയർത്തി നില്ക്കുന്നു, എൻ.എസ്.എസിന്റെ വകയായി 157 സ്കൂളുകൾ, 18 ആർട്സ് ആന്റ് സയൻസ് കോളജുകൾ, ഒരു എഞ്ചിനീയറിംഗ് കോളേജ്, ഹോമിയോ മെഡിക്കൽ കോളേജ്, ലോ കോളേജ്, പോളി ടെക്നിക്, മൂന്ന് ട്രെയിനിംഗ് കോളേജുകൾ, നാല് ടി.ടി.ഐ.കൾ, സിവിൽ സർവ്വീസ് അക്കാദമി, നാല് വീതം അലോപ്പതി-ആയുർവ്വേദ ആശുപത്രികൾ, മൂന്ന് നഴ്സിംഗ് സ്കൂളുകൾ, എട്ട് എസ്റ്റേറ്റുകൾ, പതിനാറ് വർക്കിംഗ് വിമൺസ് ഹോസ്റ്റലുകൾ, കോ-ഓപ്പറേറ്റീവ് ട്രെയിനിംഗ് കോളേജ്, മൂന്ന് ഗസ്റ്റ്ഹൗസുകൾ, വ്യവസായ യൂണിറ്റ്, അനാഥാലയം. 60 താലൂക്ക് യൂണിയനുകളും 5300 കരയോഗങ്ങളുമുള്ളതിൽ ഏറെയും സ്ഥാപിച്ചത് അദ്ദേഹത്തിന്റെ കാലത്താണ്.

ഉൽപ്പതിഷ്ണുവും കർമ്മധീരനുമായ മന്നത്തു പത്മനാഭൻ 93-ാം വയസ്സിൽ, 1970 ഫെബ്രുവരി 25-ന് തന്റെ സഫലജീവിതത്തിൽ നിന്ന് വിടവാങ്ങി. തന്റെ സ്വകാര്യ സമ്പാദ്യമായ ഊന്നുവടിയും കണ്ണടയും ചെരിപ്പും ചങ്ങനാശ്ശേരിയിലെ മന്നം മ്യൂസിയത്തിൽ സൂക്ഷിച്ചിരിക്കുന്നു.

സ്വർണ്ണ വർണ്ണക്കൊടിയിൽ വാളും കലപ്പയുമാണ് എൻ.എസ്.എസിന്റെ അടയാളം. വാൾ പട്ടാളത്തെയും കലപ്പ കൃഷിയെയും സൂചിപ്പിക്കുന്നു. കൃഷിയും സൈനീക സേവനവുമായിരുന്നല്ലോ നായന്മാരുടെ കുലത്തൊഴിലുകൾ.

ഗുരു കുഞ്ചുക്കുറുപ്പ്
(1880 – 1972)

കഥകളി രംഗത്തെ അതുല്യ നടന്മാരിൽ ഒരാൾ. കേരള കലാമണ്ഡലം അധ്യാപകൻ. ദേശീയ പുരസ്കാരം നേടിയ പ്രഥമ കഥകളി കലാകാരൻ.

ആലപ്പുഴ ജില്ലയിലെ കുട്ടനാട് താലൂക്കിൽ തകഴി ഗ്രാമത്തിൽ പൊയ്പ്പള്ളിക്കുളം കുടുംബത്തിൽ 1880 ഏപ്രിലിൽ ജനിച്ചു. മാതാവ് പൊപ്പള്ളിക്കുളത്തിൽ ലക്ഷ്മിയമ്മ. പിതാവ് വേലിക്കകത്ത് പരമേശ്വര കൈമൾ. ചങ്ങനാശ്ശേരിയിൽ കുറിച്ചിയിലെ കോമടത്തു കുടുംബത്തിൽ നിന്ന് തായ്‌വഴി പിരിഞ്ഞ് തകഴിയിൽ വാസമുറപ്പിച്ചവരായിരുന്നു കുഞ്ചുക്കുറുപ്പിന്റെ മാതാപിതാക്കൾ. ഇവരുടെ ആറു മക്കളിൽ ഏറ്റവും ഇളയവനായിരുന്നു കുഞ്ചുക്കുറുപ്പ്. മൂത്ത ജ്യേഷ്ഠൻ ശങ്കരക്കുറുപ്പ് ഒരു പ്രസിദ്ധ കഥകളി നടനായിരുന്നു. ശങ്കരക്കുറുപ്പിന്റെ മകനാണ് വിശ്വസാഹിത്യകാരൻ തകഴി ശിവശങ്കരപ്പിള്ള. കുഞ്ചുക്കുറുപ്പിന് വിദ്യാലയ വിദ്യാഭ്യാസം ലഭിച്ചുവോ എന്നറിവില്ല. ചെറുപ്പത്തിലേ കഥകളി നടനാവണം എന്നായിരുന്നു മോഹം. ആദ്യകാല ഗുരുക്കന്മാർ 'കൊച്ചപ്പിരാമന്മാർ' എന്നറിയപ്പെട്ട കൊച്ചയ്യപ്പണിക്കരും (1846–1948) രാമപ്പണിക്കരു (1866–1931) മായിരുന്നു. കുറുപ്പിന്റെ അരങ്ങേറ്റം 1893–ലായിരുന്നു. പിന്നീട് ചമ്പക്കുളം ശങ്കുപ്പിള്ളയുടെ കീഴിൽ അഭ്യസനം തുടർന്ന കുറുപ്പ് അടുത്ത ഏഴുവർഷം മാത്തൂർ കുഞ്ഞുപ്പിള്ളപ്പണിക്കരുടെ കളിയോഗത്തിലെ കുട്ടിത്താരമായി. കുറുപ്പും സ്ത്രീവേഷക്കാരനായിരുന്നു ആദ്യം.

അക്കാലത്ത് തിരുവല്ല കുഞ്ഞുപിള്ളയുടെ നേതൃത്വത്തിൽ വെച്ചൂർ അയ്യപ്പക്കുറുപ്പ് എന്ന മറ്റൊരു നടൻ സ്വന്തം കളിയോഗവുമായി ഒരു ഉത്തരകേരള പര്യടനം നടത്തി. ഈ കളിയോഗത്തോടൊപ്പം മലബാറിലെ ആട്ട സദസ്സുകളിലെത്തിയ കുഞ്ചുക്കുറുപ്പിന്റെ അഭിനയ നൈപുണ്യം പരക്കെ പ്രസിദ്ധമായി.

കുറേക്കാലം ചെമ്പകശ്ശേരി നടന കലാമണ്ഡലത്തിന്റെ പ്രഥമാചാര്യനായിക്കഴിഞ്ഞു അതിനുശേഷം കഥകളി നടൻ എന്ന നിലയിൽ ഏറിയ കാലവും കുറുപ്പ് കഴിച്ചുകൂട്ടിയത് മലബാറിലായിരുന്നു.

പച്ചയും കത്തിയുമായിരുന്നു കുഞ്ചുക്കുറുപ്പിന്റെ പ്രധാന വേഷങ്ങൾ. നളചരിതത്തിലെ കാട്ടാളനും ഹംസവും, കുചേലൻ, സന്താനഗോപാലം ബ്രാഹ്മണൻ എന്നീ വേഷങ്ങളും അദ്ദേഹം കെട്ടിയാടിയിട്ടുണ്ട്. നളചരിതം ഒന്നും നാലും ദിവസങ്ങൾ, കുചേലവൃത്തം, രുഗ്മാംഗദചരിതം എന്നീ കഥകൾക്ക് ഉത്തരകേരളത്തിൽ പ്രചാരം സിദ്ധിച്ചത് ഗുരു കുഞ്ചുക്കുറുപ്പിലൂടെയാണ്. ഒരു കഥകളി നിരൂപകൻ ഇങ്ങനെ രേഖപ്പെടുത്തി:

"....ഗുരു കുഞ്ചുക്കുറുപ്പ് രംഗത്ത് ആടിയ വേഷങ്ങളുടെ ഭംഗി കഥകളിപ്രേമികളെ ആകർഷിക്കുന്നവയായിരുന്നു". ജന്മവാസനയും പാത്രപ്രകൃതി സൂക്ഷ്മമായി അപഗ്രഥിച്ചുകൊണ്ടുള്ള അഭിനയവും അദ്ദേഹത്തിന്റെ പ്രത്യേകതകളായിരുന്നു. കേരള കലാമണ്ഡലം സ്ഥാപിതമായപ്പോൾ അവിടെ കഥകളിയുടെ പ്രഥമാധ്യാപകനായി. ഗുരു ഗോപിനാഥന്റെയും കൃഷ്ണൻനായരുടെയും ആനന്ദ് ശിവറാം തുടങ്ങിയവരുടെയും ഗുരുവായിരുന്നു കുഞ്ചുക്കുറുപ്പ് കലാമണ്ഡലത്തിൽ.

കേന്ദ്രസംഗീത നാടക അക്കാദമിയുടെ കഥകളി കലാകാരന്മാർക്കുള്ള ആദ്യ അവാർഡ് 1956-ൽ ലഭിച്ചത് ഗുരു കുഞ്ചുക്കുറുപ്പിനാണ്. 1967-ൽ പത്മശ്രീയും 1969-ൽ കേന്ദ്ര സംഗീതനാടക അക്കാദമിയുടെ സഭാംഗത്വവും അദ്ദേഹത്തിനു ലഭിച്ചു.

മലബാർ ക്രിസ്ത്യൻ കോളേജിലെ ഭാഷാധ്യാപകനായിരുന്ന തെന്മഠത്തിൽ കേശവമേനോന്റെ പുത്രി ശ്രീദേവിയെ 2010-ൽ കുഞ്ചുക്കുറുപ്പ് വിവാഹം ചെയ്തു. 1940-ൽ അദ്ദേഹം പാലക്കാട്ട് കോട്ടായിൽ സ്ഥിരതാമസമായി. മകൻ ഹരിദാസൻ ടാഗോറിന്റെ വിശ്വഭാരതിയിൽ ഭാരതീയ നൃത്തകലാധ്യാപകനായിരുന്നു. 1964 ഏപ്രിൽ മാസത്തിൽ കുഞ്ചുക്കുറുപ്പിന്റെ ശതാഭിഷേകം കോട്ടയിൽ വെച്ച് അഖിലകേരളീയ ദേശീയോത്സവമായി ആഘോഷിച്ചു.

1972 ഏപ്രിൽ 2-ന് ജീവിതയാത്രയ്ക്ക് തിരശ്ശീല വീണു.

ആർച്ച്ബിഷപ്പ് മാർ ഇവാനിയോസ്

(1882–1953)

സന്ന്യാസം, ആധുനിക വിദ്യാഭ്യാസം, സഭൈക്യം എന്നിവയ്ക്കു വേണ്ടി അർപ്പിക്കപ്പെട്ട വിശുദ്ധ ജീവിതം. മലങ്കര കത്തോലിക്കാ സഭയുടെ പ്രോത്ഘാടകൻ.

മാവേലിക്കര പട്ടണത്തിൽ പുതിയകാവ് പണിക്കരുവീട്ടിൽ 1882 സെപ്തംബർ 8-ന് മാർ ഇവാനിയോസ് ജനിച്ചു. യഥാർത്ഥനാമം പി.ടി. ഗീവർഗ്ഗീസ്. പിതാവ് തോമാപണിക്കർ. മാതാവ് അന്നമ്മ. മല്ലിട്ടപ്പണിക്കർ കുടുംബം രാജാവിൽ നിന്ന് പ്രത്യേകാവകാശങ്ങൾ ലഭിച്ച പ്രശസ്ത തറവാടായിരുന്നുവെങ്കിലും ഗീവർഗ്ഗീസിന്റെ ജനനകാലത്ത് കുടുംബം സാമ്പത്തികമായി ക്ഷയിച്ചിരുന്നു. ദാവീദാശാന്റെ കുടിപ്പള്ളിക്കൂടത്തിൽ ആദ്യാക്ഷരങ്ങൾ പഠിച്ച ഗീവർഗ്ഗീസിന് സാമ്പത്തീക പരാധീനത കാരണം തുടർന്നു പഠിക്കാൻ കഴിഞ്ഞില്ല. തൊട്ടടുത്ത വഴുവാടി ഗ്രാമത്തിലെ സ്കറിയാ കത്തനാരുടെ സഹോദരപുത്രൻ എന്ന പരിഗണനയിൽ പുതിയകാവു പള്ളിയിലെ പുലിക്കോട്ടിൽ മാർ ദിവന്നാസിയോസ് മെത്രാൻ ഗീവർഗ്ഗീസിനെ കോട്ടയം എം.ഡി. സെമിനാരി സ്കൂളിൽ ചേർത്തു. ആ സരസ്വതീ ക്ഷേത്രത്തിൽ സാക്ഷാൽ കെ.സി. മാമ്മൻമാപ്പിളയുടെ ശിക്ഷണത്തിൽ ഗീവർഗ്ഗീസിന്റെ വ്യക്തിത്വം താരുംതളിരുമണിഞ്ഞു. പുലിക്കോട്ടിൽ തിരുമേനി ഗീവർഗ്ഗീസിനെ 1899 ജനുവരി 18-ന് ശെമ്മാശനായി പരിവർത്തിപ്പിച്ചു. 1908-ൽ പരുമല പള്ളിയിൽവെച്ച് വട്ടാശ്ശേരിൽ ദിവന്നാസി

യോസ് തിരുമേനി ഗീവർഗ്ഗീസ് ശെമ്മാശാനെ വൈദികനായി വാഴിച്ചു. തുടർന്ന് എം.എ. പരീക്ഷ ജയിച്ച അദ്ദേഹം ബിരുദാനന്തരബിരുദം നേടിയ ആദ്യത്തെ പുരോഹിതൻ എന്ന ബഹുമതിക്ക് അർഹനായി.

1909-ൽ കേരളത്തിലെത്തിയ പാത്രിയാർക്കീസ് ബാവയെ അംഗീകരിക്കാൻ വിസമ്മതിച്ച വട്ടാശ്ശേരിൽ മാർ ദിവന്നാസിയോസ് തിരുമേനിയുടെ പക്ഷത്തായിരുന്നു ഗീവർഗ്ഗീസച്ചൻ. സഭയുടെ സമ്പത്തിൽ ബാവയുടെ മേൽക്കോയ്മ എതിർപക്ഷം അംഗീകരിച്ചില്ല. ഗീവർഗ്ഗീസ് അച്ചനാവട്ടെ മലങ്കര സഭയുടെ സ്വതന്ത്ര വ്യക്തിത്വം പൊതുസമൂഹത്തിനു വ്യക്തമാക്കിക്കൊടുക്കാൻ കഴിഞ്ഞു. മലങ്കരസഭ ബാവാ കക്ഷിയും മെത്രാൻ കക്ഷിയുമായി വിഘടിച്ചു. 1911 ജൂൺ 10-ന് വട്ടാശ്ശേരിൽ തിരുമേനിയെയും കൂട്ടരെയും മുടക്കാനുള്ള ബാവയുടെ കല്പനയുണ്ടായി. സഭയുടെ പുനരൈക്യത്തിനായി അബ്ദ്മിശിഹാ പാത്രീയർക്കീസ് ബോംബെയിലെത്തിയപ്പോൾ അദ്ദേഹത്തെ സ്വീകരിക്കാൻ മെത്രാൻ വിഭാഗം നിയോഗിച്ചത് ഗീവർഗ്ഗീസ് അച്ചനെയാണ്.

വൈദിക വിദ്യാർത്ഥികളുടെ പഠനത്തിനായി സ്വരൂപിക്കപ്പെട്ട പണത്തിന്റെ അവകാശത്തർക്കത്തിൽ ഇരുവിഭാഗവും കോടതിയിലെത്തി (ഈ കേസിന്റെ വാദത്തിനായാണ് പിന്നീട് തിരുവിതാംകൂർ ദിവാനായ സർ സി. പി. രാമസ്വാമി അയ്യർ ആദ്യമായി കേരളത്തിലെത്തിയത്.)

1912 സെപ്തംബർ 15-ന് മലങ്കര കത്തോലിക്കാ സിംഹാസനം സ്ഥാപിതമായപ്പോൾ കണ്ടനാട് മെത്രാപ്പൊലീത്തയായിരുന്ന മാർ ഇവാനിയോസിനെ കാത്തോലിക്കയായി അഭിഷേകം ചെയ്തു. ഭാവി കാത്തോലിക്കയെ വാഴിക്കാനുള്ള അധികാരവും അദ്ദേഹത്തിൽ നിക്ഷിപ്തമായി.

സെറാമ്പൂർ യൂണിവേഴ്സിറ്റിയിൽ അധ്യാപകനായിരിക്കെ സുചിന്തിത തീരുമാനങ്ങളും പ്രബോധനങ്ങളുംകൊണ്ട് അദ്ദേഹം സഭയെ ശക്തമാക്കി.

ദേശീയ പ്രസ്ഥാനം ശക്തമായ കാലഘട്ടത്തിൽ പല പ്രാവശ്യം അദ്ദേഹം സബർമതിയും ശാന്തിനികേതനും സന്ദർശിച്ചു. സെറാമ്പൂരിലെ ജീവിതത്തിനിടെ, ശ്രീരാമകൃഷ്ണാശ്രമവുമായുള്ള ബന്ധം, രാമായണവും ഭഗവത്ഗീതയും പഠിക്കാൻ അദ്ദേഹത്തിന് അവസരമൊരുക്കി. സ്വാഭാവികമായും ഉത്പതിഷ്ണുവായ ഒരു സഭാധ്യക്ഷനായി അദ്ദേഹം പരിവർത്തിക്കപ്പെട്ടു.

1952 മേയ് 1-ന് നിരണം പള്ളിയിൽവെച്ച് ഫാദർ ഗീവർഗ്ഗീസ് മാർ ഇവാനിയോസ് എന്ന നാമധേയത്തിൽ മെത്രാപ്പൊലീത്തയായി. അദ്ദേഹത്തിന്റെ ബഥനി ആശ്രമം അശരണരുടെ അത്താണിയായി മാറി. സഭാ

തർക്കങ്ങളിൽ നിന്ന് ക്രമേണ അദ്ദേഹം അകന്നു. ബഥനി പ്രസ്ഥാനത്തിൽ ശ്രദ്ധയൂന്നിയ മാർ ഇവാനിയോസ് തിരുമേനി 1930-ൽ ഒരുകൂട്ടം അനുയായികളോടൊപ്പം വെണ്ണിക്കുളത്തെത്തി. നിത്യച്ചെലവുകൾക്കുപോലും ബുദ്ധിമുട്ടിയ അക്കാലത്ത് ക്രൈസ്തവരും ക്രൈസ്തവേതരും അദ്ദേഹത്തെ സഹായിച്ചു. ഒരു ഹിന്ദു സഹോദരൻ വാങ്ങിച്ചുനല്കിയ നാലര ഏക്കർ ഭൂമിയിൽ ബഥനി പ്രസ്ഥാനത്തിന് പുതിയൊരു പന്ഥാവ് തുറന്നു. ബഥനിക്ക് നൂറു രൂപയ്ക്കുമേൽ സംഭാവന നല്കിയ എല്ലാ ജാതിമത വിഭാഗത്തിലും പെട്ടവരെ ക്ഷണിച്ച് ഒരു ട്രസ്റ്റ് ഉണ്ടാക്കി. ട്രസ്റ്റിലെ മൂന്നുപേരെ ട്രസ്റ്റികളായും 13 ആശ്രമവാസികളെ ഭരണസമിതി അംഗങ്ങളായും തിരഞ്ഞെടുത്തു.

മാർ ഇവാനിയോസ് തിരുമേനിയുടെ ശ്രമഫലമായി സഭയ്ക്കുവേണ്ടി പടുത്തുയർത്തപ്പെട്ടതാണ് തിരുവനന്തപുരത്തെ സെന്റ് മേരീസ് പള്ളി.

മാർ ഇവാനിയോസ് തിരുമേനി 1932-ൽ പീയൂസ് പതിനൊന്നാമൻ മാർപാപ്പയെ സന്ദർശിച്ചു.

തിരുവനന്തപുരം ആസ്ഥാനമാക്കി ഒരു വൈദിക കേന്ദ്രം തുടങ്ങുന്നതിലേക്കായി അദ്ദേഹം പല വിദേശ രാഷ്ട്രങ്ങളും സന്ദർശിച്ചു. കൂട്ടത്തിൽ ഇംഗ്ലണ്ടിലെ ജോർജ്ജ് അഞ്ചാമനേയും സന്ദർശിക്കുകയുണ്ടായി. മാർപാപ്പയുടെ പ്രതിനിധി എന്ന നിലയിലാണ് ബക്കിംഗ്ഹാം പാലസ് അദ്ദേഹത്തെ സ്വീകരിച്ചത്. വിദേശ രാജ്യങ്ങളിലെ പര്യടനങ്ങളോടനുബന്ധിച്ച് പല യൂറോപ്യൻ യൂണിവേഴ്സിറ്റികളിലും പ്രസംഗപരമ്പരകൾ നടത്തിയ തിരുമേനി സാഹിത്യം, സംസ്കാരം, ആത്മീയം, സുകുമാരകലകൾ തുടങ്ങിയ വിഷയങ്ങളെക്കുറിച്ച് ആധികാരികമായി സംസാരിച്ചു. അദ്ദേഹത്തിന്റെ ജീവചരിത്രം രചിച്ച അയർലണ്ട് സ്വദേശിനി മിസ്, ഗിബൻസ് ഈ പ്രസംഗ പര്യടനങ്ങളെക്കുറിച്ച് രേഖപ്പെടുത്തിയിട്ടുണ്ട്. സാൻഫ്രാൻസിസ്കോ സർവ്വകലാശാല മാർ ഇവാനിയോസ് തിരുമേനിയെ എൽ.എൽ.ഡി. ബിരുദം നല്കി ആദരിക്കുകയുണ്ടായി. പീയൂസ് മാർപാപ്പയുടെ അംഗീകാരം അദ്ദേഹത്തിന്റെ ബഥനി പ്രസ്ഥാനത്തിനു ലഭിക്കുകയുണ്ടായി.

മലങ്കര കത്തോലിക്കാ സഭയുടെ സമുദ്ധാരകനും സർവ്വമത സാഹോദര്യത്തിനായി നിലകൊണ്ട സന്യാസിവര്യനുമായ മാർ ഇവാനിയോസ് തിരുമേനി 1953 ജൂലൈ 15-ന് 71-ാമത്തെ വയസ്സിൽ കാലം ചെയ്തു.

പണ്ഡിറ്റ് കെ. പി. കറുപ്പൻ
(1885 – 1938)

അധഃസ്ഥിതരുടെ ഉയിർത്തെഴുന്നല്പിന് തൂലികയും കർമ്മവു കൊണ്ട് പൊരുതിയ സമുദായോദ്ധാരകൻ. കവി, അധ്യാപകൻ, യൂണിവേഴ്സിറ്റി പരീക്ഷാ ബോർഡ് ചെയർമാൻ -ബഹുമുഖമായ കർമ്മരംഗങ്ങളിൽ വ്യക്തിമുദ്ര പതിപ്പിച്ച കർമ്മയോഗി.

1885 മേയ് 24-ന് ചേരാനല്ലൂരിൽ ജനനം. അച്ഛൻ അത്തോപ്പൂജാരി. അമ്മ കൊച്ചുപെണ്ണ്. അപ്പുക്കുട്ടനാശാൻ എന്നയാളിൽനിന്ന് അടിസ്ഥാന സംസ്കൃതപഠനം കഴിഞ്ഞ് കൊടുങ്ങല്ലൂർ കോവിലകത്തോടു ചേർന്നുള്ള കളരിയിൽ അന്നമനട രാമപ്പൊതുവാൾ, കൊടുങ്ങല്ലൂർ വലിയ കൊച്ചുണ്ണിത്തമ്പുരാൻ എന്നിവരുടെ ശിക്ഷണം. അതിനുശേഷം തൃപ്പൂണിത്തുറ രാമപിഷാരടിയുടെ കീഴിൽ വിദ്യാഭ്യാസം.

മത്സ്യവ്യവസായ വകുപ്പിൽ ക്ലാർക്കായി ചേർന്നുകൊണ്ട് ഔദ്യോഗിക ജീവിതം ആരംഭിച്ചു. തുടർന്ന് എറണാകുളം കാസ്റ്റ്ഗേൾസ് സ്കൂളിൽ സംസ്കൃതാധ്യാപകനായി. അതിനുശേഷം തൃശൂർ ട്രെയിനിംഗ് സ്കൂളിൽ പണ്ഡിറ്റ്, വിദ്യാഭ്യാസ വകുപ്പിൽ 'പിന്നോക്ക സമുദായ സംരക്ഷകൻ', പ്രാഥമിക വിദ്യാഭ്യാസ കമ്മിറ്റി കൺവീനർ, നാട്ടുഭാഷാ സൂപ്രണ്ട്, കൊച്ചി ഭാഷാ സംസ്കരണ കമ്മിറ്റി കാര്യദർശി, യൂണിവേഴ്സിറ്റി പരീക്ഷാ ബോർഡ് ചെയർമാൻ, മഹാരാജാസ് കോളേജ് മലയാളം ലക്ചറർ തുടങ്ങിയ പദവികൾ വഹിച്ചു. കൊച്ചി നിയമസഭയിലും പണ്ഡിറ്റ് കറുപ്പൻ അംഗമായിരു

ന്നു.

ധീവരസമുദായ സംഘടനാരംഗത്ത് അദ്ദേഹം അതീവ ശ്രദ്ധ ചെലുത്തിയിരുന്നു. ധീവരസമുദായത്തെ സംഘടിപ്പിച്ച് ശക്തരാക്കുവാൻ ആലപ്പുഴ, തേവര, വടക്കൻ പറവൂർ, ഇടക്കൊച്ചി, ഏങ്ങണ്ടിയൂർ, കുമ്പളം, എന്നീ സ്ഥലങ്ങളിൽ സംഘടനകൾ രൂപൽക്കരിക്കാൻ നേതൃത്വപരമായ ചുമതലകൾ അദ്ദേഹം ഏറ്റെടുത്തു. മലബാർ പ്രദേശങ്ങളിലുള്ള ധീവര സംഘടനകളെ ഏകീകരിക്കാൻ 'അരയവംശോദ്ധാരിണി സഭ'യ്ക്ക് രൂപം കൊടുത്തു.

സാമൂഹിക ജീവിതത്തിന്റെ പുറമ്പോക്കു ഭൂമികളിൽ മൃഗതുല്യരായി കഴിഞ്ഞിരുന്ന എറണാകുളം പ്രദേശത്തെ പുലയരെ സംഘടനാശക്തിയിലൂടെ ശക്തരാക്കാൻ രക്ഷാധികാരിയായിനിന്നു പ്രവർത്തിച്ചിട്ടുണ്ട് അദ്ദേഹം. 1913 മേയ് 25-ന് എറണാകുളം സെന്റ് ആൽബർട്ട്സ് സ്കൂളിൽ 'പുലയമഹാജന സഭ' ഉദ്ഘാടനം ചെയ്തത് കറുപ്പന്റെ കൂടി ശ്രമഫലമായിട്ടാണ്. ഈ സംഘടന പിന്നീട് ജനശക്തിയാർജ്ജിച്ച 'സമസ്ത കൊച്ചി പുലയമഹാ സഭ'യുടെ പൂർവ്വരൂപമാണ്.

കാവ്യരചനയിൽ ജനകീയതയുടെ വിഴിത്തിരിവ് പ്രോദ്ഘാടനം ചെയ്തതും ജാത്യനാചാരങ്ങൾക്കെതിരെ കവിതയെ പടച്ചട്ടയണിയിച്ചതുമാണ് കറുപ്പന്റെ സാഹിത്യജീവിതത്തിലുള്ള പ്രസക്തി.

സമാഹൃത കൃതികൾ മുപ്പതിലധികമുണ്ട്. പ്രധാന കൃതികൾ: ജാതിക്കുമ്മി, ഉദ്യാനവിരുന്ന്, ബാലകലേശം എന്നിവ. 1905-ൽ എഴുതിയ ജാതിക്കുമ്മി ജാതീവ്യവസ്ഥയുടെ അർത്ഥശൂന്യത പ്രസ്ഫുടമാക്കുന്ന കൃതിയാണ്.

'ഇക്കാണും ലോകങ്ങളീശ്വരന്റെ
മക്കളാണെല്ലാമൊരു ജാതി
നീക്കി നിർത്താമോ സമസൃഷ്ടിയെ ദൈവം
നോക്കിയിരിപ്പില്ലെ യോഗപ്പെണ്ണേ! ജാതീ
ധിക്കാരമല്ലേ ജ്ഞാനപ്പെണ്ണേ'

(ജാതിക്കുമ്മി)

കൊച്ചി നിയമസഭാംമായിരുന്നിട്ടും രാജാവിന്റെ വിരുന്നു സല്ക്കാരത്തിൽനിന്നും തന്നെ ജാതിയുടെ പേരിൽ ഒഴിവാക്കിയ നടപടിയിലുണ്ടായ മനോവേദനയും പരിഹാസവും വിമർശനവും തുടിച്ചുനിൽക്കുന്ന 'ഉദ്യാനവിരുന്ന്' മലയാള കാവ്യങ്ങളിലെ ശ്രേഷ്ഠമായ ഒരു കൃതി കൂടിയാണ്.

ഭരണകാര്യങ്ങളിൽ ജനങ്ങളുടെ ഇംഗിതം മാനിക്കപ്പെടണമെന്നും അയിത്താചാരം അനാചാരമാണെന്നും ഉദ്ഘോഷിച്ച പ്രശസ്ത നാടകമാണ് 'ബാലകലേശം'.

ജാതീയമായ ഉച്ചനീചത്വങ്ങൾക്കെതിരെ ആരംഭിച്ച ബാലകലേശവും ജാതിക്കുമ്മിയും ഉദ്യാനവിരുന്നും എഴുതിയ പണ്ഡിറ്റ് കറുപ്പനെ ജാതിയുടെ പേരിൽ തരംതാഴ്ത്താൻ സാഹിത്യരംഗത്തും അക്കാലത്ത് ആളുകളുണ്ടായി. പക്ഷേ, സഹൃദയർ ഈ കൃതികൾക്കും അതിന്റെ രചയിതാവിനും അംഗീകാരം നല്കുകതന്നെ ചെയ്തു.

സംഗീത വിദുഷിയായിരുന്ന കുഞ്ഞമ്മയായിരുന്നു സഹധർമ്മിണി. 1938 മാർച്ച് 23-ന് കവിതിലകൻ കെ.പി. കറുപ്പൻ നിര്യാതനായി.

1970-ൽ കെ.പി. കറുപ്പന്റെ എണ്ണഛായ ചിത്രം കേരളത്തിന്റെ പ്രിയപ്പെട്ട എഴുത്തുകാരുടെ ചിത്രങ്ങൾക്കൊപ്പം തൃശൂർ സാഹിത്യ അക്കാദമി ഹാളിൽ അനാച്ഛാദനം ചെയ്തു.

കൃതികൾ:

ലങ്കാമർദ്ദനം, ബാലകലേശം, ഭാഷാഭൈമീ പരിണയം, ലളിതോപഹാരം, ശകുന്തള, തിരുനാൾ കുമ്മി, സാമുദായിക ഗാനകലകൾ, രാജർഷി സ്മരണകൾ, ജാതിക്കുമ്മി.

വാഗ്ഭടാനന്ദ ഗുരുദേവൻ
(1885 – 1939)

ജാതിചിന്തയ്ക്കും വിഗ്രഹാരാധനയ്ക്കും എതിരെ ശബ്ദമുയർത്തിയ, ഹിന്ദുമതത്തിലെ അനാചാരങ്ങൾക്കെതിരെ നിലകൊണ്ട സന്ന്യാസ ശ്രേഷ്ഠൻ. ആത്മവിദ്യാസംഘം, തത്ത്വപ്രകാശികാശ്രമം, രാജയോഗാനന്ദ കൗമുദി യോഗശാല എന്നീ സ്ഥാപനങ്ങളുടെയും ശിവയോഗീവിലാസം, അഭിനവകേരളം, ആത്മവിദ്യാകാഹളം എന്നീ പ്രസിദ്ധീകരണങ്ങളുടെയും 'തത്ത്വപ്രകാശിക' ഗേൾസ് സ്കൂളിന്റെയും സ്ഥാപകൻ.

1885 ഏപ്രിൽ 27-ന് മലബാറിൽ പാട്യം ഗ്രാമത്തിൽ തെനങ്കണ്ടിയിൽ വാഴവളപ്പിൽ കോരൻ ഗുരുക്കളുടെയും ചിരുവമ്മയുടെയും മകനായി ജനിച്ചു. പൂർവ്വാശ്രമത്തിലെ പേര് വി. കുഞ്ഞിക്കണ്ണൻ ഗുരുക്കൾ. സന്ന്യാസം സ്വീകരിച്ചപ്പോൾ അദ്ദേഹത്തിന് വാഗ്ഭടാനന്ദൻ എന്ന ബഹുമതിനാമം നല്കിയത് ആലത്തൂർ ബ്രഹ്മാനന്ദ ശിവയോഗിയാണ്.

ആദ്യം സംസ്കൃത പാഠശാലയിലെ അധ്യാപകനായി ജീവിതം തുടങ്ങിയ ഗുരു പാരമ്പര്യരീതിയിൽ തർക്കവും വ്യാകരണവും അഭ്യസിച്ചിരുന്നു. സംസ്കൃത ഭാഷയുടെ പ്രചാരണത്തിനായി 1906-ൽ കോഴിക്കോട്ട് 'തത്ത്വപ്രകാശികാശ്രമം' തുടങ്ങി. അന്ധവിശ്വാസങ്ങൾക്കും അനാചാരങ്ങൾക്കുമെതിരെയുള്ള പ്രഭാഷണങ്ങൾക്കും ഈ സ്ഥാപനം വേദിയായി.

1911-ൽ കല്ലായിയിൽ 'രാജയോഗാനന്ദ കൗമുദീയോഗശാല' സ്ഥാപിച്ച്

രാജയോഗ മാഹാത്മ്യ പ്രചരണവും രാജയോഗത്തിൽ ആളുകൾക്ക് പരിശീലനവും ഈ സ്ഥാപനംവഴി നടപ്പിലാക്കി. 1917-ൽ ആരംഭിച്ച 'ആത്മവിദ്യാസസംഘം' മുഖേനയും അതിനുമുമ്പ് 1914-ൽ ആരംഭിച്ച 'ശിവയോഗിവിലാസം' മാസികവഴിയും തന്റെ ആശയങ്ങളും ദർശനങ്ങളും തന്റെ ഗുരുവായ ബ്രഹ്മാനന്ദ ശിവയോഗിയുടെ തത്ത്വോപദേശങ്ങളും ജനങ്ങളിലെത്തിച്ചു.

1921-ൽ 'അഭിനവകേരളം', 1929-ൽ 'ആത്മവിദ്യാ കാഹളം' എന്നീ പ്രസിദ്ധീകരണങ്ങളും ആരംഭിച്ചു. ആത്മവിദ്യാസംഘത്തിന്റെ ഒട്ടേറെ ശാഖകൾ കുറഞ്ഞകാലത്തിനുള്ളിൽ പ്രവർത്തനം തുടങ്ങി. സംഘത്തിന്റെ തിരുവിതാംകൂർ ശാഖയും വനിതാ വിഭാഗവും താമസിയാതെ രൂപീകരിക്കപ്പെട്ടു. സാമൂഹ്യ, ദാർശനിക സാഹിത്യവിഷയങ്ങളോടൊപ്പം ദേശീയ ബോധമുണർത്തുന്ന വിഷയങ്ങളും 'ആത്മവിദ്യാകാഹളം' വാരിക കൈകാര്യം ചെയ്തു.

വാഗ്ഭടാനന്ദന്റെ സഹധർമ്മിണിയായ വാഗ്ദേവിയമ്മ സംസ്കൃത പാഠശാലയുടെയും തത്ത്വപ്രകാശികാശ്രമത്തിന്റെയും പ്രവർത്തനങ്ങളിൽ അദ്ദേഹത്തിന്റെ സഹായിയായി പ്രവർത്തിച്ചു. സംസ്കൃതത്തിലും ഭാരതീയ ദർശനങ്ങളിലും അപാരമായ അവഗാഹം അദ്ദേഹത്തിനുണ്ടായിരുന്നു.

ജാതിക്കും ജാതിജന്യമായ അനാചാരങ്ങൾക്കും വിഗ്രഹാരാധനയ്ക്കും എതിരെ നിലകൊണ്ട വാഗ്ഭടാനന്ദൻ, ജാതിചിന്ത ഗർഹണീയവും അപരിഷ്കൃതവുമായ ഒരു മാനസിക വ്യാപാരമാണെന്നും വിഗ്രഹങ്ങളെ പൂജിക്കരുതെന്നും അനുയായികളെ ഉദ്ബോധിപ്പിച്ചു. ജാതിസമ്പ്രദായം ഹിന്ദു മതത്തിന്റെ അടിസ്ഥാന പ്രമാണങ്ങൾക്ക് വിരുദ്ധമാണെന്നും എല്ലാ മതങ്ങളുടെയും ആത്യന്തികലക്ഷ്യം ഏകമായിരിക്കെ മതങ്ങൾ തമ്മിലുള്ള സ്പർദ്ധയും സംഘർഷവും ഒഴിവാക്കേണ്ടതാണെന്നും സ്വാമിജി പറഞ്ഞു.

അപ്രസക്തങ്ങളും ദുർവ്യാഖ്യാനം ചെയ്യപ്പെട്ടതുമായ ഭാഗങ്ങൾ പരമ്പരാഗത മതഗ്രന്ഥങ്ങളിൽ നിന്ന് ഒഴിവാക്കണമെന്നും കാലികമായ നവോത്ഥാനത്തിനുതകുന്ന അംശങ്ങൾമാത്രം ഈ ഗ്രന്ഥങ്ങളിൽ നിന്നു സ്വീകരിക്കണമെന്നും അദ്ദേഹം പറഞ്ഞു.

ആത്മാവ് തികച്ചും യുക്തിസഹവും സാർവ്വജനീനവുമാണ്. പ്രാപഞ്ചികമായ സകല വ്യവഹാരങ്ങളിലും മാറാത്ത സത്തയെ സകലരും അനുവദിക്കുന്നു. ഈ സത്ത തന്നെയാണ് ആത്മസത്ത.

ആത്മാവിന്റെ ആനന്ദസ്വരൂപത്തെ അദ്ദേഹം ഇങ്ങനെ കാണുന്നു:

ആത്മവിദ്യാസംഘം

മനുഷ്യർക്കിടയിലുള്ള ഭാവഭേദങ്ങളെ നിരാകരിക്കുന്ന അദ്വൈത പ്രസ്ഥാനം. സംഘത്തിന് കേരളമൊട്ടാകെ ശാഖകളുണ്ടായിരുന്നു. സ്വപ്രയത്നത്തിലൂടെ ആത്മാവിനെ സാക്ഷാത്കരിക്കുന്നതാണ് ആത്മ വിദ്യ. തീയ്യ സമുദായക്കാരനായ വാഗ്ഭടാനന്ദന്റെ ആത്മവിദ്യാ സംഘ ത്തിൽ സവർണ്ണരും അണിനിരന്നു. ആശയപ്രചാരണത്തിന് 1921-ൽ 'അഭിനവകേരളം' (മാസിക) തുടങ്ങി.

1934-ൽ ജോയിന്റ് സ്റ്റോക് കമ്പനി ആക്ട് പ്രകാരം ആത്മവി ദ്യാസംഘം രജിസ്റ്റർ ചെയ്യപ്പെട്ടു. 1932 ഫെബ്രുവരി മാസത്തിൽ പുന്ന പ്രയിൽ (ആലപ്പുഴ) ആത്മവിദ്യാ മഹോത്സവം നടന്നു.

'ഉണരുവിൻ അഖിലേശനെ സ്മരിപ്പിൻ!
ക്ഷണമെഴുന്നേല്പിൻ അനീതിയോടെതിർപ്പിൻ!'

എന്നതായിരുന്നു ആത്മവിദ്യാ സംഘത്തിന്റെ മുഖപത്രമായ 'അഭിനവകേരള'ത്തിന്റെ മുഖസന്ദേശം.

"സകല ജീവികളുടെയും പരമമായ ഉദ്ദേശ്യം ആനന്ദം സാധിക്കുക എന്നാണെന്നുള്ളതിൽ പക്ഷാന്തരത്തിനവകാശമില്ല. പക്ഷേ, എവിടെയാണ് ആനന്ദം വിളങ്ങുന്നതെന്നും അവിടം അണയുന്നതിനുള്ള മാർഗ്ഗം ഏതാ ണെന്നും വ്യവസ്ഥപ്പെടുത്താതെയാകുന്നു. മിക്കവാറും ജനങ്ങൾ പ്രവർത്തി ക്കുന്നത്.... ഏതേത് വിപരീത സംഭവങ്ങൾ നേരിട്ടാലും ഒരിക്കലും മാറ്റംവ രാത്ത സ്നേഹം സംഭവിക്കുന്നത് യാതൊന്നിന്റെ നേരെയാണോ അതുമാ ത്രമേ വാസ്തവത്തിൽ ആനന്ദവസ്തുവായിരിപ്പാൻ പാടുള്ളൂ. അത് ആത്മാ വോടല്ലാതെ ആർക്കും ഉണ്ടാകുന്നതല്ല".*

തന്റെ കാലഘട്ടത്തിലെ ജനതയെ സമഗ്രമായ പുരോഗതിയിലേക്കു നയിക്കാൻ ശ്രമിച്ച ഈ സന്ന്യാസ ശ്രേഷ്ഠൻ 1939 ഒക്ടോബർ 29-ന് സമാ ധിയായി.

കൃതികൾ: ആത്മവിദ്യ, പ്രാർത്ഥനാഞ്ജലി, ലേഖമാല, അധ്യാത്മ യുദ്ധം, ഗാന്ധിജിയും ശാസ്ത്രവ്യാഖ്യാനവും.

**'വാഗ്ഭടാനന്ദന്റെ സമ്പൂർണ്ണ കൃതികൾ'*
മാതൃഭൂമി പ്രിന്റിംഗ് ആന്റ് പബ്ലിഷിംഗ് കമ്പനി
കോഴിക്കോട് 1988 പുറം 664

ഇ. മൊയ്തു മൗലവി

(1885 – 1995)

അടിമഭാരതത്തിലും സ്വതന്ത്രഭാരതത്തിലുമായി അരനൂറ്റാണ്ടു വീതം ജീവിച്ച മൊയ്തു മൗലവി കോൺഗ്രസ് പ്രസ്ഥാനത്തിലെ നിസ്വാർത്ഥമതിയായ നേതാവായിരുന്നു. ഇസ്ലാം മതത്തിലെ യാഥാസ്ഥി തികരോടു പൊരുതിയും യുവതലമുറയെ കോൺഗ്രസ് പ്രസ്ഥാനത്തിൽ അണിചേർത്തും നൂറ്റാണ്ടിന്റെ കർമ്മസാക്ഷിയായി മാറിയ മൊയ്തു മൗലവി സ്വാതന്ത്ര്യസമര സേനാനി, സലഫി നേതാവ്, ഇസ്ലാമിക പണ്ഡി തൻ, സാമൂഹിക പരിഷ്കർത്താവ് എന്നീ നിലകളിൽ സമാരാധ്യനാണ്.

സാമൂഹ്യപരിഷ്കർത്താവായിരുന്ന കോടഞ്ചേരി (പൊന്നാനി) മര യ്ക്കാർ മുസ്ല്യാരുടെയും എളയേടത്ത് ഉമ്മത്തി ഉമ്മയുടെയും മകനായി പൊന്നാനി താലൂക്കിലെ മാറഞ്ചേരിയിൽ 1885-ൽ ജനിച്ചു. മതപണ്ഡിതനാ യിരുന്നു പിതാവ്. നാലാംതരം വരെയുള്ള സ്കൂളിലായിരുന്നു പ്രാഥമിക വിദ്യാഭ്യാസം. അഞ്ചുവർഷം ഖുർആൻ പഠനം. ഇക്കാലത്ത് പരിഷ്കൃതാ ശയക്കാരനായിരുന്ന ശൈഖ് ഹംദാനി സാഹിബുമായി പരിചയപ്പെട്ടു. അദ്ദേ ഹത്തിൽനിന്ന് ഉർദുഭാഷ വശമാക്കി. പിന്നീട് വാഴക്കാട്ടെ മദ്രസയിൽ പഠ നം. അവിടെ ചാലിലകത്ത് കുഞ്ഞഹമ്മദ് ഹാജി എന്ന പണ്ഡിതനെ ഗുരു വായി കിട്ടി. പുരോഗമനാശയക്കാരനായ കുഞ്ഞഹമ്മദ് ഹാജിയെ യാഥാ സ്ഥിതികനായ മദ്രസയുടെ നടത്തിപ്പുകാരൻ പുറത്താക്കി. അദ്ദേഹം കോഴി ക്കോട്ട് മറ്റൊരു സ്ഥാപനത്തിൽ അധ്യാപനം തുടർന്നപ്പോൾ മൊയ്തുവി

നെയും അവിടെ ചേർത്തു. അക്കാലത്ത് കോഴിക്കോട് ബാസൽ മിഷൻ കോളേജിൽ പഠിച്ചിരുന്ന അബ്ദുറഹിമാൻ സാഹിബ് കുഞ്ഞഹമ്മദ് ഹാജിയെ പതിവായി സന്ദർശിക്കാറുണ്ടായിരുന്നു. അദ്ദേഹവുമായി മൊയ്തു മൗലവി പരിചയപ്പെടുകയും അത് ആ യുവാവിന്റെ ജീവിതത്തിൽ ഒരു വഴിത്തിരിവായി പരിണമിക്കുകയും ചെയ്തു.

പയ്യെപ്പയ്യെ മൊയ്തു അബ്ദുറഹിമാൻ സാഹിബിന്റെ വലംകൈയായി മാറി. ഖിലാഫത്ത്, കോൺഗ്രസ് പ്രസ്ഥാനങ്ങളുടെ മുന്നണിപ്പോരാളിയായി മൊയ്തു എന്ന യുവാവ് മാറി. പുരോഗമനാശയങ്ങളുടെ കാറ്റുവീശിത്തുടങ്ങിയ കാലമാണത്. ഒന്നാം ലോകമഹായുദ്ധത്തിനുശേഷം ഖിലാഫത്ത് പ്രസ്ഥാനം പിറവിയെടുക്കുമ്പോൾ മൊയ്തു മൗലവി യുവാവാണ്. അബ്ദുറഹിമാൻ സാഹിബിനൊപ്പം മലബാർ കലാപകാലത്ത് സമാധാന ദൂതനായി അദ്ദേഹം അക്ഷീണം പ്രവർത്തിച്ചു. നിരക്ഷരരായ ഗ്രാമീണരെ നവരാഷ്ട്രീയ ബോധമുള്ളവരാക്കാൻ ഇരുവരുടെയും പ്രവർത്തനങ്ങൾക്കായി. ബ്രിട്ടീഷ് ഭരണത്തിനെതിരെ ലഘുലേഖ പ്രചരിപ്പിച്ചതിന്റെ പേരിൽ 1921-ൽ രണ്ടര വർഷത്തെ കഠിന തടവ്.

അബ്ദുറഹിമാൻ സാഹിബ് 'അൽ-അമീൻ' പത്രം തുടങ്ങിയപ്പോൾ മൊയ്തു അതിന്റെ സഹപത്രാധിപരും പിന്നീട് മുഖ്യപത്രാധിപരുമായി. കോൺഗ്രസ് പ്രവർത്തകനായി സ്വാതന്ത്ര്യസമരത്തിൽ മൊയ്തു മൗലവി മുന്നണിയിൽത്തന്നെയുണ്ടായിരുന്നു. കെ.പി. കേശവമേനോൻ, കേളപ്പൻ, കെ. മാധവൻനായർ, എ.കെ. ഗോപാലൻ തുടങ്ങിയവരോടൊപ്പം മൊയ്തു മൗലവി നേതൃനിരയിൽത്തന്നെ പ്രവർത്തിച്ചു. കോഴിക്കോട് കടപ്പുറത്തു വെച്ച് നടന്ന ഉപ്പുസത്യഗ്രഹത്തിന്റെ ഡിക്ടറേറ്ററായിരുന്നു മൊയ്തു മൗലവി. അതിനും ലഭിച്ചു ഒൻപതു മാസത്തെ ജയിൽശിക്ഷ.

മാപ്പിളലഹളക്കാലത്ത് ക്രൂരമായ ജയിൽമർദ്ദനം അദ്ദേഹത്തിന് അനുഭവിക്കേണ്ടിവന്നു. മാറാഞ്ചേരിയിലെ അദ്ദേഹത്തിന്റെ വീട് പട്ടാളക്കാർ കൊള്ളയടിക്കുകയും ചെയ്തു. മലബാർ ലഹള, ഖിലാഫത്ത്, നിയമലംഘനം-സംഭവബഹുലമായിരുന്നു. അദ്ദേഹത്തിന്റെ പൊതുപ്രവർത്തന കാലഘട്ടം. ഇക്കാലത്ത് വെല്ലൂരിലും രാജമന്ത്രിയിലും ജയിൽവാസമനുഭവിച്ചു.

കോഴിക്കോട് മുനിസിപ്പൽ കൗൺസിൽ, മലബാർ ഡിസ്ട്രിക്ട് ബോർഡ് എന്നിവയിൽ അദ്ദേഹം അംഗമായിരുന്നു. ഭരണഘടനാ നിർമ്മാണ സമിതിയിലും രാജ്യസഭയിലും അംഗമായിരുന്ന മൊയ്തു മൗലവി കെ.പി.സി.സി.യിലും എ.ഐ.സി.സി.യിലും ദീർഘകാലം മെമ്പറായിരുന്നു.

1985 നവംബർ 18-ന് അലഹബാദിൽ നടന്ന ആൾ ഇന്ത്യാ ഫ്രീഡം

ഫൈറ്റേഴ്സ് കോൺഫ്രൻസിൽ 94-കാരനായ മൊയ്തു മൗലവിയാണ് സമ്മേളനത്തിന്റെ മുന്നോടിയായി പതാകയുയർത്തിയത്. സമ്മേളനം അദ്ദേഹത്തെ ബഹുമതി നൽകി ആദരിച്ചു.

മൊയ്തു മൗലവിയുടെ കൃതികൾ:

കാലങ്ങട്ടങ്ങളിലൂടെ

എന്റെ കൂട്ടുകാരൻ

ഇന്ത്യൻ സ്വാതന്ത്ര്യപ്രസ്ഥാനം

ഇസ്ലാഹി പ്രസ്ഥാനം

സ്വാതന്ത്ര്യസമര സ്മരണ

മൗലവിയുടെ ആത്മകഥ

സലഫി പ്രസ്ഥാനം ആദ്യകാല ചരിത്രം

1995 ജൂൺ 8-ന് കേരളത്തിന്റെ ആ വീരപുത്രൻ 110-ാമത്തെ വയസ്സിൽ വിടപറഞ്ഞു.

ദേശാഭിമാനി ടി. കെ മാധവൻ
(1885 – 1930)

പൗരസമത്വവാദത്തിന്റെ ഉപജ്ഞാതാവ്, വൈക്കം സത്യഗ്രഹസമര നായകൻ, ദേശീയ പ്രസ്ഥാനത്തിൽ സ്വയം സമർപ്പിച്ച രാജ്യസ്നേഹി.

1885 സെപ്തംബർ 2-ന് ആലപ്പുഴ ജില്ലയിലെ കാർത്തികപ്പള്ളി താലൂക്കിൽ ചേപ്പാട്ടു ജനനം. പിതാവ് പ്രശസ്തമായ ആലുംമൂട്ടിൽ തറവാട്ടിലെ കേശവൻ ചാന്നാർ. മാതാവ് ഉമ്മിണിയമ്മ. 'മാതൃഭൂമി'യുടെ മുൻ റസിഡന്റ് എഡിറ്ററും ഗ്രന്ഥകാരനും രാഷ്ട്രീയ നേതാവുമായിരുന്ന എ.പി. ഉദയഭാനുവിന്റെ പിതൃസഹോദരനാണ് ടി.കെ. മാധവൻ.

സമ്പൽസമൃദ്ധികൊണ്ടും ധനാഢ്യതകൊണ്ടും നാട്ടിലെ ഏറ്റവും മുന്തിയ തറവാട്ടിലെ അംഗമായിരുന്നിട്ടും അയിത്തത്തിന്റെ പേരിലുള്ള അപമാനങ്ങളും അവശതകളും വിദ്യാലയത്തിലും നാട്ടിലുമെല്ലാം ഏറെ അനുഭവിക്കേണ്ടിവന്നു ബാലനായ മാധവന്. അവർണ്ണരുടെ അവശതകൾക്ക് പരിഹാരം സംഘടിതശക്തി ഒന്നുമാത്രമാണെന്ന് മാധവൻ തിരിച്ചറിഞ്ഞു.

എസ്.എൻ.ഡി.പി. യോഗത്തിന്റെ ആവിർഭാവത്തിനു മുമ്പ് 'ഈഴവ സമാജം' രൂപീകരിക്കാൻ മാധവനെ പ്രേരിപ്പിച്ച ഘടകം മുകളിൽ പറഞ്ഞതാണ്.

1904-ൽ ശ്രീമൂലം പ്രജാസഭയിലേക്ക് ഈഴവ പ്രതിനിധിയായി നാമനിർദ്ദേശം ചെയ്യപ്പെട്ടത് മാധവന്റെ അമ്മാവനായ കോമലേഴത്ത് കുഞ്ഞു

പിള്ളയായിരുന്നു. അദ്ദേഹത്തിന്റെ അനാരോഗ്യം കാരണം നാലാം ഫോറ (ഇന്നത്തെ എട്ടാം ക്ലാസ്) ത്തിൽ പഠിക്കുന്ന മാധവനെ പ്രജാസഭയിൽ പ്രസംഗിക്കാൻ ഏർപ്പാടാക്കി. അധഃകൃതർ അനുഭവിക്കുന്ന വിദ്യാഭ്യാസ, സാമൂഹ്യപ്രശ്നങ്ങൾ നിരത്തിക്കൊണ്ടുള്ള മാധവന്റെ പ്രസംഗം അംഗങ്ങളുടെ പ്രശംസ പിടിച്ചുപറ്റി. ഹരിപ്പാട് ഗവ. സ്കൂളിൽ പിന്നോക്ക വിദ്യാർത്ഥികൾക്ക് പ്രവേശനം നൽകാൻ മാധവന്റെ ശ്രമങ്ങൾക്കായി. 1904 -ലെ നായരീഴവ ലഹളയ്ക്ക് ഇത് കാരണമായി. ദിവാൻ മാധവറാവുവിന്റെ സാന്നിധ്യത്തിൽ നടന്ന ഒത്തുതീർപ്പ് ചർച്ചയിൽ പ്രശ്നപരിഹാരമായി.

1915-ൽ അദ്ദേഹം 'ദേശാഭിമാനി' പത്രം തുടങ്ങി. ഈഴവരാദി പിന്നോക്ക വിഭാഗങ്ങളുടെ ജിഹ്വയായിരുന്നു ഈ പത്രം. ആദ്യ പത്രാധിപർ ടി.കെ. നാരായണനായിരുന്നു. പിന്നീട് മാധവൻ തന്നെ പത്രാധിപത്യം ഏറ്റെടുത്തു. 'ദേശാഭിമാനി ടി.കെ. മാധവൻ' എന്ന് അദ്ദേഹം അറിയപ്പെട്ടു തുടങ്ങിയത് അതോടെയാണ്. ജനായത്ത ഭരണത്തിനുവേണ്ടിയും പിന്നോക്കക്കാരുടെ പൗരാവകാശങ്ങൾക്കുവേണ്ടിയും ടി.കെ. ദേശാഭിമാനിയിലൂടെ വീറോടെ വാദിച്ചു.

1918-ൽ ശ്രീമൂലം പ്രജാസഭയിലേക്ക് ടി.കെ. നോമിനേറ്റു ചെയ്യപ്പെട്ടു. പ്രജാസഭ മെമ്പറായിരിക്കെ മാധവന്, അയിത്തജാതിക്കാർക്കുവേണ്ടിയുള്ള ക്ഷേത്രപ്രവേശന പ്രമേയം അവതരിപ്പിക്കാൻ അനുമതി ലഭിച്ചില്ല. ദിവാൻ രാഘവയ്യയെ സന്ദർശിച്ച് സംഭാഷണം നടത്തിയിട്ടും ഫലമുണ്ടായില്ല. അയിത്താചാരത്തിനെതിരെയും അധഃകൃതരുടെ സാമൂഹികാന്തസ്സിനും വേണ്ടി ഉഴറിനടന്ന ഉത്പതിഷ്ണുവായ ആ യുവാവ് അക്കാലത്ത് എസ്.എൻ.ഡി.പി. യോഗത്തിന്റെ സംഘടനാ സെക്രട്ടറിയായിരുന്നു.

തിരുവിതാംകൂറിലെ സകലമാന ജനങ്ങൾക്കും ജാതിമത ഭേദമന്യേ സമത്വാവകാശം എന്ന ലക്ഷ്യവുമായി 1919–'22 കാലത്ത് സംഘടിപ്പിച്ച പൗരസമത്വവാദ പ്രക്ഷോഭം നയിച്ചത് ടി.കെ. മാധവനും കൂട്ടരുമാണ്. അത് തിരുവിതാംകൂറിലെ ആദ്യകാല രാഷ്ട്രീയ പ്രക്ഷോഭങ്ങളിൽ ഒന്നായിരുന്നു. അക്കാലത്ത് ദേവസ്വങ്ങൾ റവന്യൂ വകുപ്പിന്റെ കീഴിലായിരുന്നു. റവന്യൂ വകുപ്പിലാകട്ടെ അവർണ്ണർക്കും അഹിന്ദുക്കൾക്കും നിയമനം ലഭിച്ചിരുന്നില്ല. ഇതിനെതിരെ ഈഴവ, ക്രൈസ്തവ, മുസ്ലീം സമുദായങ്ങൾ ഒന്നിക്കുകയും എല്ലാവർക്കും റവന്യൂ വകുപ്പിൽ നിയമനം വേണമെന്ന് സർക്കാരിനോട് ആവശ്യപ്പെടുകയും ചെയ്തു. 1919-ൽ ഈ കൂട്ടായ്മ പൗരാവകാശ സമിതി (Civil Rights League) യായി രൂപാന്തരപ്പെട്ടു. നേതൃത്വം നല്കിയത് ടി.കെ. മാധവൻ, ഇ.ജെ. ജോൺ എന്നിവരായിരുന്നു. 1922-ൽ സമിതി സർക്കാരിനു നല്കിയ നിവേദനത്തിന്റെ ഫലമായി ലാന്റ് റവന്യൂ

വകുപ്പിനെ റെവന്യൂ, ദേവസ്വം എന്ന് രണ്ടു വകുപ്പായി സർക്കാർ വിഭജിച്ചു. റവന്യൂ വകുപ്പിൽ അവർണ്ണ ഹിന്ദുക്കളും അഹിന്ദുക്കളും നിയമനത്തിന് അർഹരായി.1

1923-ൽ കാക്കിനടയിൽ ചേർന്ന കോൺഗ്രസ് സമ്മേളനത്തിൽ മാധവൻ വൈക്കം സത്യഗ്രഹത്തിന്റെ ആവശ്യകതയെക്കുറിച്ച് പ്രമേയം അവതരിപ്പിച്ചു. (സർദാർ കെ.എം. പണിക്കരുടെ സഹായം ടി.കെ. മാധവന് ഇക്കാര്യത്തിലുണ്ടായിരുന്നു.) 'ഇന്ത്യൻ നാഷണൽ കോൺഗ്രസിനോട് ഇന്ത്യയിലെ അയിത്തജാതിക്കാർക്കുവേണ്ടി ചെയ്യുന്ന ഒരപേക്ഷ'എന്ന തലക്കെട്ടിലാണ് സമ്മേളനത്തിന്റെ വിഷയ നിർണ്ണയ കമ്മിറ്റി മുമ്പാകെ പ്രമേയാവതരണം നടന്നത്. ഈ പ്രമേയം പരിഗണിച്ചുകൊണ്ടാണ് കോൺഗ്രസ് അയിത്തോച്ചാടനം പാർട്ടിയുടെ പരിപാടിയായി അംഗീകരിച്ചത്.

വൈക്കം സത്യഗ്രഹം 1924-'25)

വൈക്കം ശിവക്ഷേത്ര മതിൽക്കെട്ടിനു പുറത്തുള്ള വഴിയിൽ നൂറു മീറ്ററിനപ്പുറം 'അയിത്തജാതിക്കാർ പ്രവേശിക്കാൻ പാടില്ല' എന്നൊരു ബോർഡുണ്ടായിരുന്നു. അയിത്ത ജാതികൾ ഇത് ലംഘിക്കാൻ അനുവദിക്കപ്പെട്ടില്ല. ഇതിനെതിരെ നടന്ന സത്യഗ്രഹത്തിന് ടി.കെ. മാധവൻ, സി.വി. കുഞ്ഞുരാമൻ, കുറൂർ നീലകണ്ഠൻ നമ്പൂതിരിപ്പാട് തുടങ്ങിയവർ നേതൃത്വം നൽകി. സമരകാലത്ത് അതിനോടനുഭാവം പ്രകടിപ്പിച്ചുകൊണ്ട് നാഗർകോവിലിൽ നിന്നും വൈക്കത്തുനിന്നും ഓരോ ജാഥകൾ തിരുവനന്തപുരത്തെത്തി. മന്നത്തു പത്മനാഭന്റെ നേതൃത്വത്തിൽ ഒരു നിവേദനം റീജന്റ് മഹാറാണി സേതുലക്ഷ്മീഭായിക്ക് സമർപ്പിച്ചു. ശ്രീനാരായണഗുരു, ഇ.വി. രാമസ്വാമിനായ്കർ, ഗാന്ധിജി എന്നിവരും പഞ്ചാബിൽ നിന്ന് അകാലികളും വൈക്കത്തെത്തി. സമരം പൂർണ്ണ വിജയമായില്ല. അഹിന്ദുക്കൾ സഞ്ചരിക്കുന്ന അതിർത്തി വരെ അവർണ്ണർക്കും സഞ്ചാര സ്വാതന്ത്ര്യം ലഭിച്ചു. ഒന്നരവർഷം നീണ്ടുനിന്ന സമരം ഭാഗികമായി വിജയിച്ചു.

ശ്രീനാരായണ സന്ദേശങ്ങളിൽ ആകൃഷ്ടനായ മാധവൻ എസ്.എൻ.ഡി.പി.യിലും സജീവമായിരുന്നു. എസ്.എൻ.ഡി.പി. യോഗം ഡയരക്ടർ, മാനേജിംഗ് കൗൺസിൽ അംഗം എന്നീ സ്ഥാനങ്ങൾ വഹിച്ചു. യോഗ പ്രവർത്തനങ്ങൾക്കായി അദ്ദേഹം 'ധർമ്മഭട സംഘം' രൂപീകരിച്ചു. അവർണ്ണരുടെ ഈ ധീരനായകൻ 44-ാമത്തെ വയസ്സിൽ 1930 ഏപ്രിൽ 27-ന് അകാലചരമമടഞ്ഞു.

ടി. എം. വർഗീസ്
(1885 – 1961)

പ്രഗത്ഭ അഭിഭാഷകൻ. രാഷ്ട്രീയ നേതാവ്. നിവർത്തന പ്രക്ഷോഭണ നായകൻ. സംയുക്ത രാഷ്ട്രീയസഭാ സാരഥികളിലൊരാൾ. മന്ത്രി, സ്പീക്കർ എന്നീ പദവികൾ വഹിച്ചു.

കായംകുളത്തിനടുത്ത് പള്ളിക്കൽ ദേശത്ത് തണ്ടാനത്ത് മത്തായിയുടെയും മറിയാമ്മയുടെയും മകനായി 1885 ഏപ്രിൽ 22-ന് ജനിച്ചു. നിയമ പരീക്ഷ ജയിച്ച് കൊല്ലത്ത് അഭിഭാഷകനായി. നിവർത്തന പ്രക്ഷോഭണത്തിലും അതിന്റെ രാഷ്ട്രീയരൂപമായ സംയുക്ത രാഷ്ട്രീയ സഭയിലും പ്രവർത്തിച്ചു. നിവർത്തന പ്രക്ഷോഭണ നേതാക്കളിലൊരാളായ സി. കേശവനെ 'കോഴഞ്ചേരി പ്രസംഗത്തിന്റ പേരിൽ സർ. സി.പി. രാമസ്വാമി അയ്യർ തുറുങ്കിലടച്ചു. ടി.എം. വർഗീസ് പ്രസിഡണ്ടായി സംയുക്ത സമുദായങ്ങളുടെ പാർലമെന്റ് ബോർഡ് രൂപവല്കരിക്കപ്പെട്ടു. കൊ.വ: 1112 തുലാം 12 -ന് വർഗീസിന്റെ നേതൃത്വത്തിൽ സംയുക്തസഭയുടെ ഒരു ഡെപ്യൂട്ടേഷൻ ദിവാനെ സന്ദർശിച്ച് തങ്ങളുടെ ആവശ്യങ്ങളും അവകാശങ്ങളുമടങ്ങുന്ന ഒരു മെമ്മോറാണ്ടം സമർപ്പിച്ചു.സി. കേശവനെ വിട്ടയയ്ക്കണമെന്നതായിരുന്നു ഒരാവശ്യം. അതുൾപ്പെടെയുള്ള എല്ലാ ആവശ്യങ്ങളും നിരസിക്കപ്പെട്ടു.

സംയുക്ത പാർലമെന്റ് ബോർഡിന്റെ സ്ഥാനാർത്ഥിയായി പത്തനംതിട്ടയിൽ നിന്നു 1935-ൽ തിരുവിതാംകൂർ നിയമസഭയിലെത്തി. ഡെപ്യൂട്ടി

സ്പീക്കറായ ടി.എം. വർഗീസിനെ രണ്ടു വർഷത്തിനുശേഷം കുത്സിത മാർഗ്ഗങ്ങളിൽക്കൂടി സർ സി.പി. പുറത്താക്കി. ഉത്തരവാദ ഭരണ ത്തിനുവേണ്ടി നിയമസഭയിൽ പ്രമേയം അവതരിപ്പിച്ചത് ടി.എം. വർഗീസാ ണ്. 1938-ൽ സ്റ്റേറ്റ് കൗൺസിൽ ചേർന്ന് അദ്ദേഹം 1947 വരെ വർക്കിംഗ് കമ്മിറ്റി മെമ്പറായിരുന്നു.

നിവർത്തന പ്രക്ഷോഭം

1932-ൽ ചിത്തിരതിരുനാൾ മഹാരാജാവ് പ്രഖ്യാപിച്ച ഭരണ പ രിഷ്കാര പ്രകാരം, ജനസംഖ്യാനുപാതികമായി ഈഴവ, മുസ്ലീം, ക്രിസ്ത്യൻ സമുദായങ്ങൾക്ക് ന്യായമായും ലഭിക്കേണ്ട സീറ്റുകൾ ലഭി ക്കുന്ന രീതിയിലായിരുന്നില്ല നിയോജക മണ്ഡല വിഭജനവും വോട്ടവ കാശവും നിർണ്ണയിച്ചത്. ന്യായമായ പ്രാതിനിധ്യത്തിനുവേണ്ടി പ്രസ്തുത സമുദായ പ്രതിനിധികൾ 1932 ഡിസംബർ 17-ന് 'ഓൾ ട്രാവൻകൂർ ജോയിന്റെ പൊളിറ്റിക്കൽ കോൺഫ്രൻസ്' രൂപീകരിച്ചു. ആവശ്യങ്ങൾ അംഗീകരിക്കപ്പെടാത്തതിനാൽ ദ്വിമണ്ഡല സഭയിലേ ക്കുള്ള തിരഞ്ഞെടുപ്പ് ബഹിഷ്കരിക്കാൻ ഈ സംഘടന തീരുമാനി ച്ചു. ഈ ബഹിഷ്കരണ പ്രക്ഷോഭണം നിവർത്തന പ്രക്ഷോഭണം എന്ന് അറിയപ്പെട്ടു. ഈ പ്രക്ഷോഭണത്തിന് 'നിവർത്തന പ്രക്ഷോഭം' എന്ന് പേരിട്ടത് ഐ.സി. ചാക്കോ ആണ്.

സർ. സി.പി.ക്കെതിരെ വധശ്രമം നടന്നപ്പോഴാണ് വർഗീസ് അവ സാനമായി അറസ്റ്റ് ചെയ്യപ്പെട്ടത്. 1948-ൽ പട്ടം താണുപിള്ളയുടെ മന്ത്രിസ ഭാംഗവും ടി.കെ. നാരായണപിള്ളയുടെ കാലത്ത് സ്പീക്കറും 1952-ൽ എ. ജെ. ജോണിന്റെ മന്ത്രിസഭാംഗവുമായിരുന്നു.

1961 ഡിസംബർ 31-ന് നിര്യാതനായി.

ഡോ. (മിസിസ്സ്) മേരീപുന്നൻ ലൂക്കോസ്
(1886 – 1976)

ആതുര ശുശ്രൂഷാരംഗത്ത് കേരളത്തിന്റെ ഖ്യാതി പരത്തിയ പ്രഗത്ഭ വനിതാ ഡോക്ടർ. ഇന്ത്യയിലെ പ്രഥമ വനിതാ സർജൻ ജനറൽ, ഗൈനക്കോളജിസ്റ്റ്, ശിശുരോഗ വിദഗ്ധ.

പ്രഗത്ഭ ആതുര ശുശ്രൂഷകനായിരുന്ന ഡോ. ടി. ഇ. പുന്നന്റെ മകൾ. 1886 ഓഗസ്റ്റ് 2-ന് ജനിച്ചു. കോട്ടയത്തെ അയ്മനമാണ് സ്വദേശം. പിതാവ് ഡോ. പുന്നൻ കേരളത്തിൽ നിന്ന് അലോപ്പതിയിൽ ആദ്യ ബിരുദധാരിയായിരുന്നു. ഇംഗ്ലണ്ടിലെ അബർദീൻ (Aberdeen) യൂണിവേഴ്സിറ്റിയിൽ നിന്നാണ് അദ്ദേഹം ബിരുദമെടുത്തത്. അനന്തരം തിരുവിതാംകൂർ രാജകൊട്ടാരത്തിലെ ഫിസിഷ്യനായി അദ്ദേഹം ജോലിയിൽ പ്രവേശിച്ചു.

തിരുവനന്തപുരം കോളേജിൽ പഠനമാരംഭിച്ച മേരി മദിരാശി സർവ്വകലാശാലയിൽ നിന്നാണ് ബി.എ. ബിരുദം സമ്പാദിച്ചത്. വനിതകൾക്ക് ബിരുദപഠനം അന്ന് അനുവദിക്കപ്പെട്ടിരുന്നില്ല. പിന്നീട് ബാർ-അറ്റ്-ലാ ബിരുദം നേടിയത് ഇംഗ്ലണ്ടിൽ നിന്നാണ്. 1915-ൽ ഇംഗ്ലണ്ടിൽ നിന്നുതന്നെ മെഡിസിനിൽ ബിരുദവും മിഡ്വൈഫറിയിലും ശിശുരോഗത്തിലും പോസ്റ്റ് ഗ്രാജ്വേറ്റ് ബിരുദവും നേടി.

30-ാമത്തെ വയസ്സിൽ തിരുവിതാംകൂർ മെഡിക്കൽ സർവ്വീസിൽ ചേർന്ന ഡോ. മേരി തൈക്കാട് ആശുപത്രിയിൽ സൂപ്രണ്ടായി. 38-ാമത്തെ

വയസ്സിൽ തിരുവിതാംകൂർ സർജൻ ജനറലായി. അതോടെ ലോകത്തിലെ ആദ്യത്തെ വനിതാ സർജൻ ജനറൽ എന്ന പദവിയും ഏറ്റവും പ്രായം കുറഞ്ഞ സർജൻ ജനറൽ എന്ന പേരും ഡോ. മേരിക്കു സ്വന്തമായി.

നാഗർകോവിലിലെ ട്യൂബർകുലോസിസ് സാനിറ്റോറിയത്തിന്റെയും തിരുവനന്തപുരത്തെ X-ray and Radium Institute ന്റെയും സ്ഥാപക കൂടിയാണ് ഡോ. മേരീ പുന്നൻ ലൂക്കോസ്. തിരുവിതാംകൂറിലെ ആദ്യ വനിതാ നിയമസഭാ സാമാജിക കൂടിയാണവർ. രാജഭരണകാലത്ത് Health Department ന്റെ തലവൻ കൂടിയായിരുന്നു, അവർ.

ആരോഗ്യ പരിപാലനരംഗത്ത് നിരവധി പരിഷ്കാരങ്ങളും സാമൂഹ്യ സേവന പ്രവർത്തനങ്ങളും അവർ നടത്തിയിട്ടുണ്ട്.

ചിത്തിരതിരുനാൾ മഹാരാജാവിൽ നിന്ന് 'വൈദ്യശാസ്ത്ര കുശല' സ്ഥാനവും ഇന്ത്യൻ വൈസ്രോയിയിൽ നിന്ന് പ്രഗത്ഭ സർജൻ ജനറൽ എന്ന അംഗീകാരവും അവർക്കു ലഭിച്ചിട്ടുണ്ട്. 1975-ൽ രാഷ്ട്രം അവരെ 'പത്മശ്രീ' ബിരുദം നൽകി ആദരിച്ചു.

തിരുവിതാംകൂർ ഹൈക്കോടതി ജഡ്ജിയായിരുന്ന കെ. കെ. ലൂക്കോസ് ആയിരുന്നു ഭർത്താവ്. രണ്ടു മക്കൾ. ഗ്രേസി ലൂക്കോസ്, കെ. പി. ലൂക്കോസ്.

1976 ഒക്ടോബർ 2-ന് ധന്യമായ ആ ജീവിത്തിന് തിരശ്ശീല വീണു.

കെ. പി. കേശവമേനോൻ
(1886 – 1978)

മാതൃഭൂമി സ്ഥാപക പത്രാധിപർ, ഉത്പതിഷ്ണുവായ രാഷ്ട്രീയ പ്രവർത്തകൻ, ഗ്രന്ഥകാരൻ എന്നീ നിലകളിൽ കേരള ജനതയ്ക്ക് വിസ്മരിക്കാനാവാത്ത വ്യക്തിത്വം.

പാലക്കാട് രാജസ്വരൂപത്തിലെ നടുവിലെടത്തിൽ മൂന്നാമനായ ഭീമനച്ചൻ പിതാവ്. മീനാക്ഷി നേത്യാരമ്മ മാതാവ്. തിരൂരിൽ കിഴക്കേപൊറ്റെ ഭവനത്തിൽ 1886 സെപ്തംബർ 1–ന് ജനനം. തരൂരും ആലത്തൂരും പ്രാഥമിക വിദ്യാഭ്യാസം, പാലക്കാട്ടും കോഴിക്കോട്ടും മദ്രാസിലുമായി ഉപരിപഠനം. നൂറ്റമ്പതോളം അംഗങ്ങളുണ്ടായിരുന്ന നടുവിലെടത്തിലെ ജീവിതമാണ് 'സഹിച്ചും സഹകരിച്ചും' ജീവിക്കാൻ കേശവമേനോനെ പ്രാപ്തനാക്കിയത്.

1915–ൽ ഇംഗ്ലണ്ടിൽ നിന്ന് ബാരിസ്റ്റർ പരീക്ഷ പാസായി കോഴിക്കോട്ട് വക്കീൽ ജീവിതം തുടങ്ങി, ഹോം റൂൾ പ്രസ്ഥാനത്തിൽ പ്രവർത്തിച്ചുകൊണ്ട് പൊതുജീവിതം ആരംഭിച്ചു. കോഴിക്കോട്ടെ ഹോം റൂൾ കമ്മിറ്റി സെക്രട്ടറിയായി ഔദ്യോഗിക രാഷ്ട്രീയ ജീവിതത്തിനു തുടക്കം. മലബാറിൽ കോൺഗ്രസിന്റെ പ്രവർത്തനം സജീവമാകുന്നത് ഈ കാലത്താണ്.

നിസ്സഹകരണ പ്രസ്ഥാനവുമായി ബന്ധപ്പെട്ട് 1921–ൽ ആറുമാസം ജയിൽവാസമനുഭവിച്ചു. മലബാർ ലഹളക്കാലത്ത് കെ.പി.സി.സി. സെക്രട്ടറി എന്ന നിലയിൽ സമാധാന സ്ഥാപനത്തിനായി രാജാജി, ആനിബസന്റ്

എന്നിവർക്കൊപ്പം സ്തുത്യർഹമായ സേവനം നടത്തി.

മേനോന്റെ നേതൃത്വത്തിൽ 'മാതൃഭൂമി'യുടെ പ്രഥമ ലക്കം 1923 മാർച്ച് 17-ന് പുറത്തുവന്നു.

ആദ്യഭാര്യ ലക്ഷ്മി 1925 ഏപ്രിൽ 27-ന് മരിച്ചു. മകൾ ചെല്ലമ്മയും രണ്ടാം ഭാര്യ അമ്മുവും തന്റെ കൺമുന്നിൽ വെച്ചു മരിക്കുന്നതു കാണേണ്ടിവന്നു അദ്ദേഹത്തിന്.

'മാതൃഭൂമി' പത്രാധിപരായിരിക്കെ വൈക്കം സത്യഗ്രഹത്തിൽ പങ്കെടുത്ത് ജയിൽവാസമനുഷ്ഠിച്ചു.

1927 മുതൽ രണ്ടു പതിറ്റാണ്ടുകാലം മലയായിൽ അഭിഭാഷകവൃത്തി. രണ്ടാം ലോകമഹായുദ്ധകാലത്ത് സുഭാഷ് ചന്ദ്രബോസിന്റെ നേതൃത്വത്തിൽ രൂപംകൊണ്ട 'ആസാദ് ഹിന്ദ്' ഗവൺമെന്റിൽ പ്രചരണ വകുപ്പുമന്ത്രി.

1948-ൽ കേരളത്തിൽ മടങ്ങിയെത്തി. 1951-ൽ സിലോൺ ഹൈക്കമ്മീഷണറായി. ഇന്ത്യാ ഗവൺമെന്റുമായുണ്ടായ അഭിപ്രായ വ്യത്യാസം കാരണം കുറച്ചുകാലത്തിനകം ആ പദവി രാജിവെച്ചു. 1952-ൽ വീണ്ടും മാതൃഭൂമി ചീഫ് എഡിറ്ററായി. മരണം വരെ ആ സ്ഥാനത്ത് തുടർന്നു. മരണത്തിന് രണ്ടുപതിറ്റാണ്ട് മുമ്പേ അന്ധനായിത്തീർന്നുവെങ്കിലും എഴുത്തിലും ജീവകാരുണ്യ പ്രവർത്തനത്തിലും അദ്ദേഹം സജീവമായിരുന്നു. 'ഏതിരുട്ടിലും ഒരു പ്രകാശകിരണമെങ്കിലും കാണാനും അതുകൊണ്ട് മറ്റുള്ളവരുടെ ജീവിതത്തിലേക്ക് വെളിച്ചം പകരാനും അദ്ദേഹത്തിനുണ്ടായിരുന്ന ത്വര' നമ്മെ വിസ്മയിപ്പിക്കും. വാക്കിനു വ്യവസ്ഥയും കാര്യശേഷിയും ആജ്ഞാശക്തിയും അദ്ദേഹത്തിന്റെ വ്യക്തിത്വത്തിന്റെ ഭാഗമായിരുന്നു. മാതൃഭൂമിയിൽ അദ്ദേഹം തുടർച്ചയായി എഴുതിയിരുന്ന 'നാം മുന്നോട്ട്' എന്ന പംക്തി ജീവിതാശ നശിച്ച് ആത്മഹത്യാമുനമ്പിലെത്തിയ ആയിരങ്ങൾക്ക് സാന്ത്വനവും ജീവിതാഭിനിവേശവും നല്കുന്നതായിരുന്നു.

കേരള സാഹിത്യ അക്കാദമിയുടെ ഉപാധ്യക്ഷൻ, തുഞ്ചൻ സ്മാരക സമിതി പ്രസിഡണ്ട് തുടങ്ങിയ പദവികൾ കേശവമേനോൻ വഹിച്ചിട്ടുണ്ട്.

1966-ൽ പത്മഭൂഷൺ ലഭിച്ചു. ബിലാത്തിവിശേഷം, നാം മുന്നോട്ട്, യേശുദേവൻ, കഴിഞ്ഞകാലം (ആത്മകഥ), രാഷ്ട്രപിതാവ് തുടങ്ങിയവയാണ് കൃതികൾ. 'രാഷ്ട്രപിതാവിന് 1968-ലെ കേരള സാഹിത്യ അക്കാദമി അവാർഡ് ലഭിച്ചു. 'കഴിഞ്ഞകാല'ത്തിന് 1958-ലെ കേന്ദ്രസാഹിത്യ അക്കാദമി അവാർഡും ലഭിച്ചു.

1978 നവംബർ 9-ന് 93-ാമത്തെ വയസ്സിൽ അന്തരിച്ചു.

ഗുരു ചെങ്ങന്നൂർ രാമൻപിള്ള
(1886 – 1980)

കഥകളിയരങ്ങിലെ ഗുരു. കത്തിവേഷത്തിൽ അദ്വിതീയൻ.

സുഘടിതമായ കഥാഘടന, കഥാപാത്രസംബന്ധിയായ ഔചിത്യ ദീക്ഷ–ഇവയൊന്നും ഇരുപതാം നൂറ്റാണ്ടിനുമുമ്പുള്ള കഥകളിയിൽ ദീക്ഷിച്ചിരുന്നില്ല. കൈമുദ്രകളിലും പദവിന്യാസത്തിലുമുള്ള ചലനവ്യവസ്ഥകൾ അരങ്ങിൽ പ്രതിഫലിപ്പിക്കുക മാത്രമായിരുന്നു അന്ന്. നൃത്യത്തിനുമാത്രം പ്രാധാന്യം കൊടുക്കുന്ന അവസ്ഥ. പട്ടിക്കാംതൊടിയുടെ കാലത്തോടെയാണ് നൃത്യത്തോടൊപ്പം നാട്യത്തിനും പ്രാധാന്യമുണ്ടാവുന്നത്. അതോടെ കഥകളിക്ക് പുതിയ ഭാഷയും വ്യാകരണവും കൈവന്നു. പട്ടിക്കാംതൊടിയും കൂട്ടരും സ്ഫുടംചെയ്തെടുത്ത കഥകളിയിലെ നാട്യരംഗത്തെ പ്രസിദ്ധ കത്തിവേഷമായിരുന്നു ചെങ്ങന്നൂർ രാമൻപിള്ളയുടേത്. രാജത്വം, പ്രൗഢി, അലർച്ച, വേഷപ്പകർച്ച എന്നീ കത്തിവേഷത്തിന്റെ പ്രത്യേകതകൾ ഗുരു ചെങ്ങന്നൂരിൽ സമഞ്ജസമായി സമ്മേളിച്ചു. കൈമുദ്രകളുടെ വ്യക്തത, മെയ്വഴക്കം, കലാശത്തിന്റെ ലാവണ്യം, താളബോധം, ഔചിത്യബോധം എന്നിവ ചെങ്ങന്നൂരിന്റെ അഭിനയത്തിന്റെ പ്രത്യേകതകളാണ്.

ചെങ്ങന്നൂർ വന്മഴി കിഴക്കേമഠത്തിൽ പാച്ചുപിള്ളയുടെ മകനായി 1886 ജനുവരി 16–ന് രാമൻപിള്ള ജനിച്ചു. പിതാവ് ചുട്ടിക്കാരൻ. ചിറ്റപ്പൻ വേഷ

ക്കാരൻ. അടുത്ത ബന്ധുക്കളിൽ പലരും കളിക്കമ്പക്കാർ. ഈ ചുറ്റുപാടിൽ ജനിച്ചുവളർന്ന രാമൻപിള്ള പ്രാഥമിക വിദ്യാഭ്യാസ കാലത്തുതന്നെ കഥകളി അഭ്യസിച്ചുതുടങ്ങി. 17-ാമത്തെ വയസ്സിൽ 'രുഗ്മിണീ സ്വയംവര' ത്തിലെ രുഗ്മിണിയായാണ് രാമൻപിള്ള അരങ്ങിലെത്തിയത്. 19-ാമത്തെ വയസ്സിൽ കീചകന്റെ വേഷം. പിന്നങ്ങോട്ട് മുക്കാൽ നൂറ്റാണ്ടുകാലം കഥകളി ലോകത്ത് രാമൻപിള്ള മുടിചൂടാമന്നനായി വാണു.

ആദ്യകാലത്ത് തകഴി കേശവപ്പണിക്കരുടെയും മാത്തൂർ കുഞ്ഞുപിള്ളിപ്പണിക്കരുടെയും അമ്പലപ്പുഴ കുഞ്ഞുകൃഷ്ണപ്പണിക്കരുടെയും ശിക്ഷണം നേടിയ ചെങ്ങന്നൂരിന്റെ ആദ്യഗുരു പിതൃസഹോദരനായ നാണുപിള്ളയായിരുന്നു. രാമൻപിള്ള ദുര്യോധന വേഷമിട്ട കഥകളിയരങ്ങിൽ ആദ്യ കാലത്ത് നാണുപിള്ളയായിരുന്നു ദ്രൗപതി.

1921 വരെ വിവിധ കളിയോഗങ്ങളിൽ. 1924-ൽ മഹാകവി വള്ളത്തോളുമായി സഹവർത്തിത്വം. 1926-ൽ കൊട്ടാരം കഥകളി നടനായി.

കത്തിവേഷത്തിലാണ് രാമൻപിള്ള ഏറെ മികവു പുലർത്തിയത്. ജരാസന്ധൻ, രാവണൻ, കംസൻ, രൗദ്രഭീമൻ, ദുര്യോധനൻ, കാട്ടാളൻ, ബകൻ എന്നീ കത്തിവേഷങ്ങളിൽ ഗുരു ചെങ്ങന്നൂർ ഏറെ മികവു കാട്ടി.

പിൽക്കാലത്ത് കഥകളിയിൽ അതുല്യരായി ശോഭിച്ച ഹരിപ്പാട്ടു രാമകൃഷ്ണപിള്ള, ചെന്നിത്തല ചെല്ലപ്പൻപിള്ള, മാത്തൂർ വാസുദേവൻനായർ, തുടങ്ങിയവർ ചെങ്ങന്നൂരിന്റെ ശിഷ്യഗണത്തിൽപ്പെടുന്നു.

കഥകളിരംഗത്തെ സമഗ്രസംഭാവന പരിഗണിച്ച് 1971 ഒക്ടോബർ 5-ന് രാഷ്ട്രം അദ്ദേഹത്തിന് 'പത്മശ്രീ' നൽകി ആദരിച്ചു. അതിനുമുമ്പ് കേന്ദ്ര -കേരള സംഗീത നാടക അക്കാദമികളുടെ അവാർഡുകളും ഒട്ടേറെ ബഹുമതി മുദ്രകളും സമ്മാനങ്ങളും പ്രശംസാപത്രങ്ങളും രാമൻപിള്ളയ്ക്കു ലഭിച്ചിട്ടുണ്ട്.

'തെക്കൻ ചിട്ടയിലെ കഥകളി അഭ്യാസക്രമങ്ങൾ' എന്ന ഗ്രന്ഥത്തിന്റെ കർത്താവാണ്.

കഥകളിയിലെ ഭീഷ്മാചാര്യനായിരുന്ന ഗുരു ചെങ്ങന്നൂർ രാമൻപിള്ള 94-ാമത്തെ വയസ്സിൽ 1980 നവംബർ 11-ന് അന്തരിച്ചു.

എം. സി. ജോസഫ്
(1887 – 1981)

കേരളത്തിലെ യുക്തിവാദികളുടെ ആചാര്യൻ. അഭിഭാഷകൻ, ചിന്തകൻ, പത്രപ്രവർത്തകൻ, ഗ്രന്ഥകാരൻ.

1887 ജനുവരി 6-ന് തൃപ്പൂണിത്തുറയിൽ ജനിച്ചു. പിതാവ് മൂക്കഞ്ചേരിൽ കുഞ്ഞിച്ചെറിയ. മാതാവ് കുഴിയാഞ്ഞാൽ കുഞ്ഞാമ്മറിയം. തൃപ്പൂണിത്തുറയിലും എറണാകുളത്തുമായി പ്രാഥമിക വിദ്യാഭ്യാസം. പലചരക്കു വ്യാപാരിയായിരുന്ന പിതാവിന്റെ തറവാട് ഒട്ടേറെ ഉദ്യോഗസ്ഥന്മാരും പുരോഹിതന്മാരുമുള്ള ഒന്നായിരുന്നു. ജോസഫ് മെട്രിക്കുലേഷൻ പാസ്സായി അധികം കഴിയുന്നതിനുമുമ്പ് പതാവ് മരിച്ചു. വീട്ടിലെ സാമ്പത്തിക സ്ഥിതി വഷളായി. എറണാകുളം മഹാരാജാസ് കോളേജിൽ ചേർന്നുവെങ്കിലും കലാശാല വിദ്യാഭ്യാസം പൂർത്തിയാക്കാൻ കഴിഞ്ഞില്ല.

പഠിപ്പുനിർത്തി വീട്ടിൽ കഴിയുന്ന കാലത്ത് ജോസഫ് മലബാർ ഹെറാൾഡ്, കൊച്ചിൻ ആർഗസ് തുടങ്ങിയ പത്രങ്ങളിൽ ലേഖനങ്ങൾ എഴുതാറുണ്ടായിരുന്നു. അങ്ങനെയിരിക്കെ ദിവാൻ പേഷ്ക്കാർ ഓഫീസിൽ ഗുമസ്തൻ ജോലി ലഭിച്ചു. ആ ജോലിയിൽ മനംമടുത്ത് തിരുവനന്തപുരത്തെത്തി പ്ലീഡർഷിപ്പിനു പഠിച്ച് 1913-ൽ പരീക്ഷ പാസായി. അനന്തരം ചേർത്തലയിലും ഇരിങ്ങാലക്കുടയിലും വക്കീലായി പ്രാക്ടീസ് ചെയ്തു.

1929-ൽ 'യുക്തിവാദി' പത്രം തുടങ്ങി. ഒരു പ്രഗത്ഭ വക്കീൽ എന്നു

പേരെടുത്ത എം.സി. 1952-ൽ തന്റെ വക്കീൽ ജീവിതം അവസാനിപ്പിച്ചു.

മതവിശ്വാസത്തിന്റെ അന്തരീക്ഷത്തിൽ വളർന്ന എം.സി. ജോസഫ് യുക്തിബോധത്തിലൂടെ മതവിശ്വാസത്തിനു പുറത്തുകടന്നു. യുക്തിചിന്ത ജോസഫിന് ജന്മസിദ്ധമായ കഴിവായിരുന്നു. ആ കഴിവാകട്ടെ അചിരേണ ആചാരങ്ങളുടെയും വിശ്വാസങ്ങളുടെയും മേഖലകളിലേക്ക് വ്യാപിക്കുകയും ചെയ്തു. ഇരിങ്ങാലക്കുടയിൽ പ്രാക്ടീസ് ചെയ്യുമ്പോൾ തന്നിലുള്ള യുക്തിവാദിക്ക് വളർന്നു വികസിക്കാൻ പാകത്തിൽ കുറേ സമാനഹൃദയരേയും കിട്ടി. തോമസ് പെയിൻ, വോൾട്ടയർ, റൂസ്സോ, ഇങ്കർസോൾ, ബ്രാഡ്‌ലാ തുടങ്ങിയവരുടെ ഗ്രന്ഥങ്ങൾ അന്നദ്ദേഹം വായിച്ചു. ശാസ്ത്രപുരോഗതിയുടെ നാഴികക്കല്ലുകൾ അദ്ദേഹം സസൂക്ഷ്മം ശ്രദ്ധിച്ചുകൊണ്ടിരുന്നു. ഫ്രോയിഡിന്റെയും യൂങ്ങിന്റെയും മനഃശാസ്ത്ര തത്ത്വങ്ങളും മാനസികാപഗ്രഥന രീതികളും എം.സി. ജോസഫിന്റെ യുക്തിവാദ ചിന്തകളെ ഏറെ സ്വാധീനിച്ചിട്ടുണ്ട്.

എം.സി. ആരംഭിച്ച 'യുക്തിവാദി' മാസികയുടെ പത്രാധിപന്മാരായി അദ്ദേഹത്തെ കൂടാതെ സി.വി. കുഞ്ഞിരാമൻ, സഹോദരൻ അയ്യപ്പൻ, എം. രാമവർമ്മ തമ്പാൻ എന്നിവർ പ്രവർത്തിച്ചിട്ടുണ്ട്. 1974 വരെ സുദീർഘമായ 45 വർഷം 'യുക്തിവാദി' മുടക്കമില്ലാതെ പ്രസിദ്ധീകരിച്ചു.

ഭൗതീകവീക്ഷണത്തിന് പ്രാമുഖ്യമുള്ള യൂറോപ്യൻ നവോത്ഥാനമാണ് എം.സി.യുടെ പൈതൃകം. നാം അനുകരിച്ചുപോരുന്ന ആചാരവിശ്വാസങ്ങളെ യുക്ത്യാധിഷ്ഠിതമായ പരിശോധനക്കു വിധേയമാക്കുകയാണ് എം.സി. ചെയ്തത്. ഈശ്വരൻ, പിശാച്, സ്വർഗ്ഗം, നരകം തുടങ്ങിയ സങ്കല്പങ്ങൾ യുക്തിബോധത്തെ പരിഹസിക്കുന്നതായതുകൊണ്ട് അദ്ദേഹം തള്ളിക്കളഞ്ഞു. അജ്ഞരായ മനുഷ്യരെ ചൂഷണം ചെയ്യാനും മർദ്ദിച്ചൊതുക്കുവാനും സംഘടിതമതം ഈ അന്ധവിശ്വാസങ്ങളെ ഉപയോഗപ്പെടുത്തുന്നതുകൊണ്ട് അവയെ എം.സി. എതിർത്തു. ജോത്സ്യം, മന്ത്രവാദം, ചാത്തൻബാധ, പുനർജ്ജന്മം ഇത്യാദി വിഷയങ്ങളിൽ മനുഷ്യൻ വെച്ചുപുലർത്തുന്ന വിശ്വാസങ്ങൾ ജീവിതത്തിൽ ഒട്ടേറെ പ്രശ്നങ്ങൾ സൃഷ്ടിക്കുന്നുണ്ട്. ശാസ്ത്രത്തിന്റെയും മനഃശാസ്ത്ര തത്ത്വങ്ങളുടെയും കൂട്ടുപിടിച്ചുകൊണ്ട് ഇവയൊക്കെ അന്ധവിശ്വാസങ്ങളാണെന്ന് എം.സി. വ്യക്തമാക്കുന്നു. സ്വാമി വിവേകാനന്ദനും ശ്രീനാരായണഗുരുവും ഇതേ പരിഷ്കർത്താക്കളായിരുന്നുവെന്നതോർക്കുക. ജോത്സ്യന്മാരെ സമീപിക്കുന്നവർ ദുർബ്ബലചിത്തരാണെന്ന് എം.സി. പറഞ്ഞു. ചാത്തൻബാധ വികലമനസ്കരുടെ അബോധ പ്രവർത്തനങ്ങളാണെന്ന് എം.സി. തെളിയിച്ചിട്ടുണ്ട്.

ബാധയ്ക്കു കരുക്കളായി പ്രവർത്തിക്കുന്ന അനവധി 'ചാത്തൻ'മാരെ അവരുടെ പ്രവൃത്തിയിൽ ബോധമുണർത്തിച്ച് അദ്ദേഹം സാധാരണ നിലയിലേക്ക് കൊണ്ടുവന്നിട്ടുണ്ട്. നമ്മുടെ പ്രവൃത്തികളെ നിയന്ത്രിക്കാൻ പ്രത്യയനത്തിനും (Suggestion) സ്വയം പ്രത്യയനത്തിനും (Auto Suggestion) കഴിയുമെന്ന് മനഃശാസ്ത്രം പറയുന്നു. ദിവ്യാത്ഭുതങ്ങളിലും മന്ത്രവാദത്തിലും ഉള്ളത് അത്യുക്തിയും മേൽപറഞ്ഞവയുടെ പ്രകടനവും തന്നെ

ഒരു പ്രത്യേകതരം ഹിസ്റ്റീരിയാരോഗം അമിതഭക്തിയുമായി കലർന്ന് വ്യക്തികളിൽ 'ഈശ്വരസാന്നിദ്ധ്യ'മുള്ള ദിവ്യാത്ഭുതങ്ങളായി പ്രത്യക്ഷപ്പെട്ടത് ശുദ്ധ അസംബന്ധമാണെന്ന് കാര്യകാരണസഹിതം അദ്ദേഹം തെളിയിച്ചിട്ടുണ്ട്.

പുരോഗതി, യുക്തിപ്രകാശം, പ്രബോധനം എന്നീ കൃതികൾ എം. സി. എഴുതിയിട്ടുണ്ട്.

മനുഷ്യമനസ്സിൽ രൂപംകൊണ്ട അന്ധവിശ്വാസങ്ങളെ യുക്തിയുടെ രശ്മിപായിച്ച് അലിയിച്ചുകളഞ്ഞ മഹാനായ ഈ യുക്തിവാദി 1981 ഒക്ടോബർ 26-ന് അന്തരിച്ചു.

വി. സി. ബാലകൃഷ്ണപ്പണിക്കർ
(1889 – 1912)

കേവലം 23-ാമത്തെ വയസ്സിലാണ് വി. സി. മരണപ്പെട്ടത്. ജീവിതം ആരംഭിക്കാത്ത പ്രായത്തിൽ കഥാവശേഷനാവുമ്പോൾ രണ്ടു പത്രങ്ങളുടെ പത്രാധിപർ, പന്ത്രണ്ടോളം ഖണ്ഡകാവ്യങ്ങൾ, ധാരാളം സ്തോത്രകൃതികൾ, പരിഭാഷകൾ, നാടകം, കഥ, ഉപന്യാസം, നിരൂപണം, ദാർശനികഭാവമുള്ള രാഷ്ട്രീയ ലേഖനങ്ങൾ, സമാഹരിച്ചു പ്രസിദ്ധപ്പെടുത്താത്ത ഒട്ടനവധി രചനകൾ കൈരളിക്കു സമ്മാനിച്ച് മഹാകവിപ്പട്ടവും സ്വന്തമാക്കി ഒരു കൊള്ളിമീൻകണക്കെ അപ്രത്യക്ഷമായ അത്ഭുതപ്രതിഭാസമായിരുന്നു വി.സി. ബാലകൃഷ്ണപ്പണിക്കർ.

മലപ്പുറം ജില്ലയിൽപ്പെട്ട ഊരകത്ത് കപ്പേടത്ത് തലാപ്പിൽ കൃഷ്ണനുണ്ണിനായരുടെയും വെള്ളാട്ട് ചെമ്പലഞ്ചേരി മാധവിക്കുട്ടി എന്ന അമ്മുണ്ണിയമ്മയുടെയും സീമന്തപുത്രനായി 1889 മാർച്ച് 1-ന് വി.സി. ജനിച്ചു. ലക്ഷ്മിക്കുട്ടി, കരുണാകരൻ, മാനുണ്ണി എന്നിവരായിരുന്നു സഹോദരങ്ങൾ.

കറുപ്പൻപൂശാരിയായിരുന്നു ആദ്യ ഗുരു. ശിഷ്യന്റെ വിജ്ഞാനതൃഷ്ണ കണ്ടറിഞ്ഞ കറുപ്പൻ മറ്റു പണ്ഡിതന്മാരുടെ അടുക്കൽ വി.സി.യെ വിദ്യാഭ്യാസത്തിനയയ്ക്കണമെന്ന് പിതാവിനോട് ശുപാർശ ചെയ്തു. കോഴിക്കോട് പടിഞ്ഞാറേ കോവിലകത്ത് വിദ്വാൻ ഏട്ടൻ തമ്പുരാന്റെ കീഴിൽ വി.സി. നാലുവർഷം സംസ്കൃത കാവ്യശാസ്ത്രാദികളും ഇംഗ്ലീഷും പഠിച്ചു. ഇക്കാലത്ത് തൃശൂരിൽനിന്ന് പി.ഐ. കൃഷ്ണൻ ആരംഭിച്ച 'കേരള

ചിന്താമണി' എന്ന പത്രത്തിന്റെ പത്രാധിപരായി ബാലകൃഷ്ണപ്പണിക്കർ. ആ കാലത്താണ് അദ്ദേഹത്തിന്റെ ഏറ്റവും പ്രശസ്തമായ 'ഒരു വിലാപം' എന്ന ഖണ്ഡകാവ്യം പ്രസിദ്ധീകൃതമായത്. കുടുംബത്തിലെ ഒട്ടേറെപ്പേരോടൊപ്പം തന്റെ പ്രണയിനിയും മരണത്തിന് കീഴ്പ്പെട്ട പശ്ചാത്തലത്തിൽ എഴുതപ്പെട്ട 'ഒരു വിലാപം' ആരുടെ വിയോഗത്തിന്റെ പശ്ചാത്തലത്തിലാണ് എന്നത് ഇപ്പോഴും ദുരൂഹമാണ്. ഒന്നു തീർച്ച. മാതാവിന്റെയും സഹോദരൻ കരുണാകരപ്പണിക്കരുടെയും കാമുകിയുടെയും അകാല വിയോഗം അദ്ദേഹത്തെ തളർത്തിക്കളഞ്ഞിരുന്നു.

21-ാമത്തെ വയസ്സിൽ അദ്ദേഹം 'മലബാറി' എന്ന പത്രത്തിന്റെയും പത്രാധിപരായി. ഈ പത്രം പ്രസിദ്ധീകരിച്ചിരുന്നത് തിരൂരിൽ നിന്നാണ്. ഈ കാലത്താണ് സ്വദേശാഭിമാനി രാമകൃഷ്ണപ്പിള്ളയെ രാജ്യദ്രോഹക്കുറ്റം ചുമത്തി തിരുവിതാംകൂറിൽ നിന്നും നാടുകടത്തിയത്. ഇതിനെതിരെ വിമർശനവുമായി സധൈര്യം മുന്നോട്ടുവരാൻ ചങ്കൂറ്റം കാട്ടിയ പത്രാധിപരായിരുന്നു വി.സി.

പത്താം വയസ്സുമുതൽ അദ്ദേഹം കവിതകൾ എഴുതിത്തുടങ്ങി. പത്രാധിപർ, പ്രഭാഷകൻ എന്നീ നിലകളിൽ അദ്ദേഹം ഈ ചെറുപ്രായത്തിൽത്തന്നെ വ്യക്തിമുദ്ര പതിപ്പിച്ചു.

കൃതികൾ: ഒരു വിലാപം, വിശ്വരൂപം, സന്ധ്യാസൂര്യൻ, മീനാക്ഷി, വർഷാചന്ദ്രൻ തുടങ്ങി പന്ത്രണ്ടോളം ഖണ്ഡകാവ്യങ്ങൾ കൂടാതെ സ്തോത്ര കൃതികൾ, പരിഭാഷകൾ, നാടകം, കഥ, ഉപന്യാസങ്ങൾ എന്നിവ അദ്ദേഹം എഴുതി പ്രസിദ്ധീകരിച്ചു. അപ്രകാശിതങ്ങളായ ഒട്ടേറെ കൃതികൾ അദ്ദേഹത്തിന്റെ മരണത്തോടൊപ്പം വിസ്മൃതങ്ങളായിട്ടുണ്ട്.

ജീനിയസ്സായിരുന്ന, മഹാനായ ഈ കേരളപുത്രൻ രോഗബാധിതനായി 23-ാം വയസ്സിന്റെ തുടക്കത്തിൽ 1912 ഒക്ടോബർ 20-ാം തിയ്യതി (കൊ.വ: 1088 തുലാം 4 അവിട്ടം നക്ഷത്രത്തിൽ) ഒരു കൊള്ളിമീനിന്റെ ക്ഷണികപ്രഭ വിതറി മാഞ്ഞുപോയി.

കേസരി ബാലകൃഷ്ണപിള്ള

(1889–1960)

ചിന്തകൻ, വിമർശകൻ, പത്രാധിപർ, സർവ്വോപരി മലയാള സാഹിത്യത്തിലെ നവോത്ഥാന നായകൻ.

1889 ഏപ്രിൽ 13-ന് തിരുവനന്തപുരത്ത് തമ്പാനൂരിൽ ജനിച്ചു. മെട്രിക്കുലേഷൻ 1904-ലും എഫ്.എ. പരീക്ഷ 1906-ലും പാസായി. 1908-ൽ ചരിത്രവും തത്ത്വശാസ്ത്രവും ബി.എ. ഒന്നാം ക്ലാസിൽ പാസായി. 1909 മുതൽ 1917 വരെ ഗേൾസ് കോളേജിൽ ചരിത്രാധ്യാപകൻ. അധ്യാപകനായിരിക്കെ 1913-ൽ ബി.എൽ. പരീക്ഷയിൽ ഒന്നാം ക്ലാസിൽ ജയിച്ചു.1917 മുതൽ 1922 വരെ തിരുവനന്തപുരം ഹൈക്കോടതിയിൽ വക്കീലായിരുന്നു.

1917-ൽ പറവൂർ മാടവനപ്പറമ്പിൽ ഗൗരിക്കുട്ടിയമ്മയെ വിവാഹം ചെയ്തു. ഏകമകൾ എട്ടാം വയസ്സിൽ മരിച്ചു.

ജ്യോതിഷം, പുരാവസ്തുശാസ്ത്രം, ചിത്രകല തുടങ്ങിയവയിൽ അവഗാഹം നേടി.

1922-ൽ 'സമദർശി'യുടെ പത്രാധിപരായി. 1926-ലെ തിരുവിതാംകൂർ പത്രപ്രവർത്തന റഗുലേഷനെതിരെ മുഖപ്രസംഗമെഴുതിയതിന്റെ പേരിൽ പത്രമുടമയുടെ വിദ്വേഷത്തിനു പാത്രമായ ബാലകൃഷ്ണപിള്ള പത്രാധിപസ്ഥാനം രാജിവെച്ച് 1930 ജൂൺ 4-ന് 'പ്രബോധകൻ' വാരിക പ്രസിദ്ധപ്പെടുത്തിത്തുടങ്ങി. സ്വന്തമായ 'ശാരദ പ്രസ്' എന്നൊരു അച്ചുകൂടം സ്ഥാപി

ച്ചുകൊണ്ടാണ് അദ്ദേഹം വാരിക തുടങ്ങിയത്. കോർട്ടലക്ഷ്യത്തിനു ശിക്ഷിക്കപ്പെട്ട ബാലകൃഷ്ണപിള്ളയ്ക്ക് മൂന്നുമാസമേ പ്രബോധകൻ പ്രസിദ്ധീകരിക്കാൻ കഴിഞ്ഞുള്ളൂ. അതിന്റെ ലൈസൻസ് റദ്ദുചെയ്യപ്പെട്ടപ്പോൾ 'കേസരി' തുടങ്ങി. അഞ്ചുവർഷം കേസരി മുടക്കമില്ലാതെ പ്രസിദ്ധീകരിച്ചു. സർക്കാരിന്റെ പ്രതിലോമകരമായ നിയമ വ്യവസ്ഥകളിൽ പ്രതിഷേധിച്ച് കേസരിയുടെ പ്രസിദ്ധീകരണവും നിർത്തിവെച്ചു. ഇതിനിടയിൽ പല രാജ്യദ്രോഹക്കേസുകളിലും ബാലകൃഷ്ണപിള്ളയ്ക്ക് പ്രതിയാകേണ്ടിവന്നു. അതിനുശേഷം സാഹിത്യപ്രവർത്തനങ്ങളിൽ ശ്രദ്ധയൂന്നി.

1930-ലാണ് 'കേസരി' പ്രസിദ്ധീകരണം തുടങ്ങിയത്. അതോടെ എ. ബാലകൃഷ്ണപിള്ള കേസരി ബാലകൃഷ്ണപിള്ള എന്നറിയപ്പെടാൻ തുടങ്ങി.

മലയാള സാഹിത്യത്തിൽ പിന്നീടുണ്ടായ പരിവർത്തനങ്ങൾക്കു ചുക്കാൻപിടിച്ചത് കേസരി പത്രമാണ്. നിരവധി ആംഗലേയ ഗ്രന്ഥങ്ങൾ അദ്ദേഹം തർജ്ജമ ചെയ്തു. കേസരിയുടെ അവതാരികകൾ പ്രസിദ്ധങ്ങളാണ്.

മണിപ്രവാള സാഹിത്യത്തിന്റെ ശൃംഗാരരസത്തിൽ നിന്ന് വഴിമാറി മലയാള ഗദ്യസാഹിത്യം കടന്നത് 'ഇന്ദുലേഖ'യും 'മാർത്താണ്ഡവർമ്മ'യും രംഗത്തെത്തിയതോടെയാണ്. കാവ്യരംഗത്ത് 'ദുരവസ്ഥ'യിലൂടെ പ്രകാശിപ്പിക്കപ്പെട്ട സാമൂഹികബോധം ഗദ്യത്തിലുണ്ടായില്ല. ഈ പശ്ചാത്തലത്തിലാണ് 1930 ജൂൺ മാസത്തിൽ 'പ്രബോധകൻ' മാസിക രംഗത്തെത്തിയത്. സാമൂഹിക-സാംസ്കാരികരംഗത്തെ ചലിപ്പിച്ച 'പ്രബോധകൻ' അതുകൊണ്ടുതന്നെ അധികാരികൾ തുടർന്നു നടത്തുവാൻ അനുവദിച്ചില്ല. പ്രബോധകന്റെ തുടർച്ചതന്നെയായ കേസരിക്കും അതേ ഗതിതന്നെ വന്നുചേർന്നു.

പുതിയ എഴുത്തുകാർക്ക് മാർഗ്ഗദർശിയായി മാറിയ കേസരി ബാലകൃഷ്ണപിള്ള ആധുനിക മലയാള സാഹിത്യത്തിന്റെ മാർഗ്ഗദർശി കൂടിയാണ്. അദ്ദേഹം തികഞ്ഞ സ്വതന്ത്രചിന്തകനായിരുന്നു. സ്വതന്ത്രചിന്തകന് അടിമയായിരിക്കാനാവുകയില്ല. അതുകൊണ്ടുതന്നെ എന്തിനെയും ഏതിനെയും സാർവ്വലൗകിക ദൃഷ്ടിയിലൂടെ കാണുവാനേ അദ്ദേഹത്തിനായുള്ളൂ. തിരുവിതാംകൂർ മഹാരാജാവിനും 'മഹാരാജാവ് തിരുമനസ്സുകൊണ്ട്' എന്നേ വിളിക്കാൻ പാടുള്ളൂ എന്നൊരു അലിഖിത നിയമമുണ്ടായിരുന്ന അക്കാലത്ത് കേസരി അതിനു തയ്യാറായില്ല. ഇതുകാരണം അദ്ദേഹത്തെ നാടുകടത്താൻപോലും അധികാരികൾ ആലോചിച്ചിരുന്നു.

ലോകസാഹിത്യവുമായി പുതിയ എഴുത്തുകാരെ പരിചയപ്പെടുത്തുന്നതിൽ അവർക്ക് ആചാര്യനായി നിന്ന് കേസരി മാർഗ്ഗനിർദ്ദേശം നല്കി. തകഴിയും ചങ്ങമ്പുഴയും ബഷീറുമൊക്കെ ആ തണലിലിരുന്ന് സാഹിത്യരചനയുടെ പാഠങ്ങൾ ഉരുവിട്ടു പഠിച്ചവരാണ്.

ഇംഗ്ലീഷ് സാഹിത്യത്തിൽനിന്ന് ഊർജ്ജമുൾക്കൊണ്ടാണ് മലയാള വിമർശന സാഹിത്യം വളർന്നത്. 'വിദ്യാവിനോദിനി' പത്രാധിപരായിരുന്ന സി.പി. അച്യുതമേനോനും അതുപോലെയുള്ളവരും നിരൂപണ സാഹിത്യത്തിനു തുടക്കമിട്ടുവെങ്കിലും ശാസ്ത്രബോധത്തോടെ നിരൂപണ സാഹിത്യത്തെ കൈകാര്യം ചെയ്തത് എ.ആർ. തമ്പുരാനായിരുന്നു. ഉത്തമഗ്രന്ഥങ്ങളെ ആഴത്തിൽ നിരൂപണ വിധേയമാക്കുവാൻ അദ്ദേഹം ശ്രദ്ധിച്ചു. രാജരാജവർമ്മയ്ക്കുശേഷം സാഹിത്യപഞ്ചാനൻ പി.കെ. നാരായണപിള്ള, സ്വദേശാഭിമാനി രാമകൃഷ്ണപിള്ള, സി. അന്തപ്പായി, അപ്പൻ തമ്പുരാൻ എന്നിവർ വിമർശന സാഹിത്യത്തിൽ വ്യക്തിമുദ്ര പതിപ്പിച്ചു. കേസരി ബാലകൃഷ്ണപിള്ളയാവട്ടെ മലയാള സാഹിത്യം ആധുനികതയിലേക്കു കടന്ന ദശാസന്ധിയിൽ അതിനു മാർഗ്ഗദർശിയായി വർത്തിച്ചു. യൂറോപ്യൻ സാഹിത്യത്തിലെ നവവീക്ഷണ സമ്പ്രദായങ്ങൾ അവതരിപ്പിക്കുകവഴി അദ്ദേഹം മലയാള സാഹിത്യഗതിയെത്തന്നെ ഒരു പുതുചാലിലൂടെ തിരിച്ചുവിട്ടു. പുതുതായി രൂപപ്പെട്ട പുരോഗമന സാഹിത്യത്തിന്റെ ചേരിയിൽ നിലയുറപ്പിച്ചുകൊണ്ട് കേസരി നിരൂപണ സാഹിത്യത്തെ നിയന്ത്രിച്ചു. സാഹിത്യം സാമൂഹ്യ പുരോഗതിക്ക് എന്ന ആശയത്തിന് ഇവിടെ വേരോട്ടമുണ്ടാക്കാൻ കേസരിക്കു കഴിഞ്ഞു. സ്വന്തം പത്രപ്രവർത്തനവും നിരൂപണങ്ങളും ലേഖനങ്ങളും കൃതികൾക്കെഴുതിയ പഠനാർഹമായ അവതാരികകളും ഈ ലക്ഷ്യത്തെ മുൻനിർത്തിയുള്ളതായിരുന്നു. പുതിയ എഴുത്തുകാരുടെ കൃതികൾക്കുള്ള അവതാരികകൾ പുരോഗമനാശയങ്ങൾക്ക് പ്രകാശം നല്കുന്നവയായിരുന്നു. ജി. ശങ്കരക്കുറുപ്പിന്റെ 'നിമിഷം', കെടാമംഗലം പപ്പുക്കുട്ടിയുടെ 'കടത്തുവഞ്ചി', ചങ്ങമ്പുഴയുടെ 'സ്പന്ദിക്കുന്ന അസ്ഥിമാടം' എന്നീ കൃതികൾക്കുള്ള അവതാരികകൾ പ്രസിദ്ധങ്ങളാണ്. അദ്ദേഹത്തിന്റെ കൃതികളിൽ 'രൂപമഞ്ജരി' എന്ന ലക്ഷണഗ്രന്ഥവും ജീവചരിത്ര ഗ്രന്ഥങ്ങളും എടുത്തുപറയേണ്ടവതന്നെ.

1960 ഡിസംബർ 18-ന് കേസരി അന്തരിച്ചു.

സഹോദരൻ അയ്യപ്പൻ

(1889 – 1968)

കർമ്മരംഗത്ത് അരനൂറ്റാണ്ടുകാലം നിറഞ്ഞുനിന്ന കെ. അയ്യപ്പൻ എന്ന 'സഹോദരൻ അയ്യപ്പൻ' കേരളം കണ്ട ഉത്പതിഷ്ണുക്കളിൽ മുമ്പനായിരുന്നു. സമുദായത്തിലും സവർണ്ണവിഭാഗത്തിലുമുള്ള .യഥാസ്ഥിതിക ജാതിഭ്രാന്തന്മാരെ വെല്ലുവിളിച്ചുകൊണ്ട് ജാത്യാനാചാരങ്ങൾക്കും ജാതി നശീകരണത്തിനുമായി അദ്ദേഹം സ്വജീവിതം ഉഴിഞ്ഞുവെച്ചു. അയ്യപ്പനും സമാനഹൃദയർക്കും കേരളത്തിൽനിന്ന് ജാതിപ്പിശാചിനെ ഉന്മൂലനം ചെയ്യാൻ കഴിഞ്ഞില്ലായിരിക്കാം. പക്ഷേ, സ്വന്തം ജീവിതലക്ഷ്യത്തിലുറച്ചുനിന്നുകൊണ്ട് കർമ്മത്തിലൂടെയും സ്വന്തം പ്രസിദ്ധീകരണമായ 'സഹോദര'നിലൂടെയും കവിതകളിലൂടെയും ആജീവനാന്തം അദ്ദേഹം ജാതിക്കെതിരെ പോരാടി. ആ ചിന്തയുടെ തീപ്പൊരി മലയാളി മനസ്സിൽ കനലായി ഇപ്പോഴും നീറിക്കൊണ്ടിരിക്കുന്നു.

'ഒരു ജാതി, ഒരു മതം, ഒരു ദൈവം മനുഷ്യന്' എന്നരുളിച്ചെയ്ത ശ്രീനാരായണന്റെ ആശിർവ്വാദത്തോടെ ജാതി നശീകരണത്തിന് ഇറങ്ങിത്തിരിച്ച അയ്യപ്പനെ ഗുരുശിഷ്യരെന്ന് അഭിമാനിച്ച ഈഴവ പ്രമാണിമാർ 'പുലയനയ്യപ്പൻ' എന്നു വിളിച്ച് ആക്ഷേപിച്ചുകളഞ്ഞു. പരാജയം സമ്മതിച്ച് മാപ്പപേക്ഷിക്കാൻ തുനിയാതെ വർദ്ധിതവീര്യത്തോടെ അയ്യപ്പന്റെ സാർത്ഥവാഹകസംഘം മുന്നോട്ടുതന്നെ പോയി.

വൈപ്പിൻ ദ്വീപിലെ ചെറായിയിൽ കുമ്പളത്തുപറമ്പിൽ കൊച്ചാവു

വൈദ്യരുടെയും ഉണ്ണൂലിയുടെയും മകനായി 1889 ആഗസ്റ്റ് 21-ന് അയ്യപ്പൻ ജനിച്ചു. പറവൂർ, കോഴിക്കോട്, തിരുവനന്തപുരം, മദ്രാസ് എന്നിവിടങ്ങളിൽ പഠിച്ചു. 1916-ൽ തിരുവനന്തപുരം മഹാരാജാസ് കോളേജിൽ (ഇന്നത്തെ യൂണിവേഴ്സിറ്റി കോളേജ്) നിന്ന് ബി.എ. പാസ്സായി. 'വിദ്യാപോഷിണി സാഹിത്യസമാജ'ത്തിന് രൂപം നല്കുകയും 1919-ൽ സംഘടനയുടേതായി 'സഹോദരൻ' മാസിക തുടങ്ങുകയും ചെയ്തു.

ശ്രീനാരായണന്റെ ആഹ്വാനം ചെവിക്കൊണ്ട് ജാതിനശീകരണ പ്രവർത്തനങ്ങളിൽ അയ്യപ്പൻ മുഴുകി. 'സഹോദര സംഘം' സ്ഥാപിച്ചുകൊണ്ട് ഒരു മിശ്രഭോജന പരിപാടി അയ്യപ്പൻ ആസൂത്രണം ചെയ്തു.

'സഹോദര സംഘ'ത്തിന്റെ ലക്ഷ്യം ജാതിനശീകരണവും അതിന്റെ പരിപാടികൾ മിശ്രവിവാഹവും മിശ്രഭോജനവുമായിരുന്നു. 1917 മേയ് 29-ന് കെ. അയ്യപ്പന്റെ നേതൃത്വത്തിൽ ചെറായിയിലുള്ള സഹോദരിയുടെ വസതിയിൽ (തുണ്ടുപറമ്പിൽ) പുരോഗമനവാദികളായ കുറേ ചെറുപ്പക്കാരുടെ യോഗം അയ്യപ്പൻ വിളിച്ചുകൂട്ടി. മറ്റപ്പള്ളിൽ കുമാരൻ മാസ്റ്ററായിരുന്നു അധ്യക്ഷൻ. അയ്യപ്പനും മറ്റു ചിലരും പ്രാസംഗികർ.

ജാതിവ്യത്യാസം ഉന്മൂലനം ചെയ്യേണ്ടതിനെക്കുറിച്ച് അയ്യപ്പൻ യോഗത്തിൽ വിശദീകരിച്ചു. താഴെ കൊടുക്കുന്ന സത്യപ്രതിജ്ഞ യോഗത്തിൽ വായിച്ച് സദസ്സിലുള്ള ഓരോരുത്തരും ഒപ്പിട്ടു. "ജാതി വ്യത്യാസം ശാസ്ത്രവിരുദ്ധവും അനാവശ്യവുമാണെന്ന് എനിക്ക് ദൃഢബോധ്യം വന്നിരിക്കുന്നതുകൊണ്ട് അതിനെ ഇല്ലാതാക്കാൻ നിയമവിരോധമല്ലാത്തവിധം എന്നെക്കൊണ്ടു കഴിയുന്നതൊക്കെ മനഃപൂർവ്വം പ്രവർത്തിക്കാമെന്ന് ഞാൻ പൂർണ്ണ മനസ്സാലെ സമ്മതിച്ചു സത്യം ചെയ്തുകൊള്ളുന്നു."

തുടർന്ന് മിശ്രഭോജനം പ്രഖ്യാപിച്ചു. അധഃകൃത സമുദായത്തിൽ പെട്ടവരും സദസ്സിലും യോഗസംഘാടകരിലും ഉൾപ്പെട്ടിരുന്നു. ക്ഷണമാത്രയിൽ അധ്യക്ഷനുൾപ്പെടെ പ്രമാണിമാരൊക്കെ സ്ഥലം വിട്ടു! പക്ഷേ, മിശ്രഭോജനം നടന്നു. അതോടെ സഹോദര സംഘവും മിശ്രഭോജന പ്രസ്ഥാനവും നിലവിൽ വന്നു. സവർണ്ണരിലും അവർണ്ണരിലും ജാതിക്കുള്ളിൽ ജാതിയും ഉപജാതികളുമായി ഭ്രാന്താലയമായി മാറിക്കഴിഞ്ഞ കേരളത്തിൽ ജാത്യനാചാരത്തിനെതിരെയുയർന്ന വിപ്ലവ പ്രസ്ഥാനമായിരുന്നു 'സഹോദര സംഘം'.

ചെറായിയിലെ ഈഴവ പ്രമാണിമാരും 'ചെറായി വിജ്ഞാന വർദ്ധിനി സഭ'ക്കാരും അയ്യപ്പന്റെ 'കുരുത്തക്കേടി'നെതിരെ സർവ്വശക്തിയും സമാഹരിച്ചു. മിശ്രഭോജനത്തിൽ പങ്കെടുത്തവർക്ക് ജാതിഭ്രഷ്ട് കല്പിച്ചു. കുടിവെള്ളം തടഞ്ഞു. പറമ്പിൽ പണിക്ക് എത്തിയ പണിയാളരെ തടഞ്ഞു.

അയ്യപ്പനുമായി ബന്ധപ്പെട്ടവരെയൊക്കെയും കള്ളക്കേസുകളിൽ കുടുക്കി. മൂത്തകുന്നം പ്രദശത്തുള്ളവരാകട്ടെ അയ്യപ്പനെ ശാരീരികമായി ആക്രമിക്കുകപോലും ചെയ്തു; അദ്ദേഹത്തെ കശുവണ്ടിക്കറകൊണ്ട് അഭിഷേകം ചെയ്തു, ചാണകമെറിഞ്ഞു. ലോകമലേശ്വരത്തുകാരായ ഈഴവർ ഉറുമ്പിൻകൂടുകൊണ്ട് അദ്ദേഹത്തിനു കിരീടം വെച്ചു! 'പുലയനയ്യപ്പൻ' എന്ന പേരും അവർ ചാർത്തിക്കൊടുത്തു. പക്ഷേ, സഹോദര സംഘത്തിന്റെ ജനസമ്മതി വർദ്ധിച്ചുകൊണ്ടേയിരുന്നു. യാഥാസ്ഥിതികരെ വെല്ലുവിളിച്ചുകൊണ്ട് നാടിന്റെ നാനാഭാഗത്തുമുള്ള യുവാക്കൾ പ്രസ്ഥാനത്തിലേക്ക് കടന്നുവന്നു. ചേർത്തല, അമ്പലപ്പുഴ, കാർത്തികപ്പള്ളി പ്രദേശങ്ങളിൽ സഹോദര സംഘത്തിന്റെ ശാഖകൾ രൂപംകൊണ്ടു. 1920-ൽ സംഘത്തിന്റെ ശാഖ ആലപ്പുഴയിൽ രൂപം കൊടുത്തത് തൊഴിലാളിവർഗ്ഗ പ്രസ്ഥാനത്തിന്റെ സമുന്നത നേതാവായിരുന്ന സ: ആർ. സുഗതനാണ്. സംഘത്തിന്റെ ആഭിമുഖ്യത്തിൽ വിഭിന്ന പ്രദേശങ്ങളിൽ പൊതുയോഗങ്ങളും മിശ്രഭോജനവും തുടർച്ചയായി നടന്നുകൊണ്ടിരുന്നു. പൊതുയോഗ വേദികളിൽ,

'ജാതി വേണ്ട, മതം വേണ്ട

ദൈവം വേണ്ട മനുഷ്യന്' - എന്ന കെ. അയ്യപ്പന്റെ ഈരടി ജനങ്ങളെ ആവേശം കൊള്ളിച്ചുകൊണ്ട് മുഴങ്ങിക്കൊണ്ടിരുന്നു. ദൈവത്തിലും ക്ഷേത്രങ്ങളിലും വിശ്വസിക്കാത്ത തികഞ്ഞ ഒരു യുക്തിവാദിയായിരുന്നു അദ്ദേഹം. സഹോദര സംഘത്തിന്റെ ജാതിവിരുദ്ധ പടയാളികളെ അയ്യപ്പൻ ഇങ്ങനെ ഉദ്ബോധിപ്പിച്ചു:

'ഉണരിനുണരിനുള്ളിലാത്മശക്തി-
പ്രണയമെഴും സഹജാതരേ, ത്വരിപ്പിൻ!
രണപടഹമടിച്ചു ജാതിരക്ഷ-
സ്സണവൊരിടങ്ങളിലൊക്കെയെത്തിനേർപ്പിൻ!'

യുക്തിവാദി മാസികയുടെ പത്രാധിപർ, എസ്.എൻ.ഡി.പി. യോഗം പ്രസിഡണ്ട് എന്നീ നിലകളിൽ സഹോദരൻ അയ്യപ്പൻ പ്രവർത്തിച്ചിട്ടുണ്ട്. 1946-ൽ കൊച്ചിയിൽ പനമ്പിള്ളി മന്ത്രിസഭയിൽ അംഗമായിരുന്നു. 1947-ൽ രാജിവെച്ച അദ്ദേഹം '48-ൽ കോൺഗ്രസ്സിൽ ചേർന്നു. ഇക്കണ്ടവാര്യർ മന്ത്രിസഭയിലും അംഗമായി.

ഭാര്യ: പാർവ്വതി അയ്യപ്പൻ. ജാതിരഹിത സമുദായം എന്ന സ്വപ്നം പൂവണിഞ്ഞില്ലെങ്കിലും ആ സ്വപ്നത്തിന്റെ സ്ഫുലിംഗങ്ങൾ കേരളത്തിന്റെ സാമൂഹ്യ മനഃസാക്ഷിക്കുമുമ്പിൽ സമർപ്പിച്ച് സഹോദരൻ അയ്യപ്പൻ 1968 മാർച്ച് 6-ന് വിടപറഞ്ഞു.

എസ്. നീലകണ്ഠയ്യർ
(1889 – 1971)

വ്യക്തിജീവിതത്തിലെ തിരിച്ചടികളെക്കൂസാതെ പട്ടിണിയോടു പട പൊരുതി, ത്യാഗനിർഭരമായ രാജ്യസേവനം നടത്തിയ, അധികാര സ്ഥാപനങ്ങളിൽ നിന്ന് അകന്നുനിന്ന, നിസ്വാർത്ഥനായ രാഷ്ട്രീയ പ്രവർത്തകനായിരുന്നു എസ്. നീലകണ്ഠയ്യർ.

പാലക്കാട്ട് തുഞ്ചൻമഠം സ്ഥിതിചെയ്യുന്ന ചിറ്റൂരിലെ തെക്കേ ഗ്രാമത്തിൽ ഒരു സാധാരണ തമിഴ് ബ്രാഹ്മണ കുടുംബത്തിൽ 1889 ആഗസ്റ്റ് 9-ന് നീലകണ്ഠയ്യർ ജനിച്ചു. അച്ഛൻ സുന്ദര അയ്യർ. നീലകണ്ഠൻ ശിശുവായിരിക്കുമ്പോൾത്തന്നെ പിതാവ് മരിച്ചു. അമ്മയുടെയും മുത്തശ്ശിയുടെയും സംരക്ഷണയിൽ ബാല്യവും ഹൈസ്കൂൾ വിദ്യാഭ്യാസവും കഴിഞ്ഞ നീലകണ്ഠൻ 15 വയസ്സുള്ളപ്പോൾ വിവാഹിതനായി. ചിറ്റൂർ ലങ്കേശ്വരം ഗ്രാമത്തിലെ സുബ്രഹ്മണ്യ അയ്യരുടെ പുത്രി ഒൻപത് വയസ്സുകാരിയായ കല്യാണിയായിരുന്നു വധു. ഗണിതത്തിലും സംസ്കൃതത്തിലും താല്പര്യമുണ്ടായിരുന്ന നീലകണ്ഠയ്യർ പാലക്കാട് വിക്ടോറിയാ കോളേജ്, മദ്രാസ് ക്രിസ്ത്യൻ കോളേജ് എന്നിവിടങ്ങളിൽ പഠിച്ച് ബി.എ. ബിരുദം നേടിയശേഷം മദ്രാസ് റവന്യൂബോർഡിൽ ഉദ്യോഗസ്ഥനായി.

1915-ൽ ഗാന്ധിജിയെ കണ്ടുമുട്ടിയത് ഒരു വഴിത്തിരിവായി. നീലകണ്ഠയ്യർ ജോലി രാജിവെച്ച് സെയ്ദാപേട്ടിലെ ടീച്ചേഴ്സ് ട്രെയിനിംഗ് കോളേജിൽ നിന്ന് എൽ.ടി. പാസ്സായി. ഒറ്റപ്പാലത്ത് അധ്യാപകനായിരിക്കെ ഭാര്യ

മരിച്ചു. അദ്ദേഹത്തിന്റെ മൂന്നു കുട്ടികളെ വളർത്തിയത് അദ്ദേഹത്തിന്റെ അമ്മയും മുത്തശ്ശിയുമാണ്.

1919-ൽ അദ്ദേഹം ഇന്ത്യൻ നാഷണൽ കോൺഗ്രസിൽ അംഗമായി. ഗാന്ധിജിയുടെ അനുമതിയോടെ അധ്യാപന ജോലി രാജിവെച്ച് നിയമലംഘന പ്രസ്ഥാനത്തിൽ പങ്കെടുത്തു. പയ്യന്നൂരെ ഉപ്പുസത്യഗ്രഹത്തിൽ പങ്കെടുക്കാൻ പാലക്കാട്ടുനിന്നു പുറപ്പെട്ട സംഘത്തിന്റെ ഉപനേതാവ് നീലകണ്ഠയ്യരായിരുന്നു.

വിദേശവസ്ത്ര ബഹിഷ്കരണം, മദ്യഷാപ്പ് പിക്കറ്റിംഗ്, ഗുരുവായൂർ സത്യഗ്രഹം തുടങ്ങിയവയിൽ പങ്കെടുത്ത് അയ്യർ ജയിൽവാസമനുഷ്ഠിച്ചു.

ഇക്കണ്ടവാര്യരുടെ അദ്ധ്യക്ഷതയിൽ രൂപവത്കരിക്കപ്പെട്ട കൊച്ചി ഹരിജൻ സേവാ സംഘത്തിന്റെ സെക്രട്ടറി അയ്യരായിരുന്നു. ഹരിജൻ സേവാ സംഘത്തിൽ നിന്നും പ്രതിമാസം ലഭിക്കുന്ന 60 രൂപയായിരുന്നു അദ്ദേഹത്തിന്റെ നിർധന കുടുംബത്തിന്റെ ആശ്രയം.

നാട്ടുരാജ്യങ്ങളിൽ ജനങ്ങൾക്ക് ഭരണപങ്കാളിത്തം വേണമെന്ന ആവശ്യം ശക്തമായിക്കൊണ്ടിരുന്ന കാലഘട്ടമാണത്. 1937 നവംബർ 21 -ന് തൃശൂരിൽ കൂടിയ അഖിലകൊച്ചി രാഷ്ട്രീയ സമ്മേളനത്തിൽ നീലകണ്ഠയ്യരുൾപ്പെടെയുള്ള പ്രധാന കോൺഗ്രസുകാർ പങ്കെടുത്തു. ഉത്തരവാദ ഭരണം ലക്ഷ്യമാക്കി പിന്നീട് 1941 ഫെബ്രുവരി 9-ന് നീലകണ്ഠയ്യർ പ്രസിഡണ്ടും വി. ആർ. കൃഷ്ണനെഴുത്തച്ഛൻ സെക്രട്ടറിയുമായി പ്രജാമണ്ഡലം ഔപചാരികമായി നിലവിൽ വന്നു.

കൊച്ചി രാജ്യപ്രജാ മണ്ഡലം

തിരഞ്ഞെടുക്കപ്പെട്ട അംഗങ്ങൾക്ക് നിയമസഭയോട് പരിപൂർണ്ണ ഉത്തരവാദിത്വമുള്ള ഭരണ വ്യവസ്ഥയാണ് പ്രജാമണ്ഡലം വിഭാവനം ചെയ്തത്. 1942 ജനുവരിയിലെ സംഘടനയുടെ വാർഷിക സമ്മേളനം സർക്കാർ നിരോധിച്ചു. നേതാക്കന്മാർ അറസ്റ്റുവരിച്ച് ജയിലിൽ പോയി. 1942-ലെ ക്വിറ്റ് ഇന്ത്യാ സമരവും പ്രജാമണ്ഡലത്തിന്റെ ആഭിമുഖ്യത്തിൽ നയിച്ചു. '45 -ലെ തിരഞ്ഞെടുപ്പിൽ പ്രജാമണ്ഡലത്തിനു 12 സീറ്റ്. പനമ്പിള്ളി ഗോവിന്ദ മേനോൻ നിയമസഭാ നേതാവ്. 1946 ജൂലൈയിൽ ഉത്തരവാദ ഭരണത്തിനുവേണ്ടി പ്രത്യക്ഷസമരം '46 ഓഗസ്റ്റ് 17-ന് നിയമസമാധാനം, ധനകാര്യം എന്നീ വകുപ്പുകൾ ഒഴിച്ച് മറ്റു വകുപ്പുകൾ ജനപ്രതിനിധികളായ മന്ത്രിമാർക്കു വിട്ടുകൊടുക്കാൻ സർക്കാർ തീരുമാനം. പനമ്പിള്ളി, സി.ആർ. ഇയ്യുണ്ണി, കെ. അയ്യപ്പൻ, ടി.കെ. നായർ എന്നിവരുൾപ്പെട്ട പ്രഥമ ജനകീയ മന്ത്രിസഭ അധികാരത്തിൽ. 1947 ഓഗസ്റ്റ് 14-ന് നെഹ്റുവിന്റെ നിർദ്ദേശപ്ര

കാരം നിയമസമാധാനം ഒഴിച്ചുള്ള വകുപ്പുകൾ മന്ത്രിമാർക്ക്. പിന്നീട് പ്രജാമണ്ഡലം നേതാവ് പനമ്പിള്ളി മുഖ്യമന്ത്രി. 1947 ഓഗസ്റ്റ് 18-ന് എറണാകുളം രാജേന്ദ്ര മൈതാനം ലാത്തിച്ചാർജ്ജിൽ പ്രതിഷേധിച്ച് മന്ത്രിസഭയുടെ രാജി. അടുത്ത തിരഞ്ഞെടുപ്പിൽ അതിനകം കോൺഗ്രസിന്റെ ഘടകമായി മാറിയ പ്രജാമണ്ഡലം ഭൂരിപക്ഷം നേടി. ഇക്കണ്ടവാര്യർ നേതാവായുള്ള കോൺഗ്രസ് മന്ത്രിസഭ. അത് തിരു-കൊച്ചി സംയോജനം വരെ. പിന്നീട് കൊച്ചി രാജ്യപ്രജാ മണ്ഡലവും തിരുവിതാംകൂർ സ്റ്റേറ്റ് കോൺഗ്രസും ഇന്ത്യൻ നാഷണൽ കോൺഗ്രസിൽ ലയിച്ചു.

1942-ലെ ക്വിറ്റ് ഇന്ത്യാ സമരത്തിൽ ശിക്ഷിക്കപ്പെട്ട് വിയ്യൂർ സെൻട്രൽ ജയിലിലായിരിക്കുമ്പോൾ അദ്ദേഹം 'Sri Sankara's Teaching in his Own Words' എന്ന ഇംഗ്ലീഷ് ഗ്രന്ഥം രചിച്ചു.

1945-ൽ നീലകണ്ഠയ്യർ പ്രജാമണ്ഡലം പ്രസിഡണ്ടുസ്ഥാനം ഒഴിയുകയും ഇക്കണ്ടവാര്യർ പ്രസിഡണ്ടാവുകയും ചെയ്തു. 1948-ലെ കൊച്ചി നിയമസഭയിലേക്കു നടന്ന തിരഞ്ഞെടുപ്പിൽ വിജയിച്ച് പ്രജാമണ്ഡലം മന്ത്രിസഭ രൂപീകരിച്ചപ്പോൾ ഇക്കണ്ടവാര്യർ പ്രസിഡണ്ട് സ്ഥാനമൊഴിഞ്ഞതിനെത്തുടർന്ന് നീലകണ്ഠയ്യർ വീണ്ടും പ്രസിഡണ്ടായി. സ്വാതന്ത്ര്യപ്രാപ്തിയെ തുടർന്ന് കൊച്ചി രാജപ്രജാ മണ്ഡലവും സ്റ്റേറ്റ് കോൺഗ്രസും ഇന്ത്യൻ നാഷണൽ കോൺഗ്രസിൽ ലയിച്ചതോടെ നീലകണ്ഠയ്യർ രാഷ്ട്രീയം വിട്ടു.

പിന്നീടുള്ളത് അയ്യരുടെ ആത്മീയ ജീവിതഘട്ടമാണ്. 1950 ഡിസംബറിൽ നീലകണ്ഠയ്യർ കാഞ്ഞങ്ങാട്ടെ ആനന്ദാശ്രമത്തിലെ സ്വാമി രാമദാസിൽ നിന്നും സന്ന്യാസം സ്വീകരിച്ചുകൊണ്ട് 'സ്വാമി ആത്മാനന്ദ'നായി മാറി. അദ്ദേഹം ജന്മനാട്ടിൽ ക്ഷയോന്മുഖമായിരുന്ന വേദപാഠശാലയെ സംസ്കൃത പഠനത്തിനു പ്രാധാന്യം നല്കുന്ന ഹൈസ്കൂളാക്കിമാറ്റി. 1963 വരെ വേദപാഠശാലയുടെ ആചാര്യപദവിയിലിരുന്നശേഷം ഭരണച്ചുമതല കൊച്ചി ദേവസ്വം ബോർഡിനു കൈമാറി.

വടക്കാഞ്ചേരിയിലുള്ള ജ്ഞാനാശ്രമത്തെ അദ്ദേഹം പൊതുധർമ്മ സ്ഥാപന ട്രസ്റ്റാക്കി രജിസ്റ്റർ ചെയ്തുകൊണ്ട് അതിന്റെ പ്രസിഡണ്ട് പദവിയിലിരുന്ന ആത്മാനന്ദ സ്വാമി, വേദാന്ത പഠനത്തിനുള്ള ഒരു കേന്ദ്രമാക്കി ആ സ്ഥാപനത്തെ പരിവർത്തിപ്പിച്ചു. ഈ ആശ്രമത്തിന്റെ കീഴിൽ പറളിക്കാട്ട് ശ്രീവ്യാസ കോളേജ് അദ്ദേഹത്തിന്റെ ശ്രമഫലമായി സ്ഥാപിതമായി. പിന്നീടദ്ദേഹം ഈ കോളേജ് നായർ സർവ്വീസ് സൊസൈറ്റിക്കു വിട്ടുകൊടുത്തു. 1971 ജൂൺ 14-ന് നീലകണ്ഠയ്യർ എന്ന സ്വാമി ആത്മാനന്ദൻ അന്തരിച്ചു.

കെ. കേളപ്പൻ

(1889 – 1971)

കേരള രാഷ്ട്രീയ-സാമൂഹ്യ ചരിത്രത്തിലെ ജ്വലിക്കുന്ന ഒരേടാണ് 'കേരളഗാന്ധി' എന്നറിയപ്പെടുന്ന കെ. കേളപ്പൻ. ത്യാഗം, നിസ്വാർത്ഥത എന്നീ ഗുണങ്ങൾ സമകാലീക രാഷ്ട്രീയ ജീവിതത്തിൽ ഒരു പഴങ്കഥയാവുമ്പോൾ കേളപ്പജിയുടെ ഓർമ്മകൾ അപൂർവ്വം പൊതു പ്രവർത്തർക്കെങ്കിലും പ്രചോദനമാവാതിരിക്കില്ല. ഗാന്ധിയൻ, നിസ്വാർത്ഥനായ പൊതു പ്രവർത്തകൻ, സർവ്വോദയ നേതാവ്, ഹരിജനോദ്ധാരകൻ എന്നീ നിലകളിൽ കേളപ്പൻ കേരള മനസ്സിൽ അമരനാണ്.

1889 ഓഗസ്റ്റ് 24-ന് കുറുമ്പ്രനാട് താലൂക്കിൽ മൂടാടി ദേശത്ത് തേൻപൊയിൽ കണാരൻ നായരുടെയും കൊയപ്പള്ളിൽ കുഞ്ഞമ്മയമ്മയുടെയും മൂത്ത മകനായി ജനിച്ചു. ഒരു അനിയനും അനുജത്തിയും. അച്ഛൻ വക്കീൽ ഗുമസ്തനായിരുന്നു. പ്രാഥമിക വിദ്യാഭ്യാസം കൊയിലാണ്ടിയിൽ. ഹൈസ്കൂൾ പഠനം തലശ്ശേരിയിൽ. കോളേജ് വിദ്യാഭ്യാസം കോഴിക്കോട്ടും മദിരാശിയിലും. ബിരുദാനന്തരം ചങ്ങനാശ്ശേരിയിലും കോഴിക്കോട്ടും പൊന്നാനിയിലും അധ്യാപകവൃത്തിയിലേർപ്പെട്ടു. ചങ്ങനാശ്ശേരിയിൽ അധ്യാപകനായിരിക്കെ മന്നത്തു പത്മനാഭന്റെ നേതൃത്വത്തിൽ എൻ.എസ്.എസ്. രൂപീകരിക്കപ്പെട്ടപ്പോൾ കേളപ്പൻ അതിന്റെ പ്രഥമ പ്രസിഡണ്ടായി.

കറുകച്ചാൽ എൻ.എസ്.എസ്. ഹൈസ്കൂളിൽ പ്രധാനാധ്യാപകനായിരിക്കെ ബോംബെയിലെത്തി നിയമപഠനം നടത്തുന്നതിനിടെ ഗാന്ധി

ജിയും മറ്റ് കോൺഗ്രസ് നേതാക്കളുമായി ബന്ധപ്പെട്ടു.

1920-ൽ നാട്ടിൽ മടങ്ങിയെത്തി പൊന്നാനി താലൂക്ക് കോൺഗ്രസ് സെക്രട്ടറിയായി രാഷ്ട്രീയ ജീവിതം തുടങ്ങി. 1921-ലെ മാപ്പിളലഹളക്കാലത്ത് സമാധാനദൂതനായി അത്യദ്ധ്വാനം ചെയ്തു.

ഇന്ത്യൻ നാഷണൽ കോൺഗ്രസിന്റെ കാക്കിനട സമ്മേളനം അയിത്തോച്ചാടനം പാർട്ടിയുടെ ഒരു മുഖ്യ പരിപാടിയായി അംഗീകരിച്ചു. പരിപാടിയുടെ കേരളത്തിലെ നിർവ്വഹണത്തിനായി രണ്ടു കമ്മിറ്റികൾ രൂപീകരിക്കുകയുണ്ടായി. അയിത്തത്തിനെതിരെയുള്ള പ്രചാരണത്തിനും കർമ്മ പരിപാടികൾക്കുമായി രൂപംകൊടുത്ത ഇരു കമ്മിറ്റികളുടെയും സെക്രട്ടറി കേളപ്പനായിരുന്നു. ടി.കെ. മാധവൻ, കെ.പി. കേശവമേനോൻ, ബാരിസ്റ്റർ എ.കെ. പിള്ള, കുറൂർ നീലകണ്ഠൻ നമ്പൂതിരിപ്പാട് എന്നിവർ ഉൾപ്പെട്ട കമ്മിറ്റികളുടെ പ്രവർത്തനം സജീവമായപ്പോൾ വൈക്കം ക്ഷേത്രമതിലിനു പുറത്തുള്ള പൊതുനിരത്തിൽകൂടി അവർണ്ണർക്ക് സഞ്ചാരസ്വാതന്ത്ര്യം ലഭിക്കാൻവേണ്ടി സത്യഗ്രഹമനുഷ്ഠിക്കാൻ തീരുമാനമായി.

1924 മാർച്ച് 30-ന് ആരംഭിച്ച സത്യഗ്രഹ സമരം 1925 നവംബർ 23-ന് വിജയകരമായി പര്യവസാനിച്ചു.

1930-ൽ ഗാന്ധിജിയുടെ ദണ്ഡിയാത്രയോടനുബന്ധിച്ച് ആയിരക്കണക്കിന് അനുഭാവികളോടൊത്ത് പയ്യന്നൂർ കടപ്പുറത്ത് ഉപ്പുകാച്ചി കേളപ്പൻ അറസ്റ്റുവരിച്ചു. 1932-ലെ കേളപ്പന്റെ ഗുരുവായൂർ സത്യഗ്രഹം.

ഗുരുവായൂർ സത്യഗ്രഹം

എല്ലാ ഹിന്ദുക്കൾക്കും ക്ഷേത്രപ്രവേശനം നല്കണമെന്നാവശ്യപ്പെട്ടുകൊണ്ടുള്ള സമരം കെ.പി.സി.സി.യുടെ ആഭിമുഖ്യത്തിൽ സംഘടിപ്പിക്കപ്പെട്ടു. സമര പ്രചരണത്തിന്റെ ഭാഗമായി എ.കെ.ജി.യുടെ നേതൃത്വത്തിൽ ഒരു ജാഥ കണ്ണൂരിൽ നിന്നും ഗുരുവായൂരിൽ എത്തി. മന്നത്തു പത്മനാഭൻ അധ്യക്ഷനും കേളപ്പൻ സെക്രട്ടറിയുമായി ഒരു സത്യഗ്രഹ കമ്മിറ്റി രൂപീകരിച്ചു. സത്യഗ്രഹത്തെത്തുടർന്ന് അറസ്റ്റും ജയിൽ ശിക്ഷകളും. അധികാരികൾ ക്ഷേത്രം അടച്ചു. ഒരു മാസം കഴിഞ്ഞ് ക്ഷേത്രം തുറന്നപ്പോൾ സത്യഗ്രഹം പുനരാരംഭിച്ചു. 1932 സെപ്തംബർ 21-ന് കേളപ്പൻ നിരാഹാരം ആരംഭിച്ചു. ഗാന്ധിജിയുടെ അഭ്യർത്ഥന മാനിച്ച് ഒക്ടോബർ രണ്ടിന് ഉപവാസം അവസാനിപ്പിച്ചു. ഗുരുവായൂർ സമരം ഒരു പൂർണ്ണ വിജയമായിരുന്നില്ല. എങ്കിലും അയിത്തോച്ചാടനത്തിന് അനുകൂലമായി സാമൂഹ്യാഭിപ്രായം രൂപപ്പെടാൻ ഗുരുവായൂർ സമരംകൊണ്ട് കഴിഞ്ഞു.

1936 നവംബർ 12-ന് സർക്കാർ വിളംബരംവഴി തിരുവിതാംകൂറിൽ ക്ഷേത്രപ്രവേശനാനുവാദം നൽകി. മദ്രാസ് നിയമസഭ 1946-ൽ ക്ഷേത്ര പ്രവേശന നിയമം പാസ്സാക്കി.

കേളപ്പന്റെ ജീവിതത്തിന്റെ നാൾവഴി:

1927-ഗാന്ധിജിയുടെ അധ്യക്ഷതയിൽ കോഴിക്കോട്ടു ചേർന്ന ഹരിജൻ സമ്മേളനം കേരള ഹരിജനോദ്ധാരണ സമിതി രൂപീകരിക്കുകയും കേളപ്പൻ സെക്രട്ടറിയായി തിരഞ്ഞെടുക്കപ്പെടുകയും ചെയ്തു.

1929-'മാതൃഭൂമി'യുടെ പത്രാധിപരായി

1938-മലബാർ ഡിസ്ട്രിക്ട് ബോർഡ് പ്രസിഡണ്ട്

1942-ക്വിറ്റ് ഇന്ത്യാ പ്രക്ഷോഭവുമായി ബന്ധപ്പെട്ട് അറസ്റ്റുവരിച്ചു

1945-'50-കെ.പി.സി.സി. പ്രസിഡണ്ട്

1951-കോൺഗ്രസിൽ നിന്ന് രാജി

1952-കിസാൻ മസ്ദൂർ പാർട്ടിയുടെ സ്ഥാനാർത്ഥിയായി പൊന്നാനിയിൽ നിന്നും ലോകസഭാംഗമായി

1954-'സമദർശി' പത്രാധിപർ

1968-'69-മലപ്പുറം ജില്ലാ രൂപവത്കരണത്തിനെതിരെ സത്യഗ്രഹം.

അധഃകൃതരുടെ ഉദ്ധാരണത്തിനുവേണ്ടി അർപ്പണബോധത്തോടെ പ്രവർത്തിച്ച രാഷ്ട്രീയ നേതാക്കൾ കേളപ്പനെപ്പോലെ അധികമില്ല. ഹരിജന പീഡനത്തിനെതിരെ മലബാറിൽ അനേകം പോരാട്ടങ്ങൾ അദ്ദേഹം നടത്തി.

1971 ഒക്ടോബർ 7-ന് സാർത്ഥകമായ ആ ജീവിതം പൊലിഞ്ഞു.

തോമസ് പോൾ
(1890 – 1933)

ഈ പേരിൽ ഒരു അപരിചിതത്വം- അല്ലേ? പക്ഷേ, മലയാളഭാഷയും സാഹിത്യവും എന്നെന്നും ഈ മനുഷ്യനോടു കടപ്പെട്ടിരിക്കുന്നു. സാഹിത്യ സാംസ്കാരിക പ്രതിഭകളെ ആദരിക്കുകയും അവരുടെ സ്മരണകൾ പുതുക്കുകയും ചെയ്യുന്ന നമ്മൾ അവരെ ഊതിക്കാച്ചി പൊന്നാക്കിമാറ്റിയ പ്രസാധകലോകത്തെ മഹാരഥന്മാരെ വേണ്ടവിധം ആദരിക്കുകയോ ഓർമ്മിക്കുകയോ ചെയ്യാറില്ലെന്നതാണ് സത്യം. മലയാള പ്രസാധകരംഗം അത്രയ്ക്ക് ലാഭകരമല്ലാതിരുന്ന ഒരു കാലഘട്ടത്തിൽ പ്രതികൂലാവസ്ഥകളോടു പൊരുതി, നാടുനീളേ സഞ്ചരിച്ച്, പാഠപുസ്തകങ്ങളും ഭാഷാഭിവൃദ്ധിക്ക് ഉപയുക്തമായ ഉൽകൃഷ്ട ഗ്രന്ഥങ്ങളും നിർമ്മിക്കുവാൻ കഴിവുള്ള പണ്ഡിതന്മാരെ കണ്ടെത്തി, അവരെക്കൊണ്ട് പുസ്തകരചന നിർവ്വഹിച്ച് ഭാഷാസേവനം നടത്തിയ പ്രസാധകനാണ് തോമസ് പോൾ.

തിരുവല്ലയിലെ കാരയ്ക്കൽ എന്ന സ്ഥലത്ത് 1890-ൽ ജനിച്ചു. തോമസ് റൈട്ടർ എന്നറിയപ്പെട്ട പൈലോ തോമസായിരുന്നു പിതാവ്. പൈലോ തോമസ് ലോംഗ്മെൻസ് കമ്പനിയുടെ ദക്ഷിണേന്ത്യയിലെ പ്രതിനിധിയായിരുന്നു. ഇദ്ദേഹത്തിന്റെ അനുജൻ പൈലോ പോൾ സംസ്കൃതത്തിൽ ആദ്യ ബിരുദം നേടിയ ക്രിസ്ത്യാനിയും പുരാണകഥാ നിഘണ്ഡു പഴഞ്ചൊല്ലുകൾ എന്നീ കൃതികളുടെ കർത്താവുമായിരുന്നു.

തോമസ് പോൾ തിരുവനന്തപുരം മഹാരാജാസ് കോളേജിൽ

സംസ്കൃതം ഉപഭാഷയായെടുത്ത് ബി.എ. പാസ്സായി. മുദ്രണം, പ്രസാധനം എന്നിവയിലായിരുന്നു തോമസ് പോളിനു താത്പര്യം. പിതാവിനെ തുടർന്ന് ലോംഗ്മെൻസ് കമ്പനിയുടെ പ്രതിനിധി സ്ഥാനം ഏറ്റെടുത്ത തോമസ് പോൾ അച്ചടി, പ്രസാധനം എന്നിവയിൽ പാശ്ചാത്യരീതികൾ സ്വീകരിച്ചു കൊണ്ട് 'വിദ്യാവിലാസം'എന്ന പേരിൽ ഒരു പ്രസിദ്ധീകരണശാല ആരം ഭിച്ചു. അപ്പൻ തമ്പുരാനെപ്പോലെയുള്ള സമർത്ഥരായ എഴുത്തുകാരെ ക്കൊണ്ട് നല്ല കൃതികൾ എഴുതിച്ച് പ്രസിദ്ധീകരിച്ചു. നല്ല പാഠപുസ്തക ങ്ങൾ മനോഹരമായ ചിത്രങ്ങൾ സഹിതം അദ്ദേഹം നിർമ്മിച്ചു, ഇംഗ്ലീഷ് പാഠപുസ്തകങ്ങളും ഇംഗ്ലീഷ് നോവലുകൾ കുട്ടികൾക്കായി സംഗ്രഹിച്ച് ചെറുപുസ്തകങ്ങളും പ്രസിദ്ധീകരിച്ചു. മൂർക്കോത്തു കുമാരനെ പത്രാധി പരായി നിയമിച്ചുകൊണ്ട് 'ദീപം' എന്നൊരു മാസികയും തോമസ് പോൾ തുടങ്ങി. കേരള ഭാഷാ പ്രണയികൾ, സാഹിത്യ പ്രണയികൾ എന്നീ പര മ്പരകളിലായി മഹദ്വ്യക്തികളുടെ ജീവചരിത്രങ്ങളും തോമസ് പോൾ പ്രസിദ്ധീകരിച്ചു. ഭാരതീയ മഹാന്മാർ (മൂന്നു ഭാഗങ്ങൾ) എന്നീ ഗ്രന്ഥവും താമസിയാതെ പ്രസിദ്ധപ്പെടുത്തി.

സി. എസ്. സുബ്രഹ്മണ്യൻ പോറ്റി വിവർത്തനം ചെയ്ത 'ദുർഗ്ഗേശ നന്ദിനി', 'കൊച്ചുതൊമ്മൻ', അപ്പോത്തിക്കിരിയുടെ 'പരിഷ്കാരപ്പൊതി', കേസരി ബാലകൃഷ്ണപിള്ളയുടെ 'സാന്ധില്യ' എന്നിവ ആദ്യമായി പ്രസി ദ്ധപ്പെടുത്തിയത്. തോമസ് പോളാണ്. തിരുവനന്തപുരത്തുനിന്നും അദ്ദേഹം പ്രസിദ്ധപ്പെടുത്തിവന്നിരുന്ന The Westers Star എന്ന ഇംഗ്ലീഷ് പത്രം അന്ന് ദക്ഷിണേന്ത്യയിലെ പ്രധാന പത്രമായിരുന്നു. കുറേക്കാലം 'കേരളദീപം' എന്നൊരു പത്രവും അദ്ദേഹം നടത്തിയിരുന്നു. ഓരോ വർഷവും പുറത്തി റങ്ങുന്ന ഉത്തമ ഗ്രന്ഥങ്ങൾ ശേഖരിച്ച് 'Family and School Library Schene' പദ്ധതി, തൃശൂർ കേന്ദ്രമാക്കി ഒരു സെൻട്രൽ ലൈബ്രറി എന്നിവ അദ്ദേഹ ത്തിന്റെ സ്വപ്നസാക്ഷാത്കാരമായിരുന്നു. ഗ്രന്ഥങ്ങൾ, ഗ്രന്ഥകാരന്മാർ ഉൾക്കൊള്ളുന്ന വിജ്ഞാനകോശം, മലയാള നിഘണ്ഡു, ആയുർവ്വേദ നിഘണ്ഡു എന്നിവയും അതാതു രംഗത്തെ പ്രഗത്ഭന്മാരെക്കൊണ്ട് തയ്യാ റാക്കി. അപൂർവ്വമായ കൈയെഴുത്തു ഗ്രന്ഥങ്ങൾ, താളിയോല ഗ്രന്ഥങ്ങൾ എന്നിവ അദ്ദേഹം ശേഖരിക്കുകയുണ്ടായി.

പരിഷ്കൃതാശയനായ തോമസ് പോൾ എന്ന പ്രസാധകനെ മല യാള പ്രസാധകരംഗത്തെ കുലപതി എന്നു വിശേഷിപ്പിക്കുന്നതിൽ ഒരപാ കതയുമില്ല. 1933 ഫെബ്രുവരി 6-ന് കൃത്യാന്തരബഹുലനായ ഈ പ്രസാ ധകൻ അകാലത്തിലെത്തിയ മരണത്തിനു കീഴടങ്ങി.

ചെമ്പക രാമൻപിള്ള
(1891 – 1934)

ഇന്ത്യൻ സ്വാതന്ത്ര്യസമരത്തിന് ആഗോള പ്രചാരണവും സ്വന്തം രാജ്യത്തിനുവേണ്ടി ജീവനും നൽകിയ ഭാരതത്തിന്റെ പ്രിയ പുത്രൻ.

1891 സെപ്തംബർ 15-ാം തിയ്യതി ചെമ്പക രാമൻപിള്ള തിരുവനന്തപുരത്തു ജനിച്ചു. ഹെഡ്കോൺസ്റ്റബിൾ ചിന്നസ്വാമിപ്പിള്ളയായിരുന്നു പിതാവ്. 1907-ൽ ജർമ്മൻ ജന്തുശാസ്ത്രജ്ഞനായ സ്ട്രിക്ക്ലാന്റിനൊപ്പം ജർമ്മനിയിലെത്തി. അവിടെ പഠിച്ച് ധനതത്വശാസ്ത്രത്തിലും രാഷ്ട്രീയമീമാംസയിലും ബർലിൻ സർവ്വകലാശാലയിൽ നിന്ന് ഡോക്ടറേറ്റു നേടി. ഒന്നാം ലോകമഹായുദ്ധകാലത്ത് ചെമ്പക രാമൻപിള്ള ജർമ്മനിയിൽ 'പ്രോ ഇന്ത്യ' എന്ന പ്രസിദ്ധീകരണം ആരംഭിച്ചു.

ഇംഗ്ലീഷുകാരിൽനിന്ന് ഭാരതം സ്വതന്ത്രയാവുന്നത് സ്വപ്നം കണ്ട രാജ്യസ്നേഹിയായിരുന്നു അദ്ദേഹം. ഇന്ത്യയുടെ സ്വാതന്ത്ര്യ പ്രക്ഷോഭണങ്ങൾക്ക് പിന്തുണ നല്കുവാൻ വേണ്ടി ജർമ്മനിയിലുള്ള ഇന്ത്യക്കാരുടെയും ഇന്ത്യൻ വിപ്ലവകാരികളുടെയും സഹായത്തോടും ഭാഗഭാഗിത്വത്തോടുംകൂടി ചെമ്പകരാമൻപിള്ള 'ഇന്ത്യൻ ഇൻഡിപ്പെന്റൻസ് കമ്മിറ്റി' എന്നൊരു സംഘടന രൂപവല്കരിച്ചു. പേരു സൂചിപ്പിക്കുന്നതുപോലെ ഇന്ത്യയുടെ സ്വാതന്ത്ര്യത്തിനുവേണ്ടി പ്രവർത്തിക്കുക എന്നതായിരുന്നു ഈ കൂട്ടായ്മയുടെ ഉദ്ദേശം. ഈ സംഘടന 'ബർലിൻ കമ്മിറ്റി' എന്നറിയപ്പെട്ടു. സംഘടനയുടെയും ചെമ്പക രാമൻപിള്ളയുടെയും പ്രവർത്തനങ്ങൾ

ബ്രിട്ടീഷ് ഗവൺമെന്റ് സസൂക്ഷ്മം നിരീക്ഷിച്ചുകൊണ്ടിരുന്നു. അദ്ദേഹത്തിന്റെ ജീവന് ഇംഗ്ലീഷ് ഭരണകൂടം സമ്മാനങ്ങൾ പ്രഖ്യാപിക്കുകപോലുമുണ്ടായി.

ഒന്നാം ലോകമഹായുദ്ധകാലമായിരുന്നു. ബ്രിട്ടന്റെ പ്രതിയോഗിയായ ജർമ്മനി ഇന്ത്യയിലെ ബ്രിട്ടീഷ് ഭരണം അവസാനിപ്പിക്കാൻ സഹായിക്കുമെന്ന് ചെമ്പക രാമൻപിള്ള വിശ്വസിച്ചിരുന്നു. പക്ഷേ ജർമ്മനിയുടെ ഏകാധിപതി ഹിറ്റ്ലർ ഇന്ത്യൻ സ്വാതന്ത്ര്യസമരത്തിന് എതിരായിരുന്നുവെന്ന് വളരെ വൈകുംമുമ്പ് ചെമ്പക രാമൻപിള്ളിയ്ക്ക് ബോധ്യമായി. അതദ്ദേഹത്തെ കുപിതനാക്കുകയും ചെയ്തു. ഇത് നാസികളെ കുപിതരാക്കി.

1919-ൽ കാബൂളിൽ വിപ്ലവകാരികൾ സ്വതന്ത്രേന്ത്യൻ ഭരണകൂടം സ്ഥാപിച്ചു. ഈ പ്രവാസി ഗവൺമെന്റിൽ വിദേശകാര്യ മന്ത്രിയായിരുന്നു ചെമ്പക രാമൻപിള്ള.

1923-ൽ കെനിയായിലെ ഇന്ത്യാക്കാരുടെ സ്വാതന്ത്ര്യസമരത്തെ അനുകൂലിച്ചുകൊണ്ട് ചെമ്പക രാമൻപിള്ള ബർലിനിൽ ഒരു പൊതുസമ്മേളനം വിളിച്ചുകൂട്ടി.

'ലീഗ് ഓഫ് ഒപ്രസ്ഡ് നേഷൻ'സിന്റെ പ്രവർത്തകൻ കൂടിയായിരുന്നു അദ്ദേഹം. ജർമ്മനിയിൽ വസിച്ചിരുന്ന മണിപ്പൂർ സ്വദേശിനി ലക്ഷ്മീഭായിയെ അദ്ദേഹം വിവാഹം ചെയ്തു.

"ഇന്ത്യാക്കാർ സ്വാതന്ത്ര്യമർഹിക്കുന്നില്ല" എന്ന ഹിറ്റ്ലറുടെ പ്രസ്താവന കൈസറുടെയും ഹിറ്റ്ലറുടെയും സുഹൃത്തായിരുന്ന ചെമ്പക രാമൻപിള്ളയെ അവരിൽനിന്ന് അകറ്റി. 1934 മേയ് 26-ന് ബർലിനിലെ പ്രഷ്യൻ സ്റ്റേറ്റ് ഹോസ്പിറ്റലിൽ വെച്ച് ചെമ്പക രാമൻപിള്ളയുടെ ജീവിതം അകാലത്തിൽ പൊലിഞ്ഞു. നാസികൾ അദ്ദേഹത്തിന് പാനീയത്തിൽ വിഷം കലർത്തി വധിക്കുകയായിരുന്നുവെന്ന് അദ്ദേഹത്തിന്റെ വിധവ രേഖപ്പെടുത്തിയിട്ടുണ്ട്. മാതൃഭൂമിയുടെ സ്വാതന്ത്ര്യം സ്വപ്നംകണ്ട ആ ധീരവിപ്ലവകാരിക്ക് സ്വദേശത്തേയ്ക്കുള്ള തന്റെ മടക്കയാത്ര ഇന്ത്യൻ പതാക വഹിച്ച ഒരു കപ്പലിലായിരിക്കണമെ. മോഹം, അത് സഫലമായി കലാശിച്ചിരുന്നുവെങ്കിൽ നവഭാരതസൃഷ്ടിക്ക് ഏറെ സംഭാവനകൾ നല്കാൻ കഴിയുമായിരുന്ന ചെമ്പക രാമൻപിള്ളയെ 44-ാമത്തെ വയസ്സിൽ നമുക്ക് നഷ്ടമായി.

1935-ൽ ലക്ഷ്മിപിള്ള അദ്ദേഹത്തിന്റെ ചിതാഭസ്മം ബോംബെയിൽ എത്തിച്ചു. 1966 സെപ്തംബർ 19-ന് കേരളത്തിൽ കൊണ്ടുവന്നു. ഒക്ടോബർ 2-ന് കന്യാകുമാരിയിൽ നിമജ്ജനം ചെയ്തു.

സി. കേശവൻ
(1891–1969)

കേരളത്തെ നിവർത്തന പ്രക്ഷോഭത്തിലൂടെ ജനകീയ യുഗത്തിലേക്ക് പരിവർത്തിപ്പിക്കാൻ പടനയിച്ച ത്രിമൂർത്തികളിലൊരാൾ. ഇതരർ പട്ടം താണുപിള്ളയും ടി.എം. വർഗീസും. സ്റ്റേറ്റ് കോൺഗ്രസ് പ്രസിഡണ്ട്, തിരു-കൊച്ചി മുഖ്യമന്ത്രി, എസ്.എൻ.ഡി.പി. യോഗം ജനറൽ സെക്രട്ടറി തുടങ്ങിയ പദവികൾ വഹിച്ചു. ആർജ്ജവം മുഖമുദ്രയാക്കിയ നിസ്വാർത്ഥനായ ജനനേതാവ്.

1891 മേയ് 23-ന് മയ്യനാട്ട് തട്ടാന്റെ കിഴക്കേതിൽ ജനനം. സി. കേശവന്റെ പിതാവ് കുഞ്ചൻ. മാതാവ് ചക്കി ചാന്നാട്ടി. പ്രാഥമിക വിദ്യാഭ്യാസം കൊല്ലം സെന്റ് അലോഷ്യസിൽ. എറണാകുളം മഹാരാജാസ് കോളേജ്, തിരുവനന്തപുരം യൂണിവേഴ്സിറ്റി കോളേജ് എന്നിവിടങ്ങളിൽ ഉപരിപഠനം. ശ്രീനാരായണൻ ജ്വലിപ്പിച്ച സാമൂഹ്യ നവോത്ഥാനത്തിന്റെ ദീപശിഖ ഹൃദയത്തിലാവാഹിച്ച് കേരളത്തിലെ മനുഷ്യാവകാശപ്പോരാട്ടങ്ങളിൽ ഭാഗഭാക്കായി.

നിയമപഠനം പൂർത്തിയാക്കി 1926 മുതൽ 8 വർഷക്കാലം അഭിഭാഷകവൃത്തി. ടി.എം. വർഗീസും ഇ.വി. കൃഷ്ണപിള്ളയും ആത്മമിത്രങ്ങളാവുന്നത് ഈ കാലഘട്ടത്തിൽ.

സി. കേശവന്റെ കോഴഞ്ചേരി പ്രസംഗം പ്രസിദ്ധമാണ്. സാമൂഹ്യ

നീതിക്കുവേണ്ടിയുള്ള സമരത്തിൽ എസ്.എൻ.ഡി.പി. യോഗം ദേശീയ സ്വാതന്ത്ര്യസമര പ്രസ്ഥാനവുമായി കൈകോർക്കണമെന്ന അഭിപ്രായക്കാരനായിരുന്നു കേശവൻ. അത് അയിത്തോച്ചാടനവിരുദ്ധ സമരത്തിനും ക്ഷേത്രപ്രവേശന സമരത്തിനുംകൂടി കരുത്തുപകരുമെന്നും അദ്ദേഹം വിശ്വസിച്ചു. കോഴഞ്ചേരി പ്രസംഗത്തിൽ അദ്ദേഹം വിമർശനത്തിന്റെ ശരമുന അധികാര കേന്ദ്രങ്ങളെ ലക്ഷ്യമാക്കി. സി.പി. രാമസ്വാമി അയ്യർ 1935-ൽ ആ പ്രസംഗത്തിന്റെ പേരിൽ കേശവന് രണ്ടുവർഷം കഠിനതടവ് നല്കി. ജയിൽവാസം കഴിഞ്ഞ് പുറത്തുവന്ന അദ്ദേഹത്തിന് ആലപ്പുഴ വെച്ച് നല്കിയ സ്വീകരണത്തിൽ 'കിരീടം വെയ്ക്കാത്ത രാജാവ്' എന്നാണ് മാമ്മൻമാപ്പിള വിശേഷിപ്പിച്ചത്.

ജയിൽ ജീവിതത്തിനുശേഷം കൗമുദിയിലൂടെ സി.പി.യുടെ കിരാത ഭരണത്തെ വിമർശിച്ചതിന്റെ പേരിൽ കൗമുദിയുടെ ലൈസൻസ് റദ്ദാക്കപ്പെട്ടു. അധികം താമസിയാതെ രാമസ്വാമി അയ്യരുടെ അമേരിക്കൻ മോഡൽ ഭരണത്തിനെതിരെ രാഷ്ട്രീയ ത്രിമൂർത്തികളുടെ നേതൃത്വത്തിൽ ജനങ്ങളുടെ കർമ്മശക്തി ഉണർന്നുപ്രവർത്തിക്കുകയും പട്ടം മുഖ്യമന്ത്രിയാവുകയും ചെയ്തു. 7 മാസത്തെ ഭരണത്തിനുശേഷം പട്ടം മന്ത്രിസഭ തകരുകയും 1951 മാർച്ച് 4-ന് സി. കേശവൻ മുഖ്യമന്ത്രിയാവുകയും ചെയ്തു. സി. കേശവനൊഴിച്ചുള്ള സ്റ്റേറ്റ് കോൺഗ്രസ് നേതൃത്വത്തിന് സി.പി.യുടെ ഭരണം അവസാനിപ്പിച്ച് ഭരണം പിടിച്ചെടുക്കുക എന്ന ലക്ഷ്യം മാത്രമേ ഉണ്ടായിരുന്നുള്ളൂ. കേശവനാകട്ടെ നിലവിലുള്ള സാമൂഹ്യനീതി ശാസ്ത്രങ്ങൾ തിരുത്തിക്കുറിച്ച് സകലമാന കേരളീയർക്കും ജാതിമത വ്യത്യാസം കൂടാതെ സാമൂഹ്യനീതി ഉറപ്പാക്കുന്ന ഒരു പുതിയ വ്യവസ്ഥിതി വരണമെന്ന ഉറച്ച നിലപാടും.

സി.വി. കുഞ്ഞിരാമന്റെ ജാമാതാവും കൗമുദി പത്രാധിപർ കെ. ബാലകൃഷ്ണന്റെ പിതാവുമായിരുന്നു സി. കേശവൻ. അദ്ദേഹത്തിന്റെ 'ജീവിതസമരം' എന്ന ആത്മകഥ കേരളത്തിലെ പ്രക്ഷുബ്ധമായ ഒരു കാലഘട്ടത്തിന്റെ ചരിത്രരേഖയാണ്.

'ഒരമ്പലം നശിച്ചാൽ അത്രയും അന്ധവിശ്വാസം കുറയും' എന്നുദ്ഘോഷിച്ച തന്റേടിയും ഉത്പതിഷ്ണുവുമായ ഈ രാഷ്ട്രീയ നേതാവ് 1969 ജൂലൈ 7-ന് അന്തരിച്ചു. 'കോഴഞ്ചേരി പ്രസംഗ' സ്മാരകമായി സി. കേശവന്റെ പൂർണ്ണകായ പ്രതിമ പത്തനംതിട്ടയിൽ സ്ഥാപിച്ചിട്ടുണ്ട്.

പോത്തൻ ജോസഫ്
(1892–1972)

പ്രശസ്ത പത്രപ്രവർത്തകൻ. ചെങ്ങന്നൂർ ഊരയിൽ പുത്തൻപുരയിൽ ജോസഫ് ഓവർസിയറുടെ പുത്രനായി 1892 മാർച്ച് 13-ന് ജനിച്ചു. ബി.എ. പാസ്സായശേഷം ബോംബെയിൽ അധ്യാപകനായി. അധ്യാപക ജോലി അദ്ദേഹത്തെ ആകർഷിച്ചില്ല. അഭിഭാഷകനാകാൻവേണ്ടി എൽ.എൽ.ബി. പരീക്ഷ പാസായി. പോത്തൻ ജോസഫിന്റെ മൂത്ത സഹോദരനായിരുന്നു രാഷ്ട്രീയരംഗത്ത് ആദർശനിഷ്ഠയോടെ ഒരു കാലത്ത് നിറഞ്ഞുനിന്ന, വൈക്കം സത്യഗ്രഹ സമരഭടനായിരുന്നു ജോർജ്ജ് ജോസഫ്.

അഭിഭാഷകവൃത്തിയിലും പോത്തൻ ജോസഫിന്റെ കാലുറച്ചില്ല. സിലോണിലെത്തിയ അദ്ദേഹം അവിടെ ട്രിനിറ്റി കോളേജിൽ പ്രൊഫസറായി. എന്നാൽ പത്രപ്രവർത്തകനാവുക എന്ന തന്റെ ജീവിതലക്ഷ്യം പൂർത്തീകരിക്കാൻവേണ്ടി ബോംബെയിൽ ഹോർണിമാന്റെ 'ബോംബെ ക്രോണിക്കിളി'ന്റെ സബ് എഡിറ്ററായി ചേർന്നു. ഒരിടത്തും ഉറച്ചുനില്ക്കാൻ അദ്ദേഹം കൂട്ടാക്കിയില്ല. ക്രോണിക്കിളിൽനിന്നും ഹിന്ദുസ്ഥാൻ ടൈംസ്, ഇന്ത്യൻ എക്സ്പ്രസ്, സ്റ്റാർ ഓഫ് ഇന്ത്യ, ഇന്ത്യൻ ഡെയിലി മെയിൽ, നാഷണൽ ഹെറാൾഡ് അങ്ങനെ പ്രവർത്തനരംഗം മാറിക്കൊണ്ടിരുന്നു.

ഗാന്ധിജിയുടെ 'യംഗ് ഇന്ത്യ' എന്ന ഇംഗ്ലീഷ് വാരികയുടെ സഹപത്രാധിപർ, മുസ്ലീംലീഗിന്റെ മുഖപത്രമായ 'ഡോണി'ന്റെ പ്രഥമ പത്രാധി

പർ തുടങ്ങിയ നിലകളിലും അദ്ദേഹം പ്രവർത്തിച്ചു. ഇതിനിടെ ഇന്ത്യാ ഗവൺമെന്റിന്റെ ചീഫ് ഇൻഫൊർമേഷൻ ഓഫീസറായും പോത്തൻ ജോസഫ് ജോലി ചെയ്തു.

സ്വാതന്ത്ര്യപ്രാപ്തിക്കുശേഷം പോത്തൻ ജോസഫ് 'ഡക്കാൻ ഹെറാൾഡി'ന്റെ പത്രാധിപരായി. ഒരു ദശാബ്ദക്കാലംകൊണ്ട് 'ഡക്കാൻ ഹെറാൾഡി'നെ പുരോഗതിയുടെ പാതയിലെത്തിക്കുവാൻ അദ്ദേഹത്തിനു കഴിഞ്ഞു. അതിനുശേഷം മദിരാശിയിൽനിന്ന് പുറപ്പെട്ടിരുന്ന 'സ്വരാജ്' വാരികയുടെ ഓണററി എഡിറ്ററായി. വാരികയുടെ പത്രാധിപരായിരുന്ന കാസം സുബ്ബറാവുവിന്റെ മരണശേഷം രാജഗോപാലാചാരിയുടെ താത്പര്യം മാനിച്ച് പോത്തൻ ജോസഫ് അതിന്റെ പത്രാധിപത്യം ഏറ്റെടുക്കുകയാണുണ്ടായത്. 1970-ഓടെ ആ സ്ഥാനമൊഴിഞ്ഞു. പിന്നെ രണ്ടു വർഷക്കാലമേ അദ്ദേഹം ജീവിച്ചിരുന്നുള്ളൂ.

നർമ്മബോധമുള്ള ഒരു പത്രപ്രവർത്തകനായിരുന്നു പോത്തൻ ജോസഫ്. ഗൗരവമേറിയ വിഷയങ്ങൾ അവതരിപ്പിക്കുമ്പോഴും നർമ്മത്തിൽ ചാലിച്ച ശൈലിയിലൂടെയാവും അവ പുറത്തുവരിക. 'Over a cup of tea' എന്ന അദ്ദേഹത്തിന്റെ പംക്തി പ്രസിദ്ധമാണ്. ആനുകാലിക സംഭവവികാസങ്ങളും വ്യക്തികളും ഈ പംക്തിയിൽ പരാമർശിക്കപ്പെട്ടിരുന്നു. ഫലിതവും പരിഹാസവും മേമ്പൊടിചേർത്ത് പറയാനുള്ളത് തറപ്പിച്ചുപറയാൻ ആ പംക്തി പോത്തൻ ജോസഫ് ഉപയോഗപ്പെടുത്തി. തന്റെ നിരൂപണത്തിനു വിധേയനായ വ്യക്തിപോലും അത് വായിച്ചു രസിച്ചുപോകുന്ന തരത്തിലാണ് അവതരണം.

ജീവിതം പോത്തൻ ജോസഫിന് ഒരു ആഘോഷമായിരുന്നു. മദ്യംകൊണ്ടു ലഭിക്കുന്ന ആനന്ദാനുഭൂതി മദ്യവർജ്ജനം കൊണ്ട് നഷ്ടപ്പെടുമല്ലോ എന്നായിരുന്നു അദ്ദേഹത്തിന്റെ പരാതി. പത്രങ്ങളിൽ നിന്ന് പത്രങ്ങളിലേക്ക് മാറിമാറി യാത്ര തുടരുമ്പോഴും പത്രനയവും തന്റെ വിശ്വാസപ്രമാണവും ഒത്തുപോകണമെന്ന് അദ്ദേഹത്തിനു നിർബ്ബന്ധമില്ലായിരുന്നു. അദ്ദേഹത്തിന്റെ തൂലിക സ്വന്തം മനഃസാക്ഷിക്കനുസരിച്ചേ എപ്പോഴും ചലിച്ചിട്ടുള്ളൂ.

മാമ്മൻമാപ്പിളയുടെ പുത്രിയായിരുന്ന അന്നയായിരുന്നു ഭാര്യ. ഒരു പുത്രനും രണ്ടു പുത്രിമാരുമാണുള്ളത്.

1972 നവംബർ രണ്ടിന് ബാംഗ്ലൂരിലുള്ള വസതിയിൽ പോത്തൻ ജോസഫ് 81-ാമത്തെ വയസ്സിൽ അന്തരിച്ചു.

ഡോക്ടർ കെ. എൻ. പിഷാരടി
(1892–1972)

മെഡിക്കൽ കോളേജ് പ്രിൻസിപ്പാൾ, കലോപാസകൻ, കേരള കലാമണ്ഡലം അധ്യക്ഷൻ, ഉണ്ണായിവാര്യർ സ്മാരക കലാനിലയം അധ്യക്ഷൻ.

വിശ്രുതനായ ഒരു ഭിഷഗ്വരൻ എന്നതിനൊപ്പം തികഞ്ഞ ഒരു കലോപാസകൻ കൂടിയായിരുന്നു കല്ലേങ്കര നാരായണപ്പിഷാരടി എന്ന കെ.എൻ. പിഷാരടി എം.ബി.ബി.എസ്., ഡി.ടി.എസ്., എം.ഡി., എം.ആർ.സി.പി. എറണാകുളത്ത് ചൊവ്വര ഗ്രാമത്തിൽ 1892 ആഗസ്റ്റ് 22-ന് ജനനം. എറണാകുളം മഹാരാജാസ് കോളേജിൽനിന്ന് ഇന്റർമീഡിയറ്റ് ജയിച്ച് മദ്രാസ് മെഡിക്കൽ കോളേജിൽനിന്ന് എം.ബി.ബി.എസ്. ഡിഗ്രിയെടുത്തു. കൽക്കത്ത സ്കൂൾ ഓഫ് ട്രോപ്പിക്കൽ മെഡിസിനിൽ നിന്ന് D.T.H. ബിരുദവും ലണ്ടനിൽനിന്ന് M.R.C.P.യും പിന്നീട് മദ്രാസ് മെഡിക്കൽ കോളേജിൽ നിന്ന് M.D. ബിരുദവും.

മദ്രാസ് പ്രൊവിൻഷ്യൽ മെഡിക്കൽ സർവ്വീസിൽ സേവനം തുടങ്ങിയ പിഷാരടി ഒന്നാം ലോകമഹായുദ്ധകാലത്ത് മിലിറ്ററി മെഡിക്കൽ സർവ്വീസിൽ ക്യാപ്റ്റനായിരുന്നു. തഞ്ചാവൂർ, കട്ടക്ക്, ആന്ധ്ര, മദ്രാസ് എന്നീ മെഡിക്കൽ കോളേജുകളിൽ ഡീൻ ആയിരിക്കെ കോഴിക്കോട് മെഡിക്കൽ കോളേജ് സ്ഥാപനത്തിനായി അദ്ദേഹം നിയോഗിക്കപ്പെട്ടു. കോളേജിന്റെ സ്പെഷ്യൽ ഓഫീസർ എന്ന നിലയിലും പ്രിൻസിപ്പാൾ എന്ന നിലയിലും

സ്തുത്യർഹമായ സേവനം അദ്ദേഹം നടത്തി.

ഒരു ഡോക്ടർ എന്ന നിലയിൽ രോഗനിർണ്ണയത്തിന് യന്ത്രങ്ങളേക്കാളുപരി രോഗിയെ ആശ്രയിക്കുകയും ചികിത്സയിൽ മനഃശാസ്ത്രപരമായ സമീപനം സ്വീകരിക്കുകയും ചെയ്ത് വിജയിച്ച ഡോക്ടറാണ് ഡോ. പിഷാരടി.

അലോപ്പതി ഡോക്ടർമാർക്ക് പ്രായേണ മറ്റു ചികിത്സാ ശാസ്ത്രങ്ങളോട് പ്രത്യേകിച്ച് ആയുർവ്വേദത്തോട് തികഞ്ഞ പുച്ഛമുള്ളതായിട്ടാണ് കണ്ടുവരുന്നത്. ഡോ. പിഷാരടിയെപ്പോലെ ചുരുക്കം ചില ഡോക്ടർമാരേ ആയുർവ്വേദത്തിന്റെ സാധ്യതകളെ അംഗീകരിച്ചിട്ടുള്ളൂ. കോട്ടയ്ക്കൽ ആര്യവൈദ്യശാല ആയുർവ്വേദ ഗവേഷണത്തിനായി സംഘടിപ്പിച്ച കമ്മിറ്റിയുടെ ചെയർമാൻ ഡോ. പിഷാരടിയായിരുന്നു.

കഥകളി, കൂടിയാട്ടം, കൂത്ത്, ഓട്ടൻതുള്ളൽ തുടങ്ങിയ കേരളീയ കലകളിൽ ആസ്വാദനം മാത്രമല്ല പ്രാവീണ്യവും ഡോ. പിഷാരടിക്കുണ്ടാ. യിരുന്നു. കഥകളിയുടെ പുനരുദ്ധാരണത്തിലും ഡോ. പിഷാരടി തന്റേതായ സേവനം നിർവ്വഹിച്ചു. വള്ളത്തോളിൽനിന്നും ഭിന്നമായി മുദ്രകളും അഭിനയ സങ്കേതങ്ങളും സാധാരണക്കാർക്കു വിവരിച്ചുകൊടുക്കാറുണ്ടായിരുന്നു അദ്ദേഹം.

അദ്ദേഹം കോഴിക്കോട്ട് ഒരു കഥകളി അസോസിയേഷൻ സ്ഥാപിക്കുകയുണ്ടായി. തൃശൂർ 'കഥകളി ക്ലബ്ബി'ന്റെ അധ്യക്ഷനുമായിരുന്നു. ഇരിങ്ങാലക്കുടയിലെ ഉണ്ണായിവാര്യർ സ്മാരക കലാനിലയം, കേരള കലാമണ്ഡലം എന്നിവയുടെ അധ്യക്ഷനായും ഡോ. വാര്യർ പ്രവർത്തിച്ചു.

ഒരേസമയം ശാസ്ത്രീയ സംഗിതത്തിന്റെയും ലളിതഗാനങ്ങളുടെയും ആസ്വാദകനായിരുന്നു ഡോ. പിഷാരടി. അതേപോലെ ഭരതനാട്യത്തിനും മോഹിനിയാട്ടത്തിനും ഒപ്പം അദ്ദേഹത്തിന്റെയുള്ളിൽ നാടൻ നൃത്തത്തിനും സ്ഥാനമുണ്ടായിരുന്നു. കഥകളിയും നാടകവും ഒരേപോലെ ആസ്വദിച്ച ഒരു യഥാർത്ഥ കലാസ്വാദകൻ.

മനുഷ്യസ്നേഹവും വിനയവും നിറഞ്ഞുതുളുമ്പിയിരുന്ന ഡോ. വാര്യരുടെ പ്രഭാഷണങ്ങൾ കൃത്രിമമായിരുന്നില്ല. പാരാവാരസദൃശമായ അറിവിന്റെ ആ നിറകുടം പണ്ഡിതപാമരഭേദമെന്യേ സകലരോടും സോദരഭാവേന ഇഴുകിച്ചേരുന്ന വേളകളായിരുന്നു അദ്ദേഹത്തിന്റെ പ്രഭാഷണങ്ങളുടെയും സംഭാഷണങ്ങളുടെയും വേളകൾ.

1972 ജൂൺ 8-ന് ആ മഹാശയൻ 80-ാമത്തെ വയസ്സിൽ അന്തരിച്ചു.

ജെ. സി. ഡാനിയേൽ
(1893–1975)

സിനിമയ്ക്കുവേണ്ടി എല്ലാം ത്യജിച്ച്, നിസ്വനായി, രോഗിയായി സംസ്ഥാന സർക്കാർ ഏർപ്പെടുത്തിയ 300 രൂപയ്ക്കുള്ള അവശകലാകാരന്മാരുടെ പെൻഷന് 'മലയാള സിനിമയുടെ പിതാവ്' നല്കിയ അപേക്ഷ അധികാരികൾ നിരാകരിച്ചു. അവരുടെ 'സൂക്ഷ്മപരിശോധന'യിൽ നിശ്ശബ്ദ ചിത്രമായതിനാൽ 'വിഗതകുമാരൻ' മലയാള സിനിമയാണെന്ന് ഉറപ്പിക്കാനാവില്ലെന്നും ജെ.സി. ഡാനിയേലിന്റെ ഭാഷ മലയാളമാണോ എന്ന് പറയാനാവില്ലെന്നും പരിശോധനാ സമിതി വിലയിരുത്തി. വസ്തുതകൾ സമിതിയെ ബോധ്യപ്പെടുത്താനുള്ള ഡാനിയേലിന്റെ ശ്രമങ്ങളൊക്കെ വിഫലമായി. ഡാനിയേൽ 1975-ൽ മരണമടഞ്ഞശേഷം അദ്ദേഹത്തിന്റെ സഹധർമ്മിണിക്ക് പെൻഷൻ അനുവദിച്ചുകിട്ടി; മലയാള സിനിമയുടെ പിതാവിന്റെ പേരിൽ ചലച്ചിത്രരംഗത്ത് സമഗ്ര സംഭാവനയ്ക്കുള്ള ഒരു ലക്ഷം രൂപയുടെ 'ജെ.സി. ഡാനിയേൽ പുരസ്കാരം' സംസ്ഥാന സർക്കാർ ഏർപ്പെടുത്തുകയും ചെയ്തു- കാലത്തിന്റെ മധുര പ്രതികാരം!

ഒരു ദുരന്തകഥയുടെ നാൾവഴി:

1893 ഏപ്രിൽ 19-ന് നാഗർകോവിൽ അഗസ്തീശ്വരത്താണ് ജെ.സി. ഡാനിയേൽ ജനിച്ചത്. പിതാവ് ഡോ. എൻ. ജെ. ഡാനിയേൽ നാടാർ. മാതാവ് ജ്ഞാനാംബാൾ. ഡാനിയേലിന് ചെറുപ്പത്തിലേ ആയോധന കലകളോടും

സിനിമയോടും വല്ലാത്ത കമ്പമായിരുന്നു. തിരുവനന്തപുരം മഹാരാജാസ് കോളേജിലായിരുന്നു വിദ്യാഭ്യാസം. പഠനം കഴിഞ്ഞ് ബോംബെയിലെത്തി ചലച്ചിത്ര സംവിധാനം പഠിച്ചു. നാട്ടിൽ മടങ്ങിയെത്തിയ ഡാനിയേൽ കളരിപ്പയറ്റിന്റെ പ്രചരണത്തിനായി ഒരു ചലച്ചിത്രം നിർമ്മിക്കുവാൻ തീരുമാനിച്ചു.

നെയ്യാറ്റിൻകരയ്ക്കു സമീപം പനച്ചമൂട് എന്ന സ്ഥലത്ത് സ്വന്തം പേരിലുണ്ടായിരുന്ന അനേക ഏക്കർ ഭൂമി നാലു ലക്ഷം രൂപയ്ക്ക് വിറ്റ് തന്റെ സിനിമാ മോഹങ്ങൾക്ക് ചിറകുവിരുത്താൻ ശ്രമമാരംഭിച്ചു. പ്രാരംഭമായി പട്ടത്ത് 'ദി ട്രാവൻകൂർ നാഷണൽ പിക്ചേഴ്സ്' എന്ന പേരിൽ ഫിലിം സ്റ്റുഡിയോ നിർമ്മിച്ചു. കേരളത്തിലെ ആദ്യ ഫിലിം സ്റ്റുഡിയോ ആണിത്. സ്റ്റുഡിയോയുടെ സ്ഥാപനത്തിനുശേഷം സിനിമാ നിർമ്മാണം, സ്റ്റുഡിയോ പ്രവർത്തനം എന്നിവയെക്കുറിച്ച് പഠിക്കാൻ മദ്രാസിലും ബോംബെയിലും പോയി. മദ്രാസിൽനിന്ന് മൂവി ക്യാമറകളും കോലാലംപുരിൽ നിന്ന് J. H. Lala എന്ന ക്യാമറാമാനെയും വരുത്തി.

എല്ലാ അടിസ്ഥാന സൗകര്യങ്ങളും ഒരുക്കിയതിനുശേഷം ചിത്ര നിർമ്മാണത്തിനു തുടക്കമായി. മലയാളത്തിലെ ആദ്യ നിശ്ശബ്ദ ചിത്രമായ 'വിഗതകുമാര'ന്റെ ചിത്രീകരണം തുടങ്ങി. രക്ഷിതാക്കളെ വിട്ടുപിരിഞ്ഞ ഒരു കുട്ടിയുടെ കഥയായിരുന്നു 'വിഗതകുമാരൻ'. ഡാനിയേലിന്റെ മകൻ സുന്ദർ ആയിരുന്നു വിഗതകുമാരന്റെ റോളിൽ. റോസി (രാജമ്മ) എന്ന കീഴാളസത്രീയായിരുന്നു നായിക. ഇന്നത്തെ പി.എസ്.സി. ഓഫീസിനു സമീപം അഡ്വ. നാഗപ്പൻനായരുടെ വസതിയായിരുന്നു പ്രധാന ലൊക്കേഷൻ. ആയോധന കലയിൽ പ്രാവിണ്യമുണ്ടായിരുന്ന ഡാനിയേൽ ഒട്ടേറെ കളരിപ്പയറ്റ് രംഗങ്ങൾ ചിത്രത്തിൽ ഉൾപ്പെടുത്തി. നിർമ്മാണം, സംവിധാനം, തിരക്കഥ, ക്യാമറ, എഡിറ്റിംഗ് എന്നിവയ്ക്കുപുറമെ നായകനും ഡാനിയേൽ തന്നെയായിരുന്നു. അഭിനേതാക്കളും മലയാളികൾ. നാഗർകോവിൽ സ്വദേശി ജോൺസൺ, 'ലാലി' എന്ന പേരു സ്വീകരിച്ച് വില്ലൻ റോളിൽ അഭിനയിച്ചു. ഇദ്ദേഹത്തിന്റെ പുത്രിയാണ് പിന്നീട് പ്രശസ്ത നടിയായി ത്തീർന്ന ബി.എസ്. സരോജ. രണ്ടു വർഷംകൊണ്ട് നാലു ലക്ഷം രൂപ ചിലവിട്ട് വിഗതകുമാരൻ പൂർത്തിയാക്കി. 1928 നവംബർ 7-ന് ചിത്രത്തിന്റെ പ്രദർശനം തിരുവനന്തപുരം ക്യാപ്പിറ്റോൾ തിയേറ്ററിൽ മള്ളൂർ ഗോവിന്ദപ്പിള്ള ഉദ്ഘാടനം ചെയ്തു.

ക്യാപ്പിറ്റോൾ തിയേറ്ററിൽ ചിത്രം രണ്ടാഴ്ച പ്രദർശിപ്പിച്ചതിനുശേഷം നാഗർകോവിൽ, കൊല്ലം, ആലപ്പുഴ എന്നിവിടങ്ങളിലും പ്രദർശനം നട

ന്നു. ആലപ്പുഴയിൽ മുമ്പുണ്ടായിരുന്ന പൂപ്പള്ളി സ്റ്റാർ തിയേറ്ററിലായിരുന്നു പ്രദർശനം.

ചിത്രം സാമ്പത്തികമായി പരാജയപ്പെട്ടു. ഇതിനിടെ മറ്റൊരു സംഭവമുണ്ടായി. ഒരു ദളിത് യുവതിക്ക് നായികാവേഷം നൽകിയതിലും അവരെ നായർസ്ത്രീയുടെ വേഷഭൂഷാദികളോടെ അവതരിപ്പിച്ചതിലും രോഷം പൂണ്ട യാഥാസ്ഥിതിക സവർണ്ണരുടെ ഗുണ്ടകൾ ഫിലിം അഗ്നിക്കിരയാക്കി. അതിന്റെ പ്രിന്റ് ഉണ്ടാക്കിയിരുന്നില്ല.

ചിത്രം പരാജയമായിരുന്നുവെന്ന് മുമ്പ് പറഞ്ഞുവല്ലോ. സമ്പാദ്യമൊക്കെ നശിച്ചുകഴിഞ്ഞിരുന്നു. ബാങ്കിൽ വലിയൊരു തുക കടമാവുകയും ചെയ്തു. ബാങ്കുകാർ സ്റ്റുഡിയോയും ഉപകരണങ്ങളും ക്യാമറയും ജപ്തി ചെയ്തു. ജീവിക്കാൻ നിവൃത്തിയില്ലാതെ ഡാനിയേൽ അഗസ്തീശ്വരത്തേക്കു മടങ്ങി. ഉപജീവനത്തിനായി അദ്ദേഹം ദന്തചികിത്സകനായി. മദിരാശി, നെയ്യാറ്റിൻകര, കാരക്കുടി, അഗസ്തീശ്വരം എന്നിവിടങ്ങളിൽ ദന്താശുപത്രികൾ നടത്തി.

അവസാനകാലത്ത് തളർവാതം പിടിപെട്ട് ഡാനിയേൽ അവശനായി. 1975 ഏപ്രിൽ 27-ന് അദ്ദേഹം അന്തരിച്ചു.

ഭാര്യ : ജാനറ്റ്.

മക്കൾ: സുന്ദരം, സുലോചന, വിജയ, ലളിത, ഹാരീസ്.

സാമൂഹ്യവിഷയം പ്രമേയമാക്കിയ വിഗതകുമാരന് 1929-ലെ Public Mirror Prize ലഭിച്ചു.

1992-ൽ മലയാള സിനിമയുടെ പിതാവായ ജെ.സി. ഡാനിയേലിന്റെ സ്മരണാർത്ഥം ഒരു ലക്ഷം രൂപയുടെ 'ജെ.സി. ഡാനിയേൽ പുരസ്കാരം' കേരള സർക്കാർ ഏർപ്പെടുത്തി. മലയാള ചലച്ചിത്ര മേഖലയ്ക്ക് നൽകുന്ന സമഗ്രസംഭാവനയ്ക്കുള്ള ഈ അവാർഡ് ആദ്യം ലഭിച്ചത് നിർമ്മാതാവും വിതരണക്കാരനുമായ ടി. ഇ. വാസുദേവനാണ്.

ഡാനിയേലിന്റെ ജീവിതകഥ പറയുന്ന 'സെല്ലുലോയിഡ്' കമൽ സംവിധാനം ചെയ്തു. 2012-ലെ കേരള സംസ്ഥാന ചലച്ചിത്ര പുരസ്കാരം ഈ ചിത്രത്തിനു ലഭിച്ചു. വിനു എബ്രഹാമിന്റെ 'നഷ്ടഗായിക' എന്ന നോവലും ചേലങ്ങാട്ടു ഗോപാലകൃഷ്ണന്റെ 'ജെ.സി. ഡാനിയേൽ' എന്ന ജീവചരിത്രഗ്രന്ഥവും ഈ ചിത്രത്തിന് ഉപയുക്തമാക്കപ്പെട്ടു.

ബാരിസ്റ്റർ എ.കെ. പിള്ള
(1893–1949)

ഓക്സ്ഫോർഡ് സർവ്വകലാശാലയിൽ നിയമ ബിരുദ വിദ്യാർത്ഥിയായിരിക്കെ സ്വാതന്ത്ര്യസമരത്തിൽ ആവേശംകൊണ്ട് നാട്ടിൽ തിരിച്ചെത്തി തിരുവിതാംകൂർ ജില്ലാ കോൺഗ്രസ് കമ്മിറ്റിയുടെ സെക്രട്ടറിയും കെ.പി.സി.സി. നിർവ്വാഹക സമിതിയംഗവും തിരുവിതാംകൂർ നിയമസഭാംഗവും പിന്നീട് എം. എൻ. റോയിയുടെ നേതൃത്വത്തിലുള്ള റാഡിക്കൽ ഡെമോക്രാറ്റിക് പാർട്ടിയുടെ കേന്ദ്ര കമ്മിറ്റി അംഗവും ഒക്കെയായി സ്വാർത്ഥകമായ ഒരു രാഷ്ട്രീയ ജീവിതം നയിച്ച പൊതുപ്രവർത്തകൻ.

1893 ഏപ്രിൽ 16–ന് ജനനം. കരുനാഗപ്പള്ളി താലൂക്കിൽ തേവലക്കര വില്ലേജിൽ പാലയ്ക്കൽ പുത്തൻവീട്ടിൽ അയ്യപ്പൻപിള്ള കൃഷ്ണപിള്ള പിതാവ്. 1919-ൽ ബി.എ. പാസ്സായതിനുശേഷം B.C.L. ന് ഓക്സ്ഫോർഡിൽ ചേർന്നു. ഒപ്പം ലണ്ടനിലെ ഇന്നർ ടേബിളിൽ ബാരിസ്റ്റർ പരീക്ഷയ്ക്കും പഠനം തുടർന്നു.

ഇന്ത്യൻ സ്വാതന്ത്ര്യസമരത്തിൽ പങ്കെടുക്കാൻ പഠനം ഉപേക്ഷിച്ച് നാട്ടിലേക്ക്. വിജയവാഡയിൽ വെച്ച് ഗാന്ധിജിയെ സന്ദർശിച്ച പിള്ള നാട്ടിലെത്തി തിരുവിതാംകൂർ ജില്ലാ കോൺഗ്രസ് കമ്മിറ്റിയുടെ സെക്രട്ടറിയായി. പിന്നീട് കെ.പി.സി.സി. എക്സിക്യൂട്ടീവ് അംഗവും അഖിലേന്ത്യാ കോൺഗ്രസ് കമ്മിറ്റി അംഗവുമായി.

1921-ൽ കൊല്ലത്തുനിന്നും പിള്ള 'സ്വരാജ്' എന്ന പത്രം പ്രസിദ്ധീകരിച്ചു. കേരളത്തിലെ ആദ്യത്തെ ആ കോൺഗ്രസ് പത്രം ദ്വൈവാരികയായിരുന്നു.

സ്വമാതാവിന്റെ ഷഷ്ഠിപൂർത്തിവേളയിൽ അധഃകൃതരെ പങ്കെടുപ്പിച്ചുകൊണ്ട് അദ്ദേഹം പന്തിഭോജനം നടത്തി. അയിത്തോച്ചാടന പ്രവർത്തനങ്ങളിൽ ശുഷ്കാന്തി കാട്ടിയ പിള്ളയുടെയും സഹപ്രവർത്തകരുടെയും ശ്രമഫലമായി പത്മനയിലെ കണ്ണൻകുളങ്ങര ക്ഷേത്രം, പനയന്നാർകാവ് ക്ഷേത്രം എന്നിവിടങ്ങളിൽ എല്ലാ ഹിന്ദുക്കൾക്കും പ്രവേശനം ലഭിച്ചു.

1923-ൽ കാക്കിനടയിൽ ചേർന്ന കോൺഗ്രസ് സമ്മേളനം അയിത്തോച്ചാടനം സംബന്ധിച്ച പ്രമേയം അംഗീകരിച്ചപ്പോൾ പിള്ള കൺവീനറായി കെ.പി.സി.സി. ഒരു സബ് കമ്മിറ്റി രൂപീകരിച്ച് അയിത്തോച്ചാടന പ്രവർത്തനങ്ങൾ തുടങ്ങി. അദ്ദേഹത്തിന്റെ നേതൃത്വത്തിൽ നടന്ന പ്രചരണ പര്യടനം വമ്പിച്ച വിജയമായിരുന്നു. വൈക്കം സത്യഗ്രഹത്തിലും ഉത്തരവാദഭരണ പ്രക്ഷോഭത്തിലും അദ്ദേഹത്തിന്റെ സജീവ സാന്നിധ്യമുണ്ടായിരുന്നു.

1930-കളിൽ ഇംഗ്ലണ്ടിൽ വീണ്ടും പഠനം തുടരുകയും ബാരിസ്റ്റർ പരീക്ഷ പാസ്സാവുകയും ചെയ്തു. അവിടെവെച്ച് കോൺഗ്രസിലെ തീവ്രവാദികളുടെ നേതാവായ എം. എൻ. റായിയുമായി പരിചയപ്പെടുകയും 1940-ൽ റായിയുടെ റാഡിക്കൽ ഡമോക്രാറ്റിക് പാർട്ടി കേന്ദ്ര കമ്മിറ്റിയംഗമാവുകയും ചെയ്തു. പാർട്ടിയുടെ മുഖപത്രമായ 'ഇൻഡിപെന്റന്റ് ഇന്ത്യ'യിലും മദിരാശിയിലെ 'സൺഡേ ഒബ്സർവറി'ലും തുടർച്ചയായി ഇക്കാലത്ത് എഴുതി.

സ്വദേശാഭിമാനി രാമകൃഷ്ണപിള്ളയുടെ മകൾ ഗോമതിയമ്മയായിരുന്നു ബാരിസ്റ്റർ പിള്ളയുടെ സഹധർമ്മിണി. ഗോമതിയമ്മ മലബാർ ക്രിസ്ത്യൻ കോളേജിൽ ഹിന്ദി പ്രൊഫസറായിരുന്നു.

53-ാമത്തെ വയസ്സിൽ, അകാലത്തിൽ ബാരിസ്റ്റർ പിള്ള 1949 ഒക്ടോബർ 5-ന് ജീവിതയാത്ര അവസാനിപ്പിച്ചു.

ഇ. വി. കൃഷ്ണപിള്ള
(1894 – 1938)

കുഞ്ചൻനമ്പ്യാർക്കു ശേഷം മലയാള സാഹിത്യം കണ്ട പ്രതിഭാശാലിയായ ഹാസ്യ സാമ്രാട്ട്. അഭിഭാഷകൻ, രാഷ്ട്രീയ നേതാവ്, പത്രാധിപർ, എഴുത്തുകാരൻ, ജനപ്രതിനിധി.

പത്തനംതിട്ട ജില്ലയിൽപ്പെട്ട അടൂരിൽ കുന്നത്തൂർ ദേശത്ത് ഇഞ്ചക്കാട്ടുവീട്ടിൽ 1894 സെപ്തംബർ 14-ന് ജനിച്ചു. പിതാവ് അഭിഭാഷകനായിരുന്ന കുന്നത്തൂർ പപ്പുപിള്ള. മാതാവ് പുത്തൻവീട്ടിൽ കല്യാണിയമ്മ. പെരിങ്ങനാട്, വടക്കടത്തുകാവ്, തുമ്പമൺ, ആലപ്പുഴ എന്നിവിടങ്ങളിൽ പ്രാഥമിക വിദ്യാഭ്യാസം. പിന്നീട് കോട്ടയം സി.എം.എസ്. കോളേജിൽനിന്ന് ഇന്റർമീഡിയറ്റ് ജയിച്ചു. തിരുവനന്തപുരം മഹാരാജാസ് കോളേജിൽനിന്ന് ഒന്നാം റാങ്കോടെ ബി.എ. പാസ്സായി സെക്രട്ടേറിയറ്റിൽ ക്ലാർക്കായി ഔദ്യോഗിക ജീവിതം തുടങ്ങി. 1919 മേയ് 25-ന് വിവാഹിതനായി. സി. വി. രാമൻപിള്ളയുടെ മകൾ മഹേശ്വരിയമ്മയായിരുന്നു വധു.

1921-ൽ അസിസ്റ്റന്റ് തഹസീൽദാരായ ഇ. വി. തൊട്ടടുത്ത വർഷം അവധിയെടുത്ത് ലോ കോളേജിൽ ചേർന്ന് ബി.എൽ. ജയിച്ചു. തിരുവനന്തപുരം ജില്ലാ കോടതിയിൽ അഭിഭാഷകവൃത്തിയിൽ പ്രവേശിച്ച അദ്ദേഹം 1924-ൽ പ്രാക്ടീസ് കൊല്ലത്തേക്കു മാറ്റി. ടി.എം. വർഗീസ്, സി. കേശവൻ തുടങ്ങിയ സ്റ്റേറ്റ് കോൺഗ്രസ് നേതാക്കളുമായി സൗഹൃദത്തിലാവുന്നതും രാഷ്ട്രീയ പ്രവർത്തനത്തിൽ ആകൃഷ്ടനാവുന്നതും ഇതോടെയാണ്.

കൊല്ലത്ത് പ്രാക്ടീസ് തുടങ്ങിയ 1924-ൽത്തന്നെ കൊല്ലത്തുനിന്നും പ്രസിദ്ധീകരിച്ചിരുന്ന 'മലയാളി'യുടെ പത്രാധിപരായി.

1927-ൽ മദ്രാസിൽ നടന്ന കോൺഗ്രസ് സമ്മേളനത്തോടനുബന്ധിച്ചുള്ള നാട്ടുരാജ്യപ്രജാ സമ്മേളനത്തിൽ തിരുവിതാംകൂറിന്റെ പ്രതിനിധിയായിരുന്നു. 1931-ൽ കൊട്ടാരക്കര-കുന്നത്തൂർ നിയോജക മണ്ഡലത്തിൽ നിന്ന് തിരുവിതാംകൂർ നിയമനിർമ്മാണ കൗൺസിലിലേക്കും 1932-ൽ പത്തനംതിട്ടയിൽ നിന്ന് ശ്രീമൂലം അസംബ്ലിയിലേക്കും തിരഞ്ഞെടുക്കപ്പെട്ടു. 1933-ൽ തിരുവനന്തപുരത്ത് സ്ഥിരതാമസമാക്കി അവിടെ ഹൈക്കോടതിയിൽ പ്രാക്ടീസ് തുടങ്ങി.

'മനോരമ ചിത്രവാരിക' എന്ന പേരിൽ തുടങ്ങിയ മനോരമ ആഴ്ചപ്പതിപ്പിന്റെ പ്രഥമ പത്രാധിപർ ഇ. വി. കൃഷ്ണപിള്ളയായിരുന്നു. കഥാകൗമുദി, സേവിനി എന്നീ മാസികകളുടെയും പത്രാധിപത്യം അദ്ദേഹം വഹിച്ചിട്ടുണ്ട്.

ഒരു പുരുഷായുസ്സെങ്കിലും ആവശ്യപ്പെടുന്ന ബൃഹത്തായ കർമ്മകാണ്ഡം പൂർത്തിയാക്കാൻ അശ്രാന്തപരിശ്രമശാലികളും ധിഷണാശാലികളുമായ അസാധാരണ വ്യക്തിത്വങ്ങൾക്ക് മൂന്നോ നാലോ പതിറ്റാണ്ടുകൾ മാത്രം നീണ്ട ജീവിതകാലംകൊണ്ട് സാധ്യമായതിന് ഈ കുറിപ്പുകളിൽ ഒട്ടേറെ ഉദാഹരണങ്ങളുണ്ട്. അവരിലൊരാളാണ് ഇ.വി. കൃഷ്ണപിള്ള. അനുവദിക്കപ്പെട്ട ജീവിതം ഹ്രസ്വമെന്ന് മുൻ വെളിപാടു ലഭിച്ചതുപോലെയുള്ള അവരുടെ അവിശ്രമമായ. ജീവിതസമാനതകൾ അത്ഭുതാവഹമാണ്. ഇ.വി.യുടെ ജീവതകാലം നാൽപ്പത്തിമൂന്നു സംവത്സരങ്ങൾ മാത്രം. ഹ്രസ്വമായ ഇക്കാലത്തിനിടെ ഒട്ടേറെ രംഗങ്ങളിൽ സ്വന്തം കൈയ്യൊപ്പുചാർത്താൻ അദ്ദേഹത്തിനായി. ഗുമസ്ഥൻ, തഹസീൽദാർ, വക്കീൽ, ഒന്നിലധികം പത്രപ്രസിദ്ധീകരണങ്ങളുടെ പത്രാധിപർ, രാഷ്ട്രീയ പ്രവർത്തകൻ, ജനപ്രതിനിധി, എല്ലാറ്റിനുമുപരി മലയാള സാഹിത്യത്തിൽ സ്വന്തം സ്ഥാനമുറപ്പിച്ച എഴുത്തുകാരൻ. നോവൽ, കഥ, നാടകം, തൂലികാചിത്രം, ഹാസ്യം, ബാലസാഹിത്യം തുടങ്ങി സാഹിത്യമേഖലകളിൽ എല്ലാം ആ ഭാവനാസമ്പന്നൻ വ്യാപരിച്ചു.

'ചിരിയും ചിന്തയു'മാണ് ഇ.വി.യുടെ മാസ്റ്റർപീസ്. 'വിദ്യാഭ്യാസംകൊണ്ട് പരിഷ്കൃതനെങ്കിലും മനോഭാവംകൊണ്ട് ഗ്രാമീണനായിരുന്ന' ഇ. വി. തനിക്കുചുറ്റും കണ്ട പൊരുത്തക്കേടുകളെ ഫലിതാവബോധത്തോടെ നൂറിൽപ്പരം ലേഖനങ്ങളിലായി സമാഹരിച്ചിരിക്കുന്നു 'ചിരിയും ചിന്തയും' എന്ന കൃതിയിൽ. ബാഷ്പവർഷം, ആരുടെ കൈ, തോരാത്ത കണ്ണുനീർ

എന്നീ നോവലുകളും കേളീസൗധം എന്ന പേരിൽ നാലുഭാഗങ്ങളുള്ള കഥാസമാഹാരവും ആ കാലങ്ങൾ, കോൺഗ്രസ് ചിത്രങ്ങൾ, നെഹ്റുഗീത എന്നീ പ്രബന്ധസമാഹാരങ്ങളും ബി.എ. മായാവി, പെണ്ണരശുനാട്, ഇരവിക്കുട്ടിപ്പിള്ള, രാജാ കേശവദാസൻ തുടങ്ങിയ നാടകങ്ങളും എം.എൽ.സി. കഥകൾ, ഇ.വി. കഥകൾ തുടങ്ങിയ ഹാസ്യകൃതികളും ഗുരുസമക്ഷം, ബാലലീല, ഭാസ്കരൻ തുടങ്ങിയ ബാലസാഹിത്യ കൃതികളും അദ്ദേഹം രചിച്ചു; ഒപ്പം കുറേ സാഹിത്യ പ്രബന്ധങ്ങളും ശ്രദ്ധേയമായ അവതാരികകളും തൂലികാ ചിത്രങ്ങളും. ഇ.വി. കൃഷ്ണപിള്ളയുടെ ആത്മകഥയാണ് 'ജീവിതസ്മരണകൾ'. ജീവിത സായാഹ്നത്തിലാണ് പ്രശസ്തർ തങ്ങളുടെ ആത്മകഥ രചിക്കാറ്. കഷ്ടിച്ച് 44 വയസ്സുവരെ ജീവിച്ച ഇ.വി. ഒരുൾവിളിപോലെ സ്വന്തം ജീവിതകഥയാണ് അക്ഷരങ്ങളിൽ നേരത്തേ ആവാഹിച്ചത്. ഹ്രസ്വമായ 43 വർഷങ്ങൾകൊണ്ട് ജീവിതമാകുന്ന അരങ്ങ് നിറഞ്ഞാടിയ ഇ.വി.യുടെ ആത്മകഥ ജീവിതാഭിവീക്ഷണം കൊണ്ട് മറ്റുള്ള ആത്മകഥകളിൽ നിന്ന് വേറിട്ടു നിൽക്കുന്നു.

ഇ.വി. കൃഷ്ണപിള്ള 1938 മാർച്ച് 30-ന് തികച്ചും അപ്രതീക്ഷിതമായി ജീവിതത്തോട് വിട പറഞ്ഞു.

പ്രശസ്ത സിനിമാനടന്മാരായിരുന്ന അടൂർഭാസി, ചന്ദ്രാജി, മലയാള മനോരമ ആഴ്ചപ്പതിപ്പിന്റെ പത്രാധിപരായിരുന്ന കെ. പത്മനാഭൻനായർ (പത്മൻ), കെ. കൃഷ്ണൻനായർ, ഓമനക്കുട്ടിയമ്മ, രാജലക്ഷ്മിയമ്മ എന്നിവരാണ് മക്കൾ.

☞

ഡോ. വേലുക്കുട്ടി അരയൻ
(1894 – 1969)

മഹത്തായ ഒരു പൈതൃകത്തിന്റെ അവകാശികളാണ് അരയർ. 'അരയൻ' എന്ന പദം നാടുവാഴി എന്നർത്ഥമുള്ള 'അരശൻ' എന്ന ദ്രാവിഡ പദത്തിന്റെ മറ്റൊരു രൂപമാണ്. ചരിത്രത്തിന്റെ കൈപിടിച്ച് കാലത്തിനു പുറകോട്ടു സഞ്ചരിച്ചാൽ ഇന്ന് മത്സ്യബന്ധനം തൊഴിലാക്കിയ ധീവരർ പ്രാചീനകാലത്ത് ഇന്ത്യയുടെ പല ഭാഗങ്ങളിലും നാടുവാഴികളായിരുന്നുവെന്ന് കാണാം.

കേരളത്തിൽ രാജവാഴ്ച അവസാനിക്കുന്നതുവരെ അരയന്മാർക്കിടയിൽ രാജാവു കല്പിച്ചുകൊടുത്ത 'സ്ഥാനികൾ' ഉണ്ടായിരുന്നു. ഈ സ്ഥാനികൾ രാജാക്കന്മാരുടെ അകമ്പടിക്കാരും മറ്റു ചിലർ രാജാവിന്റെ നാവികസേനാ മേധാവികളുമായിരുന്നു. രാജാവ് പള്ളിയോടത്തിൽ എഴുന്നള്ളുമ്പോൾ അകമ്പടി സേവിച്ചിരുന്ന അരയപ്രമാണിമാരായ സ്ഥാനികൾ ഊരിയ വാൾ ഉയർത്തിപ്പിടിച്ച് മറ്റൊരു വള്ളത്തിൽ രാജാവിന് അകമ്പടി സേവിക്കുന്ന വലിയ അരയന്മാരിൽ പ്രധാനിയായിരുന്നു ചെമ്പിലരയൻ. കൊച്ചി രാജാവിന്റെ നാവികസേനാ മേധാവിയായിരുന്നു കൊച്ചി വലിയ അരയൻ. തിരുവിതാംകൂറിൽ വേലുത്തമ്പിദളവ, ചെമ്പിലരയൻ എന്നീ മഹാരഥന്മാരുടെ നേതൃത്വത്തിൽ 1808–ൽ ബ്രിട്ടീഷുകാർക്കെതിരെ നടന്ന സായുധസമരം അത്തരത്തിലുള്ള സമരങ്ങളിൽ ആദ്യത്തേതാണ്.

കേരളത്തിൽ രാജവാഴ്ച അവസാനിക്കുന്നതുവരെ അരയരുടെ ഈ പ്രമാണിത്വം തുടർന്നു. പരമ്പരാഗതമായി സമുദ്രവിഭവങ്ങളെ ആശ്രയിച്ചു ജീവിക്കുന്ന അരയർ, മുക്കുവർ, വാലർ എന്നിവരെ പൊതുവേ ധീവരർ എന്നു വിളിക്കുന്നു.

ജാതിവ്യവസ്ഥ നിലവിൽ വന്നപ്പോൾ അധഃസ്ഥിതരാക്കപ്പെട്ട അരയ സമുദായത്തിൽ നിന്ന് ആധുനികകാലത്ത് ഉയർന്നുവന്ന സമുദായ പരിഷ്കർത്താവും ബഹുമുഖ പ്രതിഭയുമായിരുന്നു ഡോക്ടർ വി. വി. വേലുക്കുട്ടി അരയൻ.

ആയുർവ്വേദം, അലോപ്പതി, ഹോമിയോ എന്നീ വ്യത്യസ്ത ചികിത്സാ മാർഗ്ഗങ്ങളിലൂടെ വൈദ്യശാസ്ത്രവും സമുദ്രവിജ്ഞാനീയം, നിയമം തുടങ്ങിയ വിജ്ഞാന മേഖലകളും സ്വായത്തമാക്കി കവി, സാഹിത്യകാരൻ, വിമർശകൻ, സാമൂഹ്യപരിഷ്കർത്താവ്, ശാസ്ത്രജ്ഞൻ, ചരിത്ര പണ്ഡിതൻ, പത്രാധിപർ എന്നീ നിലകളിൽ വേലുക്കുട്ടി അരയൻ ശോഭിച്ചു.

കൊല്ലം ജില്ലയിലെ കരുനാഗപ്പള്ളിയിൽ കടൽത്തീര ഗ്രാമമായ ആലപ്പാട്ട് എ.ഡി. 1894 മാർച്ച് 11-ന് അദ്ദേഹം ജനിച്ചു. വേലായുധൻ വൈദ്യരായിരുന്നു പിതാവ്. മാതാവ് വെളുത്ത കുഞ്ഞമ്മ.

ചെറുപ്രായത്തിൽ പിതാവിൽനിന്നും വേലുക്കുട്ടി ആയുർവ്വേദവും സംസ്കൃതവും പഠിച്ചു. പതിനെട്ടു വയസ്സാകുമ്പോഴേക്കും ആയുർവ്വേദം, സംസ്കൃതം, ഇംഗ്ലീഷ് എന്നിവയിൽ ആഴമേറിയ പാണ്ഡിത്യം നേടി. തുടർന്ന് മദിരാശിയിൽ അലോപ്പതിയിൽ പഠനം. സ്വന്തമായി സമുദ്രവിജ്ഞാനീയം, നിയമം തുടങ്ങിയ വിഷയങ്ങളും ഇക്കാലത്ത് പഠിച്ചു. അലോപ്പതി ബിരുദത്തിനുശേഷം കൽക്കത്തയിലെ ഹോമിയോപ്പതിക് മെഡിക്കൽ കോളേജിൽ നിന്ന് ഹോമിയോ ചികിത്സയിൽ ഒന്നാം റാങ്കോടെ ബിരുദം.

നാട്ടിൽ മടങ്ങിയെത്തി സ്വന്തം ഗ്രാമത്തിൽ ഡോക്ടറായി പ്രാക്ടീസ് തുടങ്ങി. സാവധാനം താനുൾപ്പെടുന്ന അരയസമുദായത്തിന്റെ സാമൂഹ്യ പ്രശ്നങ്ങളിൽ ശ്രദ്ധയൂന്നാൻ തുടങ്ങി. ഉന്നത വിദ്യാഭ്യാസം നേടി, ഭിഷഗ്വരനായി പ്രാക്ടീസ് തുടങ്ങി വ്യക്തിജീവിതത്തിന്റെ ഉൽക്കർഷം ലാക്കാക്കി ഒതുങ്ങിക്കൂടാനല്ല നന്മനിറഞ്ഞ ആ മനസ്സ് ആഗ്രഹിച്ചത്. തന്റെ സമുദായത്തിന്റെ സാമൂഹികമായ പിന്നോക്കാവസ്ഥ ദൂരീകരിക്കാനുള്ള അക്ഷീണമായ യത്നം ആരംഭിക്കുകയാണ് അദ്ദേഹം ചെയ്തത്. ആ ശ്രമം യൗവ്വന നാളുകൾക്കുമുന്നേ ആരംഭിക്കുകയും ചെയ്തു. വിദ്യാഭ്യാസ കാലത്തുതന്നെ, 1908-ൽ, ഗ്രാമത്തിൽ 'വിജ്ഞാന സന്ദായിനി' എന്നൊരു വായനശാല

അദ്ദേഹം ആരംഭിച്ചിരുന്നു. സ്വസമുദായത്തിലെ കുട്ടികൾക്ക് പഠിക്കാൻ കൂടുതൽ സൗകര്യമായ വിധത്തിൽ 1936-ൽ വേലുക്കുട്ടി അരയൻ ഒരു സ്കൂൾ ആരംഭിച്ചു.

സാമൂഹികമായി പിന്നോക്കം നില്ക്കുന്ന തന്റെ ജനങ്ങളുടെ സാമൂഹിക പുരോഗതി ലക്ഷ്യമാക്കി അദ്ദേഹത്തിന്റെ നേതൃത്വത്തിൽ രൂപീകരിക്കപ്പെട്ട സംഘടനകളും പ്രസ്ഥാനങ്ങളും ഒട്ടേറെയാണ്. അരയവംശ പരിപാലന യോഗം, സമസ്ത കേരളീയ അരയ മഹാജനയോഗം, അരയ സർവ്വീസ് സൊസൈറ്റി, അഖില തിരുവിതാംകൂർ മിനറൽ തൊഴിലാളി യൂണിയൻ എന്നിവ അതിൽ ചിലതു മാത്രം.

സ്വാതന്ത്ര്യസമരത്തിലും അദ്ദേഹം പങ്കെടുത്തു. വൈക്കം സത്യഗ്രഹത്തിന്റെ മുൻനിരയിലും ആ സാന്നിധ്യമുണ്ടായിരുന്നു. അരയ സമുദായത്തിന്റെ ജിഹ്വ എന്നോണം 1917-ൽ 'അരയൻ' എന്നൊരു പത്രവും അദ്ദേഹം ആരംഭിച്ചു; 'അരയ സ്ത്രീജന മാസിക' എന്നൊരു പ്രസിദ്ധീകരണം സ്ത്രീകൾക്കുവേണ്ടിയും.

ശാസ്ത്രജ്ഞൻ എന്ന നിലയിൽ നാടിന് ഉപകാരപ്രദമായ പല പദ്ധതികളും വേലുക്കുട്ടി അരയൻ മുന്നോട്ടുവെച്ചു. കടൽത്തീരം കൂടുതൽ ഫലസമ്പുഷ്ടമാക്കുവാനുതകുന്ന പ്രൊജക്ടുകൾ അദ്ദേഹം രൂപകല്പന ചെയ്തു. സമുദ്രോല്പന്ന, കേരോല്പന്നങ്ങളുടെ വൈവിധ്യ വികാസങ്ങൾക്കുതകുമാറ് വേലുക്കുട്ടി അരയൻ തന്റെ ആശയങ്ങൾ വേണ്ടപ്പെട്ടവർക്ക് കൈമാറുകയും അവ പ്രാവർത്തികമാവുകയും ചെയ്തു. പ്രാദേശികമായി ലഭ്യമാവുന്ന അസംസ്കൃത വസ്തുക്കളിൽനിന്ന് പത്രക്കടലാസ് നിർമ്മിക്കാനുള്ള നിർമ്മിതിവിദ്യ, ശാസ്ത്രവിധികൾ സംയോജിപ്പിച്ചുകൊണ്ടുള്ള മരുന്നുല്പാദനം തുടങ്ങിയവ അദ്ദേഹത്തിന്റെ സംഭാവനകളാണ്.

സമുദ്രവിഭവങ്ങളുടെ പരമാവധി ലഭ്യത ഉറപ്പാക്കൽ, കടൽത്തീര സംരക്ഷണം, മത്സ്യബന്ധനോപാദികളുടെ ഉന്നമനം എന്നിവ ലാക്കാക്കി 1949-ൽ സംഘടിപ്പിക്കപ്പെട്ട 'ഫിഷറീസ് കോൺഫ്രൻസി'ന്റെ സംഘാടകനായിരുന്നു അദ്ദേഹം.

ബഹുമുഖമായ ഈ പ്രവർത്തനങ്ങളോടൊപ്പം സാഹിത്യരംഗത്തും കനപ്പെട്ട സംഭാവനകൾ നൽകി. ആത്മകഥയുൾപ്പെടെ 44-ഓളം കൃതികൾ അദ്ദേഹം രചിച്ചു, സ്വന്തം പേരിലും ത്രിവിക്രമൻ, വജ്രസൂചി, ബാലൻ, ആലപ്പാട്ടു ബാലൻ, കുംഭാണ്ഡൻ, മണി, മായാവി എന്നീ തൂലികാനാമങ്ങളിലും.

വേലുക്കുട്ടി അരയന്റെ കൃതികൾ:

പദ്യകൃതികൾ:- കിരാതാർജ്ജുനീയം (തുള്ളൽ), ഓണം ഡേ, ദീനയായ ദമയന്തി, പദ്യകുസുമാഞ്ജലി, ശ്രീ ചൈത്രബുദ്ധൻ, അച്ഛനും കുട്ടിയാനും (വടക്കൻ പാട്ട്), സത്യഗീത, മാതംഗി, ക്ലാവുദീയ, ചിരിക്കുന്ന കവിതകൾ (ആക്ഷേപഹാസ്യം), കേരളഗീത (ഗീതങ്ങൾ), തീക്കുടുക്ക, സ്വർഗ്ഗസോപാനം, സൂക്തമുത്തുമാല (പ്രസിദ്ധ സൂക്തങ്ങളുടെ കാവ്യാവിഷ്കാരം), ചിന്തിപ്പിക്കുന്ന കവിതകൾ.

ഗദ്യകൃതികൾ:- മായാവി, ശാകുന്തളവും തർജ്ജമകളും തകഴിയുടെ ചെമ്മീൻ- ഒരു നിരൂപണം, സൗന്ദര്യം.

ബാലസാഹിത്യം:- കുറുക്കൻ കഥകൾ, ബാലസാഹിത്യ കഥകൾ.

കഥകൾ:- ലഘുകഥാ കൗമുദി, തെരഞ്ഞെടുത്ത കഥകൾ, മാറ്റങ്ങൾ (നീണ്ടകഥ).

നോവൽ:- ഭാഗ്യപരീക്ഷകൾ, തിരുവിതാംകൂർ അരയ മഹാജനയോഗം (ആക്ഷേപഹാസ്യം).

തർജ്ജമ:- ശർമ്മദ (ഇംഗ്ലീഷ് നോവലിന്റെ സ്വതന്ത്ര പരിഭാഷ.

ലേഖനങ്ങൾ:- മത്സ്യവും മതവും, അധ്യക്ഷപ്രസംഗം, മുഖപ്രസംഗങ്ങൾ ('അരയൻ' പത്രത്തിലെ മുഖപ്രസംഗങ്ങൾ), തെരഞ്ഞെടുത്ത ലേഖനങ്ങൾ, തിരുവിതാംകൂറിലെ മത്സ്യവ്യവസായം, കടലാക്രമണത്തെ തടയാൻ, ഡോക്ടർ അരയന്റെ നർമ്മലേഖനങ്ങൾ.

നാടകം:- ബലേഭേഷ്, ആൾമാറാട്ടം, ലോകദാസൻ, നന്ദകുമാരൻ, ഇരുട്ടടി, മാടൻ സൈമൺ.

പാഠപുസ്തകങ്ങൾ:- സംസ്കൃത ബാലപാഠം (പല ഭാഗങ്ങൾ), ഇംഗ്ലീഷ് പാഠാവലി, മലയാള സാഹിത്യത്തിൽ ഭാഷാപരമായി വരുത്തേണ്ട മാറ്റങ്ങൾ.

ആത്മകഥ:- പിന്തിരിഞ്ഞു നോക്കുമ്പോൾ.

സ്മാരകമായി കരുനാഗപ്പള്ളി ചെറിയഴീക്കലിൽ രൂപീകരിച്ചിട്ടുള്ള സംഘടനയാണ് 'ഡോ. വി.വി. വേലുക്കുട്ടി അരയൻ ഫൗണ്ടേഷൻ'.

1969 മേയ് 31-ന് വേലുക്കുട്ടി അരയൻ അന്തരിച്ചു.

സർദാർ കെ.എം. പണിക്കർ
(1895 – 1963)

രാഷ്ട്രതന്ത്രജ്ഞൻ, വിദ്യാഭ്യാസ വിചക്ഷണൻ, ചരിത്രകാരൻ, സാഹിത്യകാരൻ, കേരള സാഹിത്യ അക്കാദമിയുടെ പ്രഥമ പ്രസിഡണ്ട്.

1895 ജൂൺ 3-ന് കുട്ടനാട്ടിൽ ചാല കുടുംബത്തിൽ ജനിച്ചു. കാവാലം മാധവപ്പണിക്കർ എന്ന് പൂർണ്ണനാമം. അച്ഛൻ പുതിയില്ലത്ത് പരമേശ്വരൻ നമ്പൂതിരി. അമ്മ കുഞ്ഞുകുട്ടി. വിദ്യാഭ്യാസത്തിനായി 1914-ൽ ഇംഗ്ലണ്ടിലേക്കു പോയി. 1925-ൽ വീണ്ടും പോയത് നിയമപഠനത്തിന്. കുറേക്കാലം അലിഗർ മുസ്ലീം യുണിവേഴ്സിറ്റിയിൽ ചരിത്രാധ്യാപകനായി ജോലി ചെയ്തു. പിന്നീട് 'സ്വരാജ്' പത്രാധിപരായി.

1928-ൽ കാശ്മീർ രാജാവിന്റെ ഉപദേഷ്ടാവായിരുന്നു.

രാഷ്ട്രാന്തരീയരംഗത്ത് വിശ്വപൗരനായുയർന്ന മഹദ്വ്യക്തിയാണ് കെ.എം. പണിക്കർ. 1948-ൽ ചൈനയിലും 52-ൽ ഈജിപ്തിലും അംബാസിഡറായിരുന്നു. മൈസൂർ, കാശ്മീർ സർവകലാശാലകളുടെ വൈസ്ചാൻസലർ പദവി വഹിച്ചിട്ടുണ്ട്. ഐക്യരാഷ്ട്ര സഭയിലേക്കുള്ള ആദ്യ ഇന്ത്യൻ സംഘത്തിന്റെ നേതാവായിരുന്നു. ഫ്രാൻസിലും ഇന്ത്യൻ അംബാസഡറായിട്ടുണ്ട്.

മലയാളത്തിലെ ഗദ്യ-പദ്യ മേഖലകളിൽ സ്വന്തം വിലാസമുണ്ടായിരുന്ന പണിക്കർ ക്രാന്തദർശിയായ ഒരു നിരൂപകൻ കൂടിയായിരുന്നു. ഇംഗ്ലീ

ഷിലും മലയാളത്തിലുമായി മുപ്പതിലേറെ ഗ്രന്ഥങ്ങൾ സർദാർ കെ.എം. പണിക്കർ രചിച്ചിട്ടുണ്ട്. പ്രധാന കൃതികൾ: രണ്ടു ചൈനയിൽ, ദൊരശ്ശിണി, കവിതാതത്ത്വ നിരൂപണം, ഗാന്ധാരി, പറങ്കിപ്പടയാളി, കേരളസിംഹം, പുണർകോട്ടു സ്വരൂപം തുടങ്ങിയവയാണ്. നിരവധി ചരിത്രകൃതികളും രചിച്ചിട്ടുണ്ട്. പുറമെ ആത്മകഥയും.

കുന്ദംകുളത്തുനിന്നും 1910 മുതൽ പ്രസിദ്ധീകരിച്ചുപോന്ന 'ആത്മപോഷിണി'യുടെ പത്രാധിപരായി. മഹാകവി വള്ളത്തോൾ ചുമതലയിലിരിക്കെ, അന്ന് അലിഗർ സർവകലാശാലയിൽ ചരിത്രാധ്യാപകനായിരുന്ന പണിക്കർ പ്രസ്തുത പത്രത്തിൽ ഗ്രന്ഥനിരൂപണങ്ങളും ചരിത്രലേഖനങ്ങളും എഴുതിയിട്ടുണ്ട്. സി.വി. രാമൻപിള്ളയുടെ 'രാമരാജ ബഹദൂർ' എന്ന നോവൽ പ്രസിദ്ധീകരിച്ച ഉടനെ ആ കൃതിയെ നിരൂപണം ചെയ്തുകൊണ്ട് പണിക്കർ 'ആത്മപോഷിണി'യിലെഴുതിയ (വാല്യം 10, നമ്പർ 12-1095 മീനം) പ്രൗഢമായ നിരൂപണത്തിനൊടുവിൽ, വേലുത്തമ്പി ദളവയുടെ കാലത്തെ അടിസ്ഥാനമാക്കി ഒരു നോവൽ സി.വി. രചിക്കണമെന്ന അഭ്യർത്ഥനയുണ്ടായിരുന്നു. അതിൻപ്രകാരം 'വേലുത്തമ്പി ദളവ'യുടെ രചന അദ്ദേഹം ആരംഭിച്ചുവെങ്കിലും പൂർത്തിയാവും മുമ്പ് സി.വി. അന്തരിച്ചു.

ചരിത്രാഖ്യായികകളിലൂടെയാണ് മലയാള സാഹിത്യത്തിൽ പണിക്കർ തന്റെ സ്ഥാനമുറപ്പിച്ചത്. കേരളസിംഹം, പറങ്കിപ്പടയാളി, പുത്തർകോട്ടു സ്വരൂപം, കല്യാണമൽ തുടങ്ങിയവയാണ് പണിക്കരുടെ ചരിത്രാഖ്യായികകൾ. സി.വി. രാമൻപിള്ളയെപ്പോലുള്ളവരുടെ ഈ വിഭാഗത്തിൽപ്പെടുന്ന രചനകൾക്ക് ചരിത്രവസ്തുതകളേക്കാൾ കല്പനാവൈഭവത്തിന് പ്രാമുഖ്യം ലഭിക്കുമ്പോൾ പണിക്കരാവട്ടെ ചരിത്രസത്യങ്ങൾക്ക് മുൻതൂക്കം നല്കുന്നു. പോർച്ചുഗീസ് കാലഘട്ടത്തിലെ ചരിത്രവസ്തുതകൾക്ക് 'പറങ്കിപ്പടയാളി' ഊന്നൽ നല്കുന്നു. ഒന്നാം സ്വാതന്ത്ര്യസമര (1857-ലെ ശിപായി ലഹള) ത്തിന് മുമ്പുതന്നെ കേരളത്തിന്റെ വീരപുരുഷന്മാർ ബ്രിട്ടീഷ് ശക്തിയോട് സധൈര്യം പൊരുതിയ കഥ നമുക്കറിയാം. അവരിൽ പഴശ്ശിരാജാവിന്റെ ചരിത്രത്തെ 'കേരളസിംഹം' അവലംബമാക്കുമ്പോൾ അന്നത്തെ സാമൂഹികാവസ്ഥയെ കല്പിത കഥകൾകൊണ്ട് മലീമസമാക്കാതിരിക്കാൻ പണിക്കർ ശ്രദ്ധിച്ചിട്ടുണ്ട്.

1963 ഡിസംബർ 10-ന് സർദാർ കെ.എം. പണിക്കർ അന്തരിച്ചു.

ചെമ്പൈ വൈദ്യനാഥഭാഗവതർ
(1896 – 1974)

കാർണ്ണാടക സംഗീത ലോകത്തെ നാദവിസ്മയം. ഏഴു ദശാബ്ദത്തിലേറെ നീണ്ട നാദോപാസന.

1896 ഓഗസ്റ്റ് 28-ന് പാലക്കാടിനടുത്തുള്ള ചെമ്പൈ ഗ്രാമത്തിലെ സംഗീത പാരമ്പര്യമുള്ള കുടുംബത്തിലാണ് ചെമ്പൈ വൈദ്യനാഥഭാഗവതർ ജനിച്ചത്. പിതാവ് അനന്തഭാഗവതരായിരുന്നു ഗുരു. ശാസ്ത്രജ്ഞാനം ചെറുപ്പത്തിലേ വശമാക്കിയ വൈദ്യനാഥൻ ഗാംഭീര്യമുള്ള ശബ്ദത്താലും അനുഗ്രഹിക്കപ്പെട്ടിരുന്നു. യുവാവായിരിക്കുമ്പോൾത്തന്നെ പല കീർത്തനങ്ങളും മനോധർമ്മത്തിൽ ചാലിച്ച് അദ്ദേഹം മിഴിവുറ്റതാക്കിയത് ഏറെ ശ്രദ്ധിക്കപ്പെട്ടു.

ചെമ്പൈയുടെ സംഗീത കച്ചേരികൾ ശ്രോതാക്കളുമായുള്ള വിനിമയത്താൽ വ്യത്യസ്തത പുലർത്തി. തന്റെ ശ്രോതാക്കളോടുള്ള ഈ സംവദിക്കൽ ചെമ്പൈ സംഗീതത്തെ ജനകീയമാക്കിയതിൽ അതിശയിക്കാനില്ല. ചെമ്പൈയിലൂടെ നാരായണീയത്തിലെ ശ്ലോകങ്ങളും കഥകളിപ്പദങ്ങൾപോലും സംഗീത കച്ചേരികളിൽ അവതരിപ്പിക്കപ്പെട്ടത് ഒരു പുതുമ തന്നെ. ശാസ്ത്രീയ സംഗീതത്തെ ശുദ്ധസംഗീതത്തിന്റെ യാഥാസ്ഥിതിക പാരമ്പര്യത്തിൽ നിന്നും അദ്ദേഹം മുക്തമാക്കി.

ചെമ്പൈ തന്റെ മധ്യവയസ്സിൽ തൊണ്ടയ്ക്ക് അസുഖം ബാധിക്ക

കാരണം സംഗീത ലോകത്തുനിന്ന് കുറച്ചുകാലം അകന്നുനിന്നു. ആയുർവ്വേദ ചികിത്സയും മനഃസ്ഥൈര്യവും കൊണ്ട് രോഗവിമുക്തനായി അദ്ദേഹം സംഗീത ലോകത്തേക്കു തിരിച്ചുവന്നു.

ചെമ്പൈയുടെ മനസ്സറിഞ്ഞ മൃദംഗിസ്റ്റായിരുന്നു പാലക്കാട് മണി അയ്യർ. മണി അയ്യരുടെ മൃദംഗവായന പൂർണ്ണത കൈവരിച്ചത് ചെമ്പൈയുടെ കച്ചേരികളിലാണെന്ന് നിസ്സംശയം പറയാം.

യേശുദാസുൾപ്പെടെ എണ്ണമറ്റ ശിഷ്യസമ്പത്ത് ചെമ്പൈക്കുണ്ടായിരുന്നു. സംഗീതത്തിൽ അഗ്രഗണ്യനായിരുന്ന ചെമ്പൈ വയലിനിൽ അസാമാന്യ കരവിരുതു പ്രകടിപ്പിച്ചിരുന്നു.

പല സംഗീതജ്ഞരും മരണത്തോടെ വിസ്മൃതരാവുകയാണ് പതിവ്. ചെമ്പൈക്ക് ആ ദുര്യോഗമുണ്ടായില്ല. അദ്ദേഹത്തോടുള്ള ആദരവ്, വർഷംതോറും ഗുരുവായൂരിൽ നടത്തുന്ന ചെമ്പൈ സംഗീതോത്സവത്തിൽ പ്രകടിപ്പിക്കപ്പെടുന്നു. ചെമ്പൈയുടെ നാമധേയത്തിൽ ചിറ്റൂരിൽ ഒരു സംഗീത കോളേജും പ്രവർത്തിക്കുന്നുണ്ട്.

1974 ഒക്ടോബർ 16-ന് 78-ാമത്തെ വയസ്സിൽ ആ നാദധാര നിലച്ചു.

വി. കെ. കൃഷ്ണമേനോൻ
(1896 – 1974)

വിശ്വപൗരനായി ഉയർന്ന കേരളത്തിന്റെ പ്രിയപുത്രൻ. ബ്രിട്ടണിലെ ഇന്ത്യൻ ഹൈക്കമ്മീഷണർ, ഐക്യരാഷ്ട്രസഭയിലെ ഇന്ത്യൻ പ്രതിനിധി, കേന്ദ്ര പ്രതിരോധമന്ത്രി എന്നീ നിലകളിൽ ഭാരതത്തിന്റെ ഭരണമണ്ഡലത്തിൽ വ്യക്തിമുദ്ര പതിപ്പിച്ച അതികായൻ. അമ്പതുകളിൽ സാർവ്വദേശീയരംഗത്ത് ഇന്ത്യ കരസ്ഥമാക്കിയ നയതന്ത്ര വിജയങ്ങളുടെ പിന്നിൽ വെങ്ങാലിൽ കൃഷ്ണൻ കൃഷ്ണമേനോൻ എന്ന വി. കെ. കൃഷ്ണമേനോൻ ഉണ്ടായിരുന്നു.

1896 മേയ് 3-ന് കോഴിക്കോട് പന്നിയങ്കരയിൽ വെങ്ങാലിൽ വീട്ടിൽ ജനിച്ചു. പിതാവ് അഭിഭാഷകനായിരുന്ന കൃഷ്ണകുറുപ്പ്. മദിരാശി പ്രസിഡൻസി കോളേജ്, ലോ കോളേജ് എന്നിവിടങ്ങളിൽ ഉപരിപഠനം. വിദ്യാഭ്യാസകാലത്ത് ആനിബസന്റിന്റെ ഹോം റൂൾ പ്രസ്ഥാനവുമായി സഹകരിച്ചു പ്രവർത്തിച്ചു.

1924-ൽ ഇംഗ്ലണ്ടിലെത്തി. 27 വർഷം ഇംഗ്ലണ്ടിൽ. അതിനിടെ 1928-ൽ ടീച്ചേഴ്സ് ഡിപ്ലോമ, നിയമബിരുദം എന്നിവ കരസ്ഥമാക്കി. ഹെർട്ട്ഫോഡ് ഷെയറിലെ സെന്റ് ക്രിസ്റ്റഫർ സ്കൂളിൽ ഒന്നരവർഷം അധ്യാപകൻ. 1933-ൽ പാൻക്രാസ്ബറോ കൗൺസിലിലേക്ക് തിരഞ്ഞെടുക്കപ്പെട്ടു. പിന്നീട് കൃഷ്ണമേനോൻ കോമൺവെൽത്ത് ഓഫ് ഇന്ത്യാ

ലീഗിന്റെ നേതൃപദവിയിലെത്തി. ഇന്ത്യക്ക് പുത്രികാരാജ്യ പദവിക്കായും പൂർണ്ണസ്വരാജിനുവേണ്ടിയും പോരാടി. 1932-ൽ കോളനി ഭരണത്തെക്കുറിച്ച് പഠിക്കാൻ ഇന്ത്യയിലെത്തിയ ലേബർ പാർട്ടി പ്രതിനിധി സംഘത്തിന്റെ സെക്രട്ടറിയായിരുന്നു.

ലേബർ പാർട്ടിയിലും ഹാരോൾഡ് ലാസ്കിയെപ്പോലെയുള്ള പ്രശസ്തരുടെ സൗഹൃദവലയത്തിലും പ്രഗത്ഭനായ ഈ വാഗ്മിയുണ്ടായിരുന്നു. സ്വാതന്ത്ര്യപ്രാപ്തിക്കുശേഷം ബ്രിട്ടണിലെ ഇന്ത്യൻ ഹൈക്കമ്മീഷണറായി കൃഷ്ണമേനോൻ നിയമിതനായി.

1952-ൽ ഐക്യരാഷ്ട്രസഭയിലെ ഇന്ത്യൻ സംഘത്തിന്റെ ഉപനേതാവും '53-ൽ സംഘത്തലവനും ആയിരുന്നു. ജനീവ ചർച്ച, അണുശക്തി വിനിയോഗം, കൊറിയൻ യുദ്ധവിരാമം, അമേരിക്കയും ചൈനയുമായുള്ള ഇന്ത്യയുടെ ബന്ധം തുടങ്ങിയ വിഷയങ്ങളിലൊക്കെ രാജ്യതാല്പര്യം സംരക്ഷിക്കാൻ അദ്ദേഹത്തിനു കഴിഞ്ഞു.

1957-ൽ ഉത്തരബോംബെയിൽ നിന്ന് ലോകസഭാംഗമായി തിരഞ്ഞെടുക്കപ്പെട്ട മേനോൻ കേന്ദ്രത്തിൽ പ്രതിരോധ മന്ത്രിയായി. 1962-ലെ തിരഞ്ഞെടുപ്പിൽ വിജയവും പ്രതിരോധമന്ത്രി സ്ഥാനവും നിലനിർത്തി.

ചൈനീസ് ആക്രമണത്തെ തുടർന്ന് മന്ത്രിപദം രാജിവെച്ച കൃഷ്ണമേനോൻ 1969-ൽ കോൺഗ്രസിൽ നിന്നും രാജിവെച്ചു. '69-ൽ മിഡ്നാപൂരിൽ നിന്നും '71-ൽ തിരുവനന്തപുരത്തുനിന്നും ലോകസഭയിലെത്തി.

പെൻഗ്വിൻ, പെലിക്കൺ ഗ്രന്ഥപരമ്പരയുടെ എഡിറ്ററായി പ്രവർത്തിച്ചിട്ടുണ്ട്.

പത്മവിഭൂഷൺ ബഹുമതി ലഭിച്ച, ഭാരതത്തിന്റെ ഈ വത്സലപുത്രൻ 1974 ഒക്ടോബർ 6-ന് കാലയവനികയ്ക്കുള്ളിൽ മറഞ്ഞു.

കുറൂർ നീലകണ്ഠൻ നമ്പൂതിരിപ്പാട്
(1896 – 1981)

സ്വാതന്ത്ര്യസമര സേനാനി, ദേശീയ പ്രസ്ഥാന നായകൻ, ഗാന്ധിയൻ, 'മാതൃഭൂമി' പ്രസാധകൻ.

1896 ജനുവരി 1-ന് തൃശൂർ അടാട്ട് ഗ്രാമത്തിൽ കുറൂർ മനയ്ക്കൽ ജനനം. പിതാവ് അഷ്ടമൂർത്തി നമ്പൂതിരിപ്പാട്. അമ്മ ഉമാ അന്തർജ്ജനം. ബാല്യത്തിൽ തൃശൂർ ബ്രഹ്മസ്വം മഠത്തിൽ ഋഗ്വേദ പഠനം. 14 വർഷം പഠനം തുടർന്നു. 1918-ൽ പാലക്കാട്ട് നൂറണി ഹൈസ്കൂളിൽ ചേർന്നു പഠനം തുടർന്നുവെങ്കിലും 1920-ൽ നിസ്സഹകരണ പ്രസ്ഥാനത്തിൽ ചേർന്നതിനാൽ ഹൈസ്കൂൾ വിദ്യാഭ്യാസം പൂർത്തിയാക്കാനായില്ല. സ്വന്തം പത്രാധിപത്യത്തിലുള്ള 'ലോകമാന്യനി'ലെ ലേഖനങ്ങളിൽ രാജ്യദ്രോഹക്കുറ്റം ആരോപിച്ച് 1921-ൽ ആറുമാസത്തെ ജയിൽശിക്ഷ കഴിഞ്ഞെത്തിയ നീലകണ്ഠന് സമുദായം ഭ്രഷ്ട് കല്പിച്ചു.

1923-ൽ കെ. പി. കേശവമേനോൻ, കെ. മാധവൻനായർ, കുറൂർ എന്നിവരുടെ നേതൃത്വത്തിൽ 'മാതൃഭൂമി' പ്രസിദ്ധീകരിച്ചു തുടങ്ങിയതുമുതൽ മരണപര്യന്തം അദ്ദേഹം പത്രത്തിന്റെ നേതൃനിരയിലുണ്ടായിരുന്നു. മരിക്കുമ്പോൾ അദ്ദേഹം മാതൃഭൂമിയുടെ പ്രിന്ററും പബ്ലിഷറും ആയിരുന്നു.

വൈക്കം സത്യഗ്രഹത്തിൽ കുറൂർ രണ്ടുമാസത്തെ തടവുശിക്ഷയ്ക്ക് വിധിക്കപ്പെട്ടു. ദേശീയ നേതാക്കളുമായി വ്യക്തിബന്ധമുണ്ടായിരുന്ന കുറൂർ

ഗുരുവായൂർ സത്യഗ്രഹത്തിലും മുൻനിരയിലുണ്ടായിരുന്നു. ഒന്നിൽ കൂടു തൽ തവണ കെ.പി.സി.സി. സെക്രട്ടറിയായി പ്രവർത്തിച്ച കുറൂർ 1930ലെ ഉപ്പുസത്യഗ്രഹത്തിൽ പങ്കെടുത്തു. പോലീസിന്റെ ക്രൂരമായ മർദ്ദനങ്ങൾക്ക് വിധേയനായി. 1932-ലെ നിയമലംഘന പ്രസ്ഥാനത്തിൽ പങ്കെടുത്ത് ജയിൽശിക്ഷ വരിച്ചു.

1931-ൽ തൃശൂരിലെ തെക്കേക്കുറുപ്പത്തെ ടി. സി. കൊച്ചുകുട്ടിയമ്മയെ കുറൂർ വിവാഹം ചെയ്തു. വിവാഹാനന്തരം സജീവ പൊതുപ്രവർത്തന ത്തിൽ നിന്ന് അകന്നുനിന്ന കുറൂർ 1945-ൽ കൊച്ചി രാജ്യപ്രജാ മണ്ഡല ത്തിന്റെ വാർഷിക സമ്മേളനത്തിൽ സ്വാഗതസംഘാധ്യക്ഷനായി. വീണ്ടും സജീവ പൊതുപ്രവർത്തനരംഗത്തെത്തി.

അല്പകാലം കേരള നിയമസഭാംഗമായിരുന്നിട്ടുണ്ട്.

സംസ്ഥാന ഭക്ഷ്യ ഉപദേശക സമിതി അംഗം, നെഹ്റു സ്മാരക നിധി അംഗം, ശാസ്ത്രി സ്മാരകനിധി അംഗം എന്നീ നിലകളിൽ സേവന മനുഷ്ഠിച്ചിട്ടുള്ള കുറൂർ, തൃശൂർ ജവഹർ ബാലഭവൻ രൂപീകരണത്തിൽ മുൻകൈ എടുത്തു.

ഗാന്ധിയൻ നിലപാടുകളിൽ ഉറച്ചുനിന്ന് പൊതുപ്രവർത്തനം നട ത്തിയ കുറൂർ നീലകണ്ഠൻ നമ്പൂതിരിപ്പാട് 1981 ഓഗസ്റ്റ് 31-ന് 85-ാം വയ സ്സിൽ നിര്യാതനായി.

☞

വി. ടി. ഭട്ടതിരിപ്പാട്

(1896 – 1982)

നമ്പൂതിരി സമുദായത്തിലെ ജീർണ്ണതയ്ക്കും അയിത്താചരണത്തിനും എതിരെ പോരാടിയ സാമൂഹ്യ പരിഷ്കർത്താവ്. വെള്ളിത്തിരുത്തിതാഴത്ത് ഇല്ലത്ത് 1896 മാർച്ച് 26-ന് ജനിച്ചു. പൊന്നാനി താലൂക്കിൽ മേഴത്തൂർ ഗ്രാമത്തിലാണ് ഭട്ടതിരിപ്പാടിന്റെ ജന്മഗൃഹമായ മേൽപ്പറഞ്ഞ ഇല്ലം അച്ഛൻ തുഫൻ ഭട്ടതിരിപ്പാട്. കൈപ്പള്ളി ഇല്ലത്തെ ശ്രീദേവി അന്തർജ്ജനമായിരുന്ന അമ്മ. ഏഴാം വയസ്സിൽ ഉപനയനവും ഒമ്പതാം വയസ്സിൽ സമാവർത്തനവും. ഗുരുകുല സമ്പ്രദായത്തിൽ വേദാദ്ധ്യായനം നടന്നു. കുറേക്കാലം മുണ്ടമുക ശാസ്താംകാവിൽ ശാന്തിപ്പണി ചെയ്തു. അന്ന് പതിനേഴ് വയസ്സ്. ക്ഷേത്രത്തിനടുത്തുള്ള ഒരു തീയാടിപ്പെൺകുട്ടിയുടെ സഹായത്തോടെ അക്ഷരജ്ഞാനം സ്വായത്തമാക്കി.

യോഗക്ഷേമ സഭയെക്കുറിച്ചും സഭ നടത്തുന്ന 'യോഗക്ഷേമം' പ്രസിദ്ധീകരണത്തെക്കുറിച്ചും അറിഞ്ഞ വി.ടി. പത്രം നടത്തിപ്പുകാരുമായി ബന്ധപ്പെട്ടു. 'യോഗക്ഷേമ'വും 'കേരളപത്രിക'യും പതിവായി വായിച്ചു. ഇതിനിടെ വിജ്ഞാനദാഹിയായ ആ യുവാവ് ഇംഗ്ലീഷും വശമാക്കി. പെരിന്തൽമണ്ണ ഹൈസ്കൂളിലും യോഗക്ഷേമ സഭയുടെ കീഴിലുള്ള തൃശൂരിലെ നമ്പൂതിരി വിദ്യാലയത്തിലും ചേർന്നു പഠിച്ച വി.ടി. അധികം വൈകാതെ ദേശീയ പ്രസ്ഥാനത്തിന്റെ പ്രവർത്തകനായി.

പരിവർത്തനങ്ങളുടെ കാലമായിരുന്നു കേരളത്തിൽ ഇരുപതാം നൂറ്റാണ്ടിന്റെ പൂർവ്വാർദ്ധം. എസ്.എൻ.ഡി.പി. യോഗം, സാധുജന പരിപാലന

സംഘം, നായർ സർവ്വീസ് സൊസൈറ്റി, ദേശീയ പ്രസ്ഥാനം, യോഗക്ഷേമ സഭ തുടങ്ങിയ ഘടകങ്ങൾ കേരള നവോത്ഥാന പ്രവർത്തനങ്ങൾക്ക് ആക്കംകൂട്ടി. നമ്പൂതിരി സമുദായത്തിന്റെ പരിഷ്കരണ പ്രവർത്തനങ്ങൾക്ക് ചുക്കാൻ പിടിച്ച വി.ടി.ക്കും സഹപ്രവർത്തകർക്കും സ്വസമുദായത്തിലെ പാരമ്പര്യവാദികളിൽ നിന്ന് കടുത്ത എതിർപ്പുകൾ നേരിടേണ്ടിവന്നു.

വി.ടി.യിലെ സാഹിത്യ വിദ്യാർത്ഥി വളർന്നത് 'മംഗളോദയ'ത്തിലെ പ്രൂഫ് റീഡറായിരിക്കുമ്പോഴാണ്. 1908 മാർച്ച് മാസത്തിൽ ശിവരാത്രി ദിവസം ആലുവാ ചെറുമുക്ക് വൈദികന്റെ ഇല്ലത്തുവെച്ച് ദേശമംഗലത്ത് നമ്പൂതിരിപ്പാടിന്റെ അധ്യക്ഷതയിൽ ചേർന്ന യോഗത്തിലാണ് യോഗക്ഷേമ സഭയുടെ പിറവി. യാഥാസ്ഥിതികവാദികളിൽ നിന്നും സഭയുടെ പ്രവർത്തനം ശരിയായ ദിശയിലേക്കു കൊണ്ടുവരാൻ 1920 ആയപ്പോഴേക്കും പരിഷ്കരണവാദികളായ ചില ചെറുപ്പക്കാർ രംഗത്തുവന്നു. വി.ടി.യും ഇ. എം.എസുമൊക്കെ ഇക്കൂട്ടത്തിലുണ്ടായിരുന്നു. അവർ യുവജന സംഘത്തിനു രൂപം കൊടുക്കുകയും 'ഉണ്ണി നമ്പൂതിരി' എന്ന പ്രസിദ്ധീകരണം തുടങ്ങുകയും ചെയ്തു. 'ഉണ്ണി നമ്പൂതിരി'യിലൂടെ വി.ടി., നമ്പൂതിരി യുവാക്കളുടെ നേതാവായി. കുടുമ മുറിക്കാനും അനാചാരങ്ങൾക്കെതിരെ പൊരുതാനും പ്രാകൃതമായ വിവാഹാചാരങ്ങൾ വർജ്ജിക്കാനും വി.ടി.യും കൂട്ടരും ആശയസമരം നടത്തിക്കൊണ്ടിരിക്കെ എതിരാളികൾ 'സുദർശനം' മാസികയുമായി രംഗത്തെത്തി. 'സുദർശന'ത്തെ 'പാശുപതം' മാസികകൊണ്ട് വി.ടി. നേരിട്ടു!

വിധവാ വിവാഹത്തെ പ്രോത്സാഹിപ്പിക്കാനും നമ്പൂതിരി സമുദായത്തിൽ നവീന വിദ്യാഭ്യാസം നടപ്പിലാക്കാനുമായി വി.ടി.യുടെയും സഹപ്രവർത്തകരുടെയും ശ്രമം, അപ്ഫൻമാരെ സ്വജാതിയിൽ നിന്നു വേളി കഴിക്കാൻ പ്രേരിപ്പിക്കുകയും വൃദ്ധ വിവാഹങ്ങൾ അവർ തടയുകയും ചെയ്തു. അപ്ഫൻമാർക്ക് സ്വത്തിൽ അവകാശം വേണമെന്നും യുവാക്കൾ വാദിച്ചു. ഗുരുവായൂർ സത്യഗ്രഹത്തിൽ വി.ടി.യുടെ സജീവ സാന്നിധ്യമുണ്ടായിരുന്നു. സത്യഗ്രഹത്തിന്റെ ഫണ്ടുശേഖരണത്തിനായി കെ.പി.സി.സി. നിയോഗിച്ച നാലംഗ കമ്മിറ്റിയിൽ അദ്ദേഹം അംഗമായിരുന്നു. അധഃകൃതരെ ഉദ്ധരിക്കാനും സാമുദായീകരണം വെടിഞ്ഞ് മാനുഷീകരണത്തിനും അമ്പലങ്ങൾക്കു തീവെച്ച് അന്ധവിശ്വാസമുക്തിക്കും ആഹ്വാനം ചെയ്ത, ഉത്പതിഷ്ണുവും സാമൂഹ്യ വിപ്ലവകാരിയുമായിരുന്ന വി.ടി. ഭട്ടതിരിപ്പാട് 1982 ഫെബ്രുവരി 12-ന് അന്തരിച്ചു.

ഭാര്യ: ശ്രീദേവി, മകൻ: വി.ടി. വാസുദേവൻ. ആത്മകഥ: കണ്ണീരും കിനാവും, നാടകം: അടുക്കളയിൽ നിന്ന് അരങ്ങത്തേക്ക്.

മുഹമ്മദ് അബ്ദുറഹിമാൻ സാഹിബ്

(1898 – 1945)

സ്വാതന്ത്ര്യസമര സേനാനി, ഖിലാഫത്ത് പ്രസ്ഥാനത്തിന്റെ അമരക്കാരൻ, സംസ്ഥാന കോൺഗ്രസ് കമ്മിറ്റിയുടെ പ്രസിഡണ്ട്, നിയമസഭാ സാമാജികൻ അൽ–അമീൻ ദ്വൈവാരികയുടെ സ്ഥാപകൻ.

കൊടുങ്ങല്ലൂരിൽ 1898–ൽ ജനിച്ചു. കറുകപ്പാടത്ത് പുന്നച്ചാൽ തറവാട്ടിൽ അബ്ദുറഹിമാന്റെയും കൈച്ചൈശുമ്മയുടെയും ആറു മക്കളിൽ ഒരാളായിരുന്നു അബ്ദുറഹിമാൻ. അഴീക്കോട്ടും കൊടുങ്ങല്ലൂരിലുമായിട്ടായിരുന്നു വിദ്യാഭ്യാസം. മദിരാശി പ്രസിഡൻസി കോളേജിൽ ബി.എ. ഓണേഴ്സിനു പഠിക്കുന്ന കാലത്ത് മൗലാനാ അബുൾകലാം ആസാദിന്റെ 'ഖിലാഫത്തും ജസീറത്തുൽ അറബും' എന്ന ഗ്രന്ഥമാണ് സാഹിബിനെ ദേശീയ പ്രസ്ഥാനത്തിലേക്ക് ആകർഷിച്ചത്.

അലിഗറിലെത്തിയ അബ്ദുറഹിമാൻ മൗലാനാ മുഹമ്മദ് അലിയോടൊപ്പം ഖിലാഫത്ത് പ്രവർത്തനങ്ങളിൽ വ്യാപൃതനായി. അബ്ദുറഹിമാൻ സാഹിബിനെ ഖിലാഫത്ത് പ്രവർത്തനങ്ങൾക്കായി മൗലാനാ മുഹമ്മദ് അലി മലബാറിലേക്ക് നിയോഗിച്ചു. മലബാറിലേക്കു മടങ്ങുന്നതിനു മുമ്പ് അദ്ദേഹം 1920–ൽ നാഗപ്പൂരിൽവെച്ച് നടന്ന കോൺഗ്രസ് സമ്മേളനത്തിൽ വിദ്യാർത്ഥി പ്രതിനിധിയായി പങ്കെടുത്തു.

നാട്ടിലേക്കു മടങ്ങിയ സാഹിബ് തന്റെ പ്രവർത്തനരംഗമായി കോഴി

ക്കോട് തിരഞ്ഞെടുത്തു. 1921 ഏപ്രിൽ 23-ന് ഒറ്റപ്പാലത്തു ചേർന്ന രാഷ്ട്രീയ സമ്മേളനത്തിനുശേഷമാണ് കോൺഗ്രസ് സംഘടനാരംഗം സജീവമാകുന്നത്. മുഹമ്മദ് അബ്ദുറഹിമാൻ സാഹിബ് പ്രസ്ഥാനത്തിൽ സജീവമാകുന്നതും ഇതേ കാലഘട്ടത്തിലാണ്. മലബാർ കലാപ കാലത്ത് അദ്ദേഹം മലബാർ ജില്ലാ ഖിലാഫത്ത് സെക്രട്ടറിയായിരുന്നു. കലാപവുമായി ബന്ധപ്പെട്ട് അദ്ദേഹത്തിന് രണ്ട് വർഷത്തെ കഠിന തടവ് അനുഭവിക്കേണ്ടിവന്നു.

ഖിലാഫത്ത് പ്രസ്ഥാനം

തുർക്കി സാമ്രാജ്യവും ഇസ്ലാമിന്റെ പുണ്യസ്ഥലങ്ങളും സംരക്ഷിക്കാൻ നിയുക്തമായ ജനകീയ പ്രസ്ഥാനം. ഖലീഫ എന്ന നിലയിൽ ലോകത്തുള്ള മുസ്ലീങ്ങളുടെ മതനേതാവായിരുന്നു തുർക്കി സുൽത്താൻ. 1912-'13 കാലത്ത് തുർക്കിക്കെതിരെയുള്ള ഇറ്റലിയുടെ ബാൾക്കൺ ആക്രമണവും ഒന്നാം ലോകമഹായുദ്ധത്തിൽ തുർക്കിയുടെ പരാജയവും ഇന്ത്യൻ മുസ്ലീങ്ങളിൽ ഭീതി പടർത്തി. 1920-ലെ സെവ്റസ് ഉടമ്പടി ഭയത്തിന് വീണ്ടും ആക്കംകൂട്ടി. ഖലീഫയുടെ രക്ഷയ്ക്കായി ആരംഭിക്കപ്പെട്ട ഖിലാഫത്ത് പ്രസ്ഥാനത്തിന്റെ ഇന്ത്യാക്കാരായ നേതാക്കൾ മുഹമ്മദലി, ഷൗക്കത്തലി, മൗലാനാ അബ്ദുൾകലാം ആസാദ് എന്നിവരായിരുന്നു. ഗാന്ധിജി ഖിലാഫത്ത് പ്രസ്ഥാനത്തിന് പിന്തുണ നല്കി. അതോടെ ദേശീയ ഖിലാഫത്ത് നേതാക്കളാവട്ടെ ഗാന്ധിജിയുടെ നിസ്സഹകരണ പ്രസ്ഥാനവുമായി സഹകരിച്ചു.

1924 ഒക്ടോബർ 12-ന് ത്രൈവാരികയായി 'അൽ-അമീൻ' അദ്ദേഹം പ്രസിദ്ധീകരിച്ചു തുടങ്ങി. 1930-ൽ അൽ-അമീൻ ദിനപ്പത്രമായതോടെ അത് ഒരു ജനജിഹ്വയായി മാറി. രാജ്യകാര്യ വിഷയങ്ങൾ ധീരതയോടെ ചർച്ച ചെയ്യപ്പെട്ട പത്രമാണത്. അധികം വൈകാതെ അധികാരികൾ ഈ പത്രം നിരോധിച്ചു.

1928-ൽ അബ്ദുറഹിമാൻ വിവാഹിതനായി. ഒരു വർഷത്തിനുശേഷം ഭാര്യ വസൂരി രോഗം പിടിപെട്ട് മരിച്ചു.

1930 മേയ് 12. കോഴിക്കോട്ട് നടന്ന ഉപ്പുസത്യഗ്രഹവുമായി ബന്ധപ്പെട്ട് കഠിനമായ പൊലീസ് മർദ്ദനത്തിന് സാഹിബ് വിധേയനായി. ഒൻപതു മാസത്തെ തടവുശിക്ഷയും അദ്ദേഹത്തിന് അനുഭവിക്കേണ്ടിവന്നു. അതോടെ അദ്ദേഹം രോഗിയായി മാറി.

1931-ൽ സാഹിബ് ഗാന്ധിജിയെ സന്ദർശിച്ചു.

1934-ൽ മദിരാശി നിയമസഭയിലേക്ക് മത്സരിച്ചുവെങ്കിലും പരാജയപ്പെട്ടു. മലബാർ തെക്കൻ കർണ്ണാടക മുസ്ലീം സംവരണ മണ്ഡലത്തിലെ കോൺഗ്രസ് സ്ഥാനാർത്ഥിയായിരുന്നു അദ്ദേഹം. അതിനുശേഷം കോൺഗ്രസിലെ ഇടതുപക്ഷവുമായിട്ടാണ് അദ്ദേഹം സഹകരിച്ച് പ്രവർത്തിച്ചത്. മുപ്പതുകളുടെ ഉത്തരാർദ്ധത്തിൽ സംസ്ഥാന കോൺഗ്രസ് കമ്മിറ്റിയിൽ ധ്രുവീകരണം ആരംഭിച്ചുകഴിഞ്ഞിരുന്നു. സംസ്ഥാന കമ്മിറ്റിയിൽ ജനസ്വാധീനമുള്ള ഇടതുപക്ഷത്തിന്റെ നേതാവായിരുന്നു അബ്ദുറഹിമാൻ സാഹിബ്. 1938-ലെ സംഘടനാ തിരഞ്ഞെടുപ്പിൽ അദ്ദേഹം പാർട്ടിയുടെ സംസ്ഥാന പ്രസിഡണ്ടായി അവരോധിതനായി.

സുഭാഷ് ചന്ദ്രബോസ് 1939-ൽ കോൺഗ്രസ് വിടുകയും 'ആൾ ഇന്ത്യാ ഫോർവേർഡ് ബ്ലോക്ക്' രൂപീകരിക്കുകയും ചെയ്തപ്പോൾ സാഹിബ് ബോസിന്റെ പ്രസ്ഥാനത്തിൽ ചേർന്നു.

വീണ്ടും 1940-ൽ അറസ്റ്റ് ചെയ്യപ്പെട്ട് അഞ്ചുവർഷത്തെ ജയിൽ ജീവിതത്തിനു വിധേയനാക്കപ്പെട്ടു. മോചിപ്പിക്കപ്പെടുന്നത് 1945 സെപ്തംബർ 4-ന്. ജയിൽ മോചിതനായ സാഹിബ് ക്ഷയിച്ചുകൊണ്ടിരുന്ന ആരോഗ്യം വകവെയ്ക്കാതെ സംഘടനാ പ്രവർത്തനങ്ങളിൽ മുഴുകി.

1945 നവംബർ 23-ന് കൊടിയത്തൂരിൽ ഒരു പൊതുയോഗത്തിൽ പ്രസംഗിച്ചു മടങ്ങവേ ആ വിരേതിഹാസത്തിന് അപ്രതീക്ഷിത അന്ത്യമായി. വെറും 48 വർഷം മാത്രം ജീവിച്ച ആ കർമ്മയോഗി. അതിൽ 9 വർഷവും കാരാഗൃഹത്തിലായിരുന്നു!

കുമ്പളത്തു ശങ്കുപ്പിള്ള
(1898–1969)

സ്റ്റേറ്റ് കോൺഗ്രസ് നേതാവ്, സ്വാതന്ത്ര്യസമര സേനാനി, കെ.പി.സി.സി. പ്രസിഡണ്ട്.

1898 ഫെബ്രുവരി 15–ന് കൊല്ലം ജില്ലയിലെ പ്രാക്കുളത്ത് തോട്ടുവയലിൽ ബംഗ്ലാവിൽ കല്ലട ഈശ്വരപിള്ളയുടെ മകനായി ജനിച്ചു. മാതാവ് നാരായണിയമ്മ. വൻ ഭൂവുടമയായിരുന്നു പിതാവ്.

ശങ്കുപ്പിള്ളയ്ക്ക് 18 വയസ്സായപ്പോൾ പന്മനയിലുള്ള പൂർവ്വിക സ്വത്തുക്കൾ നോക്കിനടത്താൻ പിതാവ് അങ്ങോട്ടയച്ചു. പിന്നീട് അവിടെ സ്ഥിരതാമസമായി. കായികാഭ്യാസിയും കരനാഥനുമായി മാറിയ ആ യുവാവ് സമൂഹത്തിലെ അനാചാരങ്ങൾക്കതിരെ സന്ധിയില്ലാസമരം പ്രഖ്യാപിച്ചുകൊണ്ട് പൊതുരംഗത്തേക്ക് കടന്നുവന്നു.

1936–ലെ ക്ഷേത്രപ്രവേശന വിളംബരത്തിനു മുമ്പുതന്നെ പന്മനയിലെ പനയന്നാർകാവ് ക്ഷേത്രവും കണ്ണൻകുളങ്ങര ക്ഷേത്രവും അവർണ്ണർക്കായി തുറന്നുകൊടുക്കാൻ നേതൃത്വം നല്കിയത് കുമ്പളത്തു ശങ്കുപ്പിള്ളയാണ്. ഇരുപത്തിരണ്ട് വയസ്സുള്ളപ്പോൾ മിശ്രഭോജനം നടത്തി ചരിത്രം കുറിച്ചു. രാഷ്ട്രീയ രംഗത്തേക്ക് കുമ്പളത്തെ കൈപിടിച്ചു നടത്തിയത് ബാരിസ്റ്റർ എ.കെ. പിള്ളയാണ്. സ്റ്റേറ്റ് കോൺഗ്രസിന്റെ മുൻനിര നേതാക്കളിലൊരാളായി മാറിയ കുമ്പളം 1949 മുതൽ 51 വരെ കെ.പി.സി.സി.

പ്രസിഡണ്ടായി.

1948-ൽ തന്റെ രാഷ്ട്രീയ ചേരിയിലുള്ള (സ്റ്റേറ്റ് കോൺഗ്രസ്) പട്ടം താണുപിള്ളയുടെ നേതൃത്വത്തിലുള്ള മന്ത്രിസഭയെ അധികാരത്തിൽ നിന്നു താഴെയിറക്കാൻ കുമ്പളം നേതൃത്വം നല്കിയ സമരം കേരള ചരിത്രത്തിലെ തുടിക്കുന്ന ഒരേടാണ്. സ്വദേശാഭിമാനി രാമകൃഷ്ണപിള്ളയുടെ ഭൗതികാവശിഷ്ടം അടക്കം ചെയ്യാൻ തിരുവനന്തപുരത്ത് രണ്ട് സെന്റ് സ്ഥലം അനുവദിക്കാതിരുന്ന പട്ടത്തിന്റെ ധാർഷ്ട്യത്തിനെതിരെയായിരുന്നു വിജയകരമായ ആ സമരം.

അധികാരത്തിലേക്കുള്ള ചവിട്ടുപടികൾ ഒരിക്കലും അന്വേഷിക്കാതെ കിംഗ്മേക്കറായി തുടരാൻ അദ്ദേഹം ശ്രദ്ധിച്ചു.

ചട്ടമ്പിസ്വാമികളുമായുള്ള അദ്ദേഹത്തിന്റെ കണ്ടുമുട്ടൽ കുമ്പളത്തിന്റെ ജീവിതത്തിലെ ഒരു വഴിത്തിരിവായിരുന്നു. എൻ.എസ്.എസ്. പ്രവർത്തകൻ കൂടിയായിരുന്ന കുമ്പളം തന്റെ ഗുരുവായ ചട്ടമ്പിസ്വാമികൾക്കുവേണ്ടി ഒരു ആശ്രമം പണിതു. 1924-ൽ (1099 മേടം 23) പന്മനയിൽ സി.പി. സ്മാരക വായനശാലയിൽ വെച്ചാണ് സ്വാമികൾ സമാധിയായത്. സമാധികർമ്മങ്ങൾക്ക് നേതൃത്വം കൊടുത്തതും സമാധി സ്ഥലത്ത് ശിവക്ഷേത്രം പണിതതും കുമ്പളം തന്നെ.

ഒട്ടനവധി വിദ്യാഭ്യാസ, സാംസ്കാരിക സ്ഥാപനങ്ങളുടെ സ്ഥാപകനാണ് കുമ്പളം. ശാസ്താംകോട്ട ദേവസ്വം ബോർഡ് കോളേജ് അദ്ദേഹമാണ് സ്ഥാപിച്ചത്.

മാധവിക്കുട്ടിയമ്മ, സതിയമ്മ, വിജയകൃഷ്ണപിള്ള എന്നിവരാണ് മക്കൾ.

ആത്മകഥ: 'എന്റെ കഴിഞ്ഞകാല സ്മരണകൾ'

1969 ഏപ്രിൽ 16-ന് അന്തരിച്ചു.

ഡോ. എ. ടി. കോവൂർ
(1898–1978)

ലോക മനഃശാസ്ത്രരംഗത്തും യുക്തിവാദ പ്രസ്ഥാനത്തിലും അതികായനായിരുന്നു ഡോ. എ. ടി. കോവൂർ. കേരളത്തിന്റെ ഉൽകൃഷ്ട സന്താനങ്ങളിലൊരുവനായിരുന്ന കോവൂരിന്റെ പ്രവർത്തനരംഗം ശ്രീല ങ്കയിലായിരുന്നു.

ആൾദൈവങ്ങൾക്കു മുന്നിൽ കൈകൂപ്പിനിന്ന അന്ധവിശ്വാസികളായ ആയിരങ്ങളെയും മാടൻ, മറുത, പ്രേതപ്പിശാചുക്കൾ എന്നിവയെ ഭയപ്പെട്ട വരെയും മനഃശാസ്ത്രത്തിന്റേയും ശാസ്ത്രീയബോധത്തിന്റേയും വെളി ച്ചമുള്ള പാതയിലൂടെ നയിക്കാൻ ഒരു ജീവിതകാലം മുഴുവൻ അദ്ദേഹം യത്നിക്കുകയും വിശ്വാസികളോട് പോരടിക്കുകയും ചെയ്തു. ഈശ്വരസ ങ്കല്പത്തേയും ആത്മാവിനേയും ഈ മഹാനായ യുക്തിവാദി നിഷേധിച്ചു.

തിരുവല്ലയിൽ മാർത്തോമാ സഭയിലെ വികാരി ജനറൽ ആയിരുന്ന ഐപ്പ് തോമസ് കത്തനാരായിരുന്നു പിതാവ്. 1898 ഏപ്രിൽ 10-ന് ജനനം. ഏബ്രഹാം തോമസ് എന്നായിരുന്നു യഥാർത്ഥ പേര്. കൽക്കത്തയിലെ ബംഗാബാസി കോളേജിൽനിന്ന് സുവോളജിയിലും ബോട്ടണിയിലും ബിരു ദം നേടി. ശ്രീലങ്കയിലെ വിവിധ കോളേജുകളിൽ അധ്യാപകനായി ജോലി ചെയ്തു. വകുപ്പുതലവനായി റിട്ടയർ ചെയ്തു. തന്റെ വിശ്രമജീവിതം അന്ധ വിശ്വാസങ്ങൾക്കെതിരെയുള്ള കുരിശു യുദ്ധത്തിനായി നീക്കിവെച്ചു. അത്ഭു

തസിദ്ധിയുണ്ടെന്ന് അവകാശവാദമുന്നയിച്ച ആൾദൈവങ്ങളെയും 'പ്രേത ബാധിത'രെയും ശാസ്ത്രീയമായി നിരീക്ഷിച്ച് അവരുടെ മനോവൈകല്യങ്ങൾ വെളിപ്പെടുത്താൻ ഡോ. കോവൂരിനു കഴിഞ്ഞു.

മനഃശാസ്ത്ര പഠനത്തിന് ഡോ. കോവൂർ നല്കിയ സംഭാവനകളെ മാനിച്ച് അമേരിക്കയിലെ മിന്നസോട്ട യൂണിവേഴ്സിറ്റി അദ്ദേഹത്തിന് ഡോക്ടറേറ്റ് നല്കി.

1924ലാണ് എ.ടി. കോവൂർ വിവാഹിതനായത്. കോവൂരിന്റെ യുക്തിവാദ-മനഃശാസ്ത്ര പ്രവർത്തനങ്ങൾക്ക് തുണയായിനിന്ന മിസിസ്. കോവൂർ 1974-ൽ അന്തരിച്ചു.

1921 മുതലുള്ള കോവൂരിന്റെ കൽക്കത്ത ജീവിതമാണ് അദ്ദേഹത്തിന്റെ ജീവിതത്തിൽ വഴിത്തിരിവായത്. കൽക്കത്തയിലെ ലൈബ്രറികളിലുള്ള യുക്തിവാദ കൃതികളൊക്കെ വായിക്കുകയും പഠിക്കുകയും ചെയ്ത അദ്ദേഹം ഇങ്ങനെ രേഖപ്പെടുത്തി:

"തിരുവല്ലിയിൽ നിന്നും സെറാമ്പൂരിൽ നിന്നും എനിക്കു കിട്ടിയ തീയോളജി മുഴുവൻ ഉരുകിപ്പോയി. ഞാൻ ജനിച്ചുവളർന്ന സുറിയാനി ക്രിസ്ത്യാനി സമൂഹവും മറ്റനേകം ക്രിസ്തീയ വിഭാഗങ്ങളും വിശ്വസിക്കുന്ന ക്രിസ്തുമതം ഒരു കള്ളച്ചരക്കാണെന്ന് എനിക്കു വ്യക്തമായി. പല പൗരാണിക കൃതികളും ഞാൻ വായിച്ചു. ഹിന്ദുമതത്തിലെ വേദാന്തം ഒരു ബുദ്ധിക്കസർത്തു മാത്രമാണെന്ന് എനിക്കു ബോധ്യമായി. ബ്രാഹ്മണ മേധാവിത്വമാണ് ഹിന്ദുമതത്തിന്റെ അന്തഃസത്ത. അതിനോടു യോജിക്കാൻ എനിക്കു കഴിയുമായിരുന്നില്ല".

1978 സെപ്തംബർ 18-ന് ഡോ. കോവൂർ അന്തരിച്ചു. വിൽപ്പത്ര പ്രകാരം കോവൂരിന്റെയും മിസിസ്സ് കോവൂരിന്റെയും മൃതദേഹങ്ങൾ മെഡിക്കൽ കോളേജിനു നല്കപ്പെട്ടു. അദ്ദേഹത്തിന്റെ ഇരു കണ്ണുകളും രണ്ട് അന്ധന്മാർക്ക് വെളിച്ചം നല്കി. കൊളംബോയിലെ തേഴ്സ്റ്റൺ കോളേജിൽ സൂക്ഷിച്ചിരിക്കുന്ന ഡോ. കോവൂരിന്റെ അസ്ഥിക്കൂടത്തിനു ചുവട്ടിൽ ഈ അടിക്കുറിപ്പുണ്ട്:

"മതത്തിലും ദൈവത്തിലും വിശ്വാസമില്ലാതിരുന്ന ഒരാൾ".

മനഃശാസ്ത്രസംബന്ധിയായ ഒട്ടേറെ ഗ്രന്ഥങ്ങൾ അദ്ദേഹം രചിച്ചിട്ടുണ്ട്. 'പുനർജ്ജന്മം' എന്ന മലയാള സിനിമയുടെ പ്രമേയം അദ്ദേഹത്തിന്റെ ഒരു ഗ്രന്ഥത്തെ ആധാരമാക്കിയിട്ടുള്ളതാണ്.

പൊന്നറ ശ്രീധർ
(1898 – 1966)

കേരള രാഷ്ട്രീയത്തിലെ പ്രക്ഷുബ്ധമായ ഒരു കാലഘട്ടത്തിൽ ജനങ്ങളുടെ ആവേശമായി മാറിയ ജനനേതാവാണ് പൊന്നറ ശ്രീധർ. യൂത്ത്ലീഗിന്റെ മുന്നണിപ്പടയാളിയായിരുന്നു അദ്ദേഹം.

1898 സെപ്തംബർ 22-ന് തിരുവനന്തപുരത്ത് ജനിച്ചു. ഗേവിന്ദപ്പിള്ളയായിരുന്നു അച്ഛൻ. 1922-ൽ തിരുനൽവേലി കോളേജിൽ പഠിച്ചുകൊണ്ടിരിക്കെ സ്വാതന്ത്ര്യസമരത്തിൽ ആകൃഷ്ടനായി രാഷ്ട്രീയത്തിലിറങ്ങി. നിസ്സഹകരണ പ്രസ്ഥാനത്തിൽ പങ്കെടുത്ത് തടവുശിക്ഷ അനുഭവിച്ചു. ഇടയ്ക്ക് പ്ലീഡർ പരീക്ഷ പാസ്സായി. വൈക്കം സത്യഗ്രഹത്തിലും ദണ്ഡി ഉപ്പുസത്യഗ്രഹത്തിലും പങ്കെടുത്തു. സ്റ്റേറ്റ് കോൺഗ്രസിന്റെയും യൂത്ത്ലീഗിന്റെയും സമരമുഖങ്ങളിൽ നേതൃത്വപരമായ പങ്കുവഹിച്ചു. യൂത്ത്ലീഗിന്റെ പ്രധാന സംഘാടകനായിരുന്നു.

ടി. എം. വർഗീസ്, സി. കേശവൻ, പി. കെ. കുഞ്ഞ് എന്നിവർ പട്ടം താണുപിള്ളയുടെ നേതൃത്വത്തിൽ ആരംഭിച്ച ദേശീയ പ്രസ്ഥാനമായിരുന്നു സ്റ്റേറ്റ് കോൺഗ്രസ്. സാമുദായിക സംഘടനകളുടെ ഒരു ഫെഡറേഷനും കൂടിയായിരുന്നു അത്. 1938 ഫെബ്രുവരി 23-നായിരുന്നു രൂപീകരണം. പ്രായപൂർത്തി വോട്ടവകാശം, ന്യൂനപക്ഷ രക്ഷാവ്യവസ്ഥകൾ, ഉത്തരവാദ ഭരണം എന്നിവ ലക്ഷ്യങ്ങൾ.

സ്റ്റേറ്റ് കോൺഗ്രസിനെ ശിഥിലീകരിക്കാനുള്ള സി.പി.യുടെ ഗൂഢ പദ്ധതിയിൽ മന്നത്തു പത്മനാഭനും എൻ.എസ്.എസും പങ്കുചേർന്നു. 1938 ജൂലൈ 6-ന് സംയുക്ത രാഷ്ട്രീയകക്ഷി ചങ്ങനാശ്ശേരിയിൽ സമ്മേളിച്ച് സ്റ്റേറ്റ് കോൺഗ്രസിൽ ലയിച്ച വേളയിൽ മന്നത്തു പത്മനാഭന്റെയും സഹ പ്രവർത്തകരുടെയും ശ്രമഫലമായി 'തിരുവിതാംകൂർ നാഷണൽ കോൺഗ്രസ്' രൂപീകരിക്കപ്പെട്ടു.

ഈ ജാരസംഘടനയ്ക്ക് സ്റ്റേറ്റ് കോൺഗ്രസിനെ ക്ഷീണിപ്പിക്കാനാവില്ലെന്നു കണ്ടതോടെ സി.പി. മർദ്ദനമുറകൾ ആരംഭിച്ചു. യോഗങ്ങൾ നിരോധിക്കുകയും നേതാക്കളെ അറസ്റ്റ് ചെയ്യുകയും അവസാന കൈയായി സ്റ്റേറ്റ് കോൺഗ്രസിനെയും യൂത്ത്‌ലീഗിനെയും നിരോധിക്കുകയും ചെയ്തു. നിരോധനലംഘനങ്ങളും ലാത്തിച്ചാർജ്ജും വെടിവെപ്പുമായി തിരുവിതാംകൂർ കലങ്ങിമറിഞ്ഞു.

പ്രക്ഷോഭത്തോടനുബന്ധിച്ച് സ്റ്റേറ്റ് കോൺഗ്രസ് നിയമലംഘനങ്ങൾ നാടൊട്ടാകെ നടത്തിയത് ഡിക്‌ടേറ്റർമാരുടെ നേതൃത്വത്തിലാണ്. 12-ാം ഡിക്‌ടറേറ്ററായ അക്കാമ്മ ചെറിയാന്റെ നേതൃത്വത്തിൽ സി.പി.ക്കെതിരെ മഹാരാജാവിനു നിവേദനം സമർപ്പിക്കാൻ കവടിയാർ കൊട്ടാരത്തിലേക്ക് ജാഥ എത്തുന്നതിനുമുമ്പ് സ്റ്റേറ്റ് കോൺഗ്രസിന്റെയും യൂത്ത്‌ലീഗിന്റെയും മേലുള്ള നിരോധനം നീക്കിയതായി രാജവിളംബരമുണ്ടായി.

ഭരണഘടനാപരമായ പരിഷ്കാരങ്ങളെപ്പറ്റി ചർച്ച ചെയ്യണമെങ്കിൽ തനിക്കെതിരെ മഹാരാജാവിനു സമർപ്പിച്ച നിവേദനം പിൻവലിക്കണമെന്ന് സർ. സി.പി. ശഠിച്ചു. ഗാന്ധിജിയുടെ നിർദ്ദേശപ്രകാരം നിരോധനം പിൻവലിക്കാൻ സ്റ്റേറ്റ് കോൺഗ്രസ് കമ്മിറ്റി 1938 ഡിസംബർ 23-ന് തീരുമാനിച്ചു. സംഘടന പിളർന്നു. യൂത്ത്‌ലീഗിലെ പൊന്നറ ശ്രീധർ ഉൾപ്പെട്ട പ്രമുഖ നേതാക്കൾ കോൺഗ്രസ് വിട്ടു. ചില കമ്മ്യൂണിസ്റ്റുകളും പൊന്നറയും മറ്റും സോഷ്യലിസ്റ്റുകളുമായി.

1948, 1957, 1961 വർഷങ്ങളിൽ പൊന്നറ ശ്രീധർ നിയമസഭാംഗമായി പ്രവർത്തിച്ചു.

1966 ഫെബ്രുവരി 2-ന് 63-ാമത്തെ വയസ്സിൽ പൊന്നറ ശ്രീധർ അന്തരിച്ചു.

ശാന്തിനികേതൻ കൃഷ്ണൻനായർ 'പൊന്നറ ശ്രീധർ' എന്നൊരു ജീവചരിത്രഗ്രന്ഥം എഴുതിയിട്ടുണ്ട്.

കെ. എം. സീതി സാഹിബ്
(1899 – 1961)

മുസ്ലീം സാമൂഹ്യ പരിഷ്കർത്താവ്. കേരള നിയമസഭാ സ്പീക്കർ.

തൊള്ളായിരത്തി ഇരുപതുകളിലെ കേരള മുസ്ലീങ്ങൾ പ്രത്യേകിച്ച് ഉത്തര കേരളത്തിലെ മുസ്ലീങ്ങൾ പൊതുവേ നിരക്ഷരരും അടിച്ചമർത്തപ്പെട്ടവരും പൗരാവകാശങ്ങൾ നിഷേധിക്കപ്പെട്ട പാർശ്വവത്കൃതരുമായിരുന്നു. സ്വന്തം ജനതയുടെ ജീവൽപ്രശ്നങ്ങൾക്ക് പരിഹാരം കാണാൻ ഒരു പുരുഷായുസ്സ് മുഴുവൻ യത്നിച്ച നവോത്ഥാന നായകനായിരുന്നു സീതി സാഹിബ്.

കൊടുങ്ങല്ലൂരിലെ അഴീക്കോട് ഗ്രാമത്തിൽ 1899–ൽ ജനിച്ചു. പിതാവ് സീതി മുഹമ്മദ് സമുദായ നവോത്ഥാന പ്രവർത്തകനായിരുന്നു. മാതാവ് പടിയത്ത് കൊച്ചു ഇബ്രഹാമിന്റെ പുത്രി ഫാത്തിമ.

സ്കൂൾ വിദ്യാർത്ഥിയായിരിക്കുമ്പോൾ സീതി സാഹിബ് പഠനത്തിൽ ബഹു മിടുക്കനായിരുന്നു. മികച്ച വിദ്യാർത്ഥിക്കുള്ള 'മഹാദേവയ്യർ' പുരസ്കാരം ആ ബാലൻ കരസ്ഥമാക്കി.

സമുദായത്തിൽ നിലനിന്നിരുന്ന അജ്ഞതയ്ക്കും അന്ധവിശ്വാസങ്ങൾക്കുമെതിരെ പോരാടിക്കൊണ്ടാണ് സീതി സാഹിബ് പൊതുപ്രവർത്തനം തുടങ്ങിയത്. സുശക്തമായ ഒരു സമുദായം സ്വപ്നംകണ്ട കഥാപുരുഷൻ വിദ്യാഭ്യാസം കൊണ്ടേ മുസ്ലീം സമുദായം അജ്ഞതയിൽ നിന്നും

അന്ധവിശ്വാസങ്ങളിൽ നിന്നും മോചനം പ്രാപിക്കൂ എന്ന് തിരിച്ചറിഞ്ഞു. വിദ്യാഭ്യാസ സ്ഥാപനങ്ങളും അനാഥശാലകളും പടുത്തുയർത്തുന്നതിൽ സീതി സാഹിബ് ശ്രദ്ധവെച്ചു.

1922-ൽ തിരുവനന്തപുരത്ത് കലാശാല വിദ്യാർത്ഥിയായിരിക്കെ ഗാന്ധിജി തിരുവനന്തപുരം സന്ദർശിച്ചപ്പോൾ അദ്ദേഹത്തിന്റെ ഇംഗ്ലീഷ് പ്രസംഗം പരിഭാഷപ്പെടുത്തിയത് സീതി സാഹിബാണ്.

ഇന്ത്യൻ യൂണിയൻ മുസ്ലീംലീഗിന്റെ ആദ്യകാല നേതാവായിരുന്ന സീതിസാഹിബാണ് ആ പാർട്ടിയുടെ മുഖപത്രമായ 'ചന്ദ്രിക'യുടെ പിറവിക്കു പ്രേരകശക്തിയായത്. തലശ്ശേരി കേന്ദ്രമാക്കിക്കൊണ്ട് രണ്ടു വ്യാഴവട്ടക്കാലത്തെ നിസ്തന്ദ്രമായ പ്രവർത്തനംകൊണ്ട് അദ്ദേഹം പടുത്തുയർത്തിയ സരസ്വതീ മന്ദിരമാണ് മദ്രസത്തുൽ മുബാറക് ഹൈസ്കൂൾ.

1937-ൽ തലശ്ശേരിയിൽവെച്ചു നടന്ന സമസ്ത കേരള സാഹിത്യപരിഷത്ത് സമ്മേളനത്തിൽ അധ്യക്ഷം വഹിച്ചത് സീതി സാഹിബാണ്.

1946ലും '52ലും മലപ്പുറം നിയോജക മണ്ഡലത്തിൽനിന്ന് അദ്ദേഹം മദ്രാസ് നിയമസഭയിലേക്ക് തിരഞ്ഞെടുക്കപ്പെട്ടു.

1960-ൽ കുറ്റിപ്പുറത്തുനിന്ന് കോൺഗ്രസ്-ലീഗ് മുന്നണി സ്ഥാനാർത്ഥിയായി മത്സരിച്ചു വിജയിച്ച് എം.എൽ.എ. ആവുകയും തുടർന്ന് കേരള നിയമസഭാ സ്പീക്കറാവുകയും ചെയ്തു.

സ്പീക്കറായിരിക്കെ 1961 ഏപ്രിൽ 17-ന് 63-ാമത്തെ വയസിൽ സീതി സാഹിബ് അന്തരിച്ചു.

കുറ്റിപ്പുഴ കൃഷ്ണപിള്ള
(1900 – 1971)

തത്ത്വചിന്ത, നിരൂപണം, യുക്തിവാദം, രാഷ്ട്രമീമാംസ തുടങ്ങി വിവിധ മേഖലകളിൽ വ്യാപരിച്ച ബഹുമുഖ പ്രതിഭ. സ്വതന്ത്ര ചിന്തകൻ, പ്രഗത്ഭ വാഗ്മി, കൃതഹസ്തനായ എഴുത്തുകാരൻ, പണ്ഡിതനായ അധ്യാപകൻ, സാമൂഹ്യ പരിഷ്കർത്താവ് എന്നിങ്ങനെ സാംസ്കാരിക ലോകത്ത് അദ്ദേഹം നിറഞ്ഞുനിന്നു.

പുരോഗമന സാഹിത്യസംഘത്തിന്റെ പ്രവർത്തനങ്ങളിൽ കുറ്റിപ്പുഴ നേതൃത്വപരമായ പങ്കുവഹിച്ചു. കേരളം കണ്ട പ്രശസ്തനായ നിരൂപകനായിരുന്നു അദ്ദേഹം. തികഞ്ഞ യുക്തിവാദിയായിരുന്ന അദ്ദേഹം പ്രസിദ്ധമായ തന്റെ 'വിചാരവിപ്ലവം' എന്ന കൃതിയിലൂടെ യാഥാസ്ഥിതിക വിശ്വാസങ്ങൾക്കെതിരെ ആഞ്ഞടിച്ചു. നിരൂപകൻ വിവിധങ്ങളായ വിഷയങ്ങളിൽ പണ്ഡിതനായാൽ പോരാ സഹൃദയനും യുക്തിയുക്തമായി ചിന്തിക്കുന്നവനുമാകണമെന്ന് അദ്ദേഹം ശഠിച്ചു. വ്യക്തിയെ നോക്കാതെ വിഷയത്തെ മാത്രം വിമർശന വിധേയമാക്കണമെന്ന പക്ഷക്കാരനായിരുന്നു അദ്ദേഹം. സാമൂഹ്യശാസ്ത്രം, രാജ്യതന്ത്രം, മനഃശാസ്ത്രം, ലോകചരിത്രം ഇത്യാദികളിൽ സാമാന്യജ്ഞാനമെങ്കിലും നിരൂപകനുണ്ടാവണമെന്ന പക്ഷക്കാരനായിരുന്നു കുറ്റിപ്പുഴ.

തത്ത്വചിന്തയിൽ അദ്ദേഹമാർജ്ജിച്ച അവഗാഹം അദ്ദേഹത്തിന്റെ നിരൂപണങ്ങളെ ശക്തവും ശ്രേഷ്ഠവുമാക്കി. ഭാരതീയവും പാശ്ചാത്യവു

മായ ദർശനങ്ങളിലും ഏറെ അവഗാഹം അദ്ദേഹത്തിനുണ്ടായിരുന്നു.

1900 ഓഗസ്റ്റ് 1-ന് ജനനം. ആലുവായ്ക്കടുത്തുള്ള കുറ്റിപ്പുഴയിൽ കുറുങ്ങാട്ടുവീട്ടിൽ ഊരുമനയ്ക്കൽ ശങ്കരൻ നമ്പൂതിരി പിതാവും ദേവകിയമ്മ മാതാവും. അയിരൂർ പ്രൈമറി സ്കൂൾ, ആലുവ സെന്റ് മേരീസ് എന്നീ വിദ്യാലയങ്ങളിൽ പഠിച്ച് സ്കൂൾ ഫൈനൽ പരീക്ഷ പാസായി. തുടർന്ന് വിദ്വാൻ പരീക്ഷയും എം.എ. പരീക്ഷയും ജയിച്ചു. 1928-ൽ ആലുവ യു.സി. കോളേജിൽ അധ്യാപകനായി.

ജോലിയിൽനിന്നു വിരമിച്ചതിനുശേഷം മുഴുവൻസമയ സാഹിത്യപ്രവർത്തനങ്ങളിലേർപ്പെട്ടു. പ്രധാന കൃതികൾ: സാഹിതീയം, വിമർശനരശ്മി, ഗ്രന്ഥാവലോകം, ദീപാവലി, നിരീക്ഷണം, നവദർശനം, വിചാരവിപ്ലവം, ചിന്താതരംഗം, മാനസോല്ലാസം, മനനമണ്ഡലം, സാഹിതീ കൗതുകം, സ്മരണമഞ്ജരി എന്നീ മേഖലകളെ സ്പർശിച്ചുകൊണ്ടുള്ള ഗ്രന്ഥങ്ങളാണിവയൊക്കെ.

മാർക്സിന്റെ മൂലധനം പരിഭാഷയുടെ ചീഫ് എഡിറ്റർ, ലെനിൻ കൃതികളുടെ ഭാഷാന്തരീകരണത്തിനായുള്ള എഡിറ്റോറിയൽ ബോർഡ് തലവൻ എന്നീ നിലകളിൽ പ്രവർത്തിച്ചിട്ടുണ്ട്.

സ്വതന്ത്ര ചിന്തകനായിരുന്നു കുറ്റിപ്പുഴ. ഗീതാപാരായണം മതപരമായ ചടങ്ങായി തീരുകവഴി ആ ഗ്രന്ഥം ഒരു ആരാധ്യവസ്തുവായി തീർന്നിരിക്കുന്നുവെന്നും ബുദ്ധിവികാസമല്ല ബുദ്ധിസ്തംഭനമാണ് ഗ്രന്ഥാരാധനകൊണ്ടുണ്ടാവുകയെന്നും അദ്ദേഹം തുറന്നടിച്ചിട്ടുണ്ട്. കൃഷ്ണപിള്ളയുടെ ഗീതാവിമർശനം ഇങ്ങനെ: "....വിശിഷ്ട തത്ത്വരത്നങ്ങളുടെ ഒരു പേടകമാണു ഗീത എന്നതിനു സംശയമില്ല. എങ്കിലും ആധുനിക ചിന്താഗതിക്കു യോജിക്കാത്തതും ആവശ്യമില്ലാത്തതുമായ പല ആശയങ്ങളും അതിൽ കടന്നുകൂടിയിട്ടുണ്ട്. ഗീതയിൽ ഭഗവത് വചനങ്ങളെന്ന് വിശ്വസിക്കപ്പെടുന്നവയെല്ലാം വാസ്തവത്തിൽ വ്യാസവചനങ്ങളാണല്ലോ. ബ്രാഹ്മണ പ്രാമാണ്യത്തെയും ഇതരജാതികളുടെ ബ്രാഹ്മണദാസ്യത്തെയും ഇന്ത്യയിൽ അരക്കിട്ടുറപ്പിക്കുന്നതിനു സഹായിച്ചിട്ടുള്ള രണ്ടു മഹാകവികളാണ് വ്യാസനും വാല്മീകിയും".

സമുദായഗാത്രത്തിൽ പടർന്നുപിടിച്ചിട്ടുള്ള അന്ധവിശ്വാസങ്ങളുടെ ഇത്തിൾക്കണ്ണികൾ പറിച്ചെടുത്ത് തീയിടാൻ ഉപകരിക്കാത്ത ചിന്താശക്തി ഒരു ശക്തിയേയല്ല എന്നുറപ്പിച്ചു പറയുന്നുണ്ട് മറ്റൊരിടത്ത് ചിന്താവിപ്ലവത്തിനു തീകൊടുത്ത ഈ വിപ്ലവകാരി. ആദ്യകാലത്ത് ഗീതയും വേദോപനിഷത്തുകളും കുറ്റിപ്പുഴയിൽ സ്വാധീനം ചെലുത്തിയിരുന്നു. ഡാർവിന്റെ പരിണാമ സിദ്ധാന്തവുമായുള്ള പരിചയം അദ്ദേഹത്തെ ശാസ്ത്രീയവും

യുക്തിപരവുമായ ചിന്തയിലേക്കു നയിക്കുകയാണുണ്ടായത്.

മറ്റുള്ളവരുടെ ചിന്തയെയും ആശയങ്ങളെയും അന്ധമായി വിശ്വസിക്കുകയും പിന്തുടരുകയും ചെയ്യാതെ സംശയിക്കുക, ചോദ്യം ചെയ്യുക, അന്വേഷിക്കുക, പരീക്ഷിക്കുക, ത്യാജ്യഗ്രാഹ്യ വിവേചനശക്തി ഉപയോഗപ്പെടുത്തുക എന്ന് കൃഷ്ണപിള്ള പറഞ്ഞു. മതം, ദൈവം, ആത്മാവ് എന്നിവയിൽ കൃഷ്ണപിള്ള വിശ്വസിച്ചില്ല. മരണം മനുഷ്യ ജീവിതത്തിന്റെ അവസാനമാണ്. പുനർജ്ജന്മവും മോക്ഷപ്രാപ്തിയും വെറും അന്ധവിശ്വാസങ്ങൾ മാത്രം. ഒരു വ്യക്തിയുടെ മതവും വിശ്വാസവും പാരമ്പര്യത്തിന്റെ തുടർച്ചയാവരുത്; സ്വന്തം മതം സ്വന്തം അന്വേഷണത്തിന്റെ ഫലമായി രൂപപ്പെടുന്നതാവണം.

1926-ൽ വിദ്വാൻ പരീക്ഷ പാസായി ആലുവാ അദ്വൈതാശ്രമത്തിൽ രണ്ടുവർഷക്കാലം അധ്യാപക ജോലിയിലിരിക്കെയാണ് കുറ്റിപ്പുഴ നാരായണഗുരുവുമായി സമ്പർക്കത്തിലാവുന്നത്. സ്വതന്ത്രമായി ചിന്തിക്കാനുള്ള ശീലം തന്നിൽ വളർന്നത് ഗുരുവുമായുള്ള സമ്പർക്കത്താലാണെന്ന് കുറ്റിപ്പുഴ രേഖപ്പെടുത്തിയിട്ടുണ്ട്. എന്നാൽ ആദ്ധ്യാത്മിക കാര്യങ്ങളിൽ ഇരുവരുടേയും ചിന്താഗതി വിഭിന്നമായിരുന്നു. ആത്മാവിന്റെ അനശ്വരതയിലും പുനർജ്ജന്മത്തിലും ഗുരു വിശ്വസിച്ചിരുന്നു. കുറ്റിപ്പുഴ നേരെ മറിച്ചും.

പല സംഘടനകളുമായും സ്ഥാപനങ്ങളുമായും കുറ്റിപ്പുഴ ബന്ധപ്പെട്ടു പ്രവർത്തിച്ചു. കേരള സർവ്വകലാശാലാ സെനറ്റ്, ബോർഡ് ഓഫ് സ്റ്റഡീസ്, ദക്ഷിണ ഭാഷാ ഗ്രന്ഥമണ്ഡലം എന്നിവയിൽ അംഗവും കേരള പാഠപുസ്തക കമ്മിറ്റി കൺവീനർ, ബാലസാഹിത്യ ശില്പശാലാ ഡയറക്ടർ, കേന്ദ്രസാഹിത്യ സമിതി അംഗം, സ്റ്റേറ്റ് ലാംഗ്വേജ് ഇൻസ്റ്റിറ്റ്യൂട്ടിന്റെ ഭരണസമിതി അംഗം, കേരള സാഹിത്യ അക്കാദമി പ്രസിഡണ്ട് എന്നീ നിലകളിലും പ്രവർത്തിച്ചിട്ടുണ്ട്. കൃഷ്ണപിള്ള അവിവാഹിതനായിരുന്നു. ഇളയ നാല് സഹോദരന്മാരിൽ മൂന്നുപേർ അദ്ദേഹം മരിക്കുന്നതിനുമുമ്പ് മരിച്ചു. ഒരു സഹോദരി. ഇളയ സഹോദരനായ ചന്ദ്രനോടൊപ്പം താൻ പണികഴിപ്പിച്ച ചെറിയ ഗൃഹത്തിലായിരുന്നു അവസാന നാളുകളിൽ ജീവിച്ചത്.

1968-ൽ കേരള സാഹിത്യ അക്കാദമി പ്രസിഡണ്ടായ കുറ്റിപ്പുഴ മരിക്കുവോളം ആ സ്ഥാനത്തു തുടർന്നു. അക്കാദമിയുടെ ഉൽക്കർഷത്തിനും എഴുത്തുകാരുടെ നന്മയ്ക്കും ഒട്ടനവധി പരിപാടികൾ ആവിഷ്കരിച്ച് നടപ്പാക്കാൻ അദ്ദേഹത്തിനു കഴിഞ്ഞു. അക്കാദമിയുടെ മുഖപത്രമായ 'സാഹിത്യലോകം' പ്രസിദ്ധീകരിച്ചു തുടങ്ങിയത് കുറ്റിപ്പുഴയുടെ കാലത്താണ്.

1971 ഫെബ്രുവരി 11-ന് കുറ്റിപ്പുഴ അന്തരിച്ചു.

'കായൽ രാജാവ്' മുരിക്കൻ
(1900 – 1974)

കാവാലം മുരിക്കുംമൂട്ടിൽ ഔതേച്ചൻ എന്ന ജോസഫ് മുരിക്കൻ 'കായൽ രാജാവ് മുരിക്കൻ' ആയ കഥ അത്ഭുതാദരവുകളോടുകൂടി മാത്രമേ കേരളീയർക്ക് ഓർക്കാനാവൂ.

ഇരുപതാം നൂറ്റാണ്ടിന്റെ പിറവിക്കൊപ്പം ജനിച്ച മുരിക്കുംമൂട്ടിൽ ഔതേച്ചന് പ്രാഥമിക വിദ്യാഭ്യാസമേ ഉണ്ടായിരുന്നുള്ളൂ. പിതാവ് തൊമ്മൻ ലൂക്കോയോടൊപ്പം പതിനാലാം വയസ്സിൽ ആ ബാലൻ കൃഷിപ്പണിക്കിറങ്ങി. അയാൾ പിന്നീട് വേമ്പനാട്ടുകായലിലെ നിലയില്ലാക്കയങ്ങളിൽ നിന്ന് വിശാലമായ നിലങ്ങൾ കുത്തിപ്പൊക്കി കാർഷികരംഗത്ത് വിപ്ലവം സൃഷ്ടിച്ച കഥ കേട്ടാൽ ആരും അമ്പരന്നിരുന്നുപോവും!

രണ്ടു ലോകമഹായുദ്ധങ്ങൾ ഭക്ഷ്യരംഗത്ത് തിരുവിതാംകൂറിന് ഒരു വെള്ളിടി തന്നെയായിരുന്നു. കൂടുതൽ കൃഷിയിടങ്ങൾ കണ്ടെത്തി ഭക്ഷ്യക്ഷാമത്തിനും അതുവഴി ദാരിദ്ര്യത്തിനും അറുതിവരുത്തണമെന്ന ചിത്തിരതിരുനാൾ മഹാരാജാവിന്റെ കല്പന കുട്ടനാട്ടിലെ വലിയ കൃഷിക്കാർ നെഞ്ചിലേറ്റി മുന്നോട്ടുവന്നു. അന്ന് കുട്ടനാട്ടിലെ പ്രധാന കൃഷിക്കാർ മങ്കൊമ്പു സ്വാമിമാർ (മങ്കൊമ്പിൽ പട്ടർമാർ), ചാലയിൽ പണിക്കന്മാർ, കണ്ടക്കുടി, പുത്തൻപുരയിൽ, കളപ്പുരയ്ക്കൽ, കൊച്ചുതറ, എട്ടുതറ, പുല്ലാത്തശ്ശേരി, മുരിക്കുംമൂട്ടിൽ തുടങ്ങിയ കർഷക കുടുംബങ്ങളായിരുന്നു. ഇവർ ആയിരുന്നു കായൽകൃഷിയുടെ തുടക്കക്കാർ.

മുരിക്കുംമൂട്ടിൽ ഔതേച്ചൻ രാജകുടുംബത്തിന്റെ അനുവാദത്തോടെ 1959 ഏക്കറോളം കായൽ വളഞ്ഞുകെട്ടി കൃഷിഭൂമിയാക്കാൻ തുടങ്ങി. 1930കളുടെ അന്ത്യത്തിലാണിത്. നൂറുകണക്കിന് തൊഴിലാളികൾ അഹോരാത്രം പണി ചെയ്തു. മനുഷ്യാധ്വാനവും മുതൽമുടക്കും ഏറെ വേണ്ടിവന്നു.

ആദ്യം ബണ്ട് നിർമ്മാണം. തെങ്ങുതടി 30 അടി നീളത്തിൽ മുറിച്ച് നാലായി കീറി അറ്റം കൂർപ്പിച്ചശേഷം കായലിന്റെ അടിത്തട്ടിലെ ചെളിയിൽ അടിച്ചുതാഴ്ത്തി ബണ്ടിന്റെ ഇരുവശവും ഭദ്രമാക്കി. അടിത്തട്ടിൽ 20 അടി വീതി. മുകളിൽ 5 അടി വീതി. ഇങ്ങനെയായിരുന്നു ബണ്ടിന്റെ നിർമ്മിതി. തെങ്ങിൻ കുറ്റികളുടെ നിരയുടെ ഉൾഭാഗത്ത് മുള ചതച്ചുണ്ടാക്കിയ ചെറ്റ നിരത്തിക്കെട്ടി ഭിത്തി നിർമ്മിച്ചു. ഭിത്തിക്കുള്ളിൽ ആദ്യം ഒരടി കനത്തിൽ കടപ്പുറം മണ്ണ് വിരിച്ചു. അതിനു മുകളിൽ മൂന്നടി കനത്തിൽ കായലിൽ നിന്നുള്ള ചെളിക്കട്ട. മരക്കൊമ്പുകളും കുറ്റിച്ചെടികളും ചേർത്തുകെട്ടിയ കറ്റകൾ ചെളിക്കട്ടകൾക്കു മുകളിൽ നിരത്തി. അതിനു മുകളിൽ കട്ടയും മണലുമിട്ട് ചിറയാക്കി. ആയിരക്കണക്കിന് ദണ്ഡ് (ഒരു അളവ്) നീളമുള്ള ചിറ ഇങ്ങനെ നിർമ്മിച്ചു. ഒരു ദണ്ഡ് നീളത്തിൽ ചിറ കെട്ടാൻ 16 തെങ്ങിൻകുറ്റി. 8 മുളയുടെ ചെറ്റ. 500 കറ്റ. 16 ടൺ ചെളിക്കട്ടയും മണലും. ഒരു ദണ്ഡ് നീളത്തിൽ ചിറ കെട്ടാൻ 80 തൊഴിലാളികളുടെ അദ്ധ്വാനം എന്നു കണക്ക്.

ബോയിലറുകളിൽ മരക്കരിയിട്ട് കത്തിച്ചുണ്ടാകുന്ന ആവിയിൽ പ്രവർത്തിക്കുന്ന പമ്പുകൾ ഉപയോഗിച്ച് ചിറയ്ക്കുള്ളിലെ വെള്ളം വറ്റിച്ചു. അതിനുശേഷം കട്ടികുറഞ്ഞ ചെളിയിറക്കി കായൽ നികത്തി.

ഓർക്കണം, വറുതിയുടേതായ ആ കാലഘട്ടത്തിൽ കൂലി കുറഞ്ഞാലും തുടർ പണിയുണ്ടല്ലോ എന്ന തൊഴിലാളിയുടെ ആശ്വാസം മുതലെടുത്ത് മുരിക്കൻ ലാഭിച്ച ആയിരങ്ങളുടെ വില!

1940–ലായിരുന്നു ആദ്യ വിളവെടുപ്പ്. നികത്തിയെടുത്ത സ്ഥലത്ത് മുരിക്കൻ ഒരു പള്ളിയും സ്ഥാപിച്ചു. കുത്തിയെടുത്ത കായൽനിലങ്ങളുടെ വിവരം:

ചിത്തിര – 716 ഏക്കർ
റാണി – 568 ഏക്കർ
മാർത്താണ്ഡം – 674 ഏക്കർ.

അങ്ങനെ മൊത്തം 1958 ഏക്കർ കായൽനിലം മുരിക്കനു സ്വന്തമായി. രാജകുടുംബത്തോടുള്ള ബഹുമാനാദരവും നന്ദിയും സൂചിപ്പിക്കുന്നു

കായൽനിലങ്ങൾക്കു നല്കിയ പേരുകളിലൂടെ.

കൃഷിയിറക്കുന്നതിനും വിളവെടുപ്പിനും സംഭരിക്കുന്നതിനും ധാരാളം തൊഴിലാളികളും വള്ളങ്ങളും സംഭരണശാലകളുമടങ്ങുന്ന വിപുലമായ സംവിധാനം മുരിക്കാനുണ്ടായിരുന്നു. കൃഷിക്കാലത്ത് തൊഴിലാളികൾക്ക് കുടിക്കാനുള്ള ശുദ്ധജലത്തിനായി ചിത്തിരക്കായലിന്റെ നടുവിൽ 15 ഏക്കർ വിസ്തൃതിയുള്ള ഒരു കുളവും നിർമ്മിച്ചിരുന്നു.

അങ്ങനെ മുരിക്കൻ 'കായൽ രാജാവായി'. തൊഴിലാളികളുടെ കുറഞ്ഞ കൂലിയിൽ പ്രതിഷേധിച്ച് ഇടതുപക്ഷ തൊഴിലാളി യൂണിയനുകൾ മുരിക്കനെതിരെ സമരം തുടങ്ങി. 1973-ൽ രാജ്യരക്ഷാനിയമം ഉപയോഗിച്ച് മുരിക്കന്റെ കായൽനിലങ്ങൾ സർക്കാർ ഏറ്റെടുത്തു. ആദ്യവർഷം സർക്കാർ കൃഷി ലാഭത്തിലായിരുന്നു. അടുത്ത രണ്ടുവർഷവും നഷ്ടം.

1976-ൽ കൂട്ടുകൃഷി സംഘങ്ങളുണ്ടാക്കി കൃഷി നടത്തിയിട്ടും ലാഭകരമായില്ല. പിറ്റേവർഷം ഭൂരഹിത കർഷക തൊഴിലാളികൾക്ക് അര ഏക്കർ പാടം വീതം നല്കി കൂട്ടുകൃഷി നടത്തി. പിന്നീട് പാട്ടകൃഷി പരീക്ഷിച്ചു. എന്നാൽ മാർത്താണ്ഡം ഒഴികെയുള്ള നിലങ്ങളിൽ കൃഷി നഷ്ടത്തിൻ തന്നെയായിരുന്നു. റാണിയിലും ചിത്തിരയിലും അടിത്തട്ടിലെ കക്കവാരൽ ആരംഭിച്ചതോടെ ബണ്ടുകൾ തകർന്നു തുടങ്ങി.

ഭക്ഷ്യദാരിദ്ര്യത്തിന്റെ നാളുകളിൽ അതിനറുതി വരുത്താൻ അത്യദ്ധ്വാനം ചെയ്ത ഈ അനുപമ കർഷകൻ അർഹമായ രീതിയിൽ അംഗീകരിക്കപ്പെട്ടില്ല. കുട്ടനാട് ഇന്റഗ്രൽ ഡവലപ്മെന്റ് സൊസൈറ്റി (കിഡ്സ്) യുടെ നേതൃത്വത്തിൽ 2008 സെപ്ത: 26-ന് കൃഷിരാജൻ മുരിക്കന്റെ അർദ്ധകായ പ്രതിമയും സ്മൃതിമണ്ഡപവും അന്നത്തെ പൊതുമരാമത്ത് വകുപ്പുമന്ത്രി മോൻസ് ജോസഫ് പള്ളാത്തുരുത്തിക്കടുത്ത് ദർശനപുരത്ത് അനാച്ഛാദനം ചെയ്തു. കുട്ടനാടൻ പാടശേഖരങ്ങൾക്ക് അഭിമുഖമായാണ് സ്മൃതി മണ്ഡപം നിർമ്മിച്ചിരിക്കുന്നത്.

തന്റെ ഏഴ് ആൺമക്കൾക്ക് 17.5 ഏക്കർ വീതവും ഏക മകൾക്ക് 10 ഏക്കറും നീക്കിവെച്ച് ബാക്കി നിലം മുഴുവൻ മുരിക്കൻ സർക്കാരിനു കൈമാറിയിരുന്നു.

അവസാന കാലത്ത് മുരിക്കൻ തിരുവനന്തപുരത്ത് മകനോടൊപ്പമായിരുന്നു. 1974 ഡിസംബർ 9-ന് മുരിക്കൻ അന്തരിച്ചു. തിരുവനന്തപുരത്തെ സെന്റ് മേരീസ് ചർച്ചിനോടനുബന്ധിച്ചുള്ള സെമിത്തേരിയിൽ കായൽ രാജാവ് മുരിക്കൻ അന്ത്യനിദ്രകൊള്ളുന്നു.

കൈനിക്കര കുമാരപിള്ള
(1900 – 1988)

ഗാന്ധിയൻ, വിദ്യാഭ്യാസ വിദഗ്ധൻ, നാടകകൃത്ത്.

വിദ്യാഭ്യാസ, സാമൂഹിക, സാഹിത്യരംഗങ്ങളിൽ തങ്ങളുടെ വ്യക്തി മുദ്ര പതിപ്പിച്ചവരാണ് 'കൈനിക്കര സഹോദരന്മാർ' എന്നറിയപ്പെടുന്ന കൈനിക്കര പത്മനാഭപിള്ളയും അനുജൻ കൈനിക്കര കുമാരപിള്ളയും. ചങ്ങനാശ്ശേരി സ്വദേശികളായ ഈ സഹോദരന്മാർ ജീവിതത്തിൽ തെര ഞ്ഞെടുത്ത പന്ഥാവിൽപ്പോലുമുണ്ട് സാധർമ്മ്യങ്ങൾ ഏറെ. പത്മനാഭപിള്ള നായർ സർവ്വീസ് സൊസൈറ്റി വക സ്കൂളുകളിൽ അധ്യാപകനായി ജോലി ചെയ്തശേഷം സെക്രട്ടേറിയറ്റ് സർവ്വീസിൽ പല ഉന്നതോദ്യാഗങ്ങളും വഹി ച്ചു. പബ്ലിക് സർവ്വീസ് കമ്മീഷണർ, ശമ്പള കമ്മീഷൻ ചെയർമാൻ, ഗവ. സെക്രട്ടറി എന്നീ നിലകളിൽ ശോഭിച്ച പത്മനാഭപിള്ള മികച്ച വാഗ്മിയും നാടകകൃത്തുമായിരുന്നു. വേലുത്തമ്പിദളവ, കാൽവരിയിലെ കല്പപാദം, അഗ്നിപഞ്ജരം, യവനിക, വിധിമണ്ഡപം, സ്വാതിതിരുനാൾ എന്നിവ അദ്ദേ ഹത്തിന്റെ മികച്ച നാടകങ്ങളാണ്. ഒഴുക്കുകൾ, കാടിന്റെ മറവിൽ എന്നീ നോവലുകളും പത്മനാഭപിള്ളയുടേതായിട്ടുണ്ട്.

1900-ാമാണ്ട് സെപ്തം: 27-ന് പത്മനാഭപിള്ളയുടെ അനുജനായി ജനിച്ച കുമാരപിള്ള ജ്യേഷ്ഠനേക്കാൾ രണ്ടു വയസ്സിനുമാത്രം ഇളയതാ യിരുന്നു. ജ്യേഷ്ഠനെപ്പോലെ അധ്യാപകവൃത്തിയിലും തുടർന്ന് സർക്കാ രിൽ ഉന്നതമായ ഔദ്യോഗിക പദവികളിലും നാടക രചനയിലും നല്ല അഭി

നേതാവെന്ന നിലയിലും പേരെടുക്കുകയും ചെയ്തു, കുമാരപിള്ളയും.

പിതാവ് ചങ്ങനാശ്ശേരിയിലെ പെരുന്നയിൽ കൈനിക്കര വീട്ടിൽ കൈനിക്കര എൻ. കുമാരപിള്ള. അമ്മ ഹരിപ്പാട്ട് പൂത്തോട്ടാൽ എൽ. പാർവ്വതിപിള്ള. അച്ഛൻ തന്നെയാണ് കുമാരപിള്ളയെ എഴുത്തിനിരുത്തിയത്. പിതാവിന്റെ ഔദ്യോഗിക ജീവിതം കാരണം സ്കൂൾപഠനം പൂർത്തിയാക്കിയത് പല സ്കൂളുകളിലായാണ്. എറണാകുളം മഹാരാജാസ് കോളേജ്, കുംഭകോണം ഗവ. കോളേജ് എന്നിവിടങ്ങളിൽ ഉപരിപഠനം. 1922-ൽ ഫിലോസഫിയിൽ ഒന്നാം ക്ലാസോടെ ബിരുദമെടുത്തു. അതേവർഷം പെരുന്ന എൻ.എസ്.എസ്. ഹൈസ്കൂളിൽ അധ്യാപകനായി. 1924-ൽ കരുവാറ്റ ഹൈസ്കൂൾ ഹെഡ്മാസ്റ്റർ, 1926-ൽ തിരുവനന്തപുരം ട്രെയിനിംഗ് കോളേജിൽ നിന്നും എൽ.ടി. പാസായി. കരുവാറ്റ സ്കൂളിൽ 1943 വരെ സേവനം. ജോലിയിലിരിക്കെ 1937-ൽ ഇംഗ്ലീഷ് സാഹിത്യത്തിൽ എം.എ. ബിരുദം നേടി. 1943-'44ൽ തിരുവനന്തപുരം പാൽക്കുളങ്ങര സ്കൂളിൽ ഹെഡ്മാസ്റ്റർ. 1944-ൽ തിരുവനന്തപുരം ട്രെയിനിംഗ് സ്കൂളിൽ ഇംഗ്ലീഷ് ലക്ചറർ. 1951-ൽ വിദ്യാഭ്യാസ ഡയരക്ടറുടെ പേഴ്സണൽ അസിസ്റ്റന്റ്. 1955-ൽ പെൻഷൻ. തുടർന്ന് തിരുവനന്തപുരം എം.ജി. കോളേജിൽ പ്രിൻസിപ്പൽ. രണ്ടു വർഷത്തിനുശേഷം മധുര ഗാന്ധിഗ്രാമിൽ റൂറൽ ഇൻസ്റ്റിറ്റ്യൂട്ടിന്റെ ഡെപ്യൂട്ടി ഡയരക്ടറായും റൂറൽ സർവ്വീസുകൾക്കുള്ള കോളേജ് പ്രിൻസിപ്പലായും സേവനം. 1957 മുതൽ 1964 വരെ ആകാശവാണിയിൽ വിദ്യാഭ്യാസ പരിപാടികളുടെ മേൽനോട്ടം.

കേന്ദ്രസാഹിത്യ അക്കാദമി മലയാളം ഉപദേശക സമിതി അംഗം, കേരള സംഗീത നാടക അക്കാദമി അംഗം എന്നീ നിലകളിലും പ്രവർത്തിച്ചു. ഹരിജൻ സേവാസംഘം, മദ്യവർജ്ജന സമിതി, ഗാന്ധിപീസ് ഫൗണ്ടേഷൻ എന്നിവയിലൂടെ പൊതുപ്രവർത്തനം.

സാഹിത്യവേദിയിൽ:

1931-ൽ പ്രസിദ്ധീകരിച്ച 'ദുരന്ത ദുശ്ശങ്ക'യാണ് ആദ്യ കൃതി. ഷേക്സ്പിയറുടെ നാടകമായ 'ഒഥല്ലോ'യുടെ നോവൽ രൂപമാണിത്.

നാടകകൃതികൾ:

ഹരിശ്ചന്ദ്രൻ (1933), മണിമംഗലം (1938), മോഹവും മുക്തിയും (1938), വേഷങ്ങൾ (1946), പ്രേമപരിണാമം (1946), അഗ്നിപരീക്ഷ, ആന്റണിയും ക്ലിയോപാട്രയും, സത്യത്തിന്റെ പന്ഥാവ്, മാതൃകാമനുഷ്യൻ, ഒളിച്ചുകളി, ഒഥല്ലോ,കെടാവിളക്കുകൾ.

'മാന്യശ്രീ വിശ്വാമിത്രൻ' എന്ന സിനിമയുടെ കഥയും തിരക്കഥയും

രചിച്ചത് കൈനിക്കരയാണ്. നാടകാഭിനയ അനുഭവങ്ങളെക്കുറിച്ചെഴുതിയ 'നാടകീയം' എന്ന കൃതിക്ക് 1978-ൽ 'ഓടക്കുഴൽ' അവാർഡ് ലഭിച്ചു.

മറ്റു അവാർഡുകൾ:

1970-'മാതൃകാ മനുഷ്യൻ' എന്ന നാടകത്തിന് കേരള സാഹിത്യ അക്കാദമി അവാർഡ്.

1976-കേരള നാടക അക്കാദമി ഫെല്ലോഷിപ്പ്.

1878-ഓടക്കുഴൽ അവാർഡ്.

കൂടാതെ നാടക രംഗത്തെ സമഗ്രസംഭാവനയ്ക്കുള്ള കേരള ഗവൺമെന്റിന്റെ പ്രത്യേക അവാർഡ്.

ആറു വാല്യങ്ങളായി മലയാളത്തിൽ പ്രസിദ്ധീകരിച്ച ഗാന്ധി സാഹിത്യത്തിന്റെ ചീഫ് എഡിറ്ററായിരുന്നു അദ്ദേഹം.

ഭാര്യ: എൻ. ഭഗീരഥിയമ്മ.

1988 ഡിസംബർ 9-ന് 88-ാമത്തെ വയസ്സിൽ മഹാമനീഷിയായ കൈനിക്കര കുമാരപിള്ള അന്തരിച്ചു.

☞

ആർ. സുഗതൻ
(1901–1970)

തിരുവിതാംകൂറിലെ അസംഘടിതരായ കയർ തൊഴിലാളികളെ സംഘടിപ്പിച്ച് ശക്തരാക്കിയ നിസ്വാർത്ഥനായ നേതാവ്. മർദ്ദകർക്കും ചൂഷകർക്കുമെതിരെ പടപൊരുതിയ നിഷ്കാമകർമ്മി. തിരുവിതാംകൂർ ലേബർ അസോസിയേഷൻ ജനറൽ സെക്രട്ടറി, നിയമസഭാംഗം, കമ്മ്യൂണിസ്റ്റ് പാർട്ടിയുടെ സമുന്നത നേതാവ്.

1901 ഡിസംബർ 23-ന് ആലപ്പുഴ ലജനത്തുൽ വാർഡിൽ വെളിയിൽ വീട്ടിൽ ജനനം. മാതാപിതാക്കൾ വേലുവും കല്യാണിയും. ശ്രീധരൻ എന്നായിരുന്നു പേര്. ആലപ്പുഴ മുഹമ്മദൻസ് സ്കൂളിൽ ശ്രീധരനെ ചേർത്തതും രക്ഷകർത്തൃത്വം വഹിച്ചതും അമ്മാവനായ രാമൻകുട്ടിയായിരുന്നു. രാമൻകുട്ടി ശ്രീധരൻ പിന്നീട് ആർ. സുഗതനായി മാറിയതിനു പിന്നിൽ മറ്റൊരു കഥയുണ്ട്.

ഏഴാംതരം പാസായ ശ്രീധരൻ ജീവിത പ്രാരബ്ധങ്ങൾമൂലം വോൾക്കാട്ട് ബ്രദേഴ്സ് കമ്പനി എന്ന കയർ ഫാക്ടറിയിൽ തൊഴിലാളിയായി. ഏഴാം ക്ലാസ് വിദ്യാഭ്യാസം അന്ന് സർക്കാരുദ്യോഗം ലഭിക്കാൻ അർഹതയുള്ള വിദ്യാഭ്യാസമായിരുന്നതിനാൽ വൈകാതെ കാഞ്ഞിരംചിറയിൽ ഒരു പ്രൈമറി സ്കൂളിൽ അധ്യാപകനായി ജോലി ലഭിച്ചു.

കയർ തൊഴിലാളി എന്ന നിലയിലുള്ള ഹ്രസ്വമായ ജീവിതം ഒട്ടേറെ അനുഭവജ്ഞാനം അദ്ദേഹത്തിനു നല്കി. പണിയെടുക്കുന്നവർ

നേരിടേണ്ടിവരുന്ന മർദ്ദനങ്ങളും ചൂഷണങ്ങളും അദ്ദേഹം നേരിട്ടറിഞ്ഞു.

സഞ്ചാര സ്വാതന്ത്ര്യത്തിനും വിദ്യാഭ്യാസ സ്വാതന്ത്ര്യത്തിനും സർക്കാർ സർവ്വീസിലെ പ്രാതിനിധ്യത്തിനും ക്ഷേത്രപ്രവേശന സ്വാതന്ത്ര്യത്തിനും വേണ്ടി അടിച്ചമർത്തപ്പെട്ട അവർണ്ണ ജനത ഉണർന്നു തുടങ്ങിയ കാലഘട്ടം. ശ്രീനാരായണനും അയ്യൻകാളിയും സവർണ്ണരായ ഉത്പതിഷ്ണുക്കളും അവകാശ സമരങ്ങൾക്ക് നേതൃത്വം നല്കി. എസ്.എൻ.ഡി.പി. യോഗവും സാധുജന പരിപാലന സംഘവും വാലസമുദായ പരിഷ്കരണ സഭയും സഹോദര പ്രസ്ഥാനവും ഉദയം ചെയ്യുന്നത് 1900-ത്തിനും 1920-നും ഇടയിലാണ്. 1888-ലെ അരുവിപ്പുറം പ്രതിഷ്ഠയിൽ തുടങ്ങി 1924 -ലെ വൈക്കം സത്യഗ്രഹത്തിലെത്തിനിന്ന മൂന്നു വ്യാഴവട്ടക്കാലം സാമൂഹ്യ പരിഷ്കരണത്തിനു നിലമൊരുങ്ങിയ കാലഘട്ടമാണ്.

ശ്രീധരൻ വാധ്യാർ ആലിശ്ശേരി പ്രദേശത്ത് മുൻകൈയെടുത്ത് 1918 -ൽ 'യുവജന സമാജം' സ്ഥാപിച്ചു. അന്ധവിശ്വാസങ്ങളെയും അനാചാരങ്ങളേയും എതിർക്കുക, ശ്രീനാരായണ സന്ദേശങ്ങൾ പ്രചരിപ്പിക്കുക ഇവയായിരുന്നു സമാജത്തിന്റെ പരിപാടികൾ. അമ്മൂമ്മ മരിച്ചപ്പോൾ ആചാരവിരുദ്ധമായി തല വടക്കോട്ടുവെച്ച് സംസ്കരിക്കുകയും പിന്നീട് സ്വന്തം പുരയിടത്തിൽ 'കുര്യാലകൾ' തകർക്കുകയും ചെയ്ത ശ്രീധരൻ താമസിയാതെ യുക്തിവാദ പ്രസ്ഥാനത്തിലും ആകൃഷ്ടനായി. സഹോദര പ്രസ്ഥാനവുമായി ബന്ധപ്പെട്ടു പ്രവർത്തിച്ചത് ഈ കാലത്താണ്.

കേരള കൗമുദി, സഹോദരൻ, മിതവാദി, ടി.കെ. മാധവന്റെ ദേശാഭിമാനി തുടങ്ങിയ പത്രമാസികകളിൽ അന്ധവിശ്വാസങ്ങളെയും അനാചാരങ്ങളെയും വിമർശിച്ചുകൊണ്ടുള്ള കവിതകളും ലേഖനങ്ങളും ശ്രീധരൻ എഴുതിക്കൊണ്ടിരുന്നു.

ഈഴവരാദി അവർണ്ണർ അനുഭവിക്കുന്ന സാമൂഹ്യമായ പതിത്വത്തിൽ രോഷാകുലനായി സി.വി. കുഞ്ഞിരാമൻ മതംമാറ്റാമെന്ന ആഹ്വാനം നല്കിയ കാലത്ത് ശ്രീധരൻസാറും കൂട്ടരും ആലപ്പുഴയിൽ 'ബുദ്ധിമിഷൻ' സ്ഥാപിച്ചു. മുൻകൈയെടുത്തവർ സ്വന്തം പേരുമാറ്റി. ശ്രീധരൻ സാർ ആർ. സുഗതനായത് അങ്ങനെ.

പിന്നീടദ്ദേഹം 'തിരുവിതാംകൂർ ലേബർ അസോസിയേഷ'ന്റെ പ്രവർത്തകനായി. പൂവണിയാതെപോയ ഒരു പ്രേമബന്ധത്തിനുശേഷം 'ഏഴകളാകുന്ന തോഴരോടൊന്നിച്ചീയൂഴിയെ സേവിച്ചു പാർത്തുകൊള്ളാം' എന്ന തീരുമാനമെടുത്തു. അസോസിയേഷനാണ് തന്റെ കുടുംബമെന്നുറച്ച് പൊതുപ്രവർത്തനത്തിൽ മുഴുകി.

കോൺഗ്രസ് സോഷ്യലിസ്റ്റ് പാർട്ടിയുടെ 1935-ലെ കോഴിക്കോട് സമ്മേളനത്തിൽ അസോസിയേഷനെ പ്രതിനിധീകരിച്ചത് ആർ. സുഗത

നായിരുന്നു. കോൺഗ്രസ് സോഷ്യലിസ്റ്റ് പാർട്ടി പി. കൃഷ്ണപിള്ളയുടെ നേതൃത്വത്തിൽ കരുത്താർജ്ജിച്ചുകൊണ്ടിരിക്കെ '37 മേയ് 22-ന് അസോസിയേഷന്റെ 12-ാം വാർഷിക സമ്മേളനത്തിൽ ജനറൽ സെക്രട്ടറിയായി ആർ. സുഗതനെ തിരഞ്ഞെടുത്തു. അരിവാൾ ചുറ്റികാങ്കിതമായ ചെങ്കൊടി തിരുവിതാംകൂറിൽ ആദ്യമായി ഉയർന്നത് ഈ സമ്മേളനത്തിൽ വെച്ചാണ്. അധ്യാപക ജോലി രാജിവെച്ച് മുഴുവൻസമയ തൊഴിലാളി പ്രവർത്തകനും 'തൊഴിലാളി' പത്രത്തിന്റെ പത്രാധിപരുമായി.

1937-'38ലെ കയർ തൊഴിലാളി പണിമുടക്കിന്റെ പ്രവർത്തനങ്ങൾക്കിടയിൽ സ: സുഗതനും മറ്റു പ്രവർത്തകരും അറസ്റ്റ് ചെയ്യപ്പെട്ടു. നേതാക്കളെ മോചിപ്പിക്കണമെന്നാവശ്യപ്പെട്ടുകൊണ്ടുള്ള പോലീസ് സ്റ്റേഷൻ പിക്കറ്റിംഗിൽ ഉണ്ടായ ലാത്തിച്ചാർജ്ജിൽ സ: ബാവ എന്ന തൊഴിലാളി തിരുവിതാംകൂറിൽ ആദ്യമായി രക്തസാക്ഷിയായി. തിരുവിതാംകൂർ തൊഴിലാളി വർഗ്ഗത്തിന്റെ അവകാശ സമരങ്ങളിലെ ആദ്യ രക്തസാക്ഷി!

പൊൻകുന്നത്ത് അസോസിയേഷന്റെ ശാഖ രൂപവൽക്കരിക്കാനും തോട്ടം തൊഴിലാളികളെ അസോസിയേഷനിലേക്കാകർഷിക്കാനും അദ്ദേഹത്തിനു കഴിഞ്ഞു. തോട്ടി തൊഴിലാളികൾ, റിക്ഷാ തൊഴിലാളികൾ എന്നിവരെ സംഘടിപ്പിക്കാനും കുട്ടനാട്ടിലെ കർഷക തൊഴിലാളികളുടെയും നാവിക തൊഴിലാളികളുടെയും പ്രശ്നങ്ങൾ 'തൊഴിലാളി'യുടെ പുറങ്ങളിലൂടെ പുറത്തുകൊണ്ടുവരാനും സ: സുഗതൻ ശ്രമിച്ചു.

1938-ലെ, സ്റ്റേറ്റ് കോൺഗ്രസിന്റെ മേലുള്ള നിരോധനം നീക്കണമെന്നാവശ്യപ്പെട്ടുകൊണ്ടുള്ള, അന്നത്തെ സ്റ്റേറ്റ് കോൺഗ്രസ് നേതാവ് അക്കാമ്മ ചെറിയാന്റെ നേതൃത്വത്തിലുള്ള കൊട്ടാരം മാർച്ചിനുശേഷം വിട്ടയയ്ക്കപ്പെട്ട രാഷ്ട്രീയ തടവുകാരിൽ സ: സുഗതനും ഉൾപ്പെട്ടിരുന്നു.

സി.പി. കൃഷ്ണപിള്ളയുടെ നേതൃത്വത്തിൽ 1938-ൽ ആലപ്പുഴ, ചേർത്തല പ്രദേശങ്ങളിലെ കയർ ഫാക്ടറി തൊഴിലാളികൾ നടത്തിയ രാഷ്ട്രീയ പണിമുടക്ക് സമരത്തിലെ മുന്നണിപ്പടയാളിയായിരുന്നു സ: സുഗതൻ.

സ്റ്റേറ്റ് കോൺഗ്രസിന്റെ മുൻനിര നേതാക്കളുടെ അപചയത്തിൽ പ്രതിഷേധിച്ച് സംഘടനയിൽ രൂപപ്പെട്ട 'റാഡിക്കൽ ഗ്രൂപ്പാ'ണ് കേരളത്തിൽ 1938-ൽ കമ്മ്യൂണിസ്റ്റ് പാർട്ടി രൂപീകരിച്ചത്.

1942-ൽ അഖില തിരുവിതാംകൂർ ട്രേഡ് യൂണിയൻ കോൺഗ്രസിന്റെ ജനറൽ സെക്രട്ടറിയും പിന്നീട് കേരള ട്രേഡ് യൂണിയൻ കോൺഗ്രസിന്റെ വൈസ് പ്രസിഡണ്ടുമായി. ഇക്കാലത്തുതന്നെ അദ്ദേഹം കമ്മ്യൂണിസ്റ്റ് പാർട്ടിയിൽ അംഗമായി.

സ്റ്റേറ്റ് കോൺഗ്രസിന് ഭൂരിപക്ഷമുണ്ടായിരുന്ന നിയമനിർമ്മാണ

സമിതി 1948 മാർച്ച് 24-ന് മൂന്നംഗ പട്ടം മന്ത്രിസഭ രൂപീകരിച്ചു. രണദിവേയുടെ കൽക്കട്ടാ തീസിസ്സിനോടനുബന്ധിച്ച് ഇന്ത്യയൊട്ടാകെ കമ്മ്യൂണിസ്റ്റുകാരെയും മറ്റ് ഇടതുപക്ഷ നേതാക്കളെയും കേന്ദ്ര ഗവൺമെന്റ് വേട്ടയാടാൻ തുടങ്ങിയപ്പോൾ പട്ടം മന്ത്രിസഭയും അതിനൊത്തു നീങ്ങി.

1948-ൽ ടി.വി. തോമസ്, സി.കെ. വേലായുധൻ തുടങ്ങിയവരോടൊപ്പം സുഗതനും അറസ്റ്റ് ചെയ്യപ്പെട്ടു.

കുപ്രസിദ്ധനായിരുന്ന ടി.കെ. നാരായണപിള്ള മുഖ്യമന്ത്രിയായിരിക്കെ, 1950-ൽ ശൂരനാട് സമരം. വിവരണാതീതമായ നരനായാട്ടാണ് ടി.കെ.യുടെ പോലീസ് ആ പ്രദേശങ്ങളിൽ നടത്തിയത്. ടി.കെ.യെ തുടർന്ന് സി. കേശവൻ തിരു-കൊച്ചി മുഖ്യമന്ത്രിയായിരുന്നപ്പോൾ കരുതൽ തടങ്കൽ നിയമത്തിലെ 14-ാം വകുപ്പിനെതിരെ എ.കെ.ജി. സമർപ്പിച്ച റിട്ട് സ്വീകരിച്ച സുപ്രീംകോടതി 14-ാം വകുപ്പ് റദ്ദാക്കുകയും അതിൻപ്രകാരം ടി.വി. തോമസ്, ആർ. സുഗതൻ തുടങ്ങിയ നേതാക്കൾ ജയിൽ മോചിതരാവുകയും ചെയ്തു.

1951 ഏപ്രിൽ മാസത്തിൽ തിരു-കൊച്ചി സംസ്ഥാനത്തെ തൊഴിലാളി സംഘടനകളുടെ സമ്മേളനം. 52 ട്രേഡ് യൂണിയൻ സംഘടനകളുടെ പ്രതിനിധികൾ പങ്കെടുത്ത സമ്മേളനം തിരു-കൊച്ചി തൊഴിലാളി ഐക്യ കമ്മിറ്റി രൂപീകരിച്ചു. ഈ കമ്മിറ്റിയാണ് പിന്നീട് ആർ.എസ്.പി, കെ.എസ്.പി, കമ്മ്യൂണിസ്റ്റ് പാർട്ടികൾ ചേർന്നുണ്ടായ 'ഐക്യമുന്നണി'. 1951-ൽ നടന്ന തിരഞ്ഞെടുപ്പിൽ ഐക്യമുന്നണിയിലെ ആർ. സുഗതൻ, ടി.വി. തോമസ്, എം.എൻ. ഗോവിന്ദൻനായർ തുടങ്ങിയവർ വമ്പിച്ച ഭൂരിപക്ഷത്തോടെ തിരു-കൊച്ചി നിയമസഭാംഗങ്ങളായി.

1964-ലെ പാർട്ടി പിളർപ്പിനുശേഷം ആർ. സുഗതൻ സി.പി.ഐ. യിൽ തുടർന്നു.

നിരന്തരമായ പൊതുപ്രവർത്തനത്തോടൊപ്പം ചൂഷകവർഗ്ഗത്തിന് പേടിസ്വപ്നമായ ഒരു തൂലികയുടെ ഉടമകൂടിയായിരുന്നു ആർ. സുഗതൻ. അവിവാഹിതനായ സഖാവ് അവസാനകാലത്ത് കലശലായ പ്രമേഹരോഗത്തിനടിപ്പെട്ടു. ആലപ്പുഴ ബോട്ടുജെട്ടിക്കടുത്തുള്ള കൃഷ്ണഭവൻ ലോഡ്ജിൽ കഴിഞ്ഞിരുന്ന അദ്ദേഹത്തെ പാർട്ടി, സി.പി.ഐ. സ്റ്റേറ്റ് കൗൺസിൽ ഓഫീസിലേക്ക് മാറ്റുകയും ചികിത്സക്കായി 1968-ൽ സോവിയറ്റ് യൂണിയനിലേക്ക് കൊണ്ടുപോവുകയും ചെയ്തു. രോഗത്തിന് വലിയ ശമനമൊന്നുമുണ്ടായില്ല.

1970 ഫെബ്രുവരി 14-ന് 68-ാമത്തെ വയസ്സിൽ തൊഴിലാളിക്കുവേണ്ടി ജീവിച്ച ആ കർമ്മസൂര്യൻ അസ്തമിച്ചു.

ജി. ശങ്കരക്കുറുപ്പ്
(1901–1978)

പ്രഥമ 'ജ്ഞാനപീഠം' പുരസ്കാര ജേതാവ്, മിസ്റ്റിക് കവി, ഗദ്യകാരൻ, അധ്യാപകൻ, രാജ്യസഭാംഗം, കേരള സാഹിത്യ അക്കാദമി പ്രസിഡണ്ട്.

1901 ജൂൺ 3-ന് എറണാകുളം ജില്ലയിലെ നായത്തോട് ഗ്രാമത്തിൽ ജനിച്ചു. പിതാവ് നെല്ലിക്കാപ്പള്ളി ശങ്കരവാര്യർ. അമ്മ വടക്കിനി ലക്ഷ്മിക്കുട്ടിയമ്മ. മാതുലനായ ഗോവിന്ദക്കുറുപ്പാണ് വിദ്യാരംഭം കുറിച്ചത്. സംസ്കൃതത്തിലെ ബാലപാഠങ്ങൾ അദ്ദേഹം പഠിപ്പിച്ചു. പ്രാഥമിക വിദ്യാഭ്യാസം നായത്തോട് സ്കൂളിലായിരുന്നു. തുടർന്ന് പെരുമ്പാവൂർ മലയാളം സ്കൂൾ, മൂവാറ്റുപുഴ വെർണാക്കുലർ ഹയർസ്കൂൾ എന്നിവിടങ്ങളിൽ പഠിച്ചു. സ്കൂൾ വിദ്യാഭ്യാസ കാലത്ത് തൃപ്പൂണിത്തുറ സാഹിത്യസദസ്സിലും കൊച്ചി സാഹിത്യസമാജത്തിലും പങ്കെടുത്തിരുന്നു. 1918-ൽ കൊറ്റാമത്ത് ഹൈസ്കൂളിലെ ഹെഡ്മാസ്റ്റർ ആയിട്ടാണ് ഔദ്യോഗിക ജീവിതം തുടങ്ങിയത്. 1926-ൽ വിദ്വാൻ പരീക്ഷ പാസ്സായി. 1937-ൽ എറണാകുളം മഹാരാജാസ് കോളേജിൽ അധ്യാപകനായി. അക്കാലത്ത് പണ്ഡിറ്റ് കറുപ്പൻ, കുറ്റിപ്പുറത്തു കേശവൻനായർ, എൽ.വി. രാമസ്വാമി അയ്യർ തുടങ്ങിയ മഹാരഥന്മാർ മഹാരാജാസിലെ മലയാളം ഡിപ്പാർട്ടുമെന്റിൽ സഹപ്രവർത്തകരായിരുന്നു.

1956-ൽ പ്രൊഫസറായി റിട്ടയർ ചെയ്തതിനുശേഷം ആകാശവാണി

തിരുവനന്തപുരം നിലയത്തിൽ പ്രൊഡ്യൂസറായി. 'ഓടക്കുഴൽ' എന്ന കവിതാസമാഹാരത്തിന് ജി.ക്ക് 1965-ൽ പ്രഥമ 'ജ്ഞാനപീഠ' പുരസ്കാരം ലഭിച്ചു. 'ഗീതാഞ്ജലി'യുടെ വിവർത്തനമുൾപ്പെടെ അൻപതോളം കൃതികൾ ജി. രചിച്ചിട്ടുണ്ട്. 'വിശ്വദർശനം' എന്ന കൃതിക്ക് 1963-ൽ കേരള സാഹിത്യ അക്കാദമി അവാർഡ് ലഭിച്ചു.

1968-ൽ 'ഗുരുവായൂരപ്പൻ ട്രസ്റ്റ് രൂപീകരിച്ച് 'ഓടക്കുഴൽ അവാർഡ്' ഏർപ്പെടുത്തി. കേരള സാഹിത്യ അക്കാദമി പ്രസിഡണ്ട്, കേന്ദ്ര സാഹിത്യ അക്കാദമി അംഗം, രാജ്യസഭാംഗം എന്നീ നിലകളിലും പ്രവർത്തിച്ചിട്ടുണ്ട്.

ജീവിതത്തിന്റെ വൈചിത്ര്യത്തിൽ അത്ഭുതംകൂറിക്കൊണ്ടാണ് ജി.യിലെ കവി ഉണർന്നത്. നിത്യവിസ്മയമായ പ്രപഞ്ചത്തെ അത്ഭുതാദരവുകളോടെ ദർശിച്ച ജി.ക്ക് "അത്ഭുതം ക്രമേണ ആത്മാവിന്റെ അത്ഭുതമായും സ്വന്തം കവിതയ്ക്ക് അത് വിശ്വപ്രകൃതിയെ അർച്ചിക്കാനുള്ള അർഘ്യപുഷ്പങ്ങളുമാവുന്നു". ജി.യിലെ കവി പക്വത ആർജ്ജിക്കുന്നതിനുമുമ്പുള്ള കവിതകൾ പ്രകൃതിയുടെ തിരുസന്നിധിയിലുള്ള പ്രാർത്ഥനകളാണ്. വിശ്വപ്രകൃതിയുടെ അപദാനങ്ങൾ പാടിക്കൊണ്ട് കവി ജന്മസാഫല്യം കാംക്ഷിക്കുന്നു. കാവ്യചകോരമാവട്ടെ ചിറകുവിരുത്തിപ്പറന്ന് ആത്മതത്വത്തിലെത്തുന്നു. പ്രകൃതിയെ ഉപാസിച്ചുകൊണ്ട്, സാധനകൊണ്ട് പ്രപഞ്ചാതീതമായ സത്യദർശനത്തിൽ അഥവാ യോഗദർശനത്തിൽ കവി എത്തിപ്പെടുന്നു. ഈ യോഗദർശനമാണല്ലോ മിസ്റ്റിസിസം.

പ്രധാന കാവ്യകൃതികൾ:

സാഹിത്യകൗതുകം (4 ഭാഗം), നവാതിഥി, പൂജാപുഷ്പം, സൂര്യകാന്തി, ചെങ്കതിരുകൾ, നിമിഷം, മുത്തുകൾ, വനഗായകൻ, ഇതളുകൾ, അന്തർദ്ദാഹം, പഥികന്റെ പാട്ട്, സന്ധ്യാരാഗം, മൂന്നരുവിയും ഒരു പുഴയും, മധുരം സൗമ്യം ദീപ്തം, ജീവന സംഗീതം.

ലേഖന സമാഹാരങ്ങൾ:

ഗദ്യോപഹാരം, ലേഖാമാല, മുത്തും ചിപ്പിയും, രാക്കുയിലുകൾ, ജി.യുടെ നോട്ടുബുക്ക്.

നാടകങ്ങൾ: ഇരുട്ടിന് മുമ്പ്, സന്ധ്യ, ഓഗസ്റ്റ് 15.

ബാലസാഹിത്യം: ഇളംചുണ്ടുകൾ, ഓലപ്പീപ്പി, കാറ്റേവാ കടലേവാ, രാധാറാണി.

ആത്മകഥ: ഓർമ്മയുടെ ഓളങ്ങളിൽ (അപൂർണ്ണം).

1978 ഫെബ്രുവരി 2-ന് ജി. അന്തരിച്ചു.

ശങ്കർ
(1902–1989)

കാർട്ടൂണിനെ ശക്തമായ രാഷ്ട്രീയ വിമർശനോപാധിയാക്കിമാറ്റിയ പ്രസിദ്ധ കാർട്ടൂണിസ്റ്റ് 'ശങ്കേഴ്സ് വീക്കിലി'യുടെ സ്ഥാപകനും മുഖ്യ പത്രാധിപരും.

യഥാർത്ഥ നാമം ശങ്കരപിള്ള. കായംകുളത്ത് 1902 ജൂലൈ 31-ന് ജനനം. ബാല്യത്തിലേ മാതാപിതാക്കൾ നഷ്ടപ്പെട്ടു. ബിരുദപഠനവും നിയമപഠനവും പൂർത്തിയാക്കാതെ സർക്കാർ സർവ്വീസിൽ ചേർന്നു. 1931 മുതൽ അക്കാലത്തെ പ്രമുഖ പത്രങ്ങളിൽ ശങ്കറിന്റെ കാർട്ടൂണുകൾ പ്രത്യക്ഷപ്പെട്ടുതുടങ്ങി. 1938-ൽ 'ഹിന്ദുസ്ഥാൻ ടൈംസി'ൽ സ്റ്റാഫ് കാർട്ടൂണിസ്റ്റായി ചേർന്നു. ഡൽഹിയിൽ വേരുറപ്പിച്ച ശങ്കർ കാർട്ടൂണിസ്റ്റെന്ന നിലയിൽ സ്വാതന്ത്ര്യപ്രാപ്തിക്കു മുമ്പുതന്നെ പ്രസിദ്ധി നേടിയിരുന്നു. സിന്ധ്യ എന്ന ഷിപ്പിംഗ് കമ്പനിയിലെ ജോലിക്കാരനായിരുന്ന ശങ്കറെ പത്രരംഗത്തേക്ക് കൈപിടിച്ചുയർത്തിയത് പോത്തൻ ജോസഫായിരുന്നു. പ്രചാരത്തിൽ പിന്നിലായിരുന്ന 'ഹിന്ദുസ്ഥാൻ ടൈംസ്' പോത്തൻ ജോസഫിന്റെ സാരഥ്യത്തിൽ വളർന്നുകൊണ്ടിരുന്ന കാലമായിരുന്നു അത്. പത്രത്തിന്റെ ഉൾപ്പേജിലെ ജോസഫിന്റെ പംക്തി- 'ഓവർ എ കപ്പ് ഓഫ് ടീ'-യിൽ ഗാന്ധിജി, വൈസ്രോയി, നെഹ്റു തുടങ്ങിയവരെ ബ്രഷിലൂടെ അവതരിപ്പിച്ച് ശങ്കർ ശ്രദ്ധേയനായി. പോത്തൻ ജോസഫ് പത്രം വിട്ട് അധികം കഴിയുന്നതിനു മുമ്പ് ശങ്കറും ഹിന്ദുസ്ഥാൻ ടൈംസിൽ നിന്ന് 1946-ൽ ഒഴിഞ്ഞു.

എട്ടുവർഷക്കാലം ഹിന്ദുസ്ഥാൻ ടൈംസിൽ സ്റ്റാഫ് കാർട്ടൂണിസ്റ്റായിരുന്നതിനുശേഷം 1948-ലാണ് അദ്ദേഹം 'ശങ്കേഴ്സ് വീക്കിലി' തുടങ്ങിയത്. ഉദ്ഘാടനം നിർവ്വഹിച്ചുകൊണ്ട് പ്രധാനമന്ത്രി നെഹ്റു പറഞ്ഞു: "Sankar don't spare me!"-ശങ്കറിന്റെ ബ്രഷ് തന്നെ. ഒഴിവാക്കരുതെന്ന്!

'ശങ്കേഴ്സ് വീക്കിലി'യിലെ രണ്ട് പ്രധാന പംക്തികളായിരുന്നു ശങ്കറിന്റെ 'മാർച്ച് ഓഫ് ടൈം', ചലപതിറാവുവിന്റെ 'ഫ്രീ തിങ്കിംഗ്' എന്നിവ.

കുട്ടികളുടെ സർഗ്ഗശക്തിപോഷണം ലക്ഷ്യമാക്കിക്കൊണ്ട് ശങ്കേഴ്സ് വീക്കിലിയുടെ നേതൃത്വത്തിൽ അന്തർദേശീയ ബാലചിത്ര രചനാമത്സരവും പാവപ്രദർശനവും നടത്താറുണ്ടായിരുന്നു. 1957-ൽ പ്രധാനമന്ത്രി നെഹ്യവിന്റെ സഹായത്തോടെ 'ചിൽഡ്രൻസ് ബുക്ക് ട്രസ്റ്റി'ന് ശങ്കർ രൂപം കൊടുത്തു.

1975-ൽ അടിയന്തരാവസ്ഥ പ്രഖ്യാപിച്ചതിനെ തുടർന്ന് 'ശങ്കേഴ്സ് വീക്കിലി' പ്രസിദ്ധീകരണം നിർത്തി.

ഇന്ത്യൻ കാർട്ടൂൺ രംഗത്തെ കുലപതിയായിരുന്ന ശങ്കർ 1989 ഡിസംബർ 26-ന് കഥാവശേഷനായി.

കൃതികൾ:

Life with Grand Father
Sonali's Friend
Folk tales of Gujarath
Indira Priyadarsini

അവാർഡുകൾ:

പത്മവിഭൂഷൺ
പത്മഭൂഷൺ
പത്മശ്രീ.
Order of the Smile

സ്ഥാപിച്ച സംഘടനകൾ:

Children's Book Trust (CBT) (1957)
AWIC

പ്രൊഫ: ജോസഫ് മുണ്ടശ്ശേരി
(1903–1977)

മലയാള സാഹിത്യമീമാംസകരിൽ പ്രാത: സ്മരണീയൻ. കലാലയാധ്യാപകൻ, രാഷ്ട്രീയ പ്രവർത്തകൻ, പ്രഥമ കേരള മന്ത്രിസഭയിലെ വിദ്യാഭ്യാസ മന്ത്രി, കൊച്ചി സർവ്വകലാശാല വൈസ് ചാൻസലർ, വാഗ്മി, പത്രപ്രവർത്തകൻ.

ജനനം 1903 ജൂലൈ 17-ന് തൃശൂരിലെ കണ്ടശാംകടവിൽ. അച്ഛൻ കുഞ്ഞുവറീത്. അമ്മ തോറാട്ടിൽ ഇളച്ചി. സംസ്കൃതത്തിലും മലയാളത്തിലും എം.എ. ബിരുദമെടുക്കുന്നതിനുമുമ്പ് ഫിസിക്സ് അധ്യാപകനായി കുറേക്കാലം തൃശൂർ സെന്റ് തോമസ് കോളേജിൽ ജോലി ചെയ്തു. ബിരുദാനന്തര ബിരുദങ്ങൾ നേടിയശേഷം അതേ കോളേജിൽ മലയാളം പ്രൊഫസറായി.

രാഷ്ട്രീയരംഗത്ത്:

കൊച്ചി പ്രജാമണ്ഡലം പ്രവർത്തകനായിരിക്കെ 1948-ൽ കൊച്ചി നിയമസഭയിൽ എം.എൽ.സി.യായി. 1950-ൽ തിരു-കൊച്ചി നിയമസഭാംഗം. കേരള രൂപീകരണത്തിനുശേഷം 1957-ൽ നടന്ന തിരഞ്ഞെടുപ്പിൽ മണലൂരിൽ നിന്ന് കമ്മ്യൂണിസ്റ്റ് സ്വതന്ത്രനായി മത്സരിച്ചു വിജയിച്ച് എം.എൽ.എ. ആയി. തുടർന്ന് ഇ.എം.എസ്. മന്ത്രിസഭയിൽ വിദ്യാഭ്യാസവകുപ്പ് മന്ത്രി.

1959-ൽ വിമോചന സമരത്തെത്തുടർന്ന് ഇ.എം.എസ്. മന്ത്രിസഭ രാഷ്ട്രപതി പിരിച്ചുവിട്ടു. മന്ത്രിയായിരിക്കെ മുണ്ടശ്ശേരി കൊണ്ടുവന്ന 'എഡ്യുക്കേഷൻ ആക്ട്' വിദ്യാഭ്യാസരംഗത്തെ കുത്തകകളെ നിയന്ത്രിക്കുന്നതും അധ്യാപകർക്ക് സേവന സുരക്ഷ ഉറപ്പാക്കുന്നതുമായിരുന്നു. 1959-ൽ നടന്ന വിമോചന സമരത്തിൽ വിദ്യാഭ്യാസ കുത്തകകളും പ്രതിലോമശക്തികളും അണിചേർന്നതിനുള്ള പ്രധാന കാരണം മുണ്ടശ്ശേരിയുടെ വിദ്യാഭ്യാസ ബില്ലും ഗൗരിയമ്മയുടെ കാർഷികബന്ധ ബില്ലുമാണ്.

വിദ്യാഭ്യാസ മന്ത്രിയായിരിക്കെ തോന്നയ്ക്കലെ ആശാൻ സ്മാരകം മുണ്ടശ്ശേരി സാക്ഷാത്കരിച്ചു. കൊച്ചി സർവ്വകലാശാല വൈസ് ചാൻസലറായിരുന്നിട്ടുണ്ട് മുണ്ടശ്ശേരി. സെന്റ് തോമസ് കോളേജിൽ നിന്ന് ഒരിക്കൽ പിരിച്ചുവിടപ്പെട്ട മുണ്ടശ്ശേരി ആ കലാലയം ഉൾപ്പെടുന്ന സർവ്വകലാശാലയുടെ 1971-76 കാലത്തെ വൈസ് ചാൻസലർ പദവിയിലെത്തിയത് നിയതിയുടെ പ്രതികാരമല്ലാതെ മറ്റെന്താണ്?

കമ്മ്യൂണിസ്റ്റ് പാർട്ടി തൃശൂരിൽനിന്ന് പ്രസിദ്ധീകരിച്ചിരുന്ന 'നവജീവൻ' പത്രത്തിന്റെ ആദ്യ പത്രാധിപരായിരുന്നു മുണ്ടശ്ശേരി. 1956-ൽ പ്രസിദ്ധ പുസ്തക പ്രസാധനശാലയായ് 'കറണ്ട് ബുക്സ് മുണ്ടശ്ശേരിയുടെ ഉടമസ്ഥതയിൽ തുടങ്ങി. മകൻ തോമസ് ആയിരുന്നു പിന്നീട് കറണ്ട് ബുക്സ് ഉടമ. അടുത്തകാലത്ത് കറണ്ട് ബുക്സ് ഡി.സി. ബുക്സിന്റെ നിയന്ത്രണത്തിലായി.

നോവലുകൾ:

പൊഫസർ കൊന്തയിൽനിന്ന് കുരിശിലേക്ക്

പാറപ്പുറത്തുവിതച്ച വിത്ത്.

നിരൂപണം:

കാവ്യപീഠിക, മാറ്റൊലി, മാനദണ്ഡം, മനുഷ്യകഥാനുയായികൾ, വായനശാലയിൽ (മൂന്നു ഭാഗങ്ങൾ), രാജരാജന്റെ മാറ്റൊലി, നാടകാന്തം കവിത്വം, കരിന്തിരി, കുമാരനാശാന്റെ കവിത-ഒരു പഠനം, രൂപഭദ്രത, അന്തരീക്ഷം, പ്രയാണം, പാശ്ചാത്യ സാഹിത്യ സമീക്ഷ.

ചെറുകഥകൾ:

സമ്മാനം, കടാക്ഷം, ഇല്ലാ പോലീസ്.

യാത്രാവിവരണം:

ഒറ്റനോട്ടത്തിൽ, ചൈന മുന്നോട്ട്.

ആത്മകഥ: കൊഴിഞ്ഞ ഇലകൾ, മാറ്റൊലി, മാനദണ്ഡം എന്നീ കൃതികൾ സാഹിത്യ സിദ്ധാന്തങ്ങളെ നിർദ്ധാരണം ചെയ്യുന്ന കൃതികളാണ്.

സാമൂഹ്യപരിവർത്തനം ഒരു പരിധിവരെയേ സാഹിത്യത്തിന്റെ ധർമ്മമാകുന്നുള്ളൂ എന്ന് മുണ്ടശ്ശേരി ശഠിച്ചു. പുരോഗമന സാഹിത്യവേദിയിൽ കമ്മ്യൂണിസ്റ്റ് സാഹിത്യപക്ഷപാതികളോട് അദ്ദേഹം ഇക്കാരണത്താൽ വിയോജിച്ചു.

നിരൂപണ മേഖലയിൽ പാശ്ചാത്യ പൗരസ്ത്യ ദർശനങ്ങളെ സമന്വയിപ്പിക്കുന്ന പുതിയ മാനദണ്ഡവും കാഴ്ചപ്പാടും അവതരിപ്പിക്കാൻ മുണ്ടശ്ശേരി മാസ്റ്റർക്ക് കഴിഞ്ഞുവെന്ന് ചിലർ ചൂണ്ടിക്കാട്ടുന്നുണ്ട്. കാവ്യപീഠിക, നാടകാന്തം കവിത്വം, രൂപഭദ്രത എന്നീ കൃതികൾ സാഹിത്യപ്രവർത്തകർക്കും സാഹിത്യ വിദ്യാർത്ഥികൾക്കും മാർഗ്ഗദർശനം നൽകുന്നു.

ഭാര്യ: കത്രീന. ഏഴു മക്കൾ.

1977 ഒക്ടോബർ 25-ന് മുണ്ടശ്ശേരി അന്തരിച്ചു.

കെ. സുകുമാരൻ
(1903 – 1981)

കേരള കൗമുദി ചീഫ് എഡിറ്ററും ശ്രീനാരായണ പ്രസ്ഥാനത്തിന്റെ ഉജ്ജ്വലനായ വക്താവുമായിരുന്നു.

1903 ജനുവരി 8-ന് മയ്യനാട്ട് ജനിച്ചു. പിതാവ് സി.വി. കുഞ്ഞുരാമൻ. മാതാവ് കൊച്ചിക്കാവമ്മ. ബി.എ. ബിരുദധാരി. കുറേക്കാലം സർക്കാർ സർവ്വീസിൽ ജോലി ചെയ്തു. പിന്നീട് ജോലി രാജിവെച്ച് പത്രപ്രവർത്തനത്തിലേക്ക് കടന്നു. പിതാവ് സി.വി. കുഞ്ഞുരാമൻ വാരികയായി നടത്തിപ്പോന്ന കേരള കൗമുദി 1940-ൽ ദിനപ്പത്രമായി പ്രസിദ്ധീകരിച്ചു തുടങ്ങി. 1940 മുതൽ 40 വർഷം തുടർച്ചയായി കേരള കൗമുദിയുടെ പ്രധാന പത്രാധിപർ. എസ്.എൻ.ഡി.പി. യോഗത്തിന്റെ ബോർഡംഗമായും പ്രസിഡണ്ടായും പ്രവർത്തിച്ചിട്ടുണ്ട്. 1944 മുതൽ മൂന്നു വർഷക്കാലം ശ്രീമൂലം അസംബ്ലി അംഗമായിരുന്നു.

'കേരള കൗമുദി'യുടെ സ്ഥാപക പത്രാധിപർ പിതാവാണെങ്കിലും ഒരു ദിനപ്പത്രമായി, തിരുവിതാംകൂർ നിവാസികളുടെ വിശിഷ്യാ ഈഴവരുടെയും മറ്റു പിന്നോക്ക വിഭാഗങ്ങളുടെയും ജിഹ്വ.യായി കേരള കൗമുദിയെ വളർത്തിയെടുത്തത് സുകുമാരനാണ്.

എന്നും ഇടതുപക്ഷ പ്രസ്ഥാനങ്ങളോട് സുകുമാരന്റെ 'കേരള കൗമുദി' അനുഭാവം പ്രകടിപ്പിച്ചുപോന്നു. പുരോഗമനാശയങ്ങൾക്ക് പ്രകാ

ശനം നല്കാൻ കേരള കൗമുദി എന്നും മുന്നിലുണ്ടായിരുന്നു. കുപ്രസിദ്ധമായ വിമോചന സമരത്തിനെതിരെ തന്റേടത്തോടുകൂടി ഉറച്ചുനിന്ന പത്രം കേരള കൗമുദിയും പത്രാധിപർ കെ. സുകുമാരനുമായിരുന്നു. നിശിതമായ മുഖപ്രസംഗങ്ങൾ 'കേരള കൗമുദി'യുടെ മുഖമുദ്രയായിരുന്നു. എല്ലാ അഭിപ്രായഗതികൾക്കും പ്രകാശനം നല്കുവാൻ കേരള കൗമുദി ശ്രദ്ധിച്ചു. ഒരു രാഷ്ട്രീയ പാർട്ടിയോടും വിധേയത്വമില്ലാതെ നിഷ്പക്ഷ പത്രപ്രവർത്തനം നടത്തിയ പത്രാധിപരായിരുന്നു കെ. സുകുമാരൻ. ജനാധിപത്യം, പൗരസ്വാതന്ത്ര്യം, സാമൂഹ്യ പുരോഗതി എന്നീ വിഷയങ്ങളോട് അദ്ദേഹവും അദ്ദേഹത്തിന്റെ പത്രവും പ്രതിബദ്ധത പുലർത്തി. ഈഴവരാദി പിന്നോക്ക വിഭാഗങ്ങളുടെ താത്പര്യ സംരക്ഷണത്തിനുവേണ്ടി കേരള കൗമുദി വീറോടെ പൊരുതി.

കേരളത്തിന്റെ ഈ പ്രശസ്ത പത്രാധിപരെ രാഷ്ട്രം പത്മവിഭൂഷൺ ബഹുമതി നല്കി ആദരിച്ചു.

ഭാര്യ പരേതയായ മാധവീ സുകുമാരൻ. മക്കൾ: എം.എസ്. മധുസൂദനൻ, എം.എസ്. രവി, എം.എസ്. മണി.

1981 സെപ്തംബർ 18-ന് കെ. സുകുമാരൻ അന്തരിച്ചു.

2011-ൽ 'കേരള കൗമുദി' ശതാബ്ദി ആഘോഷിച്ചു.

ഐ. കെ. കുമാരൻ
(1903–1999)

മയ്യഴിയുടെ വിമോചന നായകൻ. 'മയ്യഴി ഗാന്ധി'.

മയ്യഴി ഭൂമിശാസ്ത്രപരമായും സാംസ്കാരികമായും കേരളത്തിന്റെ ഭാഗമാണ്. മയ്യഴി കേന്ദ്രഭരണ പ്രദേശവും പുതുച്ചേരിയുടെ ഭാഗവുമാക്കാനായിരുന്നു കേന്ദ്രസർക്കാർ തീരുമാനം. കുമാരൻ മാസ്റ്ററുടെയും സഹപ്രവർത്തകരുടെയും ആഗ്രഹം മറിച്ചായിരുന്നു. 'നവകേരള സ്രഷ്ടാക്കളി'ൽ ഐ.കെ. കുമാരൻ മാസ്റ്ററെ ഉൾപ്പെടുത്താൻ കാരണം മുൻ പറഞ്ഞതാണ്.

മയ്യഴി, പുതുച്ചേരി, യാനം, കാരിക്കൽ, ചന്ദ്രനഗർ എന്നീ പ്രദേശങ്ങളായിരുന്നു ഫ്രഞ്ച് അധീനതയിലുണ്ടായിരുന്നത്. വാഴുന്നോരിൽ നിന്ന് പാണ്ടികശാല കെട്ടാൻ അനുവാദം വാങ്ങി ഫ്രഞ്ചുകാർ മയ്യഴിയെ സ്വന്തമാക്കി. ഇന്ത്യ സ്വതന്ത്രയായപ്പോഴും മുൻപറഞ്ഞ പ്രദേശങ്ങൾ ഫ്രഞ്ചുഭരണത്തിൽ തുടർന്നു. 1933-ൽ ഐ.കെ. കുമാരന്റെയും മറ്റു ദേശീയവാദികളുടെയും നേതൃത്വത്തിൽ 'യൂത്ത്‌ലീഗും' സി.കെ. രേവതിയമ്മയുടെ നേതൃത്വത്തിൽ 'മഹിളാസംഘവും' രംഗത്ത് വന്നതോടെയാണ് മയ്യഴി വിമോചനത്തിന് കേളിക്കൊട്ടുയർന്നത്. അക്കഥ തുടരുന്നതിനുമുമ്പ് കഥാപുരുഷന്റെ ജീവിതരേഖയുടെ ആദ്യ പാദങ്ങളിലേക്കൊന്നു കണ്ണോടിക്കാം.

1903 സെപ്തംബർ 17-ന് മാഹി (മയ്യഴി) യിലെ സാമാന്യം സമ്പന്ന

കുടുംബമായ കുന്നത്തൊടത്തിൽ ആണ് ഐ.കെ. കുമാരന്റെ ജനനം. അച്ഛൻ കള്ളുഷാപ്പ് ഉടമയായ കുങ്കൻ. അമ്മ ഈരായി കുങ്കിച്ചി. മയ്യഴിയിലെ ബാസൽ മിഷൻ സ്കൂളിലും കൽവെ ബ്രാഞ്ച് സ്കൂളിലുമായി പ്രാഥമിക വിദ്യാഭ്യാസം. തലശ്ശേരി ബാസൽ മിഷൻ സ്കൂളിൽ നിന്ന് സ്കൂൾ ഫൈനൽ പരീക്ഷയും തലശ്ശേരി ബ്രണ്ണൻ കോളേജിൽ നിന്ന് ഇന്റർമീഡിയറ്റും പാസായി. ബ്രിട്ടീഷ ഇന്ത്യയിലെ സബ് ഇൻസ്പെക്ടർ പോസ്റ്റിലേക്കുള്ള പരീക്ഷ പാസായെങ്കിലും ഫ്രഞ്ച് പൗരനായതിനാൽ ആ ജോലി ലഭിച്ചില്ല. 1928 മുതൽ ചൂടിക്കാട്ട മദ്രസയിലും തുടർന്ന് ഒറ്റപ്പിലാക്കൽ മാപ്പിള സ്കൂളിലും അധ്യാപകനായി ജോലി നോക്കി. ഈ കാലത്ത് മൂച്ചിക്കൽ പത്മനാഭന്റെ പ്രേരണയിലാണ് യൂത്ത്ലീഗ് എന്ന സംഘടനയിലൂടെ രാഷ്ട്രീയ രംഗത്തേക്ക് പ്രവേശിച്ചത്. 1940-ൽ അധ്യാപക ജോലി രാജിവെക്കുന്നതിനുമുമ്പ് (1933-ൽ) കോൺഗ്രസിൽ ചേർന്നു. യൂത്ത്ലീഗിന്റെ ആദ്യ പ്രസിഡണ്ട് കല്ലാട്ട് അനന്തൻ മാസ്റ്റർക്കുശേഷം സംഘടനയുടെ പ്രസിഡണ്ടായി. സി.ഇ. ഭരതനായിരുന്നു സെക്രട്ടറി.

തങ്ങളുടെ കൊളോണിയർ ഭരണത്തിന് ഈ സംഘടന ഭീഷണിയെന്നുകണ്ട് ഫ്രഞ്ച് ഭരണകൂടം സംഘടനയെ നിരോധിച്ചു. യൂത്ത് ഫ്രണ്ടിലെ ദേശീയവാദികളായ യുവാക്കൾ മയ്യഴിക്കു പുറത്ത് അഴിയൂരിൽ യൂത്ത്ലീഗ് ഓഫീസ് തുറന്നു.

ഫ്രാൻസിലെ തൊഴിലാളികൾക്കുള്ള ക്ഷേമപദ്ധതികൾ ഫ്രഞ്ച് ഇന്ത്യൻ കോളനികൾക്കും ബാധകമാക്കണമെന്ന് ആവശ്യപ്പെട്ടുകൊണ്ട് പുതുച്ചേരിയിലെ (പഴയ പോണ്ടിച്ചേരി) തുണിമിൽ തൊഴിലാളികൾ രംഗത്തുവന്നു. ഫ്രഞ്ച് ഭരണാധികാരികൾ അത് കണ്ടില്ലെന്ന് നടിച്ചു. പുതുച്ചേരിയിലെ തൊഴിലാളികൾ പ്രക്ഷോഭവുമായി തെരുവിലിറങ്ങി. ഈ പ്രക്ഷോഭത്തെ അടിച്ചമർത്താനുള്ള ശ്രമത്തിൽ പന്ത്രണ്ട് തൊഴിലാളികൾ പോലീസിന്റെ വെടിയേറ്റു മരിച്ചു. ഫ്രഞ്ച്-ഇന്ത്യൻ പ്രദേശങ്ങളിൽ ഫ്രാൻസിനെതിരെ വൻ ജനമുന്നേറ്റത്തിന് ഇതു കാരണമായി. 1938-ൽ യൂത്ത്ലീഗ് 'മഹാജനസഭ'യായി പരിണമിച്ചു. ഈ സംഘടനയ്ക്കു ബദലായി ഫ്രാൻസിന്റെ താത്പര്യങ്ങൾക്കായി ഫ്രഞ്ച്-ഇന്ത്യൻ പ്രദേശങ്ങളിൽ 'ഫ്രാങ്കോ ഇന്തോ പാർട്ടി' രൂപമെടുത്തു. ഫ്രഞ്ച് പോലീസും അനുകൂല ഗുണ്ടകളും ചേർന്ന് വിമോചനക്കാരെ തെരഞ്ഞുപിടിച്ച് ആക്രമിക്കാൻ തുടങ്ങി. ബ്രിട്ടീഷ് ഇന്ത്യയിൽ അച്ചടിക്കുന്ന പത്രങ്ങൾക്ക് അധികാരികൾ മയ്യഴിയിൽ നിരോധനം ഏർപ്പെടുത്തി. ഈയവസരത്തിൽ മഹാജനസഭയുടെ നേതാവും കുമാരൻ മാസ്റ്ററുടെ രാഷ്ട്രീയ ഗുരുവുമായ മൂച്ചിക്കൽ പത്മനാഭന്റെ നേതൃത്വത്തിൽ ചേർന്ന രഹസ്യയോഗം മയ്യഴിയിൽ കമ്മ്യൂണിസ്റ്റ്

പാർട്ടിയുടെ ഘടകം രൂപീകരിച്ചു.

ഇതിനകം ദേശീയ പ്രസ്ഥാനത്തിലും കുമാരൻ മാസ്റ്റർ സജീവമായിക്കഴിഞ്ഞിരുന്നു. 1942-ൽ ക്വിറ്റ് ഇന്ത്യാ സമരത്തിൽ പങ്കെടുത്ത അദ്ദേഹം അറസ്റ്റ് ചെയ്യപ്പെട്ട് ആലിപുരം ജയിലിൽ അടയ്ക്കപ്പെട്ടു ജയിലിൽവെച്ച് സഹപ്രവർത്തകർക്കൊപ്പം നിഷ്ഠുരമായ പോലീസ് മർദ്ദനത്തിന് അദ്ദേഹം വിധേയനായി. 1944-ൽ ജയിൽ മോചനം. 1946-ൽ മയ്യഴി നഗരസഭാംഗം.

1947 ഓഗസ്റ്റ് 15-ന് മയ്യഴിക്ക് ചുറ്റും സ്വാതന്ത്ര്യം ആഘോഷിച്ചു കൊണ്ടിരുന്നപ്പോൾ കുമാരനും സഹപ്രവർത്തകരും മയ്യഴിയുടെ മണ്ണിൽ ഇന്ത്യൻ പതാകയുയർത്തി മുദ്രാവാക്യം മുഴക്കി: "ഫ്രാൻസെ്വ കിത്തലേന്ത്!" ('ക്വിറ്റ് ഇന്ത്യ'യ്ക്കു പകരമുള്ള പ്രയോഗം!)

ഫ്രാൻസിന്റെ അധീനതയിലുള്ള പുതുച്ചേരിയിൽ മേയ് ദിനം ഒഴിവാക്കിയതും അവരുടെ ജനപ്രിയ തീരുമാനങ്ങളും എട്ടുമണിക്കൂർ വിനോദം എന്ന നയം ഫ്രഞ്ച് ഇന്ത്യയിൽ നടപ്പാക്കിയതും ഫ്രാൻസിൽ ഒരു കമ്മ്യൂണിസ്റ്റ് ഗവണ്മെന്റ് സമീപഭാവിയിൽ അധികാരത്തിലെത്താൻ പോകുന്നു എന്ന പ്രതീക്ഷയും കമ്മ്യൂണിസ്റ്റുകളെ മയ്യഴി വിമോചനപ്പോരാട്ടത്തിൽനിന്ന് അകറ്റിനിർത്തി. ഇന്ത്യയിൽ ബൂർഷ്വാ സർക്കാറിനെ പിന്തുണയ്ക്കുന്നതിലും അവർ വൈമനസ്യം കാട്ടി. വിമോചനപ്പോരാട്ടങ്ങളെ തുടർന്ന് മയ്യഴിയിൽ ജനഹിത പരിശോധന നടത്താൻ പോകുന്നുവെന്ന് പ്രചരിപ്പിച്ച് തെരഞ്ഞെടുപ്പിന്റെ ആദ്യപടിയായി തിരിച്ചറിയിൽ കാർഡ് വിതരണം ചെയ്തപ്പോൾ ദേശീയവാദികളെയും അവരുടെ കുടുംബാംഗങ്ങളെയും വോട്ടുചെയ്യുന്നതിൽ നിന്ന് ഒഴിച്ചുനിർത്താൻ കുത്സിതമാർഗ്ഗങ്ങൾ അധികാരികൾ കൈക്കൊണ്ടു. ഇതിൽ പ്രതിഷേധിച്ച് 1948 ഒക്ടോബർ 21-ന് ഇത് ചോദ്യം ചെയ്യാൻ എത്തിയ കുമാരൻ മാസ്റ്ററെ ഫ്രഞ്ച് പോലീസുകാർ മർദ്ദിച്ചു. കൂട്ടമായെത്തിയ ദേശീയവാദികൾ പോലീസിനെ ആക്രമിക്കുകയും മൂപ്പൻ സായ്‌വിന്റെ ബംഗ്ലാവും സർക്കാർ ഓഫീസും പോലീസ് സ്റ്റേഷനും കൈയടക്കുകയും ചെയ്തു. അഡ്മിനിസ്ട്രേറ്ററും പോലീസ് കമ്മീഷണറും സായുധപോലീസും ജനങ്ങളുടെ തടവറയിലായി. കുമാരൻ മാസ്റ്ററുടെ നേതൃത്വത്തിൽ ഡിഫൻസ് കൗൺസിൽ അധികാരം പിടിച്ചെടുക്കുകയും ഭരണകേന്ദ്രത്തിൽ ഇന്ത്യൻ പതാക ഉയർത്തുകയും ചെയ്തു. ഭരണം ഏറ്റെടുക്കാനുള്ള ദേശീയവാദികളുടെ അഭ്യർത്ഥന അന്താരാഷ്ട്ര മര്യാദകളുടെ വെളിച്ചത്തിൽ ഇന്ത്യാ ഗവൺമെന്റ് ചെവിക്കൊണ്ടില്ല. സമരത്തിന് ഏഴാം ദിനത്തി (ഒക്ടോ: 27) കൊമ്മാന്തായിബറി, ദി ഗോത്രു

യേൻ എന്നീ ഫ്രഞ്ച് പടക്കപ്പലുകളെത്തി മയ്യഴി തിരിച്ചുപിടിച്ചു. ദേശീയവാദികൾ പലായനം ചെയ്തു. 'പ്രതികളെ' ഇരുപതുകൊല്ലം കഠിന തടവിന് ഫ്രഞ്ചുകോടതി ശിക്ഷിച്ചുവെങ്കിലും പ്രതികൾ ഇന്ത്യൻ പ്രദേശത്തായതിനാൽ ശിക്ഷ നടപ്പാക്കാനായില്ല. മയ്യഴിക്കു പുറത്തുനിന്നുകൊണ്ട് ദേശീയവാദികൾ പൊരുതാനുറച്ചു. ഇതിനിടെ ചെറുകല്ലായിക്കുന്നിലെ ഫ്രഞ്ച് ഔട്ട്പോസ്റ്റ് കമ്മ്യൂണിസ്റ്റുകാർ ആക്രമിക്കുകയും ഫ്രഞ്ച് പട്ടാളത്തിന്റെ വെടിയേറ്റ് അച്യുതൻ, അനന്തൻ എന്നീ സഖാക്കൾ മരണപ്പെടുകയും ചെയ്തു. ഫ്രഞ്ച് അനുകൂല നിലപാടെടുത്തിരുന്ന കമ്മ്യൂണിസ്റ്റുകൾ അതോടെ ദേശീയവാദികൾക്കൊപ്പം ചേർന്നു.

മയ്യഴിയെ ഉപരോധിച്ച് വീർപ്പുമുട്ടിക്കാൻ ദേശീയവാദികൾ ആവുന്നതൊക്കെ ചെയ്തു. ഇന്ത്യാ ഗവൺമെന്റിന്റെ സഹായത്തോടെ അവർ നദിക്കു കുറുകെയുള്ള റെയിൽപാതയ്ക്കു സമാന്തരമായി റെയിൽ റോഡ് നിർമ്മിച്ചു. മയ്യഴിയിലേക്കുള്ള എല്ലാ മാർഗ്ഗവും സമരക്കാർ അടച്ചു. കടൽവഴിയുള്ള ഫ്രഞ്ചുകാരുടെ സഞ്ചാരം തടയാൻ രാപ്പകൽഭേദമെന്യേ പട്രോളിംഗ് നടത്തി. ഫ്രഞ്ചുഭരണം അവസാനിപ്പിക്കാനുള്ള അന്തിമ സമരത്തിന്റെ ഭാഗമായി 1954 ജൂലൈ 14-ന് കുമാരൻ മാസ്റ്ററുടെ നേതൃത്വത്തിലുള്ള മഹാജനസഭ വാളണ്ടറിയർ മയ്യഴിയിലേക്ക് മാർച്ച് നടത്തുകയും ചെയ്തു. മയ്യഴി ഭരണാധികാരി മുസ്യെദെസാം, ഭരണകൂടം മയ്യഴിയിൽനിന്ന് ഒഴിഞ്ഞുപോകാമെന്ന് സമ്മതിച്ചു. 233 വർഷം മയ്യഴി ഭരിച്ച ഫ്രഞ്ചുകാർ 1954 ജൂലൈ 16-ന് തീരം വിട്ടു. സ്വതന്ത്ര മയ്യഴിയുടെ മാഹി അഡ്മിനിസ്ട്രേറ്ററായി ഐ.കെ. കുമാരൻ ചുമതലയേറ്റു.

180 ദിവസം ഭരണത്തിലിരുന്നശേഷം 1954 നവംബർ 1-ന് മയ്യഴി ഭാരതസർക്കാരിനു കൈമാറുകയും മഹാജനസഭ പിരിച്ചുവിടുകയും ചെയ്തു.

മയ്യഴിയെ പുതുച്ചേരിയുടെ ഭാഗമാക്കാനുള്ള തീരുമാനത്തിൽ അദ്ദേഹം ഖിന്നനായിരുന്നു. കേളപ്പജിയോടൊപ്പം കോൺഗ്രസ് വിട്ട ഐ.കെ. കുമാരൻ പിന്നീട് പ്രജാ സോഷ്യലിസ്റ്റ് പാർട്ടിയിൽ ചേർന്നു. ശേഷിച്ചകാലം ഭൂദാന പ്രസ്ഥാനവുമായി ബന്ധപ്പെട്ട് പ്രവർത്തിച്ചു.

അവിവാഹിതനായ ഐ.കെ. കുമാരൻ സംഭവതീവ്രതയുള്ള ജീവിതത്തിനുശേഷം 1999 ജൂലൈ 27-ന് അന്തരിച്ചു.

പ്രൊഫ. എം. പി. പോൾ
(1904–1952)

തനതായ പാത വെട്ടിത്തുറന്ന സാഹിത്യ വിമർശകൻ, വിദ്യാഭ്യാസ വിദഗ്ധൻ, പണ്ഡിതൻ, ഗ്രന്ഥകാരൻ, പത്രാധിപർ, സാഹിത്യ പ്രവർത്തക സഹകരണ സംഘം (S. P. C. S.) സ്ഥാപക പ്രസിഡണ്ട്.

എറണാകുളത്ത് വാരാപ്പുഴ പുത്തൻപള്ളിയിൽ 1904 മേയ് 1–ന് ജനിച്ചു. പിതാവ് പൗലോസ്. മാതാവ് റോസമ്മ. മേനാച്ചേരി പൗലോസ് പോൾ എന്ന് പൂർണ്ണനാമം. ഇംഗ്ലീഷ് സാഹിത്യത്തിൽ മാസ്റ്റർ ബിരുദം നേടിയ ശേഷം നിയമപഠനത്തിനു ചേർന്നുവെങ്കിലും പൂർത്തിയാക്കിയില്ല. പിന്നീട് തൃശിനാപ്പള്ളി സെന്റ് ജോസഫ് കോളേജിൽ ഇംഗ്ലീഷ് അധ്യാപകനായി. അതേ തസ്തികയിൽ തൃശൂർ സെന്റ് തോമസ് കോളേജ്, ചങ്ങനാശ്ശേരി എസ്.ബി. കോളേജ് എന്നിവിടങ്ങളിൽ ജോലി ചെയ്ത് പ്രഗത്ഭനായ അധ്യാപകൻ എന്ന പേരെടുത്തു. വൈദീകരുടെ നേതൃത്വത്തിലായിരുന്ന പ്രസ്തുത കലാലയങ്ങളിലെ യാഥാസ്ഥിതിക പരിതസ്ഥിതികളുമായി പൊരുത്തപ്പെട്ടുപോകാൻ ഉത്പതിഷ്ണുവായ പോളിനു കഴിഞ്ഞില്ല. അധ്യാപകരുടെ സേവന വേതന പ്രശ്നങ്ങളിൽ കലാലയാധികൃതരുടെ ചൂഷണ മനോഭാവത്തിൽ പ്രതിഷേധിച്ച് അദ്ദേഹം രാജിവെച്ചു; പിന്നീട് തിരുവനന്തപുരം, കോട്ടയം, എറണാകുളം പ്രദേശങ്ങളിൽ 'എം.പി. പോൾസ് ട്യൂട്ടോറിയൽസ്' എന്ന സമാന്തര വിദ്യാഭ്യാസ സ്ഥാപനങ്ങൾക്ക് തുടക്കം കുറിച്ചു. അവ സ്തുത്യർഹമായ നിലയിൽ നടത്തിക്കൊണ്ടുപോവുകയും ചെയ്തു.

പുരോഗമന സാഹിത്യ പ്രസ്ഥാനത്തിനു തുടക്കം കുറിച്ചവരിൽ ഒരാളായിരുന്നു എം.പി. പോൾ. പുരോഗമന സാഹിത്യ സംഘടനയുടെ അധ്യക്ഷൻ, സാഹിത്യപ്രവർത്തക സഹകരണ സംഘം സ്ഥാപക പ്രസിഡണ്ട് എന്നീ സ്ഥാനങ്ങൾ വഹിച്ചിട്ടുണ്ട്. നവകേരളം ആഴ്ചപ്പതിപ്പ്, ചെറുപുഷ്പം മാസിക എന്നീ പ്രസിദ്ധീകരണങ്ങളും ആരംഭിച്ചു. സാഹിത്യ സിദ്ധാന്തങ്ങളെക്കുറിച്ച് ആഴത്തിൽ ചിന്തിക്കുകയും പാശ്ചാത്യ-പൗരസ്ത്യ സാഹിത്യമീമാംസകളെ കൂട്ടിയിണക്കി കുറേ ലക്ഷണഗ്രന്ഥങ്ങൾ ആദ്യമായി മലയാള ഭാഷയ്ക്ക് നല്കുകയും ചെയ്ത വിമർശകൻ എന്ന നിലയിൽ പ്രൊഫ. എം.പി. പോൾ എന്നും സ്മരിക്കപ്പെടുകതന്നെ ചെയ്യും.

അദ്ദേഹത്തിന്റെ രചനകൾ അംഗുലീപരിമിതങ്ങളായിരുന്നുവെങ്കിലും അവയിൽ പലതും മലയാള സാഹിത്യരംഗത്തിന് ജീവവായു പകർന്ന ഉൽക്കൃഷ്ട ലക്ഷണഗ്രന്ഥങ്ങളായിരുന്നു. നോവൽ രചനയുടെ അടിസ്ഥാന പ്രമാണങ്ങൾ വിശദീകരിക്കുന്ന മലയാളത്തിലെ ആദ്യ കൃതിയായ 'നോവൽ സാഹിത്യം' ആദ്യകൃതി കൂടിയാണ്. 1930-ൽ പുറത്തുവന്ന ഈ കൃതി നോവൽ പ്രസ്ഥാനത്തെ പ്രതിപാദിക്കുന്നതോടൊപ്പം ചില പ്രശസ്ത നോവലുകളെ വിലയിരുത്തുകകൂടി ചെയ്യുന്നു. 1932-ൽ പ്രസിദ്ധീകരിച്ച 'ഖണ്ഡകഥാ പ്രസ്ഥാനം' പിന്നീട് ഉണ്ടായ പതിപ്പുകളിലൂടെ 'ചെറുകഥാ പ്രസ്ഥാന'മായി. സൗന്ദര്യശാസ്ത്രത്തെക്കുറിച്ച് മലയാളത്തിലാദ്യം പുറത്തുവന്ന (1947-ൽ) പോളിന്റെ മറ്റൊരു രചനയാണ് 'സൗന്ദര്യ നിരീക്ഷണം'. മരണാനന്തരം മൂന്നു കൃതികൾ പ്രസിദ്ധീകരിക്കപ്പെട്ടു: 'സാഹിത്യവിചാരം' (1953), ഗദ്യഗതി (1954), കാവ്യദർശനം (1972). യഥാക്രമം 13 ഉപന്യാസങ്ങളും 9 പഠനങ്ങളും ഈ കൃതികളിലുൾപ്പെടുന്നു. 'Can any Intelligent Man be an Honestly Convineed Catholic in the 20th Century?' എന്ന ഹില്ലെയർ ബല്ലോകിന്റെ ഉപന്യാസപരമ്പര 'ഇരുപതാം നൂറ്റാണ്ടിലെ കത്തോലിക്കാമതം' എന്ന പേരിൽ എം.പി. പോൾ വിവർത്തനം ചെയ്തിട്ടുണ്ട്. 1953-ൽ മോളിയേയുടെ ഒരു നാടകം 'ലുബ്ധൻ' എന്ന പേരിൽ വിവർത്തനം ചെയ്തു. പുറമെ പ്രശസ്തങ്ങളായ അസംഖ്യം അവതാരികകളും അദ്ദേഹത്തിന്റേതായിട്ടുണ്ട്.

പ്രസിദ്ധ നാടകകൃത്തും ചിന്തകനുമായിരുന്ന സി.ജെ. തോമസ് എം.പി. പോളിന്റെ ജാമാതാവാണ്. 1952 ജൂലൈ 12-ന് 48-ാമത്തെ വയസ്സിൽ എം.പി. പോൾ അന്തരിച്ചു. കത്തോലിക്കാ സഭാ നേതൃത്വവുമായി നിരന്തരം കലഹിച്ച ഉത്പതിഷ്ണുവായ പ്രൊഫ. എം.പി. പോളിന്റെ ഭൗതികാവശിഷ്ടത്തിന് സഭ തെമ്മാടിക്കുഴിയിലാണ് സ്ഥാനം നല്കിയത്. എം.പി. പോളിന്റെ മരണശേഷം അദ്ദേഹത്തിന്റെ സ്മാരകമായി എസ്.പി.സി.എസ്. സ്ഥാപിച്ചതാണ് കോട്ടയത്ത് നാട്ടകത്ത് സ്ഥാപിച്ച 'ഇന്ത്യാ പ്രസ്'.

എ. കെ. ഗോപാലൻ
(1904 – 1977)

മുക്കാൽ നൂറ്റാണ്ടു നീണ്ടുനിന്ന ത്യാഗോജ്ജ്വലമായ വിപ്ലവജീവിതം. ഇടതുപക്ഷ വിപ്ലവ പ്രസ്ഥാനത്തിന്റെ അമരക്കാരൻ, ജനകീയ നായകൻ, പ്രഗത്ഭനായ പാർലമെന്റ് പ്രതിപക്ഷ നേതാവ്.

വടക്കേ മലബാറിൽ ചിറയ്ക്കൽ താലൂക്കിൽ മാവിലായിൽ മക്രേരി വില്ലേജിൽ ആയില്യത്ത് കുടുംബത്തിൽ 1904 ഒക്ടോബർ 1-ന് ജനിച്ചു. അച്ഛൻ രൈരുനമ്പ്യാർ. പിതാവ് സ്ഥാപിച്ച സ്കൂളിൽ പ്രാഥമിക വിദ്യാഭ്യാസം കഴിഞ്ഞ് തലശ്ശേരി മിഷ്യൻ സ്കൂളിൽ ചേർന്നു. ഹൈസ്കൂൾ വിദ്യാഭ്യാസത്തിനുശേഷം അധ്യാപക പരിശീലനം. ഏഴു വർഷം അധ്യാപകവൃത്തി.

1927-ൽ കോൺഗ്രസിൽ ചേർന്നു. ഖാദി പ്രചാരണം, വയോജന വിദ്യാഭ്യാസം, അയിത്തോച്ചാടനം, ഹരിജനോദ്ധാരണം തുടങ്ങിയ വിഷയങ്ങളിൽ ശ്രദ്ധയൂന്നിയ ഗോപാലൻ 1930-ൽ ജോലി രാജിവെച്ചു. കേളപ്പനോടൊപ്പം ചേർന്ന് നിയമം ലംഘിച്ച് ഉപ്പുണ്ടാക്കുകയും ജയിൽശിക്ഷ വരിക്കുകയും ചെയ്തു. 1931-ൽ ഗുരുവായൂർ സത്യഗ്രഹത്തിന്റെ വാളന്റിയർ ക്യാപ്റ്റനായി. 1932-ൽ അറസ്റ്റ് ചെയ്യപ്പെട്ട ഏ.കെ.ജി. 1933-ൽ സിവിൽ നിയമലംഘന പ്രസ്ഥാനവുമായി ബന്ധപ്പെട്ട് വീണ്ടും അറസ്റ്റിലായി. പി. കൃഷ്ണപിള്ളയെ പരിചയപ്പെടുന്നത് ഈ കാലഘട്ടത്തിലാണ്.

ഗുരുവായൂർ സത്യഗ്രഹം

ഗുരുവായൂർ ക്ഷേത്രത്തിൽ ഹിന്ദുമതത്തിൽപ്പെട്ട സർവ്വർക്കും പ്രവേശനം അനുവദിച്ചുകിട്ടാൻ വേണ്ടി നടത്തിയ സത്യഗ്രഹസമരം. സമരപ്രചരണാർത്ഥം കണ്ണൂരിൽ നിന്ന് എ.കെ.ജി.യുടെ നേതൃത്വത്തിൽ ഒരു ജാഥ പുറപ്പെട്ട് ഗുരുവായൂരിലെത്തി. മന്നത്ത് പത്മനാഭൻ അധ്യക്ഷനും കേളപ്പൻ സെക്രട്ടറിയുമായി സത്യഗ്രഹ കമ്മിറ്റി. അറസ്റ്റും ജയിൽ ശിക്ഷയും മുറയ്ക്കുനടന്നു. ക്ഷേത്രം അടച്ചുപൂട്ടി. ഒരു മാസത്തിനുശേഷം ക്ഷേത്രം തുറന്നപ്പോൾ വീണ്ടും സമരം. 1932 സെപ്തം: 21-ന് കേളപ്പൻ നിരാഹാര സമരം ആരംഭിച്ചു. 1932 ഒക്ടോബർ 2-ന് ഗാന്ധിജിയുടെ അഭ്യർത്ഥന മാനിച്ച് ഉപവാസം അവസാനിപ്പിച്ചു. അയിത്താചരണത്തിനെതിരായ സാമൂഹ്യാന്തരീക്ഷം ഈ സമരംകൊണ്ട് സൃഷ്ടിക്കാനായി.

കേരളപ്രവിശ്യ കോൺഗ്രസ് കമ്മിറ്റിയുടെ സെക്രട്ടറിയായിരുന്ന എ.കെ.ജി. പി. കൃഷ്ണപിള്ളയുടെ സ്വാധീനത്താൽ കോൺഗ്രസ് സോഷ്യലിസ്റ്റ് പാർട്ടിയിൽ ചേർന്നു. 1936-ലെ പട്ടിണി ജാഥയും 1938-ലെ ഉത്തരവാദ പ്രക്ഷോഭണ അനുകൂല ജാഥയും പ്രസിദ്ധമാണ്. ഉത്തരവാദ പ്രക്ഷോഭണജാഥയ്ക്ക് പിന്തുണ പ്രഖ്യാപിച്ച് കണ്ണൂരിൽ നിന്ന് തിരുവനന്തപുരത്തേക്ക് എ.കെ.ജി. നയിച്ച ജാഥയിലെ നേതാക്കളെ ആലുവായിൽ വെച്ച് അറസ്റ്റ് ചെയ്തു.

1938 അവസാനം പി. കൃഷ്ണപിള്ളയുടെ നേതൃത്വത്തിൽ കമ്മ്യൂണിസ്റ്റ് പാർട്ടി രൂപീകരിക്കപ്പെടുകയും എ.കെ.ജി. അതിന്റെ സജീവ പ്രവർത്തകനായി മാറുകയും ചെയ്തു.

രണ്ടാം ലോകമഹായുദ്ധകാലത്ത് ഒളിവിൽപ്പോയ എ.കെ.ജി. 1941 മാർച്ചിൽ അറസ്റ്റ് ചെയ്യപ്പെട്ടു. താമസിയാതെ ജയിൽ ചാടിയ അദ്ദേഹം അഞ്ചുവർഷം ഒളിവിൽ കഴിഞ്ഞു. '47-ൽ സ്വാതന്ത്ര്യപ്രാപ്തിയെ തുടർന്ന് പുറത്തുവന്ന എ.കെ.ജി. അറസ്റ്റ് ചെയ്യപ്പെട്ടു. ഹേബിയസ് കോർപ്പസ് ഹർജിയിലൂടെ അറസ്റ്റിനെ ചോദ്യം ചെയ്ത എ.കെ.ജി.ക്ക് അനുകൂലമായി മദ്രാസ് ഹൈക്കോടതി സുപ്രധാന ചരിത്രവിധി പുറപ്പെടുവിച്ചു.

1964-ലെ പാർട്ടി പിളർപ്പിനുശേഷം സി.പി.ഐ. (എം)ൽ. മരണം വരെ അദ്ദേഹം പാർട്ടിയുടെ പോളിറ്റ് ബ്യൂറോ അംഗമായിരുന്നു. 'അഖിലേന്ത്യാ കിസാൻ സഭ' എന്ന കർഷക സംഘടനയ്ക്ക് അദ്ദേഹം രൂപം നല്കി.

1952 മുതൽ 5 തവണ അദ്ദേഹം പാർലമെന്റ് മെമ്പറായിരുന്നു. പാർല

മെന്റിലെ പ്രതിപക്ഷ നേതാവായിരുന്ന എ.കെ.ജി. ലോകത്തിലെ അന്നത്തെ കമ്മ്യൂണിസ്റ്റ് രാഷ്ട്രങ്ങൾ പലതും സന്ദർശിച്ചു. കമ്മ്യൂണിസ്റ്റ് ആശയങ്ങളുടെ ഏകീകരണം അദ്ദേഹത്തിന്റെ സ്വപ്നമായിരുന്നു. അതിന്റെ സാക്ഷാത്കാരത്തിനു കാത്തുനിൽക്കാതെ 1977 മാർച്ച് 22-ന് ആ വിപ്ലവജ്യോതിസ് കെട്ടടങ്ങി.

'എന്റെ ജീവിതകഥ' എന്ന ആത്മകഥയിൽ ഏ.കെ.ജി. എഴുതി:

"....ഭാരതത്തിൽ ദരിദ്രരുടെയും ഭാരം ചുമക്കുന്നവരുടെയും കഷ്ടപ്പെടുന്ന എല്ലാ ഇടത്തരക്കാരുടെയും വസന്തകാലം വിരിയും. ഈ വസന്തത്തിന്റെ പിറവി കാണാൻ അതിയായി ആഗ്രഹിക്കുന്ന എനിക്ക് അതു കഴിഞ്ഞില്ലെങ്കിലും ദുഃഖമുണ്ടാവില്ല. കാരണം എന്റെ സഖാക്കൾക്ക് അതു കാണാൻ കഴിയും. അതു നിശ്ചയമാണ്".

ഒരു കാലഘട്ടത്തിൽ സി.പി.ഐ. (എം) എന്ന രാഷ്ട്രീയ പ്രസ്ഥാനത്തിന്റെ സാരഥികളും അത്യുന്നത നേതാക്കളുമായിരുന്നു എ.കെ.ജി, ഇ.എം.എസ്, സുന്ദരയ്യ എന്നിവർ, കമ്മ്യൂണിസ്റ്റുകാരിലും സഹയാത്രികരിലും ഈ നാമത്രയങ്ങൾ ബഹുമാനാദരവുകൾ സൃഷ്ടിച്ചു. ദരിദ്രർക്കുവേണ്ടിയുള്ള സമരങ്ങളിലും പാവപ്പെട്ട കർഷകർക്കുവേണ്ടിയുള്ള സമരങ്ങളിലും പാർട്ടി നിയോഗങ്ങൾക്കു കാത്തുനിൽക്കാതെ ഓടിയെത്തി നേതൃത്വം കൊടുത്ത എ.കെ.ജി. ഒരു സഖാവെന്നതിനേക്കാളുപരി ഒരു ജനനായകൻ ആയിരുന്നു. 1960-ലെ കർഷക ജാഥയും 1961-ലെ അമരാവതി സത്യഗ്രഹവും 1963-ലെ ചുരുളി-കീരിത്തോട് കുടിയിറക്കിനെതിരെയുള്ള നിരാഹാര സമരവും 1971-ലെ മുടവൻമുകൾ മിച്ചഭൂമി സമരവും എ.കെ.ജി. ഏറ്റെടുത്തു നടത്തിയ പ്രധാനപ്പെട്ട സമരങ്ങളാണ്. കേരള ജനതയുടെ ആശ്രയ സ്ഥാപനങ്ങളായ ഇന്ത്യൻ കോഫി ഹൗസിന്റെ ശില്പി എന്ന നിലയിൽ എ.കെ.ജി. ജനമനസ്സുകളിൽ നിറസാന്നിദ്ധ്യമാണ്.

1960-ലെ കർഷക ജാഥ ജൂൺ 18-ന് കാസർക്കോട്ട് നിന്നാരംഭിച്ച് തിരുവനന്തപുരത്ത് സമാപിച്ചു. കാൽനട ജാഥയായിരുന്നു. എ.കെ.ജി.യായിരുന്നു ജാഥാ ക്യാപ്റ്റൻ. കർഷകബന്ധബിൽ നടപ്പാക്കിക്കിട്ടുന്നതിനുവേണ്ടി നടത്തിയ ജാഥ. 1961 ജൂൺ 6-ന് എ.കെ.ജി.യുടെ അമരാവതി സത്യഗ്രഹം കുടിയിറക്കപ്പെട്ട കർഷകർക്കുവേണ്ടി ആയിരുന്നു. കാലവർഷക്കാലത്തെ പ്രതികൂലമായ കാലാവസ്ഥയിൽ 60 കഴിഞ്ഞ എ.കെ.ജി. സത്യഗ്രഹം നടത്തി സമരം വിജയിപ്പിച്ചു.

1952 സെപ്തംബർ 1-നായിരുന്നു എ.കെ.ജി.യുടെ വിവാഹം. കമ്മ്യൂണിസ്റ്റ് നേതാവും പിന്നീട് കേരള വ്യവസായവകുപ്പ് മന്ത്രിയുമായിരുന്ന

സുശീലാ ഗോപാലനായിരുന്നു അദ്ദേഹത്തിന്റെ ഭാര്യ. ഏകമകൾ ലൈല. മരുമകൻ സി.പി.ഐ (എം) നേതാവ് പി. കരുണാകരൻ.

1977 മാർച്ച് 22-ന് എ.കെ.ജി. അന്തരിച്ചു.

ആത്മകഥയായ 'എന്റെ ജീവിതകഥ'യുൾപ്പെടെ 11 കൃതികൾ എ.കെ.ജി. രചിച്ചിട്ടുണ്ട്.

☞

ഇളംകുളം കുഞ്ഞൻപിള്ള
(1904–1973)

സാഹിത്യ ചരിത്രഗവേഷകൻ, ഭാഷാപണ്ഡിതൻ, സർവ്വകലാശാലാ അധ്യാപകൻ.

1904 നവംബർ 8-ാം തിയ്യതി കൊല്ലം താലൂക്കിൽ ഇളംകുളത്തു ജനിച്ചു. പിതാവ് കടയ്ക്കോണത്ത് കൃഷ്ണക്കുറുപ്പ്. മാതാവ് പുത്തൻപുരയ്ക്കൽ നാണിയമ്മ. തിരുവനന്തപുരത്തും അണ്ണാമല സർവ്വകലാശാലയിലുമായി ഉന്നത വിദ്യാഭ്യാസം പൂർത്തിയാക്കി. ബി.എ. ഓണേഴ്സ് ബിരുദം നേടിയത് അണ്ണാമല യൂണിവേഴ്സിറ്റിയിൽ നിന്നാണ്. മലയാളം, തമിഴ്, സംസ്കൃതം എന്നീ ഭാഷകളിൽ അവഗാഹം നേടിയിരുന്ന കുഞ്ഞൻപിള്ള മലയാളത്തിലും തമിഴിലും ബിരുദങ്ങൾ സമ്പാദിച്ചു. തിരുവനന്തപുരം യൂണിവേഴ്സിറ്റി കോളേജിൽ മലയാളം പ്രൊഫസറായിരുന്ന ഇളംകുളം ഒട്ടേറെ ഉൽക്കൃഷ്ട ഗ്രന്ഥങ്ങളുടെ രചയിതാവാണ്.

1929-ൽ കുഞ്ഞൻപിള്ള തന്റെ ഇരുപത്തഞ്ചാമത്തെ വയസ്സിൽ ആദ്യ കൃതിയായ 'സാഹിത്യമാലിക' പ്രസിദ്ധീകരിച്ചു. കുറേ ലേഖനങ്ങളുടെ സമാഹാരമാണിത്. വളരെ കാലങ്ങൾക്കുശേഷം 1953-ൽ എഴുതിയ 'ഉണ്ണുനീലി സന്ദേശ വ്യാഖ്യാന'ത്തോടെ ഇളംകുളം ഭാഷാഗവേഷകൻ എന്ന നിലയിലുള്ള തന്റെ വ്യക്തിത്വം ഉറപ്പിച്ചു. പിന്നീട് പുറത്തുവന്ന 'ഉണ്ണുനീലി സന്ദേശം ചരിത്രദൃഷ്ടിയിൽക്കൂടി' എന്ന കൃതി ഉണ്ണുനീലി സന്ദേശം എന്ന

പ്രാചീന സന്ദേശകാവ്യത്തെപ്പറ്റി എഴുതിയ അറിവുകൾ പ്രദാനം ചെയ്തു. ദുർവ്യാഖ്യാനങ്ങൾക്കു വിധേയമാക്കപ്പെട്ടിരുന്ന പ്രാചീന കേരള ചരിത്രം, ഭാഷാ സാഹിത്യം എന്നീ വിഷയങ്ങളിലേക്ക് സുവ്യക്തതയുടെ വെളിച്ചം പ്രസരിപ്പിക്കുന്ന ഗവേഷണങ്ങളിലേക്ക് ഒരു താപസന്റെ ഏകാഗ്രതയോടെ കടന്നുചെല്ലുന്ന കുഞ്ഞൻപിള്ളയെയാണ് നാം പിന്നീടു കാണുന്നത്. ആ ശ്രമത്തിൽ മലയാള ഭാഷയ്ക്കു ലഭിച്ച കനത്ത സംഭാവനകളാണ്,

കേരളം ഒൻപതും പത്തും നൂറ്റാണ്ടുകളിൽ, കേരള ഭാഷയുടെ വികാസ പരിണാമങ്ങൾ, ചില കേരള ചരിത്ര പ്രശ്നങ്ങൾ, ഭാഷയും സാഹിത്യവും നൂറ്റാണ്ടുകളിൽ, ജന്മിസമ്പ്രദായം കേരളത്തിൽ, കേരള ചരിത്രത്തിലെ ഇരുളടഞ്ഞ ഏടുകൾ, കേരളം അഞ്ചും ആറും നൂറ്റാണ്ടുകളിൽ, അന്നത്തെ കേരളം, ചരിത്രത്തിന്റെ പശ്ചാത്തലത്തിൽ, സംസ്കാരത്തിന്റെ നാഴികക്കല്ലുകൾ, സാഹിത്യ ചരിത്ര സംഗ്രഹം. Studies in Kerala History എന്നിവ.

ലീലാതിലകം, കോകസന്ദേശം, ചന്ദ്രോത്സവം, നളചരിതം ആട്ടക്കഥ എന്നിവ പഠന വ്യാഖ്യാന സഹിതം ഇളംകുളം പ്രസാധനം ചെയ്തിട്ടുണ്ട്. അദ്ദേഹത്തിന്റെ തിരഞ്ഞെടുത്ത കൃതികളുടെ ഇംഗ്ലീഷ് വിവർത്തനം 'Some Problems in Kerala History' എന്ന പേരിൽ പ്രസിദ്ധീകരിച്ചിട്ടുണ്ട്.

ഐതിഹ്യങ്ങളിലും മിത്തുകളിലും അഭിരമിച്ചിരുന്ന കേരള ചരിത്ര നിർമ്മിതിയെ ശാസ്ത്രീയ കാഴ്ചപ്പാടിൽ ഉറച്ചുനിന്ന് വസ്തുതകളുടെ ഭൂമികയിൽ ഇളക്കി പ്രതിഷ്ഠിച്ച ആദ്യ ചിത്രകാരനാണ് ഇളംകുളം. രാഷ്ട്രീയ ചരിത്രമാണ് യഥാർത്ഥ ചരിത്രം എന്ന മൂഢവിശ്വാസം ജന്മം നൽകിയ ചരിത്രഗ്രന്ഥങ്ങൾ ഇളംകുളത്തിന്റെ തലമുറയ്ക്കുമുമ്പ് കൊട്ടര ചരിത്രങ്ങൾ മാത്രമായിരുന്നു. കേരള ചരിത്ര വിജ്ഞാനീയത്തെ യുക്തിയിലും യാഥാർത്ഥ്യത്തിലും അധിഷ്ഠിതമായ തുറസ്സിലേക്കു കൂട്ടിക്കൊണ്ടുവന്നതിൽ ഇളംകുളത്തിന്റെ പങ്ക് വലുതാണ്. ആധികാരികവും വസ്തുനിഷ്ഠവുമായ ചരിത്രനിർമ്മിതി അദ്ദേഹത്തിനു നിർബ്ബന്ധമായിരുന്നു. സാഹിത്യാദി സാമൂഹിക വ്യവഹാരങ്ങളിൽ നിന്നും ചരിത്രനിർമ്മിതിക്കുള്ള മുത്തുകൾ മുങ്ങിയെടുക്കാൻ ഇളംകുളം ഒരു താപസന്റെ ഏകാഗ്രത ഉപയോഗിച്ചു.

1973 മാർച്ച് 4-ന് ഇളംകുളം കുഞ്ഞൻപിള്ള 69-ാമത്തെ വയസ്സിൽ അന്തരിച്ചു.

ഡോ. യു. എസ്. നായർ
(1904 – 1982)

സ്റ്റാറ്റിസ്റ്റിക്സ് എന്ന ശാസ്ത്രശാഖയുടെ വളർച്ചയ്ക്ക് ഗണ്യമായ സംഭാവനകൾ നല്കിയ കേരളീയനായ ശാസ്ത്രജ്ഞനാണ് ഡോ. യു.എസ്. നായർ എന്ന ഉണ്ണി ശിവരാമൻ നായർ. 1944-ൽ തിരുവിതാംകൂർ സർവ്വകലാശാലയിൽ ഈ ശാസ്ത്രശാഖയ്ക്ക് ആദ്യമായി ഒരു ഡിപ്പാർട്ടുമെന്റ് പ്രവർത്തനം ആരംഭിച്ചത് ഡോ. നായരുടെ നിർദ്ദേശപ്രകാരമായിരുന്നു. ആ ഡിപ്പാർട്ടുമെന്റിന്റെ ആദ്യ തലവനായി നിയമിക്കപ്പെട്ടതും ഡോ. യു.എസ്. നായർ തന്നെ.

പറവൂരിലാണ് ജനനം. പിന്നീട് കുടുംബം തിരുവനന്തപുരത്തേക്ക് താമസം മാറ്റി. തിരുവനന്തപുരം മഹാരാജാസ് കോളേജിൽനിന്ന് ഗണിതശാസ്ത്രത്തിൽ ബിരുദം. എം.എ. ബിരുദം സമ്പാദിച്ചതിനുശേഷം മഹാരാജാസ് കോളേജിൽത്തന്നെ അധ്യാപകനായി. 1936-ൽ ലണ്ടനിൽ നിന്നും പി.എച്ച്.ഡി. ബിരുദം നേടിയതിനുശേഷം മഹാരാജാസിൽത്തന്നെ അസിസ്റ്റന്റ് പ്രൊഫസറായി.

1936-ൽ 'ബയോമെട്രീക്ക' എന്ന ഗവേഷണ മാസികയിൽ ഗവേഷണ പ്രബന്ധം പ്രസിദ്ധീകരിച്ചു. സ്റ്റാറ്റിസ്റ്റിക്കിൽ വിഭിന്ന ഗണിതീയ സങ്കേതങ്ങൾ പരീക്ഷിച്ച് കണ്ടെത്തിയ പ്രബന്ധങ്ങൾ ഈ മേഖലയിൽ വഴിത്തിരിവുകളുണ്ടാക്കി.

1949-ൽ അഗ്രികൾച്ചറൽ സ്റ്റാറ്റിസ്റ്റിക്സിന്റെ വളർച്ചയ്ക്കായി രൂപീകരിച്ച സംഘടനയുടെ നേതൃത്വം അദ്ദേഹത്തിനായിരുന്നു. ഡോ. നായരുടെ നേതൃത്വത്തിൽ പുഞ്ചകൃഷി വിളവെടുപ്പ് വിലയിരുത്താനുള്ള സർവ്വേയിൽ റാൻഡം സാംപ്ലിംഗ് (Random Sampling) രീതി വിജയകരമായി ഉപയോഗിച്ച പ്രഥമ സംസ്ഥാനം എന്ന ബഹുമതി കേരളം നേടുകയുണ്ടായി.

Board of Statisticsൽ അദ്ദേഹം അംഗമായിരുന്നു. ബോർഡ് 1954-ൽ Statistics Department ആയി മാറിയപ്പോൾ ഡോ. നായർ പ്രഥമ ഡയറക്ടറായി. അതിനുമുമ്പ് 1951-ൽ തിരുവിതാംകൂർ സെൻസസ്സ് ബോർഡിന്റെ ചുമതലയും അദ്ദേഹം വഹിച്ചു.

1959-ൽ യൂണിവേഴ്സിറ്റി ഓഫ് കാലിഫോർണിയയിൽ വിസിറ്റിംഗ് പ്രൊഫസറും 1957 മുതൽ '62 വരെ യു.എൻ. ഉപദേശക സമിതി അംഗവുമായിരുന്നു. 1977-ൽ Kerala Statistical Institute ന്റെ ചെയർമാൻ പദവിയും വഹിച്ചു.

ഭാര്യ: സരസ്വതിയമ്മ.

1982-ൽ ഡോ. നായർ നിര്യാതനായി.

പി. കേശവദേവ്

(1904 – 1983)

മലയാള നോവൽ-കഥാസാഹിത്യത്തിൽ നവോത്ഥാന കാലഘട്ടത്തിന് നേതൃത്വം നല്കിയ ത്രിമൂർത്തികളിലൊരാൾ (മറ്റു രണ്ടുപേർ തകഴി ശിവശങ്കരപിള്ളയും വൈക്കം മുഹമ്മദ് ബഷീറും), ചിന്തകൻ, വാഗ്മി.

യഥാർത്ഥ പേര് കേശവപിള്ള. ദേശത്ത് കൊച്ചുവീട്ടിൽ പപ്പുപിള്ളയുടെയും വടക്കൻ പറവൂരിൽ നല്ലേടത്ത് കാർത്ത്യായനിയമ്മയുടെയും മകനായി 1904 ജൂലൈ 20-ന് ജനിച്ചു. ഒരു ദരിദ്ര കുടുംബമായിരുന്നു കേശവപിള്ളയുടേത്. അതുകാരണം പ്രൈമറി സ്കൂളിൽ പഠനം അവസാനിപ്പിച്ച് തുണി വ്യാപാരത്തിൽ ഏർപ്പെട്ടു. സ്ഥിരോത്സാഹംകൊണ്ട് മലയാളവും ഇംഗ്ലീഷും വശമാക്കി. താമസിയാതെ ആര്യസമാജത്തിൽ ചേർന്ന് 'കേശവദേവ്' എന്ന പേര് സ്വീകരിച്ചു.

യുക്തിവാദ പ്രസ്ഥാനത്തിൽ പ്രവർത്തിച്ചുകൊണ്ടിരിക്കെ രാഷ്ട്രീയരംഗത്ത് പ്രവേശിച്ച് മട്ടാഞ്ചേരിയിലും ആലപ്പുഴയിലും തൊഴിലാളി പ്രവർത്തകനായി. പാവപ്പെട്ട തൊഴിലാളികളുടെ ജീവിതത്തോട് ഇഴുകിച്ചേർന്ന ദേവിൽ നിന്ന് സാഹിത്യകാരനിലേക്കുള്ള രാസമാറ്റം സാവധാനം സംഭവിക്കുകയായിരുന്നു. തനിക്ക് സമൂഹത്തോട് പറയാനുള്ള ഒരു മാധ്യമം മാത്രമായിരുന്നു കഥാരചന ആദ്യകാലങ്ങളിൽ എന്ന് ദേവ് രേഖപ്പെടുത്തിയിട്ടുണ്ട്. സാഹിത്യപ്രവർത്തനം ഒരു തൊഴിലാക്കിയ അദ്ദേഹം സ്വദേശാ

ഭിമാനി, രാജഭാരതം, പ്രതിദിനം, മഹാത്മാ എന്നീ പത്രങ്ങളുടെ പത്രാധിപരായി ജോലി ചെയ്തിട്ടുണ്ട്.

എൺപതോളം കൃതികൾ പ്രസിദ്ധപ്പെടുത്തി. ആദ്യനോവൽ 'ഓടയിൽനിന്ന്' .

ഈ കൃതി ഹൈസ്കൂൾ ക്ലാസിൽ ഉപപാഠപുസ്തകമായിട്ടുണ്ട്, ചലച്ചിത്രവുമായി. 'അയല്ക്കാർ' എന്ന നോവൽ 1964-ലെ കേന്ദ്രസാഹിത്യ അക്കാദമി അവാർഡും 1970-ലെ സോവിയറ്റ് ലാന്റ് നെഹ്റു അവാർഡും നേടി. ദേവിന്റെ, ചലച്ചിത്രമായ മറ്റു നോവലുകൾ: റൗഡി, സ്വപനം, ആദ്യത്തെ കഥ, ഒരു സുന്ദരിയുടെ ആത്മകഥ എന്നിവ. കേരള സാഹിത്യ അക്കാദമി, സാഹിത്യപ്രവർത്തക സഹകരണ സംഘം എന്നിവയുടെ പ്രസിഡണ്ടായിരുന്നിട്ടുണ്ട്, ദേവ്. ആകാശവാണിയിൽ പ്രൊഡ്യൂസറായി ജോലി ചെയ്തിട്ടുണ്ട്.

സി. വി. രാമൻപിള്ളയ്ക്കും ചന്തുമേനോനും ശേഷം കുറേക്കാലം നോവൽ സാഹിത്യം നിർജ്ജീവാവസ്ഥയിലായിരുന്നു. ബൽസാക്ക്, മോപ്പസാങ്, ഫ്ളാവർട്ട്, ചെക്കോവ്, ഇബ്സൺ എന്നീ യൂറോപ്യൻ നാടക, കാഥിക പ്രതിഭകളുടെ കൃതികൾ കേസരി ബാലകൃഷ്ണപിള്ളയിലൂടെ പരിചയപ്പെട്ട ദേവിന്റെയും തകഴിയുടേയും തലമുറ ആവേശുമൾക്കൊണ്ടു. ദേവാകട്ടെ സാധാരണക്കാരുടെ സ്നേഹത്യാഗങ്ങളുടെ കഥ 'ഓടയിൽനിന്നി'ലൂടെ പറയാനാരംഭിച്ചു. സാമൂഹ്യപ്രശ്നങ്ങൾക്ക് തനിക്ക് നിർദ്ദേശിക്കാനുള്ള പരിഹാരമാണ് ദേവ് ചില നോവലുകളിലൂടെ സാധിച്ചത്. തൊഴിലാളി ജീവിതവുമായി ദേവിനുള്ള ബന്ധം കഥാവസ്തുക്കളുടെ പ്രചോദനമാവുന്നു പലപ്പോഴും. സംഭവപ്രധാനമാണ്; വ്യക്തിനിഷ്ഠമോ ആന്തരനിഷ്ഠമോ അല്ല ദേവിന്റെ നോവലുകളിൽ പലതും എന്നൊരു വിമർശനമുണ്ട്.

കേരള സാഹിത്യ അക്കാദമിയുടെ ഫെല്ലോഷിപ്പ് ലഭിച്ചിട്ടുണ്ട് ദേവിന്.

1983 ജൂലൈ 1-ന് ദേവ് അന്തരിച്ചു. ഭാര്യ: സീതാലക്ഷ്മി ദേവ്. മകൻ: ഡോ. ജ്യോതീദേവ്.

പ്രധാന കൃതികൾ:

നോവലുകൾ:- ഓടയിൽനിന്ന്, ഉലക്ക, കണ്ണാടി, റൗഡി, നടി, ഭ്രാന്താലയം, അയല്ക്കാർ.

കഥകൾ:- ഭാവിവരൻ, ദീനാമ്മ, പ്രവാഹം, പ്രേമിക്കാൻ നേരമില്ല, യമുന ഏകാഗ്രമായി ഒഴുകുന്നു.

ആത്മകഥ:- എതിർപ്പ്, തിരിഞ്ഞുനോട്ടം.

രൂപകങ്ങൾ:- നാടകകൃത്ത്, ഞാനിപ്പ കമ്മ്യൂണിഷ്ടാവും, മുന്നോട്ട്.

20 നോവലുകളും 16 ചെറുകഥാ സമാഹാരങ്ങളും 10 നാടകങ്ങളും 7 ഏകാങ്ക നാടക സമാഹാരങ്ങളും ദേവ് രചിച്ചിട്ടുണ്ട്.

കേരള സാഹിത്യ അക്കാദമി അവാർഡ്, കേന്ദ്രസാഹിത്യ അക്കാദമി അവാർഡ്, കേരള സാഹിത്യ അക്കാദമി ഫെല്ലോഷിപ്പ്, സോവിയറ്റ് ലാന്റ് നെഹ്റു അവാർഡ് എന്നിവയാൽ ആദരിക്കപ്പെട്ടിട്ടുണ്ട് ദേവ്.

അദ്ദേഹത്തിന്റെ പത്രാധിപത്യത്തിലുണ്ടായിരുന്ന ആനുകാലിക പ്രസിദ്ധീകരണങ്ങൾ: സ്വദേശാഭിമാനി, രാജഭാരതം, പ്രതിദിനം, മഹാത്മ.

സ്വാമി ആനന്ദതീർത്ഥൻ
(1905 – 1987)

കാഷായവസ്ത്രം ധരിച്ച ആ വെളുത്തു കുറുകിയ മനുഷ്യൻ ഒരു സാമൂഹ്യ വിപ്ലവകാരിയായിരുന്നു. തലശ്ശേരിയിൽ ഒരു ഗൗഡ സ്വാരസ്വത ബ്രാഹ്മണ കുടുംബത്തിൽ എല്ലാ സൗഭാഗ്യങ്ങളുടെയും നടുവിൽ പിറന്ന്, ഉന്നത വിദ്യാഭ്യാസം നേടി. അതെല്ലാം ത്യജിച്ച്, പാർശ്വവല്ക്കരിക്കപ്പെട്ട ദളിത് വിഭാഗത്തിന്റെ മനുഷ്യാവകാശങ്ങൾക്കുവേണ്ടി കല്ലും മുള്ളും നിറഞ്ഞ വഴികളിലൂടെ ഒരു പുരുഷായുസ്സ് മുഴുവൻ അലഞ്ഞ, നിഷ്കാമ കർമ്മി. സവർണ്ണർ കുത്തകയായി വെച്ചിരുന്ന പാഠശാലകളിൽ അദ്ദേഹം അധഃകൃത കുട്ടികളുടെ കൈപിടിച്ച് സധൈര്യം കടന്നുചെന്നു. പൊതു സ്നാനഘട്ടങ്ങളിൽ കുളിക്കാൻ അവരെ പ്രേരിപ്പിച്ചു. വിലക്കിയ ക്ഷേത്ര ങ്ങളിൽ അവരോടൊപ്പം കടന്നുചെന്ന് ആരാധന നടത്തി. അയിത്തമാചരി ക്കുന്നവരെ നിരന്തരം വെല്ലുവിളിച്ചു.

1905 ജനുവരി 2–ന് തലശ്ശേരിയിലാണ് ജനനം. പിതാവ് രാമചന്ദ്രറാ വു. മാതാവ് ദെവുഭായി. അഞ്ചു മക്കളിൽ ഏറ്റവും ഇളയവൻ. മാതാപിതാ ക്കൾ കുട്ടിക്ക് അനന്തഷേണായി എന്നു പേരിട്ടു.

മദിരാശി പ്രസിഡൻസി കോളേജിൽ നിന്നും അനന്തഷേണായി ഫിസിക്സിൽ ഓണേഴ്സ് ബിരുദം നേടി. കോളേജിൽ പഠിക്കുന്ന കാലത്ത് ഒരിക്കൽ അദ്ദേഹം ഗുരുവായൂരിൽ പോയി. ഒരു കടയിൽ കയറിയപ്പോഴും അമ്പലക്കുളത്തിൽ കുളിക്കാനിറങ്ങിയപ്പോഴും ജാതി ചോദിച്ചതും അതി

നദ്ദേഹം മറുപടി നല്കാതിരുന്നതും ചോദ്യകർത്താക്കളെ രോഷാകുലരാക്കുകയും അവർ അദ്ദേഹത്തെ മർദ്ദിക്കുകയും ചെയ്തു. അനന്തഷേണായിയുടെ ജീവിതയാത്ര വഴിതിരിച്ചുവിട്ടത് ഈ സംഭവമാണ്.

സന്ന്യാസത്തിലേക്ക്

കലാലയജീവിതം പൂർത്തിയാക്കി അദ്ദേഹം സ്വാതന്ത്ര്യസമര പ്രസ്ഥാനവുമായി ബന്ധപ്പെട്ടു പ്രവർത്തിക്കാൻ തുടങ്ങി. ഗാന്ധിജിയിൽ ആകൃഷ്ടനായി 23-ാം വയസ്സിൽ കാൽനടയായി സബർമതിയിലെത്തി. പിന്നീട് ഉപ്പുസത്യഗ്രഹത്തിൽ പങ്കെടുക്കാൻ തമിഴ്നാട്ടിലെ വേദാരണ്യത്തിലേക്ക്. അവിടെവെച്ച് 1930 ജൂണിൽ അറസ്റ്റിൽ. വെല്ലൂർ ജയിലിൽ കെ.പി.ആർ. ഗോപാലൻ, ജി. രാമചന്ദ്രൻ, എ.കെ.ജി. എന്നിവരുമായി ആശയവിനിമയം നടത്തി. 1931-ൽ ജയിൽ മോചിതനായി തലശ്ശേരിയിൽ മടങ്ങിയെത്തി ദേശീയ പ്രസ്ഥാനത്തിന്റെ സമരവേദികളിൽ സജീവമായി.

സ്വാതന്ത്ര്യസമരത്തിലും അയിത്തോച്ചാടന പ്രവർത്തനങ്ങളിലും പങ്കെടുത്ത് യൗവ്വനകാലം അദ്ദേഹം അർത്ഥപൂർണ്ണമാക്കി. ശ്രീനാരായണ പ്രസ്ഥാനത്തിൽ ആകൃഷ്ടനായ അനന്തഷേണായി 1928 ആഗസ്റ്റ് 31-ന് ശിവഗിരി ശാരദാമഠത്തിൽ വെച്ച് ശ്രീനാരായണനിൽ നിന്നും സന്ന്യാസദീക്ഷ സ്വീകരിച്ച് ആനന്ദതീർത്ഥനായി. ഗുരുവിന്റെ ഇരുപതാമത്തെ ശിഷ്യനായിരുന്നു ആനന്ദതീർത്ഥൻ. തുടർന്ന് തന്റെ അയിത്തോച്ചാടന പ്രവർത്തനങ്ങൾ സ്വാമി ആനന്ദതീർത്ഥൻ കൂടുതൽ ശക്തമാക്കി.

ശ്രീനാരായണ വിദ്യാലയം

ഉത്തരകേരളത്തിലെ പൊതുസമൂഹത്തിൽ നിന്നും അകറ്റിനിർത്തപ്പെട്ട ദളിതരുടെ പ്രശ്നങ്ങൾ പരിഹരിക്കാൻ ഉചിതമായ മാർഗ്ഗം അവർക്ക് വിദ്യാഭ്യാസം നൽകലാണ് എന്നദ്ദേഹം കണ്ടു. അതിനായി പയ്യന്നൂർ സുബ്രഹ്മണ്യസ്വാമി ക്ഷേത്രത്തിനു സമീപം അദ്ദേഹം ശ്രീനാരായണ വിദ്യാലയം സ്ഥാപിച്ചു. 1931 ജനുവരി 21-ന് അതിന്റെ ഉദ്ഘാടനം നടന്നു. വിദ്യ നിഷേധിക്കപ്പെട്ട ദളിത് കുട്ടികളെ അവിടെ പ്രവേശിപ്പിച്ചു. അവർക്ക് വസ്ത്രവും ഭക്ഷണവും താമസസൗകര്യവും അവിടെ ഉറപ്പാക്കി. അവരിൽ ശുചിത്വശീലവും സ്വാശ്രയബോധവും വളർത്താൻ അദ്ദേഹം ശ്രദ്ധ വെച്ചു.

ഈ സ്കൂളിൽ പഠിച്ച് വിദ്യാഭ്യാസം സിദ്ധിച്ച് തൊഴിലുകൾ നേടിയവർ അനേകരാണ്. പ്രതികൂലമായ സാമൂഹികാവസ്ഥയോട് പൊരുതിത്തോറ്റ് സമുദായത്തിന്റെ പിന്നാമ്പുറങ്ങളിലേക്ക് ബഹിഷ്കൃതരാവേണ്ടിയിരുന്ന നൂറുകണക്കിനു ജീവിതങ്ങൾക്ക് പ്രകാശവത്തായ ഭാവി ഒരുക്കി

ക്കൊടുക്കാൻ സ്വാമിജിക്കും ശ്രീനാരായണ വിദ്യാലയത്തിനും കഴിഞ്ഞു.

ദുരാചാരങ്ങൾക്കെതിരെ

അയിത്താചാരംമൂലം ദളിത് കുട്ടികളെ ചേർക്കാൻ വിസമ്മതിച്ച വിദ്യാലയങ്ങളിൽ അവരെ പ്രവേശിപ്പിക്കുന്നതിന് ആനന്ദതീർത്ഥൻ മുന്നിട്ടിറങ്ങി. അക്കാലത്ത് ജാതി തിരിച്ചറിയുന്നത് പേരുകളിൽ നിന്നായിരുന്നു. അത്തരം പേരുകൾ ഉപേക്ഷിച്ച് സവർണ്ണ ജാതിപ്പേരുകളായ സുബ്രഹ്മണ്യൻ, വേലായുധൻ, പ്രഭാകരൻ തുടങ്ങിയ പേരുകളും പേരിനോടൊപ്പം നമ്പ്യാർ, ശർമ, പ്രഭു, മാരാർ തുടങ്ങിയ ജാതിനാമങ്ങളും സ്വാമി അധഃകൃത കുട്ടികൾക്കു നല്കി. വെള്ളൂർ, കണ്ടോത്ത്, കുഞ്ഞിമംഗലം, ഒദയമ്മാടം, ചെറുകുന്ന്, കല്യാശ്ശേരി, പാപ്പിനിശ്ശേരി തുടങ്ങിയ പ്രദേശങ്ങളിലുള്ള വിദ്യാലയങ്ങളിൽ മേൽജാതിക്കാരുടെ വിലക്കുകളെ മറികടന്ന് സ്വാമി ആനന്ദതീർത്ഥൻ ദളിത് കുട്ടികൾക്ക് പ്രവേശനം നേടിക്കൊടുക്കുകതന്നെ ചെയ്തു.

മിശ്രവിവാഹവും മിശ്രഭോജനവും പ്രോത്സാഹിപ്പിക്കാൻ സ്വാമിജി 1933-ൽ 'ജാതി നശീകരണസഭ'യ്ക്ക് രൂപം നൽകി.

ഉത്തരകേരളത്തിൽ സവർണ്ണ-അവർണ്ണ ക്ഷേത്രങ്ങളിൽ ദളിതർക്കു പ്രവേശനമുണ്ടായിരുന്നില്ല. സവർണ്ണർ (ഈഴവ (തീയ്യർ) രാദി അവർണ്ണരെ അയിത്തം കല്പിച്ചുവെങ്കിൽ ഈഴവരാകട്ടെ പുലയൻ, പറയൻ തുടങ്ങിയ ദളിത് വിഭാഗങ്ങളെ അകറ്റിനിർത്തി.) ദളിതരുടെ ക്ഷേത്രപ്രവേശനത്തിനു വേണ്ടി നിരവധി പോരാട്ടങ്ങൾ സ്വാമി ആനന്ദതീർത്ഥൻ നടത്തി. പറശ്ശിനിക്കടവ് മുത്തപ്പൻ ക്ഷേത്രം, മാടായിക്കാവ്, പയ്യന്നൂർ സുബ്രഹ്മണ്യസ്വാമി ക്ഷേത്രം, രാമവില്യം കഴകം തുടങ്ങി നിരവധി ക്ഷേത്രങ്ങൾ അദ്ദേഹത്തിന്റെ ശ്രമഫലമായി എല്ലാവർക്കുമായി തുറന്നുകിട്ടുകതന്നെ ചെയ്തു. കുഞ്ഞിമംഗലം അണീക്കര പൂമാല ഭഗവതിക്കാവിൽ ആരാധനയ്ക്കെത്തിയ സ്വാമിജിക്കും ദളിതർക്കും മർദ്ദനമേറ്റു. ഉത്തരകേരളത്തിൽ കുളം, കിണർ, പൊതുവഴി, ചായക്കട, ബാർബർഷോപ്പ് തുടങ്ങിയവ ദളിതർക്ക് അപ്രാപ്യമായിരുന്നു. ഗുരുവായൂർ ഊട്ടുപുരയിൽ ബ്രാഹ്മണർക്കേ പ്രവേശനമുണ്ടായിരുന്നുള്ളൂ. ഇത്തരം ജാതിവിവേചനങ്ങളവസാനിപ്പിക്കാൻ സ്വാമിജി സഫല ശ്രമങ്ങൾ നടത്തി.

സ്വജീവിതം അശരണർക്കുവേണ്ടി സമർപ്പിച്ച സ്വാമി ആനന്ദതീർത്ഥൻ 1987 നവംബർ 21-ന് സമാധിയായി- തന്റെ സഫല ജീവിതത്തിന്റെ 82-ാം വർഷത്തിൽ! ശ്രീനാരായണഗുരുവിന്റെ ഈ വത്സലശിഷ്യൻ ശിവഗിരി ട്രസ്റ്റിൽ അംഗമായും ശ്രീനാരായണ ധർമ്മസംഘത്തിന്റെ പ്രസിഡണ്ടായും ശിവഗിരി മഠാധിപതിയായും പ്രവർത്തിച്ചിട്ടുണ്ട്.

ഡോ. എ. അയ്യപ്പൻ
(1905 – 1988)

പ്രശസ്ത നരവംശ ശാസ്ത്രജ്ഞൻ. ഇന്ത്യൻ സയൻസ് കോൺഗ്രസിന്റെ നരവംശശാസ്ത്ര പുരാവസ്തു വിഭാഗത്തിന്റെ അദ്ധ്യക്ഷൻ. കോർണൽ സർവ്വകലാശാല (യു.എസ്.എ.) നരവംശ ശാസ്ത്രവകുപ്പ് വിസിറ്റിംഗ് പ്രൊഫസർ, കേരള യൂണിവേഴ്സിറ്റി വൈസ് ചാൻസലർ.

തൃശൂർ ജില്ലയിൽ മരുതിയൂരിൽ പാവറട്ടി അംശത്തിൽ 1905 ഫെബ്രുവരി 5–ന് അയ്യപ്പൻ ജനിച്ചു. കല്ലിക്കൽ കാളിക്കുട്ടിയായിരുന്നു മാതാവ്. അയനിപ്പള്ളി പാറൻകുട്ടി പിതാവും. ആ ദമ്പതികളുടെ ഏഴു മക്കളിൽ മൂന്നാമനായിരുന്നു അയ്യപ്പൻ വിജ്ഞനും ലോകമറിയുന്ന പ്രശസ്ത ആന്ത്രോപ്പോളജിസ്റ്റുമാകുമെന്ന് സങ്കല്പിക്കാൻപോലുമാവാത്ത സാമൂഹ്യ ചുറ്റുപാടുകളാണ് അവർണ്ണരായ ആ മാതാപിതാക്കൾക്കുണ്ടായിരുന്നത്. ഇരുപതാം നൂറ്റാണ്ടിന്റെ തുടക്കത്തിലും– ഏതാണ്ട് 1920കളുടെ തുടക്കം വരെ– അയിത്തജാതിക്കാരുടെ കുട്ടികൾക്ക് ക്ഷേത്രപരിസരത്തുള്ള വിദ്യാലയങ്ങൾ ബാലികേറാമലയായിരുന്നു. പാവറട്ടിയിലുള്ള മിഷണറി സ്കൂളിലാണ് അയ്യപ്പൻ പഠിച്ചത്. ജാതിക്കെതിരുനിന്ന പാവറട്ടി മിഷണറി സ്കൂളിലെ പി.കെ. കോരുമാസ്റ്ററെ ഡോ. അയ്യപ്പൻ നന്ദിയോടെ സ്മരിച്ചിട്ടുണ്ട്.

അയ്യപ്പന്റെ പിതാവ് പാറൻകുട്ടി കയറുകച്ചവടം വഴി അല്പം സ്വത്ത് സമ്പാദിച്ചു. അച്ഛന്റെ അകാല നിര്യാണത്തിനുശേഷം അയ്യപ്പൻ

പാലക്കാട് വിക്ടോറിയ കോളേജിൽ ചേർന്നു. അനന്തരം മദ്രാസ് പ്രസിഡൻസി കോളേജിൽ നിന്നും സുവോളജിയിൽ ഓണേഴ്സ് ബിരുദം കരസ്ഥമാക്കി. അതേ കോളേജിൽ നിന്നുതന്നെ എക്കണോമിക്സിൽ ഡിപ്ലോമയും നേടി. ഒന്നരവർഷത്തോളം ഉദ്യോഗാർത്ഥിയായി ഡൽഹിയിൽ ചുറ്റിക്കറങ്ങിയതുവഴി ഇന്ത്യയെക്കുറിച്ച് പലതും മനസ്സിലാക്കുവാൻ കഴിഞ്ഞു. വൈസ്രോയിയുടെ എക്സിക്യൂട്ടീവ് മെമ്പറായിരുന്ന സർ. മുഹമ്മദ് ഹബീബുള്ളയുമായുള്ള സൗഹൃദം കാരണം ഇന്ത്യൻ മ്യൂസിയത്തിലെ ഉദ്യോഗം ലഭിച്ചു. അതിനുശേഷം മദിരാശി മ്യൂസിയത്തിൽ ആന്ത്രോപ്പോളജിക്കൽ അസിസ്റ്റന്റായി.

ഇക്കാലത്ത് ലോകപ്രശസ്തനായ മെലിനോവ്സ്കിയുടെ ഒരു കൃതി, ആന്ത്രോപ്പോളജിയെ പുരസ്കരിച്ചുള്ളത്, അദ്ദേഹത്തെ ആകർഷിച്ചു. ആന്ത്രോപ്പോളജിയിൽ ഡോക്ടറേറ്റ് എടുക്കാൻ ആ കൃതി അദ്ദേഹത്തെ പ്രേരിപ്പിച്ചു. മെലിനോവ്സ്കിയും മറ്റ് ആന്ത്രോപ്പോളജിസ്റ്റുകളും ഉൾപ്പെട്ട പാനൽ അയ്യപ്പനെ ഇന്റർവ്യൂ നടത്തി. പി.എച്ച്ഡി.ക്ക് അർഹനാണെന്നു വിധിച്ചു. അങ്ങനെ അയനിപ്പള്ളി അയ്യപ്പൻ ഡോ. എ. അയ്യപ്പനായി.

ഒറ്റപ്പാലത്ത് പനങ്കടവത്ത് കുഞ്ഞിരാമന്റെ മകൾ കൗസല്യയെ ഇക്കാലത്താണ് അദ്ദേഹം വിവാഹം ചെയ്തത്. ഒറ്റപ്പാലത്ത് ഈഴവർ തണ്ടാൻ എന്ന പേരിലും ഈഴവ സ്ത്രീ തണ്ടാത്തി എന്ന പേരിലും അറിയപ്പെടുന്നു. ഡോ. അയ്യപ്പനും കൗസല്യയും താലികെട്ട് കഴിഞ്ഞതിനുശേഷം 'തണ്ടാനും തണ്ടാത്തിയു'മായിത്തന്നെ പൂർവ്വാചാരപ്രകാരം 'പാലും പഴവും അരിയും പൂവും' സ്വീകരിച്ചു!

അന്വേഷിക്കുക; സത്യം കണ്ടെത്തുക- ഇതാണല്ലോ നരവംശശാസ്ത്രജ്ഞന്റെ കർമ്മം. ഡോ. എ. അയ്യപ്പന്റെ പി.എച്ച്.ഡി.യുടെ തീസിസ് 'Ezhava and Culture Change in Malabar' ആണ്. 1938-ൽ തയ്യാറാക്കിയ ഈ പ്രബന്ധം യൂറോപ്യന്മാർക്കുവേണ്ടി തയ്യാറാക്കിയതാണെങ്കിലും കേരളീയർക്ക് അമൂല്യമായ പല വിവരങ്ങളും ലഭ്യമാവുന്ന ഒരു വിശിഷ്ട രേഖയാണത്. 1938-ൽ 'Social and Physical Athropology of the Nayadies of Malabar, 'Paniyars', 'Report on the Socio-Economic Conditions of the Ebo Regional Tribes of Malabar', തുടങ്ങിയ ഗവേഷണ ഗ്രന്ഥങ്ങളിലൂടെ കുറിച്യരിലൂടെയും നായാടിയിലൂടെയും പണിയരിലൂടെയും നമ്പൂതിരിയിലൂടെയും നമ്മുടെ സ്വത്വം ഡോ. അയ്യപ്പൻ അന്വേഷിച്ചു. ചരിത്രത്തിന്റെ ഇരുളടഞ്ഞ ഗഹ്വരങ്ങളിലൂടെ യാത്ര ചെയ്യുന്ന ചരിത്രത്തിന്റെ നരവംശ

ശാസ്ത്രജ്ഞനെ കാത്തിരിക്കുന്നത് കൗതുകകരവും വിസ്മയകരവുമായ അറിവുകളായിരിക്കും! കുറിച്യരും നായന്മാരും സ്വഭാവത്തിലും ആചാരങ്ങളിലും സമാനതയുള്ളവരാണെന്ന് മലബാർ ഗസറ്റിയർ സാക്ഷ്യപ്പെടുത്തുന്നു. അത്രയുമല്ല ഈ രണ്ടു ജനവിഭാഗങ്ങളും ഒരേ ഒറിജിനിൽപ്പെട്ടവരാണെന്നും അനുമാനിക്കപ്പെടുന്നു. പണ്ടൊരിക്കലെപ്പോഴോ വയനാട് പുലയരുടെ ഭരണത്തിലായിരുന്നുവത്രേ. ചിറയ്ക്കൽ രാജവംശത്തിലെ ഒരു ക്ഷത്രിയൻ തീർത്ഥാടനത്തിനായി വയനാടുവഴി യാത്ര ചെയ്യവേ പുലയരാൽ ആക്രമിക്കപ്പെട്ടു. അതിനെത്തുടർന്ന് വലിയ ലഹള ഉണ്ടാവുകയും ചെയ്തു. തിരുവിതാംകൂറിൽ നിന്നെത്തിയ നായർ പടയാളികൾ പുലയരെ തോല്പിച്ച് തിരുവിതാംകൂറിൽ മടങ്ങിയെത്തിയപ്പോൾ കോരപ്പുഴ മുറിച്ചു കടന്നതിനാൽ സമുദായത്തിൽ നിന്ന് ഭ്രഷ്ടരാക്കപ്പെട്ടുവെന്നും അവർ വയനാട്ടിലേക്ക് മടങ്ങി, ആ നാടൊക്കെ ചിറയ്ക്കൽ സ്വരൂപത്തിലെ ജനങ്ങൾ കൈവശപ്പെടുത്തിയതിൽ നിരാശരായി നായന്മാർ കാടുകളിലേക്ക് കയറിയെന്നും പറയപ്പെടുന്നു. ഈ നായന്മാരുടെ സന്തതിപരമ്പരകളാണത്രെ കുറിച്യന്മാർ. കുറിച്യന്മാരെക്കുറിച്ചുള്ള ഡോ. അയ്യപ്പന്റെ ഗവേഷണം ഒട്ടേറെ വാല്യങ്ങളിലായി സമാഹാരിക്കപ്പെട്ടിരിക്കുന്നു. കുറിച്യരുടെ വിവാഹങ്ങളിലും മരണത്തിലും ആഘോഷാചാരങ്ങളിലും പങ്കുകൊണ്ട്, മൂന്ന് ദശാബ്ദക്കാലം കുടുംബത്തോടൊപ്പം അവരിലൊരാളായി ജീവിച്ചുകൊണ്ട് അദ്ദേഹം അവരുടെ വേരുകൾ തേടിയുള്ള അശ്രാന്തയാത്ര നടത്തി.

1958 വരെ ഡോക്ടർ മദ്രാസ് മ്യൂസിയം ഡയറക്ടറായിരുന്നു. പിന്നീട് ആ ജോലി രാജിവെച്ച് ഉൽക്കൽ സർവ്വകലാശാലയിൽ ആന്ത്രോപ്പോളജി പ്രൊഫസറായി. യു.എസ്.എ.യിലെ കോർണൽ സർവ്വകലാശാലയിൽ നരവംശ ശാസ്ത്രവകുപ്പ് വിസിറ്റിംഗ് പ്രൊഫസർ, ഒറീസ്സാ ഗവൺമെന്റിന്റെ ട്രൈബർ റിസർച്ച് ബ്യൂറോയിലും റൂറൽ ഡെവലപ്മെന്റ് ഡിപ്പാർട്ടുമെന്റിലും ഓണററി ഡയറക്ടർ ആന്റ് അഡ്വൈസർ, മദ്രാസ് സാമൂഹ്യശാസ്ത്ര സമിതി സംഘടിപ്പിച്ച ആദ്യത്തെ അഖിലേന്ത്യാ നരവംശശാസ്ത്ര പ്രദർശനത്തിന്റെ അധ്യക്ഷൻ, ഇന്ത്യൻ സയൻസ് കോൺഗ്രസിന്റെ നരവംശശാസ്ത്ര പുരാവസ്തു വിഭാഗത്തിന്റെ അധ്യക്ഷൻ, മദ്രാസ് മ്യൂസിയം, ബുള്ളറ്റിൻ എഡിറ്റർ, ഒറിസ്സാ ഹിസ്റ്റോറിക്കൽ ജേർണൽ ചീഫ് എഡിറ്റർ എന്നീ നിലകളിലും ഗിരിവർഗ്ഗക്ഷേമം, നരവംശശാസ്ത്രം, മ്യൂസിയം, പുരാവസ്തു ഇവയുടെ കേന്ദ്ര ഉപദേശക സമിതി അംഗം, കോമൺവെൽത്ത് സോഷ്യൽ ആന്ത്രോപ്പോളജിസ്റ്റ് അസോസിയേഷനിലെ അംഗം തുടങ്ങി ഒട്ടുവളറെ സ്ഥാനങ്ങൾ വഹിച്ചിട്ടുണ്ട്.

Centre for Development Studies (C.D.S.) ന് തുടക്കം കുറിച്ചത് ഡോ. അയ്യപ്പനാണ്. 1969-'70 കാലഘട്ടത്തിൽ അദ്ദേഹം കേരള യൂണിവേഴ്സിറ്റിയുടെ വൈസ് ചാൻസലറായിരുന്നു.

അയ്യപ്പൻ-കൗസല്യ ദമ്പതികൾക്ക് മൂന്നു മക്കളാണുള്ളത്. മകൻ പ്രഭാകരൻ. മൂത്ത മകൾ സുജാത അമേരിക്കയിലാണ്. ഇളയ മകൾ ഡോ. ശാന്ത തൃശൂരിൽ പ്രാക്ടീസ് ചെയ്യുന്നു.

1988 ജൂൺ 28-ന് ഡോ. അയ്യപ്പൻ അന്തരിച്ചു.

പി. കൃഷ്ണപ്പിള്ള

(1906 – 1948)

കേരളത്തിലെ കമ്മ്യൂണിസ്റ്റ് പാർട്ടിയുടെ സ്ഥാപകനേതാവ്. ട്രേഡ് യൂണിയൻ പ്രവർത്തകൻ, കമ്മ്യൂണിസ്റ്റുകാരുടെ പ്രിയപ്പെട്ട 'സഖാവ്'.

വൈക്കം ക്ഷേത്രത്തിനടുത്തുള്ള മയിലേഴത്ത് മണ്ണംപിള്ളിയിൽ നാരായണൻ നായരുടെയും പാർവ്വതിയമ്മയുടെയും മകനായി പി. കൃഷ്ണപിള്ള 1906 ഒക്ടോബർ 14-ന് ജനിച്ചു. വൈക്കം മിഡിൽ സ്കൂളിൽ 5-ാം ക്ലാസ് വരെ പഠിച്ചു. അച്ഛന്റെ മരണത്തെതുടർന്ന് അമ്മാവൻ കൃഷ്ണപ്പിള്ളയുടെ സംരക്ഷണം ഏറ്റെടുത്തു. പതിനഞ്ച് വയസ്സുള്ളപ്പോൾ അമ്മാവനും മരിച്ചതോടെ കുടുംബഭാരം കൃഷ്ണപിള്ളയുടെ ചുമലിലായി. ആലപ്പുഴയിലെ ഒരു കയർ ഫാക്ടറിയിൽ കൃഷ്ണപിള്ള തൊഴിലാളിയായി ചേർന്നു. ഇടയ്ക്ക് നാടുവിട്ട് ഒരു വർഷത്തിനുശേഷം വീണ്ടും അതേ ഫാക്ടറിയിൽ തിരിച്ചുവന്നു.

ഫാക്ടറി ജീവിതം കൃഷ്ണപിള്ളയെ ഒരു സ്വതന്ത്ര ചിന്താഗതിക്കാരനാക്കി മാറ്റി. ദേശീയ പ്രക്ഷോഭം ശക്തമായ നാളുകളായിരുന്നു. കൃഷ്ണപ്പിള്ള ഇതിനിടെ ഹിന്ദി വശമാക്കി. 1927-ൽ 'സാഹിത്യവിശാരദ്' പാസ്സായി തൃപ്പൂണിത്തുറയിൽ ഹിന്ദി പ്രചാരകനായി. 1930-ൽ കേളപ്പന്റെ നേതൃത്വത്തിൽ നടന്ന ഉപ്പുസത്യഗ്രഹത്തിൽ പങ്കെടുത്ത്, അറസ്റ്റു ചെയ്യപ്പെട്ട് കണ്ണൂർ സെൻട്രൽ ജയിലിൽ അടയ്ക്കപ്പെട്ടു.

ജയിൽമോചിതനായി 1932-ൽ സജീവ രാഷ്ട്രീയത്തിലേക്ക്. നിയമലംഘന പ്രസ്ഥാനം മന്ദീഭവിച്ചപ്പോൾ കൃഷ്ണപിള്ള ഹരിജനോദ്ധാരണ പ്രവർത്തനങ്ങളിൽ വ്യാപൃതനായി. കണ്ണൂരിലെ ഇരിക്കൂർ, തുളിച്ചേരി പ്രദേശങ്ങളിൽ വെല്ലുവിളികൾ നേരിട്ട് അദ്ദേഹം ഹരിജനങ്ങളുടെ ഇടയിൽ പ്രവർത്തിച്ചു. '32-ലെ ഗുരുവായൂർ സത്യഗ്രഹത്തോടനുബന്ധിച്ച് ഗുരുവായൂർ ക്ഷേത്ര കോവിലിൽ മണിയടിച്ചതിന് മർദ്ദനമേറ്റ കൃഷ്ണപ്പിള്ള അറസ്റ്റ് ചെയ്യപ്പെട്ടു. നിയമവിരുദ്ധ ജാഥകൾ സംഘടിപ്പിച്ചു. രാഷ്ട്രീയ സമ്മേളനങ്ങൾ നടത്തിയും ട്രേഡ് യൂണിയനുകൾ രൂപീകരിച്ചും ജനനേതാവായ കൃഷ്ണപ്പിള്ള സാവധാനം കോൺഗ്രസിലെ തീവ്രവാദ ഗ്രൂപ്പുമായി അടുത്തു. 1934-ൽ കേരളത്തിൽ കോൺഗ്രസ് സോഷ്യലിസ്റ്റ് പാർട്ടി രൂപീകരിക്കപ്പെടുകയും ആദ്യ സെക്രട്ടറിയായി കൃഷ്ണപ്പിള്ള തിരഞ്ഞെടുക്കപ്പെടുകയും ചെയ്തു. കമ്മ്യൂണിസ്റ്റ് പാർട്ടിയുടെ രൂപീകരണത്തിനു നാന്ദി കുറിച്ചത് കോൺഗ്രസ് സോഷ്യലിസ്റ്റ് പാർട്ടിയുടെ ഉദയമായിരുന്നു.

തിരുവിതാംകൂറിലേക്ക് പ്രവർത്തനരംഗം മാറ്റിയ കൃഷ്ണപ്പിള്ള നിവർത്തന പ്രക്ഷോഭത്തിൽ സജീമായി. 1939-ൽ പിണറായിയിൽ ചേർന്ന കോൺഗ്രസ് സോഷ്യലിസ്റ്റ് പാർട്ടി യോഗം കമ്മ്യൂണിസ്റ്റ് പാർട്ടി രൂപവത്ക്കരിക്കാൻ തീരുമാനമെടുത്തു. അദ്ദേഹം കമ്മ്യൂണിസ്റ്റ് പാർട്ടി കേരളാഘടകത്തിന്റെ ആദ്യ സെക്രട്ടറിയായി.

മൊറാഴ സംഭവത്തെത്തുടർന്ന് ജയിൽവാസം. ഈ നാളുകളിലാണ് തങ്കമ്മയെ വിവാഹം ചെയ്തത്. 1943-ൽ കമ്മ്യൂണിസ്റ്റ് പാർട്ടിയുടെ പ്രഥമ സംസ്ഥാന സമ്മേളനത്തിൽ സെക്രട്ടറിയായി തിരഞ്ഞെടുക്കപ്പെട്ടു.

1948-ൽ പാർട്ടിയുടെ കേന്ദ്രകമ്മിറ്റി അംഗമായി. രണദിവേയുടെ കൽക്കത്താ തീസ്സിസിനെ തുടർന്ന് പല നേതാക്കൾക്കൊപ്പം കൃഷ്ണപ്പിള്ളയും ഒളിവിൽപോയി. പാർട്ടി നിയമവിരുദ്ധമായപ്പോൾ കൃഷ്ണപ്പിള്ള ഒളിവിലിരുന്ന് പാർട്ടിയെ നയിച്ചു.

ആലപ്പുഴയിലെ മുഹമ്മയിൽ ഒളിവിൽ കഴിയുമ്പോൾ 1948 ഓഗസ്റ്റ് 19-ന് പാമ്പുകടിയേറ്റ് മഹാനായ ആ വിപ്ലവകാരിയുടെ ജീവിതത്തിന് തിരശ്ശീല വീണു. അധ്വാനിക്കുന്നവർക്കും ഭാരം ചുമക്കുന്നവർക്കും വേണ്ടി പൊരുതിക്കയറി പൊടുന്നനെ മൃതിയടഞ്ഞ കൃഷ്ണപ്പിള്ളയുടെ അന്ത്യമൊഴികൾ ഇതായിരുന്നു.

"സഖാക്കളേ, മുന്നോട്ട്!"

ടി. ഉബൈദ്
(1908 – 1972)

കവി, മാപ്പിളപ്പാട്ടുകളുടെ രചയിതാവും ഗവേഷകനും പത്രാധിപർ, വിവർത്തകൻ.

ഐക്യകേരളപ്പിറവിക്കുമുമ്പ് ദക്ഷിണ കനറയുടെ ഭാഗമായിരുന്ന കാസർകോട്ട് തളങ്കരയിൽ 1908 ഒക്ടോബർ 7-ന് ജനനം. പിതാവ് ആലിക്കുഞ്ഞി. മാതാവ് സൈനബ.

കാസർകോട് പ്രദേശങ്ങളിലെ മലയാളികൾക്ക് അന്ന് മാതൃഭാഷ അഭ്യസിക്കാൻ സൗകര്യമില്ലാതിരുന്നതു കാരണം അബ്ദുറഹിമാൻ (മാതാപിതാക്കളിട്ട പേര് അതായിരുന്നു. എഴുത്തുകാരനായപ്പോൾ സ്വയം സ്വീകരിച്ച പേരാണ് ഉബൈദ്. ഉബൈദ് എന്നാൽ 'വിനീതദാസൻ' പിതാവിൽ നിന്നാണ് മലയാള അക്ഷരങ്ങൾ പഠിച്ചത്.

മലയാള സാഹിത്യത്തിൽ മാപ്പിളപ്പാട്ടുകൾക്ക് അർഹമായ സ്ഥാനം നേടിക്കൊടുക്കാൻ ഉബൈദിനു കഴിഞ്ഞിട്ടുണ്ട്. അറബി-മലയാള സങ്കരമാണ് മാപ്പിളപ്പാട്ടുകളുടെ ഭാഷയും അവയുടെ ആലാപനരീതിയും. മാപ്പിളപ്പാട്ടുകൾ രചിച്ചതോടൊപ്പം നിലവിലുണ്ടായിരുന്ന ഈ സാഹിത്യശാഖയിൽ ഗവേഷണം നടത്താനും അദ്ദേഹത്തിന് കഴിഞ്ഞിട്ടുണ്ട്. മാപ്പിളപ്പാട്ടുകൾക്ക് പുറമെ കവിത, പ്രബന്ധങ്ങൾ, ജീവചരിത്രം, വിവർത്തനം എന്നീ മേഖലകളിലും അദ്ദേഹത്തിന്റെ സംഭാവനകളുണ്ട്. വള്ളത്തോളിന്റെ കുറേ

കവിതകൾ 'വള്ളത്തോൾ കവിതകളും' എന്ന പേരിലും കുമാരനാശാന്റെ 'വീണപൂവ്', 'പതിത പുഷ്പ' എന്ന പേരിലും ഉബൈദ് കന്നടയിലേക്ക് വിവർത്തനം ചെയ്തിട്ടുണ്ട്. ഇക്ബാലിന്റെ കവിതകളുടെ സമാഹാരം 'മുസ്ലീമനമൊശൈജ' എന്ന പേരിലും അദ്ദേഹം കന്നടയിലേക്ക് പരിഭാഷപ്പെടുത്തി. ചില കന്നട കൃതികൾ മലയാളത്തിലേക്ക് മൊഴിമാറ്റവും നടത്തി. കന്നട നോവലിസ്റ്റായ ശിവരാമകാരന്തിന്റെ നോവൽ 'മണ്ണിലേക്ക് മടങ്ങി' എന്ന പേരിൽ അദ്ദേഹം മലയാളത്തിലേക്ക് വിവർത്തനം ചെയ്തു.

കേരള സാഹിത്യ അക്കാദമി അംഗം, കേരള സംഗീത നാടക അക്കാദമി നിർവ്വാഹക സമിതി അംഗം, മുളസ്സുൽ ഇസ്ലാം അംഗം, കലാമണ്ഡലം മാനേജിംഗ് കമ്മിറ്റി അംഗം, കാലിക്കറ്റ് യൂണിവേഴ്സിറ്റി ഫൈൻ ആർട്സ് ഫാക്കൽറ്റി അംഗം, വിശ്വവിജ്ഞാനകോശം അഡ്വൈസറി ബോർഡ് മെമ്പർ എന്നീ നിലകളിൽ ഉബൈദ് മാസ്റ്റർ പ്രവർത്തിച്ചിട്ടുണ്ട്.

കവിയും സാംസ്കാരിക നായകനും എന്ന നിലയിൽ ഉത്തര കേരളത്തിൽ നിറസാന്നിധ്യമായിരുന്ന അദ്ദേഹം കാസർകോട് മുളങ്ങൽ ഇസ്ലാം സ്കൂൾ ഹെഡ്മാസ്റ്ററായിരിക്കെ 1969-ൽ വിരമിച്ചു. 1964-ൽ സംസ്ഥാന സർക്കാറിന്റെ അധ്യാപക അവാർഡ് ലഭിച്ചു. കാസർകോട്ടുനിന്നും പ്രസിദ്ധീകരിച്ചിരുന്ന 'മലയാളശബ്ദം' മാസികയുടെ പ്രധാന പത്രാധിപരായിരുന്നു.

നബീസാ ഉബൈദ് ആയിരുന്നു സഹധർമ്മിണി.

1972 ഒക്ടോബർ 3-ന് ടി. ഉബൈദ് അന്തരിച്ചു.

കാവ്യസൃഷ്ടികൾ:

നവരത്നമാലിക, ബാഷ്പധാര, സമുദായ ദുന്ദുഭി, ചന്ദ്രക്കല, ഗാനവീചി.

ഗദ്യരചനകൾ:

തിരുമുൽക്കാഴ്ച, ഹസ്രത്ത് മാലിക് ദിനാർ, ഖാസി മർഹൂം, അബ്ദുല്ല ഹാജി, മുഹമ്മദ് ശെറൂൽ സാഹിബ്.

കവിതകൾ:

ബാഷ്പധാര, വിടവാങ്ങൽ, സമുദായ ദുന്ദുഭി, സമാശ്ലേഷം, ദിവ്യകാവ്യം, നവരത്നമാലിക.

ശിവരാമകാരന്തിന്റെ കന്നട നോവൽ 'മണ്ണിലേക്ക് മടങ്ങി' എന്ന പേരിൽ മലയാളത്തിലേക്ക് വിവർത്തനം ചെയ്തു.

ആര്യവൈദ്യൻ പി. വി. രാമവാര്യർ
(1908–1976)

ആയുർവ്വേദ ചികിത്സാരംഗത്തെ കുലപതികളിലൊരാൾ. ആയുർവ്വേദ ചികിത്സയിൽ നിർമ്മാണത്തിലും ഉപയോഗക്രമത്തിലുമുള്ള ജ്ഞാനവും ആത്മവിശ്വാസവുംകൊണ്ട് ആര്യവൈദ്യ ഫാർമസി (കോയമ്പത്തൂർ ലിമിറ്റഡ്) എന്ന മഹാസ്ഥാപനത്തിന് ജന്മം നല്കിയ ആയുർവ്വേദ ഭിഷഗ്വരൻ.

ദക്ഷിണ മലബാറിൽ ശ്രീകൃഷ്ണപുരത്ത് ഒരു സാധാരണ കുടുംബത്തിൽ 1908-ൽ ജനിച്ചു. വൈദ്യവിചക്ഷണനൻ മാങ്കുളങ്ങര കുഞ്ഞൻ വൈദ്യരും കരിമ്പുഴ പുതിയ വാര്യത്ത് കുട്ടിവാരസ്യാരും മാതാപിതാക്കൾ. അയ്യപ്പൻകാവിലും കരിമ്പുഴയിലുമായി ബാല്യകാലം കഴിച്ചുകൂട്ടി. പിതാവ് കൊച്ചിൻ സ്റ്റേറ്റ് വിദ്യാഭ്യാസവകുപ്പിൽ സംസ്കൃതം മുൻഷിയായി വിരമിച്ചതിനുശേഷം കോട്ടയ്ക്കൽ ആര്യവൈദ്യശാലയുടെ കോഴിക്കോട് ബ്രാഞ്ചിൽ ജോലിനോക്കി. അതോടെ രാമവാര്യരുടെ വിദ്യാഭ്യാസം കോഴിക്കോട് ഗണപതി സ്കൂളിലായി. എസ്.എസ്.എൽ.സി. പരീക്ഷ കഴിഞ്ഞ് വൈദ്യരത്നം പി. എസ്. വാര്യരുടെ നിർദ്ദേശം സ്വീകരിച്ച് 1926-ൽ കോട്ടയ്ക്കൽ ആര്യവൈദ്യ പാഠശാലയിൽ ചേർന്നു. വളരെവേഗം വൈദ്യരത്നത്തിന്റെ പ്രീതിയും വിശ്വാസവും നേടാൻ ആ യുവാവിന് കഴിഞ്ഞു. 1930-ൽ മികച്ചരീതിയിൽ രാമവാര്യർ വൈദ്യപഠനം പൂർത്തിയാക്കി. അതേ വർഷം തന്നെ വൈദ്യരത്നം രാമനെ തന്റെ അസിസ്റ്റന്റായി നിയമിച്ചു.

രോഗികളുടെ ദൈനംദിന ചികിത്സയുടെ മേൽനോട്ടമായിരുന്നു രാമന്റെ ചുമതല.

1930 ഏപ്രിൽ 30-ന് ആര്യവൈദ്യശാലയുടെ കോഴിക്കോട് ശാഖാ മാനേജരും വൈദ്യരുമായി രാമവാര്യർ നിയമിതനായി. കോഴിക്കോട് ശാഖയുടെ പ്രധാന വൈദ്യരായിരിക്കെ ഗാന്ധിജി, നെഹ്രു, രാജാജി, ജയപ്രകാശ് തുടങ്ങിയ മഹദ്വ്യക്തികളുമായി ഇടപഴകാൻ രാമവാര്യർക്ക് അവസരമുണ്ടായി.

1939 നവംബർ മാസത്തിൽ രാമവാര്യർ പൊന്നാനി സ്വദേശിനിയായ പങ്കജവാരസ്യാരെ വിവാഹം ചെയ്തു.

അപ്രതീക്ഷിതമായി രാമവാര്യർക്ക് വൈദ്യരത്നവുമായി അഭിപ്രായ ഭിന്നതയുണ്ടാവുകയും 1943 ജൂണിൽ രാജിവെക്കുകയും ചെയ്തു.

1943 ജൂലൈ 12-ന് തമിഴ്നാട്ടിൽ കോയമ്പത്തൂർ-തിരുച്ചിറപ്പള്ളി റോഡിൽ അദ്ദേഹം 'ആര്യവൈദ്യൻ പി.വി. രാമവാര്യേഴ്സ് ആര്യവൈദ്യ ഫാർമസി' സ്ഥാപിച്ചു. തന്റെ വിലയേറിയ വിവാഹ സമ്മാനങ്ങൾ വിറ്റുകിട്ടിയ പണമാണ് ഇതിനു മൂലധനമായി അദ്ദേഹം ഉപയോഗപ്പെടുത്തിയത്. കൊച്ചി ദിവാനായി വിരമിച്ച സർ. ആർ.കെ. ഷൺമുഖം ചെട്ടിയാരായിരുന്നു വൈദ്യശാലയുടെ ഉദ്ഘാടനകർമ്മം നിർവ്വഹിച്ചത്. വ്യവസായ പ്രമുഖൻ ജി.ഡി. നായിഡു, ജസ്റ്റിസ് കുപ്പുസ്വാമി എന്നിവരുടെ സഹകരണവും രാമവാര്യർക്ക് ലഭിച്ചു.

വൈദ്യരത്നത്തിന്റെ കാലശേഷം അദ്ദേഹത്തിന്റെ ഒസ്യത്ത് അനുസരിച്ച് കോട്ടയ്ക്കൽ ആര്യവൈദ്യ ശാലയുടെ ഭരണച്ചുമതല രാമവാര്യർ കൂടി ഉൾപ്പെടുന്ന ഏഴംഗ സമിതിക്കായിരുന്നു. ട്രസ്റ്റ് ബോർഡ് യോഗങ്ങളിൽ പങ്കെടുത്തിരുന്നുവെങ്കിലും യാത്രപ്പടിയോ ബത്തയോ രാമവാര്യർ സ്വീകരിച്ചില്ല. 1956 നവംബർ 26-ന് അദ്ദേഹം ആ സ്ഥാനം രാജിവെച്ചു.

1948-ൽ ആര്യവൈദ്യ ഫാർമസി (കോയമ്പത്തൂർ) ലിമിറ്റഡ് രജിസ്ട്രേർഡ് കമ്പനിയായി വിപുലീകരിച്ചു.വൈകാതെ കഞ്ചിക്കോട്ട് ഔഷധ നിർമ്മാണശാലയും ആരംഭിച്ചു. 1950-ൽ തിരുച്ചിറപ്പള്ളി റോഡിൽ രാമനാഥപുരത്ത് 'ആര്യവൈദ്യ ചികിത്സാലയം' എന്ന പേരിൽ ആയുർവ്വേദാശുപത്രി സ്ഥാപിച്ചു. 1973-ൽ ആര്യവൈദ്യ ഫാർമസി രജതജൂബിലി ആഘോഷിച്ചു.

ചിന്മയാനന്ദസ്വാമി, ഇ.എം.എസ്., വി.കെ. കൃഷ്ണമേനോൻ, മുൻ രാഷ്ട്രപതി ഡോ. എസ്. രാധാകൃഷ്ണൻ, ജ്യോതിബസു, ചെമ്പൈ വൈദ്യ

നാഥ ഭാഗവതർ, യേശുദാസ്, കെ.പി.എസ്. മേനോൻ തുടങ്ങിയ മഹദ്‌വ്യക്തികളുമായി അദ്ദേഹത്തിന് ഊഷ്മളമായ വ്യക്തിബന്ധമാണുണ്ടായിരുന്നത്.

വലുപ്പച്ചെറുപ്പ ഭേദമെന്യേ തന്റെ ഗൃഹമായ രാജമന്ദിരത്തിൽ എത്തുന്നവരെ രാമവാര്യരും പത്നിയും എന്നും സന്തോഷത്തോടെ സ്വീകരിച്ചു. കലാസാഹിത്യ കാര്യങ്ങളിൽ വളരെ തത്പരനായിരുന്നു രാമവാര്യർ. രാജമന്ദിരത്തിൽ കലാകാരന്മാരെ ക്ഷണിച്ചുവരുത്തി അദ്ദേഹം പരിപാടികൾ അവതരിപ്പിച്ചിരുന്നു.

1976 സെപ്തംബർ 10-ന് പി.വി. രാമവാര്യർ അന്തരിച്ചു.

ആര്യവൈദ്യ ഫാർമസിക്ക് ഇപ്പോൾ 50 ശാഖകളും ആയിരത്തിൽ കൂടുതൽ ഏജൻസികളുമുണ്ട്. 150 കിടക്കകളുള്ള ആര്യവൈദ്യ ചികിത്സാലയം, അവതാർ ഗവേഷണ കേന്ദ്രം, ആയുർവ്വേദ എഡ്യുക്കേഷണൽ ഫൗണ്ടേഷൻ, തേജസ്സ് ആയുർവ്വേദിക് ട്രസ്റ്റ്, ആയുഷ്മാൻ ആയുർവ്വേദിക് ട്രസ്റ്റ്, കോസ്മെറ്റിക് വിഭാഗം, ആയുർവ്വേദ കോളേജ്, തെറാപ്യൂട്ടിക് കേന്ദ്രങ്ങൾ, ഇന്റർനാഷണൽ ഇൻസ്റ്റിറ്റ്യൂട്ട് ഓഫ് ആയുർവ്വേദ ക്യാപ്സ്യൂൾ ആന്റ് ടാബ്‌ലറ്റിംഗ് ഡിവിഷൻ, എ.വി.പി. ഫുഡ്സ്, മെഡിസിനൽ പ്ലാന്റ് പ്രിസർവേഷൻ ആന്റ് എൻവയോൺമെന്റ് പ്രോട്ടക്ഷൻ (സി. ഐ. എം. എച്ച്.), ആർഷയോഗ വിദ്യാപീഠം, ആയുർവ്വേദ ഔഷധ നിർമ്മാണ കേന്ദ്രങ്ങൾ എന്നിവ ആര്യവൈദ്യ ഫാർമസിയുടെ കീഴിൽ പ്രവർത്തിക്കുന്നു.

എ. വി. പി. ഗ്രൂപ്പിൽ നിന്ന് ആയുർവ്വേദ സംബന്ധിയായി ഒരു ഇന്റർനാഷണൽ ജേർണൽ പ്രസിദ്ധീകരിച്ചുവരുന്നു.

വൈക്കം മുഹമ്മദ് ബഷീർ
(1908–1994)

മലയാള സാഹിത്യത്തിൽ തനതായൊരു പന്ഥാവിലൂടെ സഞ്ചരിച്ച അതുല്യ എഴുത്തുകാരൻ. അക്ഷരാഭ്യാസം കുറഞ്ഞ ബഷീറിന്റെ തൂലികയിലൂടെ അക്ഷരങ്ങൾ അക്ഷമരായി പാഞ്ഞുനടന്നു. മുപ്പതുകളിൽ ഭാരതത്തിലുടനീളം, പിന്നെ ആഫ്രിക്കയിലൂടെയും അറേബ്യയിലൂടെയും ഒരു ദേശാടനക്കാരനായി അലഞ്ഞ്, വ്യത്യസ്ത വേഷങ്ങളിൽ, വിഭിന്ന സംസ്കാരങ്ങളെ മുഖാമുഖം കണ്ട്, അനുഭവത്തിന്റെ ഒരു വലിയ മാറാപ്പുമായി ജന്മനാട്ടിൽ തിരിച്ചെത്തിയ ബഷീർ മുപ്പതിലേറെ കൃതികൾ മലയാള ഭാഷയ്ക്കു സമ്മാനിച്ചു. 'മലയാള സാഹിത്യത്തിലെ വർണ്ണവ്യവസ്ഥകൾ തിരുത്തിക്കുറിച്ച' ആ കൃതികളിൽ പലതും പല ഇന്ത്യൻ ഭാഷകളിലും ഇംഗ്ലീഷിലും തർജ്ജമ ചെയ്യപ്പെട്ടു- കേന്ദ്രസാഹിത്യ അക്കാദമി, നാഷണൽ ബുക്ക് ട്രസ്റ്റ്, എഡിൻബറോ യൂണിവേഴ്സിറ്റി തുടങ്ങിയ പ്രസാധകരിലൂടെ. ഫ്രഞ്ച്, മലായ്, ചൈനീസ്, ജാപ്പനീസ് ഭാഷകളിലും ബഷീർ കൃതികളിൽ ചിലത് തർജ്ജമ ചെയ്യപ്പെട്ടു. മതിലുകൾ, ശബ്ദങ്ങൾ, പ്രേമലേഖനം എന്നീ കൃതികളുടെ ഇംഗ്ലീഷ് പരിഭാഷ ഓറിയന്റ് ലോങ്മാൻ പ്രസിദ്ധീകരിച്ചു.

1908 ജനുവരി 19-ന് വൈക്കത്ത് തലയോലപ്പറമ്പിൽ ജനനം. പിതാവ് കായി അബ്ദുറഹ്മാൻ. മാതാവ് കുഞ്ഞാച്ചുമ്മ. തലയോലപ്പറമ്പിലെ മലയാളം സ്കൂളിലും വൈക്കം ഇംഗ്ലീഷ് സ്കൂളിലും പഠനം. ഫിഫ്ത് ഫോമിൽ പഠിക്കുമ്പോൾ വീട്ടിൽനിന്ന് ഒളിച്ചോടി കോഴിക്കോട്ടെത്തി,

ഇന്ത്യൻ നാഷണൽ കോൺഗ്രസിൽ ചേർന്ന് ഉപ്പുസത്യഗ്രഹത്തിൽ പങ്കു കൊണ്ടു. സ്വാതന്ത്ര്യസമര സേനാനിയായ കാലത്ത് പലപ്പോഴായി ജയിൽ ജീവിതം.

നാലഞ്ചു വർഷക്കാലം ഇന്ത്യയൊട്ടാകെ സഞ്ചരിച്ചു. ഹിമാലയ സാനുക്കളിലും ഗംഗാതീരങ്ങളിലും സന്ന്യാസിയായും സൂഫിയായും വേഷം കെട്ടി.

കേന്ദ്രസാഹിത്യ അക്കാദമി ഫെലോഷിപ്പ്, കേരള സാഹിത്യ അക്കാദമി ഫെലോഷിപ്പ്, പത്മശ്രീ, കാലിക്കറ്റ് സർവ്വകലാശാലയുടെ 'ഡോക്ടർ ഓഫ് ലറ്റേഴ്സ്' ബിരുദം, ലളിതാംബിക അന്തർജ്ജനം അവാർഡ്, മുട്ടത്തുവർക്കി അവാർഡ്, വള്ളത്തോൾ പുരസ്കാരം-ബഹുമതികളും അവാർഡുകളും ഒട്ടനവധി,

ന്റുപ്പാപ്പാക്കൊരാനേണ്ടാർന്നു, പാത്തുമ്മയുടെ ആട്, മതിലുകൾ-ഭാരതീയ ഭാഷകളിലുണ്ടായ ഏതു സാഹിത്യ കൃതികളോടും കിടപിടിക്കുന്ന ഈ അനശ്വര സൃഷ്ടികളെ അവഗണിച്ച ജ്ഞാനപീഠ പുരസ്കാര ദാതാക്കൾ അപകർഷപ്പെടുത്തിയത് ബഷീർ എന്ന മഹാ പ്രതിഭയെയല്ല; ആ പുരസ്കാരത്തെ തന്നെയാണ്.

മനുഷ്യ സ്നേഹത്തിന്റെയും നന്മയുടെയും നിറകുടമായി, അനുഭവങ്ങളുടെ അന്തമില്ലാത്ത സമ്പത്തുമായി ബേപ്പൂരിൽ വൈലാലിലെ വീടിന്റെ തൊടിയിൽ, തന്റെ പ്രിയപ്പെട്ട മാങ്കോസ്റ്റീൻ മരച്ചുവട്ടിൽ, സാഹിത്യരംഗത്തെ ക്ലിക്കുകളിലൊന്നും ഭാഗഭാക്കാവാതെ ആരാധകരെ സ്വീകരിച്ചും അവരോട് സല്ലപിച്ചും തന്റെ ചുറ്റിനുമുള്ള പാമ്പും പഴുതാരയും കിളികളും എലികളും തന്നെപ്പോലെത്തന്നെ ഈ ഭൂമിയുടെ അവകാശികളാണ് എന്ന് ഉറച്ചു വിശ്വസിച്ചും, ഇടയ്ക്ക് ഓർമ്മകളുടെ അറകളിലേക്ക് ഊളിയിട്ട്, തന്റെ ചാരുകസാലയിൽ സുലൈമാനി നുണഞ്ഞ്, സൈഗാളിന്റെയും പങ്കജ്മല്ലിക്കിന്റെയും ഗാനങ്ങളിൽ സ്വയം മറന്ന് കഴിഞ്ഞുകൂടിയ മലയാള സാഹിത്യത്തിലെ മഹാമാന്ത്രികൻ 1994 ജൂലൈ 5-ന് ഓർമ്മയുടെ അറകളിലേക്ക് പിൻവാങ്ങി.

ഭാര്യ: ഫാബി ബഷീർ. മക്കൾ: ഷാഹിന ഹബീബ്, അനീസ് ബഷീർ.

ബഷീർ കൃതികൾ:

പ്രേമലേഖനം, ബാല്യകാല സഖി, കഥാബീജം, ജന്മദിനം, ഓർമ്മക്കുറിപ്പ്, അനർഘ നിമിഷം, ശബ്ദങ്ങൾ, വിഡ്ഢികളുടെ സ്വർഗ്ഗം, ന്റുപ്പാപ്പാക്കൊരാനേണ്ടാർന്ന്, മരണത്തിന്റെ നിഴലിൽ, മുച്ചീട്ടുകളിക്കാരന്റെ മകൾ,

പാവപ്പെട്ടവരുടെ വേശ്യ, സ്ഥലത്തെ പ്രധാന ദിവ്യൻ, ജീവിത നിഴൽപ്പാടുകൾ, വിശ്വവിഖ്യാതമായ മൂക്ക്, വിശപ്പ്, പാത്തുമ്മയുടെ ആട്, മതിലുകൾ, ഒരു ഭഗവത്ഗീതയും കുറേ മുലകളും, താരാ സ്പെഷ്യൽസ്, മാന്ത്രികപ്പൂച്ച, ചിരിക്കുന്ന മരപ്പാവ, നേരും നുണയും, ആനപ്പൂട, ഭൂമിയുടെ അവകാശികൾ, അനുരാഗത്തിന്റെ ദിനങ്ങൾ, ഭാർഗ്ഗവീനിലയം, ശിങ്കിടി മുങ്കൻ, ചെവിയോർക്കുക അന്തിമകാഹളം, യാ ഇലാഹി, പ്രേംപാറ്റ, ജീവിതം ഒരനുഗ്രഹം, ഓർമ്മയുടെ അറകൾ (ആത്മകഥ).

☞

അക്കാമ്മ ചെറിയാൻ
(1909 – 1982)

സ്റ്റേറ്റ് കോൺഗ്രസിന്റെ സമരപഥങ്ങളിൽ അടിയുറച്ചുനിന്നു പോരാടിയ ധീരവനിത. സ്വതന്ത്ര തിരുവിതാംകൂർ നിയമസഭാംഗം, സ്റ്റേറ്റ് കോൺഗ്രസ് പ്രസിഡണ്ട്.

കേരളത്തിലെ സ്വാതന്ത്ര്യസമര ചരിത്രത്തിൽ നായികാപദവിയിലേക്കുയർന്ന വനിതകൾ ഏറെയില്ല. കുട്ടിമാളുഅമ്മ, ആനിമസ്ക്രീൻ, അക്കാമ്മ ചെറിയാൻ- പേരുകൾ അംഗുലീപരിമിതങ്ങളാണ്. എങ്കിലും ന്യൂനപക്ഷമായിരുന്ന അവരാകട്ടെ അർപ്പണബോധം, ആത്മധൈര്യം, പ്രവർത്തനമികവ് എന്നിവകൊണ്ട് ശ്രദ്ധേയരായി. അക്കാമ്മ ചെറിയാൻ അവരിൽ മുന്നിട്ടുനില്ക്കുന്നു.

1909 ഫെബ്രുവരി 14-ന് അക്കാമ്മ കാഞ്ഞിരപ്പള്ളിയിൽ ജനിച്ചു. പിതാവ് കരിപ്പാപ്പറമ്പിൽ തൊമ്മൻ ചെറിയാൻ. മാതാവ് അന്നമ്മ. കാഞ്ഞിരപ്പള്ളി ഗവ. ഗേൾസ് ഹൈസ്കൂൾ, ചങ്ങനാശ്ശേരി സെന്റ് ജോസഫ് ഹൈസ്കൂൾ എന്നിവിടങ്ങളിലെ പ്രാഥമിക വിദ്യാഭ്യാസത്തിനുശേഷം എറണാകുളം സെന്റ് തെരേസാസ് കോളേജിൽനിന്ന് ചരിത്രത്തിൽ ബിരുദമെടുത്തു കാഞ്ഞിരപ്പള്ളി സെന്റ് മേരീസ് സ്കൂളിൽ പ്രധാന അധ്യാപികയായിരിക്കെ തിരുവനന്തപുരം ട്രെയിനിംഗ് കോളേജിൽനിന്ന് എൽ.ടി. ബിരുദം നേടി. 1938-ൽ ജോലി രാജിവെച്ചു. ആദ്യ കേരള നിയമസഭയിലെ അംഗമായിരുന്ന റോസമ്മ പുന്നൂസ് സഹോദരിയാണ്.

ഗ്രാമങ്ങൾതോറും സഹപ്രവർത്തകരോടൊപ്പം സഞ്ചരിച്ച് അവർ

പ്രസ്ഥാനത്തിലേക്ക് അംഗങ്ങളെ ചേർത്തു. ദേശീയപ്രസ്ഥാനത്തിനുവേണ്ടി അക്ഷീണം യത്നിക്കവേതന്നെ സാമൂഹ്യക്ഷേമ പ്രവർത്തനങ്ങൾക്കും അവർ സമയം കണ്ടെത്തി.

ശ്രീചിത്തിരതിരുനാൾ മഹാരാജാവിന്റെ ജന്മദിനത്തിൽ കൊട്ടാരത്തിലേക്കു ജാഥനയിച്ച അക്കാമ്മ ചെറിയാനോട് പട്ടാളമേധാവി വാട്സ്കിസ് വെടിവെക്കുമെന്ന ഭീഷണി മുഴക്കിയെങ്കിലും അവർ പതറിയില്ല. നിറതോക്കിനെ കൂസാതെ മുന്നേറിയ ആ ധീരവനിതക്കു മുന്നിൽ പട്ടാളമേധാവി അസ്തപ്രജ്ഞനായി.

അത് 1938 ഒക്ടോബർ 23-നായിരുന്നു. മഹാരാജാവ് ചിത്തിരതിരുനാളിന്റെ ജന്മദിനം കൂടിയായിരുന്നു അത്. സ്റ്റേറ്റ് കോൺഗ്രസിനുമേലുള്ള നിരോധനം നീക്കുന്നതിന് മഹാരാജാവിനെ കണ്ടു നിവേദനം സമർപ്പിക്കാൻ പ്രസ്ഥാനത്തിന്റെ 12-ാമത്തെ പ്രസിഡണ്ടായ അക്കാമ്മ ചെറിയാന്റെ നേതൃത്വത്തിൽ തിരുവനന്തപുരം കവടിയാർ കൊട്ടാരത്തിലേക്ക് റെയിൽവേ സ്റ്റേഷൻ മൈതാനത്തുനിന്നും ആയിരക്കണക്കിനു സന്നദ്ധഭടന്മാർ ജാഥയായി പുറപ്പെട്ടു. 'ഉത്തരവാദഭരണം പിടിച്ചുപറ്റും, രാഷ്ട്രീയ തടവുകാരെ മോചിപ്പിക്കുക, സി.പി. ഭരണം മർദ്ദക ഭരണം, ദിവാൻ സർ. സി.പി.യെ പിരിച്ചുവിടുക എന്നീ മുദ്രാവാക്യങ്ങൾ മുഴക്കിക്കൊണ്ട് കിഴക്കേകോട്ടയിലെത്തി. പട്ടാളവും പോലീസും ജാഥയെ പിന്തിരിപ്പിക്കാൻ ഒരു വിഫല ശ്രമം നടത്തി. വെടിവെക്കുമെന്ന പട്ടാളമേധാവിയുടെ ഭീഷണിയിൽ അക്കാമ്മ ചെറിയാൻ കുലുങ്ങിയില്ല. കൊട്ടാരം ആക്രമിക്കുമെന്ന കിംവദന്തിക്കിടെ രാജാവും അമ്മ മഹാറാണിയും സചിവോത്തമനും കൊട്ടാരവാതിലിലൂടെ പിൻവാങ്ങി; അതിനുമുമ്പ് രാഷ്ട്രീയ തടവുകാരെ മോചിപ്പിക്കാനും നിയമഭേദഗതിയുടെ പ്രവർത്തനം നിർത്തിവെക്കാനുമുള്ള വിളംബരത്തിൽ രാജാവ് ഒപ്പുവെച്ച് കഴിഞ്ഞിരുന്നു.

പലതവണ ജയിൽവാസം അനുഭവിച്ച അക്കാമ്മ ചെറിയാൻ 1947-ൽ സ്വതന്ത്ര തിരുവിതാംകൂറിലെ നിയമസഭാംഗമായി തിരഞ്ഞെടുക്കപ്പെട്ടു.

ഐക്യകേരളപ്പിറവിക്കുശേഷം കോൺഗ്രസിൽ സംഭവിച്ച മൂല്യശോഷണത്തിൽ വ്രണിതഹൃദയയായി അവർ പൊതുജീവിതത്തിൽ നിന്ന് പിൻവാങ്ങി.

1972-ൽ രാഷ്ട്രം ഈ നിസ്വാർത്ഥമതിയായ രാഷ്ട്രീയ പ്രവർത്തകയ്ക്ക് ഒരു താമ്രപത്രം നല്കി ആദരിക്കാൻ സന്മനസ്സുകാട്ടി!

സ്റ്റേറ്റ് കോൺഗ്രസ് നേതാവായിരുന്ന വി.വി. വർക്കിയായിരുന്നു ഭർത്താവ്. 1982 മേയ് 5-ന് 73-ാമത്തെ വയസ്സിൽ അക്കാമ്മ ചെറിയാൻ ജീവിതത്തോട് വിടപറഞ്ഞു.

പി. എൻ. പണിക്കർ
(1909 – 1995)

വായനാശീലം വ്യക്തിയെ വ്യക്തിത്വ രൂപീകരണത്തിലേക്കും തദ്വാരാ സാംസ്കാരികോൽക്കർഷത്തിലേക്കും നയിക്കുന്നു. സാക്ഷരതാ പ്രസ്ഥാനം സങ്കല്പിക്കാനാവാത്ത ഒരു കാലഘട്ടത്തിൽ 'വായിച്ചുവളരുക', 'ചിന്തിച്ചു പ്രബുദ്ധരാവുക' എന്നുദ്ബോധിപ്പിച്ചുകൊണ്ട് തികച്ചും പ്രതികൂലമായ ചുറ്റുപാടുകളിൽ, നിസ്വാർത്ഥനായി, മലയാളിയെ വായനയുടെയും അക്ഷരങ്ങളുടെയും ലോകത്തേക്ക് ആനയിക്കാൻ കേരളത്തിലങ്ങോളമിങ്ങോളം അലഞ്ഞുനടന്ന ഒരു മനുഷ്യൻ ഉണ്ടായിരുന്നു-

പി.എൻ. പണിക്കർ. കേരള ഗ്രന്ഥശാലാ പ്രസ്ഥാനത്തിന്റെ സ്രഷ്ടാവ്, അനൗപചാരിക വിദ്യാഭ്യാസ പ്രചാരൻ എന്നീ നിലകളിൽ ചിരസ്മരണീയൻ.

പി.എൻ. പണിക്കർ എന്ന പുതുവായിൽ നാരായണപ്പണിക്കർ 1909 മാർച്ച് ഒന്നിന് കോട്ടയം ജില്ലയിലെ നീലംപേരൂർ ഗ്രാമത്തിൽ പുതുവായിൽ വീട്ടിൽ ജനിച്ചു. അച്ഛൻ ഗോവിന്ദപ്പിള്ള. അമ്മ ജാനകിയമ്മ.

നീലംപേരൂർ ഗവ. എൽ.പി. സ്കൂളിൽ അധ്യാപകനായി അദ്ദേഹം ഔദ്യോഗിക ജീവിതം തുടങ്ങി. സുഹൃത്തുക്കളോടൊപ്പം വീടുകൾ കയറിയിറങ്ങി പുസ്തകങ്ങൾ ശേഖരിച്ച് നാട്ടിൽ അദ്ദേഹം ഒരു വായനശാല തുടങ്ങി. 1937-ൽ സ്ഥാപിച്ച ഈ വായനശാലയുടെ പേര് 'സനാതനധർമ്മ

വായനശാല' എന്നായിരുന്നു. ഗ്രന്ഥശാലാ പ്രസ്ഥാനത്തിന്റെ തറക്കല്ലിടൽ കൂടിയായിരുന്നു ഈ വായനശാലയുടെ ആംരഭം. പണിക്കരുടെ ശ്രമഫല മായി 1945 സെപ്തംബർ 14-ന് അമ്പലപ്പുഴയിലെ പി.കെ. മെമ്മോറിയൽ ഗ്രന്ഥശാലയിൽ 'ഗ്രന്ഥശാലാ സംഘം' പിറവിയെടുത്തു. തിരുവിതാംകൂർ ദിവാൻ സർ. സി.പി. രാമസ്വാമി അയ്യർ സംഘത്തിന്റെ ഉദ്ഘാടനം നിർവ്വ ഹിച്ചു.

ഗ്രന്ഥശാലകൾ എല്ലാ ഗ്രാമങ്ങളിലും ഉണ്ടാവണമെന്ന് അദ്ദേഹം ആഗ്രഹിക്കുകയും അതിനായി തന്റെ സംഘടനാശേഷിയും ഇച്ഛാശക്തിയും ഉപയോഗപ്പെടുത്തുകയും ചെയ്തു. വാഹനങ്ങളോ, സാമ്പത്തിക സൗക ര്യങ്ങളോ ഇല്ലാതിരുന്ന അക്കാലത്ത് പണിക്കരും സംഘം പ്രവർത്തകരും ഒട്ടേറെ ക്ലേശങ്ങൾ സഹിച്ചാണ് പ്രവർത്തിച്ചത്. ജനങ്ങളിൽ വായനാസം സ്കാരം ഉദ്ദീപിപ്പിക്കാൻ പരിപാടികൾക്ക് അദ്ദേഹം രൂപം നൽകി. 'വായി ച്ചുവളരുക' എന്ന മുദ്രാവാക്യം അദ്ദേഹം മലയാളിക്കു മുന്നിൽ അവതരി പ്പിച്ചു. ഫലമോ, ആയിരക്കണക്കിനു ഗ്രാമങ്ങളിൽ ഗ്രന്ഥാലയങ്ങളുടെ നറു വെട്ടം ദൃശ്യമായി.

കേരള ഗ്രന്ഥശാലാ സംഘത്തിന്റെ പ്രവർത്തനങ്ങളിൽ ഒതുങ്ങിയില്ല പണിക്കരുടെ സാംസ്കാരിക പ്രവർത്തനം. നിരക്ഷരതാ നിർമ്മാർജ്ജന ത്തിനായി 1977-ൽ അദ്ദേഹം 'കേരള അനൗപചാരിക വിദ്യാഭ്യാസ വിക സന സമിതി' (കാൻഫെഡ്) ക്ക് രൂപം നൽകി.

മൂന്നു പതിറ്റാണ്ടുകാലം പണിക്കർ ഗ്രന്ഥശാലാ സംഘം സെക്രട്ടറി യായി സേവനമനുഷ്ഠിച്ചു. പതിനാലിൽപ്പരം ഗ്രന്ഥങ്ങളുടെ രചയിതാവു കൂടിയാണ് പണിക്കർ

1995 ജൂൺ 19-ന് പി.എൻ. പണിക്കർ അന്തരിച്ചു. അദ്ദേഹത്തിന്റെ ചരമദിനം കേരളം വായനാദിനമായി ആചരിച്ചുവരുന്നു. 2004-ൽ പണിക്ക രുടെ സ്മരണയ്ക്കായി തപാൽവകുപ്പ് സ്റ്റാമ്പ് പുറത്തിറക്കി.

പി.എൻ. പണിക്കരുടെ സ്മരണാർത്ഥം എല്ലാ വർഷവും ജൂൺ 19 മുതൽ 25 വരെ കേരളം വായനാവാരം ആചരിക്കുന്നു.

☞

കെ. പി. ആർ. ഗോപാലൻ

(1909 – 1997)

വിപ്ലവം സ്വപ്നംകണ്ട വിപ്ലവകാരിയായ രാഷ്ട്രീയക്കാരൻ. വിപ്ല വപ്പാർട്ടികളുടെ അപചയം കണ്ട്, വിപ്ലവകാരികളെന്നു നടിച്ച കപട വിപ്ല വകാരികളെ കണ്ട് ഊറിച്ചിരിച്ച യഥാർത്ഥ ജനനായകൻ. തൂക്കുമരത്തിന്റെ നിഴലിൽ അക്ഷോഭ്യനായി, വിപ്ലവഗാനങ്ങൾ ഉറക്കെച്ചൊല്ലി നടന്ന യഥാർത്ഥ വിപ്ലവകാരി. ' 57-ലെ ഇ.എം.എസ്. മന്ത്രിസഭയിലും '69-ലെ അച്യുതമേനോൻ മന്ത്രിസഭയിലും തനിക്കായി ഒഴിച്ചിട്ടിരുന്ന മന്ത്രിക്കസേര കണ്ടില്ലെന്നു നടിച്ച് നടന്നുപോയവൻ. അതായിരുന്നു കുന്നത്തൂർ പുതിയ പുരയിൽ രാമപുരത്തു ഗോപാലൻ നമ്പ്യാർ എന്ന സാക്ഷാൽ കെ.പി.ആർ. ഗോപാലൻ. 19-ാം വയസ്സിൽ കത്തിത്തുടങ്ങിയ വിപ്ലവവീര്യം കരിന്തിരി കത്തിയത് 88-ാം വയസ്സിൽ ജീവസ്പന്ദനം നിലച്ചപ്പോൾ മാത്രം.

ആ ജീവിതത്തിന്റെ നാൾവഴി ഇങ്ങനെ: 1909 ജൂണിൽ ജനനം.

1931-ൽ 22-ാം വയസ്സിൽ തളിപ്പറമ്പ് മദ്യഷാപ്പ് പിക്കറ്റിംഗിന് നേതൃത്വം നൽകി.

1932-ൽ സ്വദേശമായ കല്യാശ്ശേരിയിൽ കോൺഗ്രസ് യോഗം സംഘ ടിപ്പിച്ചതിന്റെ പേരിൽ 6 മാസം ഇരുമ്പഴിക്കുള്ളിൽ.

പിതാവും ജന്മിയുമായിരുന്ന ഏലപ്പാറ വേലപ്പൻ നമ്പ്യാരുടെ നിർബ ന്ധത്തിനു വഴങ്ങി 1927-ൽ ക്ലാർക്കുജോലിയിൽ പ്രവേശിച്ചു. 1931-ൽ രാജി.

തുടർന്നു. വിദേശവസ്തു ബഹിഷ്കരണത്തിലൂടെ, ഷാപ്പ് പിക്കറ്റിംഗിലൂടെ ദേശീയപ്രസ്ഥാനത്തിലെത്തി. ഇ.എം.എസിനും പി. കൃഷ്ണപ്പിള്ളയ്ക്കുമൊപ്പം 1934-ൽ കേരളത്തിൽ കോൺഗ്രസ് സോഷ്യലിസ്റ്റ് പാർട്ടി കെട്ടിപ്പടുക്കാൻ പങ്കു വഹിച്ചു. '37 മുതൽ '40 വരെ കെ.പി.സി.സി. അംഗം, കമ്മ്യൂണിസ്റ്റ് പാർട്ടി രൂപീകരിച്ചപ്പോൾ അതിൽ അംഗമായി.

1940-ലെ ചരിത്രപ്രസിദ്ധമായ മൊറാഴ സംഭവത്തിന്റെ പിന്നിലെ ശക്തിസ്രോതസ്സ് കെ.പി.ആറായിരുന്നു. യോഗം നിരോധിച്ച ഉത്തരവുമായെത്തിയ ബ്രിട്ടീഷ് പോലീസിലെ ഇൻസ്പെക്ടർ കുട്ടികൃഷ്ണമേനോനും ഒരു കോൺസ്റ്റബിളും കൊല്ലപ്പെട്ട കേസിൽ 1942 ഫെബ്രുവരി 26-ന് മദ്രാസ് ഹൈക്കോടതി കെ.പി.ആറിന് വധശിക്ഷ വിധിച്ചു. ഇന്ത്യൻരാഷ്ട്രീയരംഗം ഒന്നാകെ വധശിക്ഷയ്ക്കെതിരെ മുറവിളി കൂട്ടി. ശിക്ഷ റദ്ദാക്കണമെന്നാവശ്യപ്പെട്ട് ഗാന്ധിജി 'ഹരിജനി'ൽ എഴുതി. നെഹ്റു ഉൾപ്പെടെയുള്ള ദേശീയ നേതാക്കൾ കെ.പി.ആറിനുവേണ്ടി രംഗത്തെത്തി. മദ്രാസ് മന്ത്രിസഭ 1946-ൽ വധശിക്ഷ റദ്ദാക്കി.

'മൊറാഴ സംഭവം'

മലബാറിലെ കർഷക സമരവുമായി ബന്ധപ്പെട്ടതാണ് മൊറാഴ സംഭവം. 1940 സെപ്തംബർ 15 കേരള പ്രദേശ് കോൺഗ്രസ് കമ്മിറ്റി സാമ്രാജ്യത്വവിരുദ്ധ ദിനമായി ആചരിച്ചുവെങ്കിലും എ.ഐ.സി.സി. ഇതിനെതിരായിരുന്നു. ആദ്യം കീച്ചേരിയിൽവെച്ച് യോഗം ചേരാനായിരുന്നു തീരുമാനം. ആ യോഗം നിരോധിക്കപ്പെട്ടപ്പോൾ മൊറാഴ അംശത്തിലെ അഞ്ചാംപീടികയിൽ യോഗം ചേരുകയും സംഘട്ടനം ഉണ്ടാവുകയും ചെയ്തു. ഈ സംഘട്ടനത്തിൽ വളപട്ടണം എസ്.ഐ. കുട്ടികൃഷ്ണമേനോൻ കൊല്ലപ്പെട്ടു. കേസിലെ ഒന്നാംപ്രതിയായ കെ.പി.ആർ. ഗോപാലൻ അറസ്റ്റ് ചെയ്യപ്പെട്ടു. അദ്ദേഹത്തെ വധശിക്ഷയ്ക്കും അറാക്കൽ കുഞ്ഞിരാമൻ, നീണ്ടകര രാഘവൻ, എം. ഇസ്രായേൽ, പി. ഗോവിന്ദൻനായർ, അച്യുതൻനമ്പ്യാർ എന്നിവരെ ഏഴുവർഷം തടവിനും ശിക്ഷിച്ചു. മറ്റൊരു പ്രതി വിഷ്ണുഭാരതീയനെ വെറുതേ വിട്ടു. പ്രിവി കൗൺസിൽ കെ.പി.ആറിനുവേണ്ടി ഡി.എൻ. ഫ്രിട്ട് വാദിച്ചുവെങ്കിലും ഫലമുണ്ടായില്ല. 1946-ൽ മദ്രാസിൽ നിലവിൽവന്ന പുതിയ മന്ത്രിസഭ കെ.പി.ആറിനെ മോചിപ്പിച്ചു.

1964-ലെ കമ്മ്യൂണിസ്റ്റ് പാർട്ടിയിലുണ്ടായ പിളർപ്പിനെത്തുടർന്ന് കെ. പി.ആർ. സി.പി.ഐ (എം.) ൽ ആയിരുന്നു. പ്രസ്ഥാനത്തിന്റെ 'പാർലമെന്ററി വ്യാമോഹത്തിലും വിപ്ലവവിരുദ്ധ നിലപാടുകളിലും' പ്രതിഷേധി

ച്ചുകൊണ്ട് 1968-ൽ അദ്ദേഹം പാർട്ടയിൽനിന്നും രാജിവെച്ചു. ആരോടും രാജിയാകാത്ത, ആരെയും കൂസാത്ത ആ വിപ്ലവ മനസ്സ് 83-ാം വയസ്സിൽ 'കമ്മ്യൂണിസ്റ്റ് റവല്യൂഷണറി പാർട്ടി ഓഫ് ഇന്ത്യൻ യൂണിയൻ' രൂപീകരിച്ചുകൊണ്ട് തനിക്ക് ഒരങ്കത്തിനുകൂടി ബാല്യമുണ്ടെന്ന് പ്രഖ്യാപിക്കുകയായിരുന്നു.

1957-ലും '65-ലും മാടായിയിൽ നിന്നും 1967-ൽ തലശ്ശേരിയിൽ നിന്നും കെ.പി.ആർ. നിയമസഭയിലേക്ക് തിരഞ്ഞെടുക്കപ്പെടുകയുണ്ടായി. പാർട്ടി വിടുന്നതിനുമുമ്പ് 'ദേശാഭിമാനി' പത്രത്തിന്റെ മാനേജരും കുറഞ്ഞകാലം സി.പി.ഐ. (എം) ജില്ലാ സെക്രട്ടറിയായും പ്രവർത്തിച്ചു.

കേരള മുഖ്യമന്ത്രിയായിരുന്ന ഇ.കെ. നായനാരുടെ സഹധർമ്മിണി ശാരദ ടീച്ചറുടെ മാതുലനാണ് കെ.പി.ആർ.

1997 ഓഗസ്റ്റ് 6-ന് ആ വിപ്ലവ ജ്യോതിസ്സ് കെട്ടടങ്ങി.

ഇ. എം. എസ്. നമ്പൂതിരിപ്പാട്

(1909 – 1998)

ഇരുപതാം നൂറ്റാണ്ടിലെ കേരളത്തിന്റെ ഭാഗധേയം നിർണ്ണയിച്ച കേരള പുത്രൻ. കേരളവും ഭാരതവും കടന്ന് വിശ്വത്തോളമുയർന്ന വിശ്വ പൗരൻ. ഐക്യ കേരളത്തിന്റെ വിധാതാക്കളിൽ ഒന്നാമൻ. ഇ.എം.എസ്. എന്ന ത്രൈയ്യക്ഷരി എഴുപതാണ്ടിലേറെക്കാലം രാഷ്ട്രീയ കേരളത്തിന്റെ ഗതിവിഗതികളെ നിയന്ത്രിച്ചു. രാഷ്ട്രീയ നേതാവ്, ബാലറ്റ് പെട്ടിയിലൂടെ ലോകത്ത് ആദ്യമായി അധികാരത്തിലേറിയ കമ്മ്യൂണിസ്റ്റ് ഭരണാധികാരി, ചിന്തകൻ, ഭരണതന്ത്രജ്ഞൻ, ഗ്രന്ഥകാരൻ. കുന്തിപ്പുഴയുടെ തീരത്തുനിന്നും നടന്നുകയറിയ കുഞ്ചു എന്ന നമ്പൂതിരി ബാലൻ 20-ാം നൂറ്റാണ്ട് കേരളത്തിനു നല്കിയ വരദാനമായിരുന്നു.

ഏലംകുളം മനയ്ക്കൽ 1909 ജൂൺ 13-ന് ജനനം. അച്ഛൻ പരമേശ്വരൻ നമ്പൂതിരിപ്പാട്. അമ്മ വിഷ്ണുദത്ത. അഞ്ചാമത്തെ വയസ്സിൽ പിതാവ് മരിച്ചു. അമ്മയിൽനിന്നു വേദപുരാണേതിഹാസങ്ങളും സംസ്കൃത പാഠങ്ങളും ഹൃദിസ്ഥമാക്കി, മൂന്നാം ഫാറത്തിൽ പഠിച്ചത് പെരിന്തൽമണ്ണ ഹൈസ്കൂളിൽ. പതിനാലാം വയസ്സിൽ യോഗക്ഷേമ സഭയുടെ വള്ളുവനാട് ശാഖാ കാര്യദർശിയായി.

1927-ൽ മദിരാശിയിൽ നടന്ന അഖിലേന്ത്യാ കോൺഗ്രസ് സമ്മേളനത്തിൽ പങ്കെടുത്തു. 1929-ൽ ഇന്റർമീഡിയറ്റ് പഠനം. 1931-ൽ ബി.എ.യ്ക്ക്

തൃശൂർ സെന്റ് തോമസ് കോളേജിൽ ചേർന്ന ഇ.എം.എസ്. 1932-ൽ പഠന മുപേക്ഷിച്ച് പൊതുപ്രവർത്തകനായി. ഇതിനിടെ നമ്പൂതിരി സമുദായ ത്തിലെ ജീർണ്ണതയ്ക്കെതിരെ രംഗത്തുവന്ന വി. ടി. ഭട്ടതിരിപ്പാടിനോടും സഹപ്രവർത്തകരോടുമൊപ്പം സമുദായത്തിലെ നവീകരണ പ്രവർത്തന ങ്ങളിൽ ഏർപ്പെടുകയും അവരോടൊപ്പം 'ഉണ്ണിനമ്പൂതിരി' വാരികയുടെ പ്രവർത്തകനാവുകയും ചെയ്തു.

ഇനിയുള്ള ആ ജീവിതത്തിലെ കർമ്മകാണ്ഡം വിസ്തരഭയത്താൽ ചുരുക്കിപ്പറയാനേ നിർവ്വാഹമുള്ളൂ:

യോഗ ക്ഷേമസഭ ഉപസഭാ സെക്രട്ടറി. 1927-കോൺഗ്രസ് ദേശീയ സമ്മേളനത്തിൽ പങ്കെടുത്തു. 1934-കോൺഗ്രസ് സോഷ്യലിസ്റ്റ് പാർട്ട് അഖി ലേന്ത്യാ ജോയിന്റ് സെക്രട്ടറി, കെ.പി.സി.സി. സെക്രട്ടറി, എ.ഐ.സി.സി. അംഗം. 1935-'പ്രഭാതം' മാസിക തുടങ്ങി. 1940-'42-പാർട്ടി കേരള ഘടകം സെക്രട്ടറി. 1941-സി.പി.ഐ. കേന്ദ്ര കമ്മിറ്റി അംഗം. 1950-സി.പി.ഐ. പോളിറ്റ് ബ്യൂറോ അംഗം. 1957-ആദ്യ കേരള മുഖ്യമന്ത്രി. 1962- സി.പി.ഐ. പാർട്ടി ജനറൽ സെക്രട്ടറി. 1964-പാർട്ടി പിളരുന്നു. സി.പി.ഐ. (എം) രൂപീകൃത മായി. പോളിറ്റ് ബ്യൂറോ അംഗം. 1967-വീണ്ടും കേരളാ മുഖ്യമന്ത്രി. 1974-'78-'പീപ്പിൾസ് ഡമോക്രസി' പത്രാധിപർ. 1978-പാർട്ടി ജനറൽ സെക്ര ട്ടറി. 1992-ജനറൽ സെക്രട്ടറി സ്ഥാനമൊഴിഞ്ഞു.

ഇന്ത്യയുടെ മുതലാളിത്ത രാഷ്ട്രീയ ചട്ടക്കൂടിന്റെ പരിധി കടക്കാ നായില്ലെങ്കിലും ആ പരിധികൾക്കുള്ളിൽ നിന്നുകൊണ്ടുതന്നെ ഒരു കമ്മ്യൂ ണിസ്റ്റ് ഗവൺമെന്റിന് നിർവ്വഹിക്കാൻ കഴിയുന്ന സാമ്പത്തിക- സാമൂഹ്യ മാറ്റങ്ങൾ വരുത്തിയ ഗവൺമെന്റാണ് '57-ലെ ഇ.എം.എസിന്റേത്. ഭൂപരി ഷ്കരണത്തിലൂടെ ജന്മിത്വമവസാനിപ്പിച്ച്, കർഷക തൊഴിലാളിക്ക് കുടി കിടപ്പവകാശം ഉറപ്പാക്കുകയും വിദ്യാഭ്യാസ രംഗത്തെ മാനേജ്മെന്റിന്റെ ചൂഷണത്തിൽനിന്നും അദ്ധ്യാപക ലോകത്തെ മോചിപ്പിക്കുകയും പോലീസ് സേനയെ തൊഴിൽ സംസ്കാരത്തിന്റെ പുതിയ ബാലപാഠങ്ങൾ പഠിപ്പി ക്കുകയും ചെയ്തുകൊണ്ട് ഇ.എം.എസ്. നവകേരള ശില്പികളിൽ ഒന്നാ മനായി.

എണ്ണമറ്റ ഗ്രന്ഥസമുച്ചയത്തിന്റെ കർത്താവാണദ്ദേഹം. 1943-ൽ എഴുതിയ 'ഒന്നേകാൽ കോടി മലയാളികൾ' എന്ന കൃതി, തിരുവിതാം കൂർ, കൊച്ചി, ബ്രിട്ടീഷ് മലബാർ എന്നിവിടങ്ങളിൽ ചിതറിക്കിടക്കുന്ന മല യാളികൾ ഒന്നിക്കേണ്ട ഒരു ദേശീയ ജനതയാണെന്നുള്ള ആശയമാണ് ചർച്ച ചെയ്തത്. 1948-ൽ പ്രസിദ്ധീകരിച്ച 'കേരളം മലയാളികളുടെ മാതൃ

ഭൂമി' കേരള ചരിത്രത്തെക്കുറിച്ച് മാർക്സിസ്റ്റ് വീക്ഷണത്തോടെ എഴുതിയ കൃതിയാണ്.

1952-ൽ പ്രസിദ്ധീകരിച്ച 'The National Problem of Kerala' 'കേരളം: മലയാളികളുടെ മാതൃഭൂമി' സംഗ്രഹിച്ചും ഭേദഗതി വരുത്തിയും എഴുതി. 'കേരള ചരിത്രം മാർക്സിസ്റ്റ് വീക്ഷണത്തിൽ' 1990-ൽ പ്രസിദ്ധീകരിച്ചു. സ്വാതന്ത്ര്യസമര ചരിത്രം, ഗാന്ധിയും ഗാന്ധിസവും, മാർക്സ്, ഏംഗൽസ്, ലെനിൻ - വിചാരപ്രപഞ്ചം: ഒരു മുഖവുര, ആത്മകഥ - ഇ.എം.എസ്. ഗ്രന്ഥങ്ങളെക്കുറിച്ചൊരു ലിസ്റ്റ് അവതരിപ്പിക്കാൻ ഇത്തരമൊരു ഹ്രസ്വമായ ജീവിതരേഖയിൽ പരിമിതിയുണ്ട്.

അതിപ്രശസ്തനായൊരു കോളമിസ്റ്റായിരുന്നു ഇ.എം.എസ്. ചിന്ത വാരികയിലെ ചോദ്യങ്ങൾക്കു മറുപടി 1972 ഒക്ടോബർ 6-ന് തുടങ്ങി 1326 ലക്കങ്ങളിലായി 1998 മാർച്ച 27-ന്റെ ലക്കത്തോടെ അവസാനിച്ചു. 1935-ൽ ആരംഭിച്ച 'പ്രഭാത'ത്തിൽ 'ഞാൻ പറയാം' എന്ന പംക്തി ആ പ്രസിദ്ധീകരണത്തിന്റെ അന്ത്യം വരെയും തുടർന്നു. (പാർട്ടിയുടെ ഹിന്ദി മുഖപത്രമായ 'ലോക് ലഹറി'ലും ഇത്തരമൊരു പംക്തി ഇ.എം.എസിന്റെ പ്രേരണയാൽ തുടങ്ങിയിരുന്നു.) അറുപതുകളുടെ തുടക്കത്തിൽ തിരുവനന്തപുരത്തുനിന്ന് പ്രസിദ്ധീകരണം തുടങ്ങിയ 'കമ്മ്യൂണിസ്റ്റ്' മാസികയിൽ ഇ. എം.എസ്. തുടങ്ങിയ പംക്തിയായിരുന്നു 'കഴിഞ്ഞ മാസം.' കേരളത്തിലും ദേശീയ-സാർവ്വദേശീയ തലത്തിലും പോയ ഒരു മാസത്തെ സംഭവവികാസങ്ങൾ അതിൽ വിശകലനം ചെയ്യപ്പെട്ടു. 1991 നവംബർ 3 മുതൽ മരിക്കുന്നതു വരെ ദേശാഭിമാനി വാരികയിൽ 'ഇ.എം.എസിന്റെ ഡയറി' ഉണ്ടായിരുന്നു. ദേശാഭിമാനി പത്രത്തിൽ '93 മുതൽ പ്രതിവാരക്കുറിപ്പുകൾ എഴുതി. Front Line-ൽ എഴുതിയ പംക്തിയുടെ പേര് 'Perspective'. ഇതിനൊക്കെ പുറമെയാണ് എണ്ണമറ്റ പത്രമാധ്യമങ്ങളിൽ നിരന്തരമായി എഴുതിയ ലേഖനങ്ങൾ. രാഷ്ട്രീയം, ദർശനം, വിദ്യാഭ്യാസം, സാഹിത്യം, സാംസ്കാരികം, മതം, പുസ്തകങ്ങൾ - വിഷയങ്ങൾ അങ്ങനെ പോകുന്നു.

ഭാര്യ: ആര്യാ അന്തർജ്ജനം (കുടമാളൂർ തെക്കേടത്ത് കുടുംബാംഗം). മക്കൾ: മാലതി, രാധ, ശ്രീധരൻ, ശശി.

1998 മാർച്ച് 19-ന് ഇ.എം.എസ്. യുഗം അവസാനിച്ചു.

സിസ്റ്റർ അൽഫോൺസ
(1910 – 1946)

കത്തോലിക്കാസഭ വാഴ്ത്തപ്പെട്ടവളായി പ്രഖ്യാപിച്ച പ്രഥമ ഭാരതീയ സന്ന്യാസിനി. ഈശ്വരാരാധന സത്യസന്ധമായ ജീവിതം തന്നെയെന്ന് കാട്ടിത്തന്ന പുണ്യവതി.

മൂന്നു വ്യാഴവട്ടക്കാലം മാത്രം ജീവിച്ച സിസ്റ്റർ അൽഫോൺസ ലൗകീകജീവിതത്തിന്റെ മാധുര്യം ത്യജിച്ച് ദൈവപുത്രന്റെ കാലടികളിൽ ജീവിതം സ്വയം സമർപ്പണം ചെയ്ത ദൈവ മണവാട്ടിയായിരുന്നു.

1910 ഓഗസ്റ്റ് 19-ന് കോട്ടയത്തിനടുത്ത് കുടമാളൂരിൽ മുട്ടത്തുപാടത്ത് ഭവനത്തിലാണ് സിസ്റ്റർ അൽഫോൺസ ജനിച്ചത്. പിതാവ് ഔസേപ്പച്ചൻ. മാതാവ് മറിയാമ്മ. പൂർവ്വാശ്രമത്തിലെ നാമം അന്നക്കുട്ടി എന്നായിരുന്നു. തൊണ്ണംകുഴി ഗവ. എൽ.പി. സ്കൂളിലായിരുന്നു പ്രാഥമിക വിദ്യാഭ്യാസം. പിന്നീട് മുട്ടുചിറ ഗവ. സ്കൂളിൽ പഠനം തുടർന്നു. ചെറുപ്പത്തിലേ ശാന്തസ്വഭാവിയായിരുന്നു അന്നക്കുട്ടി. സ്നേഹവും സഹനശക്തിയും ഉൾച്ചേർന്നിരുന്ന അന്നക്കുട്ടി യൗവ്വനത്തിനുമുമ്പേ വിശുദ്ധരുടെ ത്യാഗനിർഭരമായ ജീവിതം പഠിക്കുകയും കേട്ടുവളരുകയും ചെയ്തു. ലൗകിക സുഖങ്ങളിൽ താല്പര്യമില്ലാതിരുന്ന ആ പെൺകുട്ടിക്ക് കന്യാസ്ത്രീയാകണമെന്ന് മാത്രമായിരുന്നു മോഹം. വിവാഹം കഴിപ്പിക്കാനുള്ള ബന്ധുക്കളുടെ ശ്രമം വിജയിച്ചില്ല. അന്നക്കുട്ടി കന്യാസ്ത്രീയായി - സിസ്റ്റർ അൽഫോൺസയായി. ത്യാഗത്തിലൂടെയും സഹനത്തിലൂടെയും സിസ്റ്റർ

അൽഫോൺസ ലോകത്തെ സ്നേഹിച്ചു. സന്ന്യാസജീവിതത്തിന്റെ അടിസ്ഥാന തത്ത്വങ്ങളായ കന്യാവ്രതം, ദാരിദ്ര്യം, അനുസരണം എല്ലാം അവർ പരിപൂർണ്ണമായി പാലിച്ചു. ഏവരുടെയും സമസ്ത ദുഃഖങ്ങളും ആത്മാവിലേറ്റുവാങ്ങി ഒരു പുണ്യവതിയായി ജീവിച്ചു.

ഫ്രാൻസിസ്റ്റൻ ക്ലാളിറ്റീസ് സന്ന്യാസി സമൂഹത്തിലെ അംഗമായിരുന്നു സിസ്റ്റർ അൽഫോൺസ.

രോഗവും തന്മൂലമുള്ള വേദനകളും നിറഞ്ഞതായിരുന്നു അൽഫോൺസാമ്മയുടെ ഹ്രസ്വജീവിതം. എങ്കിലും അവർ പതറുകയോ, വിശ്വാസം വെടിയുകയോ ചെയ്തില്ലെന്നു മാത്രമല്ല പ്രാർത്ഥിച്ചും ഉപവസിച്ചും അവർ യേശുവിനോട് ചേർന്നുനിന്നു. "....എന്റെ ശരീരവും മനസ്സും ഒരുപോലെ നീറുകയും വേദനിക്കുകയും ചെയ്യുന്നു. കഴുത്തു മുതൽ കാൽമുട്ടുവരെ തൊലി പൊളിഞ്ഞുപോയി. ചെന്നീരും വെള്ളവും വന്നുകൊണ്ടിരിക്കുന്നു. എങ്കിലും ഇതുകൊണ്ടൊന്നും എന്റെ ബലി പൂർത്തിയാകുമെന്ന് തോന്നുന്നില്ല".

-മരിക്കുന്നതിനു രണ്ടുമാസം മുമ്പ് 1946 മേയിൽ തന്റെ ഗുരുവായ ലൂയിസ് അച്ചന് സിസ്റ്റർ അൽഫോൺസ എഴുതി.

വ്രതസംബന്ധമായ സന്ന്യാസത്തെ അതിന്റെ സംശുദ്ധിയിലും സമ്പൂർണ്ണമായ സമർപ്പണത്തിലും യാഥാർത്ഥ്യമാക്കിയ ഈ മാതൃകായോഗിനി 36-ാമത്തെ വയസ്സിൽ 1946 ജൂലൈ 8-ന് ദിവംഗതയായി. ഇവരുടെ ഖബറിടം സ്ഥിതിചെയ്യുന്ന ഭരണങ്ങാനം എന്ന കൊച്ചുഗ്രാമം ഇന്ന് രാജ്യാന്തര പ്രശസ്തമാണ്.

1986 ഫെബ്രുവരി 8-ന് ജോൺ പോൾ മാർപാപ്പ രണ്ടാമൻ തന്റെ ഭാരത സന്ദർശനവേളയിൽ അൽഫോൺസാമ്മയെ വാഴ്ത്തപ്പെട്ടവളായി പ്രഖ്യാപിച്ചു.

കുത്തുപറമ്പിനടുത്ത് കോളയാട് പുന്നപ്പാലം എന്ന ഗ്രാമത്തിൽ സിസ്റ്റർ അൽഫോൺസയുടെ നാമത്തിലുള്ള അൽഫോൺസാ പള്ളി ഇതിനകം ഉയർന്നുകഴിഞ്ഞു. പള്ളിയുടെ പണി പൂർത്തിയായയത് 1986 ജൂലൈ 28-നായിരുന്നു. പുന്നപ്പാലം ഗ്രാമം ലോകതീർത്ഥാടന ഭൂപടത്തിൽ പ്രധാന കേന്ദ്രമായി തീരുകയാണ്.

പി. സുബ്രഹ്മണ്യം
(1910 – 1978)

തിരുവനന്തപുരം വാട്ടർ വർക്സിൽ ക്ലാർക്ക് ജോലിയിൽ തുടങ്ങി ചലച്ചിത്ര നിർമ്മാതാവും ദക്ഷിണേന്ത്യയിലെ പ്രശസ്ത സംവിധായകനും ചലച്ചിത്ര നിർമ്മാണക്കമ്പനിയുടെ ഉടമയുമായി മാറിയ രാജശില്പി- പി. സുബ്രഹ്മണ്യം.

നാഗർകോവിൽ സ്വദേശികളായ പത്മനാഭപിള്ള-നീലാമ്മാൾ ദമ്പതികളുടെ പുത്രനാണ് പി. സുബ്രഹ്മണ്യം. 1910 ഫെബ്രുവരി 19-ന് ജനനം.

സുബ്രഹ്മണ്യത്തിന്റെ പിതാവ് പത്മനാഭപിള്ള 1930-ൽ തമ്പാനൂരിൽ ന്യൂ തിയേറ്റർ നിർമ്മിച്ചു. സിനിമയില്ലാത്ത അവസരങ്ങളിൽ തിയേറ്റർ നാടകശാലയായി ഉപയോഗിച്ചു.

ഇന്റർമീഡിയറ്റിനുശേഷം സുബ്രഹ്മണ്യം തിരുവനന്തപുരം വാട്ടർ വർക്സിൽ ക്ലാർക്കായി. പിന്നീട് സെക്രട്ടേറിയറ്റിൽ അസംബ്ലി സെക്ഷനിൽ ക്ലാർക്ക്. കാർക്കശ്യക്കാരനായ മേലുദ്യോഗസ്ഥൻ വേലുപ്പിള്ളയുടെ നിയന്ത്രണങ്ങളിൽ വീർപ്പുമുട്ടി സുബ്രഹ്മണ്യം ആ ജോലിയും ഉപേക്ഷിച്ചു. പിന്നീട് തമ്പാനൂരിൽ മോട്ടോർ വർക്ക്ഷോപ്പ് തുടങ്ങി. (ഇത് പിന്നീട് Imperial Transporting എന്ന വൻ കമ്പനിയായി) പിതാവ് നഗരത്തിൽ, 1938 -ൽ ശ്രീപത്മനാഭ തിയേറ്ററും 1941-ൽ പേട്ടയിൽ കാർത്തിക തിയേറ്ററും ആരംഭിച്ചപ്പോൾ സുബ്രഹ്മണ്യത്തിന് സിനിമയെ അടുത്തറിയാൻ കഴിഞ്ഞു. 1942-ൽ തൈക്കാട് വാർഡിൽ നിന്നും മത്സരിച്ച് കൗൺസിലറാവുകയും കോർപ്പറേഷൻ മേയറാവുകയും ചെയ്തു.

ഇക്കാലത്ത് തെന്നിന്ത്യയിലെ പ്രശസ്ത സിനിമാനിർമ്മാതാവായ കെ. സുബ്രഹ്മണ്യം കഥാപുരുഷനെ സിനിമാനിർമ്മാണത്തിന് പ്രേരിപ്പിച്ചു. രണ്ടു സുബ്രഹ്മണ്യന്മാരുടെ കൂട്ടായ്മയിൽ മലയാളത്തിലെ 5-ാമത്തെ ചിത്രമായ 'പ്രഹ്ലാദ' പിറന്നു. മലയാളത്തിലെ മറ്റ് മുൻ ചിത്രങ്ങൾ വിഗതകുമാരൻ, മാർത്താണ്ഡവർമ്മ, ബാലൻ, ജ്ഞാനാംബിക എന്നിവയായിരുന്നു. 'പ്രഹ്ലാദ'യിൽ ഗുരു ഗോപിനാഥ്, ഭാര്യ തങ്കമണി, എൻ. പി. ചെല്ലപ്പൻനായർ എന്നിവർ വേഷമിട്ടു. നേമത്ത് മെരിലാന്റ് സ്റ്റുഡിയോ ആരംഭിക്കുമ്പോൾ കേരളത്തിൽ കുഞ്ചാക്കോയുടെ 'ഉദയാ'യും കെ. സി. ഡാനിയേലിന്റെ The Travancore National Pictures ഉം നിലവിലുണ്ട്. 1951-ലാണ് മേരീലാന്റ് സ്റ്റുഡിയോ ആരംഭിച്ചത്. ചിത്രനിർമ്മാണ കമ്പനിക്കാവട്ടെ സുബ്രഹ്മണ്യം അമ്മയുടെ പേര് നൽകി- 'നീലാ പ്രൊഡക്ഷൻസ്'. ആദ്യചിത്രം 'ആത്മസഖി'. സത്യന്റെ ആദ്യചിത്രവും ഇതാണ്.

1956-ൽ 'മന്ത്രവാദി' എന്ന ചിത്രത്തിലൂടെ സുബ്രഹ്മണ്യം സംവിധായകനായി. 1977 വരെ എട്ട് തമിഴ്, ഒരു ഹിന്ദി, ഒരു തെലുഗ് ചിത്രങ്ങൾ ഉൾപ്പെടെ എഴുപതോളം ചിത്രങ്ങൾ നിർമ്മിച്ചു.

സുബ്രഹ്മണ്യം കുടുംബം നാല് സിനിമാ തിയേറ്ററുകൾ കൂടി തിരുവനന്തപുരത്ത് തുടങ്ങി. 1968-ൽ ന്യൂ തിയേറ്റർ 70 എം.എം. ആക്കി പരിഷ്കരിച്ചു.

നീലാ പ്രൊഡക്ഷൻസിന്റെ പുരാണ ചിത്രങ്ങളും റിലീസായ വർഷവും

1961-ഭക്തകുചേല, 1962-ശ്രീരാമപട്ടാഭിഷേകം, 1963-സ്നാപകയോഹന്നാൻ, 1969-കുമാരസംഭവം, 1972-ശ്രീ ഗുരുവായൂരപ്പൻ, 1974-ദേവീ കന്യാകുമാരി, 1975-സ്വാമി അയ്യപ്പൻ, 1976-അംബ, അംബിക, അംബാലിക, 1977-ശ്രീമുരുകൻ.

1975-ൽ നിർമ്മിച്ച 'സ്വാമി അയ്യപ്പൻ' എന്ന ചിത്രത്തിന്റെ ലാഭവിഹിതമായ മുപ്പത് ലക്ഷം രൂപ അദ്ദേഹം ശബരിമല വികസനത്തിന് നൽകി. കൂടാതെ സന്നിധാനത്തേക്കുള്ള അയ്യപ്പൻ റോഡ് സ്വന്തം ചെലവിൽ നിർമ്മിച്ചുനൽകുകയും ചെയ്തു. 1958-ൽ നിർമ്മിച്ച 'പാടാത്ത പൈങ്കിളി' എന്ന ചിത്രത്തിന് നാഷണൽ ഫിലിം അവാർഡ് (വെള്ളി മെഡൽ) ലഭിച്ചു. 1958-ൽത്തന്നെ 'രണ്ടിടങ്ങഴി'ക്ക് സർട്ടിഫിക്കറ്റ് ഓഫ് മെരിറ്റ് ലഭിച്ചു. '69-ൽ നിർമ്മിച്ച 'കുമാരസംഭവ'ത്തിന് സ്റ്റേറ്റ് ഫിലിം അവാർഡ്.

ഭാര്യ: മീനാക്ഷിയമ്മ. ആറ് മക്കൾ.

1978 ഒക്ടോബർ 4-ന് സുബ്രഹ്മണ്യം അന്തരിച്ചു.

എം. എൻ. ഗോവിന്ദൻനായർ
(1910 – 1984)

സ്വാതന്ത്ര്യസമര സേനാനി, അവിഭക്ത കമ്മ്യൂണിസ്റ്റ് പാർട്ടിയുടെയും പിന്നീട് സി.പി.ഐ.യുടെയും സ്റ്റേറ്റ് സെക്രട്ടറി, മന്ത്രി, പാർലമെന്റ് അംഗം, കേരള ക്രൂഷ്ചേവ് എന്നറിയപ്പെട്ട അദ്വിതീയനായ രാഷ്ട്രീയ തന്ത്രജ്ഞൻ.

പന്തളത്ത് മുളയ്ക്കൽ വീട്ടിൽ നാരായണപിള്ളയുടെയും കുഞ്ഞുലക്ഷ്മിയമ്മയുടെയും മകനായി 1910 ഫെബ്രുവരി 19-ന് ഗോവിന്ദൻനായർ ജനിച്ചു. ബാല്യവും പ്രാഥമിക വിദ്യാഭ്യാസവും മാവേലിക്കരയിൽ.

ബിരുദാനന്തരം കുറേക്കാലം ഗാന്ധിജിയുടെ വാർദ്ധാ ആശ്രമത്തിൽ അന്തേവാസിയായിക്കഴിഞ്ഞു. അനന്തരകാലത്ത് തന്റെ പൊതുജീവിതത്തിൽ ഊടും പാവുമായി മാറിയ ലാളിത്യം, ആർദ്രത, മനുഷ്യത്വം, ഹൃദയാലുത്വം എന്നീ സ്വഭാവഗുണങ്ങൾ എം. എൻ. ഉൾക്കൊണ്ടത് വാർദ്ധായിലെ ജീവിതത്തിൽ നിന്നാണ്.

വാർദ്ധായിൽ മടങ്ങിയെത്തിയ അദ്ദേഹം ഹരിജനോദ്ധാരണ പ്രവർത്തനങ്ങളിൽ വ്യാപൃതനായി. ഓണാട്ടുകരയിലെ പുലയക്കുടിലുകളിലും പറയച്ചേരികളിലും നരകതുല്യജീവിതം നയിച്ചിരുന്ന മനുഷ്യരുടെ ജീവിതത്തിന് ആശ്വാസം പകർന്നുകൊണ്ട് അദ്ദേഹം ഓടിനടന്നു. കുടുംബവൃത്തങ്ങളിൽ 'ചെല്ലപ്പൻ' എന്നറിയപ്പെട്ട എം. എൻ. അതോടെ ജാതിഭ്രാന്തന്മാർക്ക് 'പുലച്ചെല്ലപ്പ'നായി മാറി.

അചിരേണ സ്റ്റേറ്റ് കോൺഗ്രസ് പ്രവർത്തകനായി മാറിയ അദ്ദേഹം ഉത്തരവാദ പ്രക്ഷോഭത്തിന്റെ നായകനിരയിലെത്തി. പിന്നീട് കമ്മ്യൂണിസ്റ്റ് പാർട്ടിയുടെ സംസ്ഥാന നേതാവും പാർട്ടിയുടെ ദേശീയ നേതാക്കളിലൊരാളായും അദ്ദേഹം വളർന്നു.

'അധികാരം ദുഷിപ്പിക്കുന്നു; സമ്പൂർണ്ണ അധികാരം സമ്പൂർണ്ണമായി ദുഷിപ്പിക്കുന്നു' എന്ന ആപ്തവാക്യത്തിന് അപവാദമായിരുന്നു ഭരണാധികാരി എന്ന നിലയിൽ എമ്മെന്റെ ജീവിതം. 1957 ഏപ്രിൽ 5-ന് കേരളത്തിൽ ഇ. എം. ശങ്കരൻ നമ്പൂതിരിപ്പാടിന്റെ നേതൃത്വത്തിൽ കമ്മ്യൂണിസ്റ്റ് മന്ത്രിസഭ അധികാരമേല്ക്കുമ്പോൾ എമ്മെൻ പാർട്ടിയുടെ സ്റ്റേറ്റ് സെക്രട്ടറിയായിരുന്നു. മുഖ്യമന്ത്രിയാകാൻ അനുകൂല ഘടകങ്ങൾ ഉണ്ടായിരുന്നിട്ടും ഇ. എം. എസിനെ മുഖ്യമന്ത്രി സ്ഥാനത്തേക്കുയർത്താൻ എമ്മെൻ മുഖ്യ പങ്കുവഹിച്ചു. പ്രസ്തുത മന്ത്രിസഭ കൈക്കൊണ്ട ജനോപകാരപ്രദമായ നടപടികളിൽ സ്റ്റേറ്റ് സെക്രട്ടറി എന്ന നിലയിൽ എമ്മെനുള്ള പങ്ക് വലുതാണ്.

1964-ൽ പാർട്ടി ഭിന്നിച്ചതിനെത്തുടർന്ന് എം.എൻ., സി.പി.ഐ.യുടെ സ്റ്റേറ്റ് സെക്രട്ടറിയായി.

1967-ലെ ഇ.എം.എസ്സിന്റെ നേതൃത്വത്തിലുള്ള സപ്തകക്ഷി മുന്നണി മന്ത്രിസഭയിലും '69-ലെ അച്യുതമേനോൻ മന്ത്രിസഭയിലും എം.എൻ. ഗോവിന്ദൻനായർ അംഗമായിരുന്നു. 1969-ൽ അച്യുതമേനോനെ മുഖ്യമന്ത്രിയായി അവരോധിച്ചതിലും 1971-ൽ കോൺഗ്രസിനെകൂടി ഉൾപ്പെടുത്തി മന്ത്രിസഭ വിപുലീകരിച്ചതിലും മുഖ്യ പങ്ക് എം.എൻ. വഹിച്ചു.

സപ്തകക്ഷി മുന്നണിയിൽ അദ്ദേഹം കൃഷിവകുപ്പ് മന്ത്രിയായിരുന്നു. കൃഷിമന്ത്രി എന്ന നിലയിൽ ദീർഘവീക്ഷണത്തോടെ അദ്ദേഹം നടപ്പാക്കിയ കർഷകക്ഷേമ പ്രവർത്തനങ്ങൾ ഒട്ടേറെയാണ്. ജനകീയ കൂട്ടായ്മയിൽ ആവിഷ്കരിച്ച ഏലാ വികസന പരിപാടി പാടശേഖര സമിതികളിലൂടെ വിജയിപ്പിച്ചു. 'ഓണത്തിന ഒരുപറ നെല്ല്' എന്ന പരിപാടിയിലൂടെ അത്യുല്പാദനശേഷിയുള്ള വിത്തുകൾ കർഷകർക്ക് നൽകി. ആഗ്രോ ഇൻഡസ്ട്രീസ് കോർപ്പറേഷൻ എമ്മെന്റെ ശാസ്ത്രീയ സമീപനത്തിന്റെ ഫലമാണ്. ചെറുകിട കർഷകർക്ക് യന്ത്രസാമഗ്രികൾ നല്കാൻ ഇത് ഉപയുക്തമായി. അദ്ദേഹത്തിന്റെ മറ്റൊരാശയ സാക്ഷാത്കാരമാണ് 'കേരള കാർഷിക സർവ്വകലാശാല'. ക്ഷീരവികസന വകുപ്പിന്റെ രൂപീകരണവും എമ്മെന്റെ ഭരണകാല നേട്ടമാണ്. തീരദേശ റെയിൽപ്പാതയുടെ സർവ്വേയ്ക്ക് അനുമതി നേടിയതും അദ്ദേഹമാണ്. ലക്ഷംവീട് പദ്ധതിയും

ഇടുക്കി പദ്ധതിയുടെ പുനരുദ്ധാരണവും ഒരു ഭരണകർത്താവ് എന്ന നിലയിൽ എം.എൻന്റെ നിത്യസ്മാരകങ്ങളാണ്.

1977-ലെ 6-ാം ലോക്സഭയിൽ അദ്ദേഹം തിരുവനന്തപുരത്തെ പ്രതിനിധീകരിച്ചു. രാജ്യസഭയിലും അംഗമായിരുന്നു.

സത്യസന്ധതയും ആദർശവും അന്യംനിന്നുപോയ രാഷ്ട്രീയരംഗത്ത് നിസ്വാർത്ഥ സേവനത്തിന്റെ ഒറ്റയടിപ്പാതയിലൂടെ നഗ്നപാദനായി നടന്ന എം.എൻ. എന്ന വിപ്ലവകാരിയായ ജനനായകൻ സജീവ രാഷ്ട്രീയം വെടിഞ്ഞപ്പോൾ ദാരിദ്ര്യദുഃഖമനുഭവിച്ചു! ഒരു മകൻ ശൈശവത്തിലേ മരിച്ചു. മറ്റൊരു മകൻ അപ്പു എന്ന നാരായണനും അകാലത്തിൽ പൊലിഞ്ഞു. അനുജൻ എം. എൻ. രാമചന്ദ്രൻ നായരുടെ മരണവും അകാലത്തിൽ തന്നെയായിരുന്നു. പാർട്ടിയിലെ ഭിന്നിപ്പും അദ്ദേഹത്തിന് താങ്ങാനാവുന്നതിനുമപ്പുറമായിരുന്നു. കേരള ജനതയുടെ പ്രിയപ്പെട്ട നേതാവിന് വിധി നല്കിയതൊക്കെ തിരിച്ചടികൾ!

ഭാര്യ: ദേവകീപണിക്കർ. മകൾ: അംബിക.

1984 നവംബർ 27-ന് എം. എൻ. ഗോവിന്ദൻ നായർ 74-ാമത്തെ വയസ്സിൽ ദിവംഗതനായി.

പുതുപ്പള്ളി രാഘവൻ
(1910 – 2000)

വിപ്ലവകാരി, ഗ്രന്ഥകാരൻ, പത്രപ്രവർത്തകൻ എന്നീ നിലകളിൽ കേരള ചരിത്രത്തിൽ സ്വന്തം കൈയ്യൊപ്പ് പതിപ്പിച്ച പുതുപ്പള്ളി രാഘവൻ മദ്ധ്യതിരുവിതാംകൂറിലെ സ്വാതന്ത്ര്യസമര പോരാട്ടങ്ങളിലും ഇടതുപക്ഷ വിപ്ലവ പ്രസ്ഥാനത്തിലും മുൻനിരയിൽ നിന്ന നേതാവാണ്.

ആലപ്പുഴ ജില്ലയിൽ കാർത്തികപ്പള്ളി താലൂക്കിൽ പുതുപ്പള്ളി കരയിൽ മനയം മനയ്ക്കാട്ടുവീട്ടിൽ നാരായണപിള്ള ലക്ഷ്മിയമ്മ ദമ്പതികളുടെ മകനായി 1910 ജനുവരി 10-ന് ജനിച്ചു.

1926-ൽ പ്രയാർ ഇംഗ്ലീഷ്മീഡിയം സ്കൂളിൽ നിന്ന് തേഡ്ഫോറം പാസ്സായി. കായംകുളം ഇംഗ്ലീഷ് ഹൈസ്കൂളിൽ ആറാം ഫോറത്തിൽ പഠിച്ചുകൊണ്ടിരിക്കെ കോഴിക്കോട്ടെത്തി സത്യഗ്രഹസമരത്തിൽ പങ്കുകൊണ്ട് ജയിൽവാസം വരിച്ചു. ഗാന്ധി-ഇർവ്വിൻ സന്ധിക്കുശേഷം ഭഗത്സിംഗ്, രജഗുരു സുഖ്ദേവ് എന്നീ വിപ്ലവകാരികളെ തൂക്കിലേറ്റി. തിരുവിതാംകൂർ സന്ദർശിച്ച ബാട്ലാ കമ്മിറ്റിക്കെതിരെ സംഘടിപ്പിച്ച പ്രതിഷേധ യോഗത്തിൽ അദ്ധ്യക്ഷം വഹിച്ചതിനെ തുടർന്ന് അറസ്റ്റിലായി. ഒരു മാസത്തെ ജയിൽ ശിക്ഷ.

പട്ടാമ്പിയിലെത്തി പുന്നശ്ശേരി നീലകണ്ഠശർമ്മയുടെ കീഴിൽ പിന്നീട് സംസ്കൃത പഠനം. വി. ടി. ഭട്ടതിരിപ്പാട്, പ്രേംജി, രാമൻ ഭട്ടതിരിപ്പാട് എന്നിവരുമായി പരിചയപ്പെട്ടു.

കോൺഗ്രസിന്റെ ബോംബെ സമ്മേളനത്തിൽ പങ്കെടുത്തപ്പോൾ ലഭിച്ച നെഹ്റുവിന്റെ 'സോവിയറ്റ് റഷ്യ' എന്ന ഗ്രന്ഥം പുതുപ്പള്ളിയുടെ ജീവിതത്തിലെ വഴിത്തിരിവായി. വീണ്ടും സംസ്കൃത പഠനം. എം.ആർ. ബി. വരനായ ആദ്യ നമ്പൂതിരി വിധവാ വിവാഹത്തിൽ സഹകരിച്ചതിന് ഗുരുവിനു മുന്നിൽ പ്രായശ്ചിത്തത്തിനു വിസമ്മതിച്ച് ഗുരുഗൃഹം വിട്ടിറങ്ങി.

പിന്നീട് ഇന്ത്യൻ ഗ്രാമങ്ങളിലൂടെ ഏകനായി തീർത്ഥയാത്ര. കാൽനടയാത്രയ്ക്കിടയിൽ ടി. ആർ. കൃഷ്ണസ്വാമിയുടെ ശബരി ആശ്രമം, ഇ.വി. രാമസ്വാമി നായ്കരുടെ ധർമ്മശാല തുടങ്ങിയവ താണ്ടി, പറയരും തോട്ടികളും പാർക്കുന്ന ചേരികളിൽ തങ്ങി, അവരിലൊരാളായി കഴിഞ്ഞ്, വെല്ലൂർ വഴി വാർദ്ധയിലെത്തി സേവാഗ്രാമത്തിൽ ഗാന്ധിജിയെ സന്ദർശിച്ച് ആശ്രമത്തിലെ അന്തേവാസിയായി. വിപ്ലവാവേശത്തെ തള്ളിക്കളയുന്ന ആശ്രമാന്തരീക്ഷത്തിൽനിന്നു രക്ഷപ്പെട്ട് അലഞ്ഞുനടന്ന പുതുപ്പള്ളിയുടെ ചേതനയിലേക്ക് ഭഗവത്ഗീത, ലാൽമോഹൻ ഘോഷിന്റെ 'ഇന്ത്യയുടെ ആത്മാവ്', കൃഷ്ണമൂർത്തിയുടെ പ്രസംഗ സമാഹാരം തുടങ്ങിയവ പുതുവെളിച്ചം പ്രസരിപ്പിച്ചു.

തിരുവിതാംകൂറിലെ സമരതീച്ചൂളയിലേക്ക് വന്നുവീണ പുതുപ്പള്ളി തിരുവിതാംകൂർ യൂത്ത്ലീഗിൽ പ്രവർത്തിച്ചുതുടങ്ങി. പൊന്നറ ശ്രീധർ, എൻ. ശ്രീകണ്ഠൻനായർ, ശങ്കരനാരായണൻ തമ്പി, കെ. ദാമോദരൻ എന്നിവരോടൊത്ത് സജീവ രാഷ്ട്രീയ പ്രവർത്തനം തുടങ്ങി.

1942-ൽ ക്വിറ്റ് ഇന്ത്യാ സമരത്തിന്റെ ഭാഗമായി സെക്രട്ടേറിയറ്റിനു മുകളിൽ ബ്രിട്ടീഷ് പതാക മാറ്റി ത്രിവർണ്ണ പതാകയുയർത്തിയതിന് രണ്ട് വർഷത്തെ ജയിൽവാസം ലഭിച്ചു. കമ്മ്യൂണിസ്റ്റ് പാർട്ടിയിലെത്തിയ പുതുപ്പള്ളി ആദ്യ തിരുവനന്തപുരം ജില്ലാ സെക്രട്ടറിയായി. പോലീസ് മർദ്ദനങ്ങളുടെ ഒരു പരമ്പര തന്നെ ഇക്കാലത്ത് അദ്ദേഹത്തിനു നേരിടേണ്ടിവന്നു.

1956-ൽ വാരണാപ്പള്ളി തറവാട്ടിലെ ശാന്തമ്മയെ വിവാഹം ചെയ്തു. രണ്ടു പൺമക്കൾ. ഷീല, ശോഭ.

പാർട്ടി പിളർന്നപ്പോൾ സജീവ രാഷ്ട്രീയം വിട്ടു. 'സോവിയറ്റ് സമീക്ഷ'യുടെ പത്രാധിപർ, എഴുത്തുകാരൻ എന്നീ നിലകളിൽ പ്രവർത്തിച്ച പുതുപ്പള്ളിയുടെ 'കേരള പത്രപ്രവർത്തന ചരിത്രം' ശ്രദ്ധേയമായ ഒരു കൃതിയാണ്. 'എന്റെ വിപ്ലവ സ്മരണകൾ' എന്ന ആത്മകഥ പ്രസിദ്ധീകരിച്ചിട്ടുണ്ട്.

2000 ഏപ്രിൽ 27-ന് പുതുപ്പള്ളി അന്തരിച്ചു.

ചങ്ങമ്പുഴ കൃഷ്ണപ്പിള്ള
(1911–1948)

അക്ഷരം കൂട്ടിവായിക്കാൻ മാത്രമറിയാവുന്നവരെക്കൊണ്ട് കവിത വായിപ്പിക്കുകയും നിരക്ഷരരെക്കൊണ്ട് കവിത കേട്ട്, കാണാപ്പാഠം പഠിച്ച് ആസ്വദിപ്പിക്കുകയും ചെയ്ത മലയാളത്തിന്റെ പ്രിയപ്പെട്ട കാല്പനിക കവി. യുവത്വം അസ്തമിക്കുംമുമ്പ് ജീവിതത്തോട് വിടപറഞ്ഞ മലയാളത്തിന്റെ ഈ പൂങ്കുയിലിന്റെ ഗാനനിർഝരിയിൽ മുങ്ങിക്കുളിച്ച് ഒരു തലമുറയാകെ രോമാഞ്ചംപൂണ്ടുനിന്നു.

കൊല്ലവർഷം 1087 കന്നി 24-ന് (1911 ഒക്ടോബർ 11) ഇടപ്പള്ളിയിൽ ജനിച്ചു. മട്ടാഞ്ചേരി തെക്കേടത്ത് നാരായണ മേനോനായിരുന്നു പിതാവ്. മാതാവ് പ്രസിദ്ധമായ ചങ്ങമ്പുഴ തറവാട്ടിലെ പാറുക്കുട്ടിയമ്മ. പരമ്പരാഗതമായി ഇടപ്പള്ളി രാജാക്കന്മാരുടെ പടനയാകന്മാരായിരുന്നു ചങ്ങമ്പുഴ തറവാട്ടുകാർ. കൃഷ്ണപിള്ള ജനിക്കുമ്പോൾ പ്രതാപമെല്ലാം നഷ്ടപ്പെട്ട് നിത്യവൃത്തിക്ക് വകയില്ലാത്ത തരത്തിൽ ക്ഷയിച്ചുകഴിഞ്ഞിരുന്നു തറവാട്. അച്ഛൻ വക്കീൽ ഗുമസ്തനായിരുന്നു. പിതാവിന്റെ അകാല മരണത്തോടെ ആ കുടുംബം തീർത്തും പട്ടിണിയുടെ പിടിയിലായി. കൊച്ചുകുട്ടന്റെ (അതായിരുന്നു കൃഷ്ണപിള്ളയുടെ ഓമനപ്പേര്) മാതാവ് പാറുക്കുട്ടിയമ്മയും അമ്മൂമ്മയും ഇടപ്പള്ളി കൊട്ടാരത്തിൽ പുറംപണി ചെയ്തുകിട്ടുന്നതുകൊണ്ടാണ് ആറേഴ് അംഗങ്ങളുള്ള ആ കുടുംബം പിന്നീട് കഴിഞ്ഞത്.

പ്രാഥമിക വിദ്യാഭ്യാസം ഇടപ്പള്ളി ഗവ. പ്രൈമറി സ്കൂളിലായിരു

ന്നു. പ്രിപ്രേട്ടറി ക്ലാസും ഫസ്റ്റ് ഫോറവും കഴിഞ്ഞ് സെക്കന്റ് ഫോറത്തിൽ കടന്നപ്പോഴാണ് കൃഷ്ണപിള്ള അതേ ക്ലാസിൽ പഠിക്കാനെത്തിയ ഇടപ്പള്ളി രാഘവൻപിള്ളയെ ആദ്യമായി കണ്ടുമുട്ടിയത്. അന്നേ കവിതയെഴുത്ത് തുടങ്ങിക്കഴിഞ്ഞിരുന്ന ഇരുവരും ഇടപ്പള്ളി കൃഷ്ണരാജാവിന്റെ സീമന്തപുത്രനും ബി.എ. ബിരുദധാരിയുമായ ഇടപ്പള്ളി കരുണാകരമേനോന്റെ നേതൃത്വത്തിലുള്ള സാഹിത്യ സദസ്സിലെ അംഗങ്ങളായി.

ഇംഗ്ലീഷ് മിഡിൽ സ്കൂൾ പഠനത്തിനുശേഷം കൃഷ്ണപിള്ള ആലുവാ സെന്റ് മേരീസ് ഹൈസ്കൂളിൽ പഠിക്കുമ്പോൾതന്നെ മാതൃഭൂമി, മലയാളരാജ്യം, ദീപിക തുടങ്ങിയ വാരികകളിൽ കവിതകളെഴുതിത്തുടങ്ങി.

1933–ൽ ഇടപ്പള്ളി സാഹിത്യസമാജം സെക്രട്ടറിയായ ചങ്ങമ്പുഴ അപ്പോഴേയ്ക്കും മഹാകവി ജി. ശങ്കരക്കുറുപ്പുമായി പരിചയപ്പെട്ടു കഴിഞ്ഞിരുന്നു. മഹാരാജാസ് കോളേജിൽ ഇന്റർമീഡിയറ്റിന് ചേരുമ്പോൾ തന്നെ കൃഷ്ണപിള്ള ഒരു കവി എന്ന നിലയിൽ പ്രശസ്തനായി കഴിഞ്ഞു. മഹാകവി ജി.യും കുറ്റിപ്പുറത്ത് കേശവൻനായരും കവി തിലകൻ കെ.പി. കറപ്പനും അന്ന് അദ്ദേഹത്തിന്റെ ഗുരുക്കന്മാരായിരുന്നു.

1934–ൽ പ്രഥമ കൃതി– 'ബാഷ്പാഞ്ജലി'– പ്രസിദ്ധീകൃതമാവുമ്പോൾ ചങ്ങമ്പുഴയ്ക്ക് വയസ്സ് 23. പതിനേഴ് വയസ്സ് മുതൽ ഇരുപത്തിമൂന്ന് വയസ്സുവരെ എഴുതിയ കവിതകളിൽ നിന്ന് തിരഞ്ഞെടുത്ത 51 കവിതകളാണ് ഈ കൃതിയിൽ ഉൾപ്പെടുത്തിയത്. ഇ. വി. കൃഷ്ണപിള്ള 'ബാഷ്പാഞ്ജലി'ക്ക് അവതാരികയെഴുതി.

സർഗ്ഗസൃഷ്ടിയുടെ പേറ്റുനോവ് (The Travail of Writting) ചങ്ങമ്പുഴയ്ക്ക് അന്യമായിരുന്നു. തനിക്ക് അഭിമുഖീകരിക്കേണ്ടിവന്ന ജീവിത ക്ലേശങ്ങൾ, തന്റെ വൈകാരികാനുഭവങ്ങൾ ഒക്കെ ആ തൂലികത്തുമ്പിലൂടെ അനർഗ്ഗളമായി ഒഴുകിയെത്തുകയായിരുന്നു. വരേണ്യവർഗ്ഗം വരേണ്യവർഗ്ഗത്തിനായി ചമയ്ക്കുന്ന സാഹിത്യമായിരുന്നു ചങ്ങമ്പുഴയുടെ കാലം വരെയും. എന്നാൽ ചങ്ങമ്പുഴക്കവിതയിലൂടെ സാധാരണ മനുഷ്യൻ അവന്റെ പങ്കപ്പാടുകൾ തൊട്ടറിഞ്ഞു, സ്വന്തം വിചാരവികാരങ്ങളുടെ ആലേഖനങ്ങൾ സ്പർശിച്ചറിഞ്ഞു.

ബി.എ. (ഓണേഴ്സ്) യ്ക്ക് തിരുവനന്തപുരം ആർട്സ് കോളേജിൽ പഠിക്കുവാൻ 1939–ൽ ചേരുന്നതിന് മൂന്ന് വർഷം മുമ്പ് ഇടപ്പള്ളി രാഘവൻപിള്ള ആത്മഹത്യ ചെയ്തു. ചങ്ങമ്പുഴയെ വ്രണിതഹൃദയനാക്കിയ ഒരു ദുരന്തമായിരുന്നു അത്. തന്റെ പ്രിയ തോഴന്റെ വിയോഗമാണ് 'രമണൻ' എന്ന ആരണ്യക വിലാപകാവ്യം (Pastoral Elegy) രചിക്കാൻ നിമി

ത്തമായത്. 'രമണൻ' മലയാള കാവ്യരംഗത്ത് ഒരത്ഭുതമായി മാറി. കൊ:വ. 1112 മുതൽ 1118 വരെ നാലു പതിപ്പുകളും 1119 മുതൽ 5, 6, 7, 8, 9 പതിപ്പുകളും 1120-ൽ 10, 11, 12, 13, 14 പതിപ്പുകളും ഈ കൃതിക്കുണ്ടായി. എഴുത്തച്ഛന്റെ അദ്ധ്യാത്മരാമായണം കഴിഞ്ഞാൽ മലയാളത്തിൽ ഏറ്റവും കൂടുതൽ വിറ്റഴിഞ്ഞ കൃതി എന്ന ഖ്യാതി 'രമണനു' മാത്രമുള്ളതാണ്.

1940-ൽ ബി.എ. (ഓണേഴ്സ്) യ്ക്ക് പഠിച്ചുകൊണ്ടിരിക്കെ ചങ്ങമ്പുഴ വിവാഹിതനായി. ഇടപ്പള്ളി ഗവ. പ്രൈമറി സ്കൂളിൽ ഡ്രോയിംഗ് മാസ്റ്ററായിരുന്ന സി. കെ. രാമൻ മേനോന്റെ പുത്രി ശ്രീദേവിയായിരുന്നു വധു. ബിരുദാനന്തരം കുറച്ചുകാലം കായംകുളത്ത് 'എക്സൽസിയർ ട്യൂട്ടോറിയലി'ൽ അധ്യാപകനായിരുന്നു. പിന്നീട് പൂനയിൽ മിലിട്ടറി സർവ്വീസിൽ ക്ലാർക്കായി ചേർന്നു. 1943-ൽ നാട്ടിൽ തിരിച്ചെത്തിയ. ചങ്ങമ്പുഴ 1944-ൽ നിയമപഠനത്തിന് മദ്രാസിൽ പോയെങ്കിലും പഠനം പൂർത്തിയാക്കാതെ മടങ്ങി. കുറേക്കാലം തൃശൂർ മംഗളോദയം മാസികയിൽ ജോസഫ് മുണ്ടശ്ശേരിക്കൊപ്പം പത്രാധിപരായി ജോലി ചെയ്തു.

ക്ഷയരോഗം പിടിപെട്ട് 1948 ജൂൺ 17-ന് 37-ാമത്തെ വയസ്സിൽ ചങ്ങമ്പുഴ തൃശൂർ മംഗളോദയം നഴ്സിംഗ് ഹോമിൽവെച്ച് മരണമടഞ്ഞു. രമണൻ, സ്പന്ദിക്കുന്ന അസ്ഥിമാടം തുടങ്ങി 37 വയസ്സിനിടയിൽ 48 കവിതാസമാഹാരങ്ങൾ, കളിത്തോഴി എന്ന നോവൽ, സാഹിത്യചിന്തകൻ എന്ന ലേഖന സമാഹാരം, 'തുടിക്കുന്ന താളുകൾ' എന്ന ആത്മകഥ, 'ശിഥിലഹൃദയം' എന്ന കഥാസമാഹാരം, 12 വിവർത്തന ഗ്രന്ഥങ്ങൾ എന്നിവയെഴുതി വിടപറയാൻ തിടുക്കം കാട്ടുകയായിരുന്നുവോ ചങ്ങമ്പുഴ?

'പാടാനറിയാത്ത ചങ്ങമ്പുഴയുടെ കവിതകളിൽ സംഗീതം കനകച്ചിലങ്ക കിലുക്കി നൃത്തം വെച്ചു. താളലയങ്ങളുടെ മാസ്മരികപ്രഭയിൽ കോമള പദാവലികൾ വർണ്ണശോഭയോടെ അണിനിരന്ന മനോഹര സൃഷ്ടികളായിരുന്നു ചങ്ങമ്പുഴക്കവിതകൾ. പണ്ഡിതനും പാമരനും ധനികനും ദരിദ്രനും സ്വദേശിയും പ്രവാസിയും ആ കവിതകൾ നെഞ്ചോട് ചേർത്തുവെച്ചു.' 1922 മുതൽ കാൽനൂറ്റാണ്ടുകാലം മലയാളി ചങ്ങമ്പുഴ കവിതകളുടെ ആകർഷണവലയത്തിലായിരുന്നു. പുതുശ്ശേരി രാമചന്ദ്രൻ ചങ്ങമ്പുഴ കവിതകളെക്കുറിച്ച് ഇങ്ങനെ രേഖപ്പെടുത്തി:

"....പൊടിമണ്ണിൽ വീണുകിടന്ന നാടൻ പദങ്ങൾ വാരിയെടുത്ത് കവിതയുടെ കിരീടത്തിലെ മുത്തുകളാക്കി അദ്ദേഹം മാറ്റി. നാവുണങ്ങിക്കിടന്ന നാടൻവൃത്തങ്ങൾ ഉയിർത്തെഴുന്നേറ്റു പാടാൻ തുടങ്ങി. ഒളിച്ചുവെച്ചോമനിച്ചിരുന്ന യുവത്വത്തിന്റെ സ്വപ്നാഭിലാഷങ്ങളും അവയുടെ ദയനീ

യമായ തകർച്ചകളും ആ നാടൻപാട്ടുകൾക്ക് നിറപ്പകിട്ടേകി...."

മലയപ്പുലയന്റെ ദുഃഖത്തിന്റെ, രോഷത്തിന്റെ, നിസ്സഹായതയുടെ കഥ പറഞ്ഞ 'വാഴക്കുല'യിൽ മർദ്ദകരെ നോക്കി.

"ഇതിനൊക്കെ പ്രതികാരം ചെയ്യാതടങ്ങുമോ

പതിതരേ നിങ്ങൾതൻ പിൻമുറക്കാർ!"

എന്നാദ്യമായി ആക്രോശിച്ചത് ചങ്ങമ്പുഴയാണ്. ആ ദീർഘദർശനം ഒരളവുവരെ സത്യമായ് ഭവിക്കുകയും ചെയ്തു.

☞

കേണൽ ഉണ്ണിനായർ
(1911–1950)

ചെറിപുഷ്പത്തിന് ആയുസ്സ് കുറവാണ്. പക്ഷേ, പരിമിതകാലത്തേക്കുള്ള അതിന്റെ വർണ്ണഭംഗി അവാച്യമാണ്. അകാലത്തിൽ പൊലിയുന്ന ഉൽക്കൃഷ്ട വ്യക്തിത്വങ്ങൾ ചെറിപുഷ്പം പോലെയാണ്. കേണൽ ഉണ്ണിനായരെ ഓർക്കുമ്പോൾ ചെറിപുഷ്പത്തിന്റെ വർണ്ണഭംഗിയാണോർമ്മ വരിക.

പത്രപ്രവർത്തകൻ, ഇന്ത്യൻ ആർമിയിൽ കേണൽ, തെക്കുകിഴക്ക നേഷ്യയിൽ സുപ്രീം കമാണ്ടർ ആയിരുന്ന മൗണ്ട് ബാറ്റൺ പ്രഭുവിന്റെ ചിഫ് പബ്ലിക് റിലേഷൻസ് ഓഫീസർ, അമേരിക്കയിലെ ഇന്ത്യൻ എംബസിയിൽ പബ്ലിക് റിലേഷൻസ് ഓഫീസർ എന്നിവയായിരുന്നു ഉണ്ണിനായരുടെ ഔദ്യോഗിക മേഖലകൾ. താൻ വ്യാപരിച്ച മണ്ഡലങ്ങളിലൊക്കെ അദ്ദേഹത്തെ ശ്രദ്ധേയനാക്കിയത് ജീവിതത്തെ സാഹസികമായി നേരിടാനുള്ള ധീരത, ഏറ്റെടുക്കുന്ന ജോലിയിലുള്ള സ്വയംസമർപ്പണം, യുവസഹജമായ ചടുലത, കാഴ്ചയിലും കർമ്മത്തിലുമുള്ള പ്രസരിപ്പ് എന്നിവയായിരുന്നു. ജീവിതം ക്ഷണികമാണ് എന്നുരയ്ക്കുമാറ് വല്ലാത്തൊരു ധൃതിയും ചടുലതയും ഉണ്ണിനായരുടെ ദൈനംദിന ജീവിതത്തിൽ നിറഞ്ഞുനിന്നു.

പാലക്കാട് പറളിയിലെ പ്രസിദ്ധ നാടുവാഴി കുടുംബമായ മനയ്ക്കമ്പാട്ട് 1911 ഏപ്രിൽ 22-ന് കേശവനുണ്ണി ജനിച്ചു. അച്ഛൻ നാരായണമം

ഗലം ദാമോദരൻ നമ്പൂതിരി. അമ്മ മനയ്ക്കംപാട്ട് അമ്മുക്കുട്ടി. ഒറ്റപ്പാലം ഹൈസ്കൂൾ, എറണാകുളം മഹാരാജാസ് കോളേജ് എന്നിവിടങ്ങളിലെ പഠനശേഷം മദിരാശി ക്രിസ്ത്യൻ കോളേജിൽനിന്ന് ബി.എ. ഓണേഴ്സ് പാസ്സായി.

കോളേജ് വിദ്യാഭ്യാസകാലത്ത് പത്രമാസികകളിൽ ലേഖനങ്ങൾ എഴുതുമായിരുന്നു. മദിരാശിയിലെ പഠനകാലത്ത് പട്ടാളപരിശീലനത്തിലേർപ്പെട്ടും 'മെറി മാസിക' തുടങ്ങിയ പത്രമാസികകളിൽ ലേഖനങ്ങളെഴുതിയും കഴിഞ്ഞു.

1936-ൽ 'മദ്രാസ് മെയിലി'ൽ റിപ്പോർട്ടറായി ചേർന്നു. അടുത്ത വർഷം ഇന്ത്യൻ ആർമി സർവ്വീസിൽ ഓഫീസറായി നിയമനം ലഭിച്ചു. 1938-ൽ കൽക്കത്തയിലെത്തി 'സ്റ്റേറ്റ്സ്മാൻ' പത്രത്തിൽ സ്പോർട്സ് റിപ്പോർട്ടറായി. തുടർന്ന് പട്ടാളപരിശീലനത്തിനായി ഡെറാഡൂണിലേക്ക് പോയി. മടങ്ങിയെത്തി രാജ്യരക്ഷാവകുപ്പിൽ ഔദ്യോഗിക റിപ്പോർട്ടർ.

1941-ൽ രണ്ടാം ലോകമഹായുദ്ധകാലത്ത് ഇന്ത്യൻ പത്രപ്രവർത്തകർക്കൊപ്പം മലയായിലേക്ക് പോയി. മടങ്ങി ഡൽഹിക്ക്. വീണ്ടും യാത്ര. ബർമ്മയിൽ യുദ്ധം തുടങ്ങിയിരുന്നു. യുദ്ധരംഗത്ത് മുറിവേറ്റവരെ ശുശ്രൂഷിക്കാനും വെടിയേറ്റവരെ രക്ഷിക്കാനും ഉണ്ണിനായർ കാട്ടിയ ധീരതയെക്കുറിച്ച് മറ്റൊരു പത്രപ്രവർത്തകൻ പിന്നീട് ഓർക്കുന്നുണ്ട്.

ബർമ്മയിൽനിന്നു മടങ്ങിയെത്തിയിട്ടും ഉണ്ണിനായർക്ക് വിശ്രമിക്കാനായില്ല. ഇന്ത്യയിലെ സൈനിക ഒരുക്കങ്ങൾ മനസ്സിലാക്കാനായി ഗ്ലസ്റ്റർപ്രഭു എത്തിയപ്പോൾ പബ്ലിക് റിലേഷൻസ് ഓഫീസർ എന്ന നിലയിൽ പല സ്ഥലത്തും അദ്ദേഹത്തെ അനുഗമിക്കേണ്ടതുണ്ടായിരുന്നു.

ജർമ്മനിയുടെയും ഇറ്റലിയുടെയും ആക്രമണങ്ങളെ പ്രതിരോധിക്കാൻ ഇന്ത്യൻ സൈന്യം ഉത്തരാഫ്രിക്കയിൽ വിന്യസിക്കപ്പെട്ടിരുന്നപ്പോൾ അവരുടെ നിക്കങ്ങൾ ശ്രദ്ധിക്കാൻ ഔദ്യോഗിക നിരീക്ഷകനായിരുന്നത് കേണൽ ഉണ്ണിനായരായിരുന്നു. ആ സൈനിക വിഭാഗം ഇറ്റലിയിലേക്കു പോയപ്പോൾ ഉണ്ണിനായരും അവരെ അനുഗമിച്ചു.

1944-ൽ അദ്ദേഹം ഇന്ത്യയിലേക്കു മടങ്ങി. വീണ്ടും ബർമ്മയിലേക്ക്. അന്ന് മൗണ്ട് ബാറ്റൺ പ്രഭു തെക്കുകിഴക്കനേഷ്യയിലെ സുപ്രീം കമാണ്ടറായിരുന്നു. ഉണ്ണിനായർ അദ്ദേഹത്തിന്റെ ചീഫ് ഇന്ത്യൻ പബ്ലിക് റിലേഷൻസ് ഓഫീസറായി നിയമിക്കപ്പെട്ടു.

ജോലിത്തിരക്ക് അല്പമൊന്നു ശമിച്ചപ്പോൾ യുദ്ധരംഗത്ത് പരിചയ

പ്പെട്ട ഇംഗ്ലീഷ് പത്രറിപ്പോർട്ടർമാരെ കാണാൻ അദ്ദേഹം ഇംഗ്ലണ്ടി.ലേക്ക് പോയി. ഫ്ളീറ്റ് സ്ട്രീറ്റിലെ പ്രധാന പത്രസ്ഥാപനങ്ങളിലെ സുഹൃത്തുക്കൾ അദ്ദേഹത്തെ ആഹ്ലാദപൂർവ്വം സ്വീകരിച്ചു. ലണ്ടനിൽ തങ്ങളോടൊപ്പം ജോലി ചെയ്യാൻ അദ്ദേഹത്തെ അവർ ക്ഷണിച്ചു.

1946 ഏപ്രിൽ മാസത്തിൽ സ്വന്തം അഭ്യർത്ഥനപ്രകാരം അദ്ദേഹത്തെ സൈനിക സേവനത്തിൽനിന്ന് ഒഴിവാക്കി. താമസിയാതെ സ്റ്റേറ്റ്സ്മാൻ പത്രത്തിൽ ചേർന്നു.

ഇക്കാലത്ത് വിവാഹം. പ്രശസ്ത ആർട്ടിസ്റ്റ് ആമ്പാടി രാമപ്പൊതുവാളിന്റെ (തൃശൂർ) യും തെക്കേകുറപ്പത്തെ പാർവ്വതിയമ്മയുടെയും പുത്രി ഡോ. വിമലയായിരുന്നു വധു.

സ്റ്റേറ്റ്സ്മാനിലെ ദിനങ്ങൾ തിരക്കേറിയതായിരുന്നു. കാബിനറ്റ് മിഷനുമായുള്ള കോൺഗ്രസ് നേതാക്കളുടെ ചർച്ചകൾ, ബംഗാൾ കലാപം, കോൺസ്റ്റിറ്റ്യുവന്റ് അസംബ്ലിയുടെ പ്രവർത്തനം ഇവയൊക്കെ സമർത്ഥമായി അദ്ദേഹം റിപ്പോർട്ട് ചെയ്തു. 1947 ഓഗസ്റ്റ് 15-ലെ അധികാരകൈമാറ്റം സംബന്ധിച്ചുള്ള അദ്ദേഹത്തിന്റെ റിപ്പോർട്ടുകൾ ശ്രദ്ധേയമാണ്.

ഇക്കാലത്ത് ഉത്തരേന്ത്യയിൽ ഉണ്ടായ വർഗ്ഗീയ കലാപങ്ങൾ റിപ്പോർട്ട് ചെയ്യാൻ സൈനികവകുപ്പ് അദ്ദേഹത്തിന്റെ സേവനം തേടി. ഇക്കുറി Armed Force Information Officer എന്ന നിലയിൽ അദ്ദേഹം സേവനമനുഷ്ഠിച്ചു. ഭാരിച്ച ഉത്തരവാദിത്വങ്ങൾ നിർവ്വഹിച്ചുകൊണ്ടിരിക്കെ കാശ്മീർ ലഹള ആരംഭിച്ചു. പട്ടാളക്കാരോടൊപ്പം പട്ടാളവേഷം വീണ്ടുമണിഞ്ഞ് ഉണ്ണിനായർ കാശ്മീരിലേക്ക് പോയി.

1948-ൽ അമേരിക്കയിലേക്ക്. ഇക്കുറി വാഷിംഗ്ടൺ എംബസിയിലെ പബ്ലിക് റിലേഷൻസ് ഓഫീസറായിട്ടായിരുന്നു നിയമനം. പ്രധാനമന്ത്രി നെഹ്റുവിന്റെ അമേരിക്കൻ സന്ദർശനത്തിനുള്ള ഒരുക്കങ്ങളുടെ ചുമതല ഉണ്ണിനായർക്കായിരുന്നു.

കൊറിയൻ യുദ്ധം റിപ്പോർട്ട് ചെയ്യുന്നതിനുള്ള സന്നദ്ധത അറിയിച്ച ഉണ്ണിനായർക്ക് യു.എൻ. നിയോഗിച്ച നിരീക്ഷണ സംഘത്തിൽ ഇടംകിട്ടി. അമേരിക്കയിലെ ഇന്ത്യൻ അംബാസിഡറായിരുന്ന വിജയലക്ഷ്മി പണ്ഡിറ്റിന്റെ അനുമതിയോടെ അദ്ദേഹം ദക്ഷിണകൊറിയയിലെ പൂസാനിൽ 'ഐക്യരാഷ്ട്ര കൊറിയാ കമ്മീഷനി'ലെ ഇന്ത്യൻ പ്രതിനിധിയായി എത്തി. യുദ്ധരംഗത്തുള്ള 'ടാഗു'വിൽ താമസിച്ചുകൊണ്ട് അവിടത്തെ ഗവൺമെന്റുമായി ബന്ധപ്പെട്ടു. ഇടയ്ക്കിടെ യുദ്ധരംഗം സന്ദർശിച്ചുകൊണ്ടിരിക്കെ 1950

ഓഗസ്റ്റ് 12-ന് സഹപ്രവർത്തകരുമൊത്ത് ജീപ്പിൽ സഞ്ചരിക്കെ മൈനിൽ തട്ടി പൊട്ടിത്തെറിച്ച് രണ്ട് സഹപ്രവർത്തകരോടൊപ്പം ആ ജീവൻ പൊലിഞ്ഞു. മകൾ ഡോ. പാർവ്വതിക്ക് രണ്ട് വയസ്സുള്ളപ്പോഴായിരുന്നു ഈ ദുരന്തം.

1974-ൽ അമ്മയുമൊത്ത് പാർവ്വതി കൊറിയയിൽ അച്ഛനുറങ്ങുന്ന മണ്ണിലെത്തി. 38 വർഷങ്ങൾക്കുശേഷം 2012 ഓഗസ്റ്റ് 24-ന് പാർവ്വതി വീണ്ടും അവിടെയത്തി; അമ്മയുടെ ചിതാഭസ്മം വഹിച്ച കലശവുമായി!

വി. പി. മേനോൻ എഴുതി:

".....ഏതു പ്രവൃത്തിയിൽ ഏർപ്പെട്ടിരിക്കുന്നുവോ അതിൽ തന്റെ സർവ്വ കഴിവുകളും ഉപയോഗിക്കുവാനുള്ള സന്നദ്ധത.... താൻ ഏറ്റെടുത്ത പ്രവൃത്തിക്കായി സ്വയം സമർപ്പണം ചെയ്യുവാൻ ഇത്ര ഒരുക്കമുള്ള മറ്റൊരാളെ ഞാൻ ഓർക്കുന്നില്ല...."

"ഇന്ത്യയിൽവെച്ചും അമേരിക്കയിൽവെച്ചും പല പ്രാവശ്യവും ഞാൻ ഉണ്ണിനായരെ കാണുകയുണ്ടായിട്ടുണ്ട്. പ്രഥമദൃഷ്ടിയിൽത്തന്നെ നല്ലൊരഭിപ്രായമാണ് എനിക്കദ്ദേഹത്തെപ്പറ്റി തോന്നിയത്.... ഉത്സാഹവും ഓജസ്സും തുളുമ്പുന്ന ഭാവത്തോടെ തന്റെ ജോലി ചെയ്തുതീർക്കുന്നതിൽ നിമഗ്നനായിരിക്കും അദ്ദേഹം. ഉണ്ണിനായരുടെ സാന്നിധ്യം കുളിർമ്മയുള്ള കാറ്റുപോലെയാണ്. ഈ ഗുണങ്ങൾക്കെല്ലാം മകുടം ചാർത്തുന്നതായിരുന്നു അദ്ദേഹത്തിന്റെ ധീരത...."

കാര്യങ്ങളുടെ നിജസ്ഥിതി സൂക്ഷ്മമായി അറിയാനുള്ള കഴിവ്, അവ വസ്തുനിഷ്ഠമായി വിവരിക്കാനുള്ള സാമർത്ഥ്യം, ഒഴുക്കും ജീവസുമുള്ള ശൈലി- പത്രപ്രവർത്തകനെന്ന നിലയിൽ ഉണ്ണിനായരുടെ സവിശേഷതകളായിരുന്നു ഇവ.

'My Malabar' എന്നൊരു ഇംഗ്ലീഷ് കൃതി അദ്ദേഹം എഴുതി. ആത്മകഥയ്ക്കു തുടക്കമിട്ടുവെങ്കിലും പൂർത്തീകരിക്കാനായില്ല.

☞

കുഞ്ചാക്കോ
(1911–1977)

കേരളത്തിലെ പ്രഥമ സിനിമാ സ്റ്റുഡിയോ- 'ഉദയാ'യുടെ സ്ഥാപകൻ. ജനപ്രിയ സിനിമകളിലൂടെ നേട്ടങ്ങൾ കൊയ്ത സംവിധായക-നിർമ്മാതാവ്.

കുട്ടനാട്ടിലെ പുളിങ്കുന്നു ഗ്രാമത്തിൽ പുരാതന കത്തോലിക്കാ കർഷക കുടുംബമായ മാളിയംപുരയ്ക്കൽ മാണി ചാക്കോ–ഏലിയാമ്മ ദമ്പതികളുടെ മൂത്ത മകനായി 1911 ഫെബ്രുവരി 11-ന് ജനിച്ചു. കയർ ബിസിനസ്സിലും മദ്യവ്യവസായത്തിലുമായിരുന്നു യുവാവായ കുഞ്ചാക്കോ ജീവിതം തുടങ്ങിയത്. അദ്ദേഹം സിനിമാലോകത്തേയ്ക്ക് കടന്നത് തികച്ചും ആകസ്മികമായാണ്.

1938-ൽ പുറത്തിറങ്ങിയ 'ബാലൻ' ആയിരുന്നു മലയാളത്തിലെ പ്രഥമ ശബ്ദചിത്രം. നൊട്ടാണിയുടെ സംവിധാനത്തിൽ ടി.ആർ. സുന്ദരം നിർമ്മിച്ച ഈ ചിത്രത്തിന് മറ്റുചില സവിശേഷതകൾകൂടി ഉണ്ടായിരുന്നു. മലയാളി നായികാനായകന്മാരും (കെ.കെ. അരൂർ, എം.കെ. കമലം) സെബാസ്റ്റ്യൻ കുഞ്ഞുകുഞ്ഞു ഭാഗവതരും സേവ്യർ പി. വിൻസെന്റും ഒക്കെച്ചേർന്ന മലയാളികളുടെ ഒരു കൂട്ടായ്മ ഈ ചിത്രത്തിന്റെ പിന്നിലുണ്ടായിരുന്നു. 'ബാലനു'ശേഷം സെബാസ്റ്റ്യൻ കുഞ്ഞുകുഞ്ഞു ഭാഗവതർ, സേവ്യർ പി. വിൻസെന്റ്, ടി.എം. വർഗ്ഗീസ്, ഇ. ജോൺ ഫിലിപ്പോസ്, വെണ്ടർ കൃഷ്ണപിള്ള, പി.എൻ. ഗോപാലപിള്ള, ചേപ്പാട്ട് മാത്തുക്കുട്ടി എന്നിവരുടെ സഹ

കരണത്തോടെ കുഞ്ചാക്കോ അദ്ദേഹത്തിന്റെ പാതിരപ്പള്ളിയിലെ വീടും പരിസരവും ഒരു സിനിമാ സ്റ്റുഡിയോ ആക്കി മാറ്റി. 1947-ൽ 'ഉദയാ സ്റ്റുഡിയോ' പിറവിയെടുക്കുന്നത് അങ്ങനെയാണ്. സ്റ്റുഡിയോയ്ക്കുവേണ്ടി കുഞ്ചാക്കോ സ്വന്തം കയർ ഫാക്ടറിയും എണ്ണമില്ലും വിറ്റു. ഒന്നാമത്തെ ചിത്രം 'വെള്ളിനക്ഷത്രം' 1944-ൽ റിലീസ് ചെയ്തു. പടം സംവിധാനം ചെയ്തത് ജർമ്മൻ സ്വദേശി ബേസ് എന്നയാളായിരുന്നു. ചിത്രം സാമ്പത്തികമായി തകർന്നു; സുഹൃത്തുക്കൾ വഴിപിരിഞ്ഞു. അധീരനാവാതെ കുഞ്ചാക്കോ പിടിച്ചുനിന്നു. സഹോദരനെ (നവോദയ അപ്പച്ചൻ) സ്റ്റുഡിയോയുടെ ഭരണച്ചുമതല ഏല്പിച്ചുകൊണ്ട് കെ.വി. കോശിയുടെ സഹകരണത്തോടെ കെ. ആന്റ് കെ. പ്രൊഡക്ഷന്റെ ബാനറിൽ 1950-ൽ 'നല്ല തങ്ക' നിർമ്മിച്ച് വിജയം കൊയ്തു.

വിജയത്തിന്റെ വാതിലുകൾ സാഹസികനായ കുഞ്ചാക്കോയുടെ മുന്നിൽ തുറക്കപ്പെടുകയായിരുന്നു. തുടർന്നു നിർമ്മിച്ച ജീവിതനൗക, വിശപ്പിന്റെ വിളി, അവർ വരുന്നു, കിടപ്പാടം എന്നീ ചിത്രങ്ങൾ വമ്പിച്ച പ്രദർശന വിജയം നേടി.

കുഞ്ചാക്കോ സംവിധാനം ചെയ്ത പ്രഥമ ചിത്രം 'ഉമ്മ'യാണ്. തുടർന്ന് നീലിസാലി, ഉണ്ണിയാർച്ച, പാലാട്ടുകോമൻ, ആരോമലുണ്ണി, തുമ്പോലാർച്ച, പുന്നപ്ര-വയലാർ, ഭാര്യ തുടങ്ങി ജനകീയാംഗീകാരം നേടിയ ഒരുപിടി ചിത്രങ്ങൾ.

വയലാർ-ദേവരാജൻ ടീമിന്റെ സംഗീതവും യേശുദാസിന്റെ ശബ്ദമാധുരിയും ഓളംവെട്ടുന്ന മനോഹര ഗാനങ്ങൾ പിറന്നത് ഉദയാ ചിത്രങ്ങളിലൂടെയാണ്. കുഞ്ചാക്കോ മലയാളത്തിനു സമ്മാനിച്ച 74 ചിത്രങ്ങൾ എല്ലാംതന്നെ സാധാരണ ജനത നെഞ്ചേറ്റി ലാളിച്ചവയാണ്.

1977 ജൂൺ 15-ന് കുഞ്ചാക്കോ അന്തരിച്ചു.

ഭാര്യ അന്നമ്മ ചാക്കോ. നടനും നിർമ്മാതാവുമായ ബോബൻ കുഞ്ചാക്കോ മകനും പുതിയ തലമുറയിലെ പ്രശസ്ത നടൻ കുഞ്ചാക്കോ ബോബൻ ചെറുമകനുമാണ്.

പൊൻകുന്നം വർക്കി

(1911 – 2004)

സാമൂഹിക ജീവിതത്തിന്റെ ശ്രേയസ്സിനുവേണ്ടി ജനശത്രുക്കളായ അധികാരവർഗ്ഗത്തിനെതിരെയും യാഥാസ്ഥിതികത്വത്തെ പുണരുന്ന മത മേധാവിത്വത്തിനെതിരെയും തൂലിക പടവാളാക്കിയ എഴുത്തുകാരൻ.

വക്കച്ചൻ എന്ന ഓമനപ്പേരുള്ള പൊൻകുന്നം വർക്കി 1911 ജൂലൈ 1–ന് എടത്വയിൽ ജനിച്ചു. മാതാവ്: അന്നമ്മ. പിതാവ്: കട്ടപ്പുറത്ത് വർക്കി. വർക്കിക്ക് ആറു വയസ്സുള്ളപ്പോൾ പിതാവ് മരിച്ചു. പിന്നീട് കുടുംബം പൊൻകുന്നത്തേക്ക് താമസം മാറ്റി. പ്രാഥമിക വിദ്യാഭ്യാസത്തിനുശേഷം മലയാളം ഹയറും വിദ്വാനും പാസായി അധ്യാപകനായി. രാജവാഴ്ചയ്ക്കും വിദേശ മേധാവിത്വത്തിനുമെതിരെ കഥയെഴുതുകയും സമരം ചെയ്യുകയും ചെയ്തതിനാൽ ഉദ്യോഗം നഷ്ടപ്പെട്ടു. മന്ത്രിക്കെട്ട്, മോഡൽ തുടങ്ങിയ കഥകളുടെ രചനകൾ കാരണം ജയിലിലായി. പൗരോഹിത്യത്തിനെതി രെയും വർക്കിയുടെ ശബ്ദം നിരന്തരം ഉയർന്നു.

ചാപല്യങ്ങൾ കുടഞ്ഞെറിഞ്ഞ് മലയാള സാഹിത്യം പക്വത നേടി ക്കൊണ്ടിരുന്ന ഘട്ടത്തിലാണ് പൊൻകുന്നം വർക്കി സാഹിത്യരംഗത്ത് പ്രവേശിച്ചത്. 1939–ൽ പ്രസിദ്ധീകരിച്ച 'തിരുമുൽക്കാഴ്ച' ഒരു ലേഖന സമാ ഹാരമായി കരുതപ്പെടുന്നുവെങ്കിലും 'മഹത്തായ ആദർശങ്ങളും ഉൽക്കൃ ഷ്ടങ്ങളായ ആശയങ്ങളും' കൊണ്ട് സമ്പന്നമായ ഗദ്യകവിതാ സമാഹാര

മാണ്. പുരസ്കാരങ്ങൾ ദുർലഭമായിരുന്ന അക്കാലത്ത് 'തിരുമുൽക്കാഴ്ച' ഒരു സർവ്വകലാശാലയാൽ ആദരിക്കപ്പെട്ടുവെന്നത് ഒരു നിസ്സാര കാര്യമല്ല. ഈ കൃതി മദ്രാസ് യൂണിവേഴ്സിറ്റിയുടെ ഇന്റർമീഡിയറ്റു ക്ലാസിൽ പാഠപുസ്തകമായി.

പള്ളിയും പട്ടക്കാരനും കുഞ്ഞാടുകളിൽ ഭക്തിയുടെ മറവിൽ തിരുകുന്ന യുക്തിരഹിതമായ വിശ്വാസാചാരങ്ങളെ എതിർത്തുകൊണ്ട് വർക്കിയിലെ 'നിഷേധി' കലഹം തുടങ്ങി. തിരുവിതാംകൂർ ദിവാനായിരുന്ന സർ സി. പി. രാമസ്വാമിക്കെതിരെ ഉയർന്ന ജനകീയ പ്രക്ഷോഭങ്ങളും നാട്ടിൽ അലയടിച്ചുയർന്ന സ്വാതന്ത്ര്യസമര പ്രക്ഷോഭങ്ങളും യുവാവായ വർക്കിയുടെ രാഷ്ട്രീയ വിശ്വാസത്തെ പാകപ്പെടുത്തി. സ്വാഭാവികമായും ഈ കാലഘട്ടം രൂപപ്പെടുത്തിയ പുരോഗമനാശയങ്ങളുടെ വക്താവായി അദ്ദേഹം സ്ഫുടംചെയ്യപ്പെട്ടു.

രാഷ്ട്രീയ കഥകളുടെ തുടക്കക്കാരൻ വർക്കിയാണ്. മന്ത്രിക്കെട്ട്, മോഡൽ തുടങ്ങിയ കഥകൾ സർ സി.പി.യെ പ്രകോപിപ്പിച്ച കഥകളാണ്. കൃഷീവലന്റെ ദൈന്യാവസ്ഥയുടെ കഥയാണ് 'ശബ്ദിക്കുന്ന കലപ്പ'. കഥാകാരൻ എന്നതോടൊപ്പം നാടകരംഗത്തിനും പൊൻകുന്നം വർക്കി മൂല്യവത്തായ സംഭാവനകൾ നൽകിയിട്ടുണ്ട്. കാലഘട്ടത്തിന്റെ പ്രതിബിംബങ്ങളായ ഒട്ടേറെ നാടകങ്ങൾ വർക്കിയുടേതായിട്ടുണ്ട്. കെ.പി.എ.സി.യുടെ 'നിങ്ങളെന്നെ കമ്മ്യൂണിസ്റ്റാക്കി' മലയാള മണ്ണിനെ ഉഴുതുമറിക്കുന്നതിനും മുൻപ് 'വിശറിക്കു കാറ്റുവേണ്ട' പോലുള്ള കമ്മ്യൂണിസ്റ്റാശയങ്ങളുൾക്കൊള്ളുന്ന നാടകങ്ങൾ രചിച്ചുകഴിഞ്ഞിരുന്നു വർക്കി.

സാഹിത്യപ്രവർത്തക സഹകരണ സംഘത്തിന്റെയും നാഷണൽ ബുക്ക് സ്റ്റാളിന്റെയും സ്ഥാപകരിലൊരാളായിരുന്നു പൊൻകുന്നം വർക്കി. അഞ്ചുവർഷക്കാലം പുരോഗമന സാഹിത്യ സംഘടനയുടെ സെക്രട്ടറി, സാഹിത്യ പ്രവർത്തക സഹകരണ സംഘത്തിന്റെ കേരള സാഹിത്യ അക്കാദമിയുടെയും പ്രസിഡണ്ട് എന്നീ നിലകളിൽ പ്രവർത്തിച്ചിട്ടുണ്ട്. എഴുത്തച്ഛൻ പുരസ്കാരം, സ്വാതന്ത്ര്യസമര സേനാനിക്കുള്ള താമ്രപത്രം, കേരള സാഹിത്യ അക്കാദമി ഫെലോഷിപ്പ്, വള്ളത്തോൾ പുരസ്കാരം എന്നീ ബഹുമതികൾക്കർഹനായി.

കുറേ മലയാള സിനിമകൾക്ക് കഥയും സംഭാഷണവും രചിച്ചു. നാടകം, കഥ, ബാലസാഹിത്യം എന്നീ മേഖലകളിലായി അൻപതോളം കൃതികൾ രചിച്ചിട്ടുണ്ട്.

ഭാര്യ പരേതയായ ക്ലാരമ്മ. ആറുമക്കൾ. മരിക്കുന്നതുവരെ നാലുപ

തിറ്റാണ്ടുകാലം പാമ്പാടിയിലായിരുന്നു സ്ഥിരതാമസം.

2004 ജൂലൈ 2-ന് പൊൻകുന്നം വർക്കി പാമ്പാടിയിൽ അന്തരിച്ചു.

കൃതികൾ:

നാടകം: കതിരുകാണാക്കിളി, ഭർത്താവ്, ജേതാക്കൾ, പ്രേമവിപ്ലവം, സ്വർഗ്ഗം നാണിക്കുന്നു, പൂജ, ഞാനൊരധികപ്പറ്റാണ്, വഴിതുറന്നു, വിശ റിക്കു കാറ്റുവേണ്ട, കർണ്ണൻ, മനുഷ്യൻ, ആൾത്താര, ഇരുമ്പുമറ, ചലനം, വസന്തത്തിന്റെ നൊമ്പരങ്ങൾ, ഗംഗാസംഗമം, കിരീടത്തേക്കാൾ വലുത്, തിരഞ്ഞെടുത്ത നാടകങ്ങൾ (രണ്ടുഭാഗം).

കഥകൾ:

അണിയറ, അന്തിത്തിരി, വെളിയിൽ എനിക്കു സ്ഥലമില്ല, നിവേദ നം, ഇടിവണ്ടി, വികാരസദനം, ആരാമം, ജയിലിൽനിന്ന്, ഏഴകൾ, പൊട്ടിയ ഇഴകൾ, നാട്ടുവെളിച്ചം, ദാഹം, ദൈവത്തേക്കാൾ ഞാൻ പേടിക്കുന്നത്, ഹൃദയനാദം, ശബ്ദിക്കുന്ന കലപ്പ, ഡെമോക്രസി, തെരഞ്ഞെടുത്ത കഥ കൾ (രണ്ടുഭാഗം), മോഡൽ, വിട്ടുപോയ ഒരു കാര്യം, പൂപ്പാലിക, പൊൻകുന്നം വർക്കിയുടെ രണ്ടു കഥകൾ.

ഉപന്യാസങ്ങൾ:

തിരുമുൽക്കാഴ്ച, നീരാവി.

സ്മരണ:

എന്റെ വഴിത്തിരിവ്, തൂലികാ ചിത്രങ്ങൾ.

ബാലസാഹിത്യം:

നല്ല അവസരങ്ങൾ

നോവൽ:

രണ്ടു മുത്തുമണികൾ.

കെ. ദാമോദരൻ
(1912–1976)

മാർക്സിസ്റ്റ് സൈദ്ധാന്തികൻ, ചരിത്രകാരൻ, മലയാളിയായ ആദ്യ കമ്മ്യൂണിസ്റ്റ് പാർട്ടി അംഗം, വാഗ്മി, പുരോഗമന സാഹിത്യ പ്രസ്ഥാനത്തിന്റെ പ്രാരംഭകൻ.

പഴയ പൊന്നാനി താലൂക്കിലെ തിരൂർ വില്ലേജിൽ കീഴേടത്തു തറവാട്ടിൽ 1912 ഫെബ്രുവരി 25-ന് കെ. ദാമോദരൻ ജനിച്ചു. മലബാറിലെ പ്രധാന പ്രഭു കുടുംബങ്ങളിലൊന്നായിരുന്നു കീഴേടത്തു തറവാട്. പൊന്നാനി താലൂക്കിലെ ജന്മിപ്രതിനിധികളെ തിരഞ്ഞെടുക്കാൻ അവകാശമുള്ള തിരൂരിലെ ഏഴ് പ്രഭുകുടുംബങ്ങളിലൊന്ന്. ഗാന്ധിയനായാണ് അദ്ദേഹം പൊതുജീവിതം തുടങ്ങിയത്. സാമൂതിരി കോളേജിൽ വിദ്യാർത്ഥിയായിരിക്കുമ്പോൾ ഒരു ഗാന്ധിയനു യോജിച്ച രീതിയിൽ എളിയ ജീവിതം അദ്ദേഹം നയിച്ചു. 1930-ൽ രൂപംകൊണ്ട കേരള വിദ്യാർത്ഥി സംഘത്തിന്റെ ആദ്യ സെക്രട്ടറിയായി ദാമോദരൻ തിരഞ്ഞെടുക്കപ്പെട്ടു. 1931 മാർച്ച് 27-ന് ഉപ്പുസത്യഗ്രഹത്തിൽ പങ്കെടുത്ത് അറസ്റ്റിലാവുകയും രണ്ടുവർഷത്തെ കഠിന തടവിന് ശിക്ഷിക്കപ്പെടുകയും ചെയ്തു. ജയിൽ മോചനത്തിനുശേഷം തറവാട്ടിൽനിന്ന് ബഹിഷ്കൃതനായ ദാമോദരൻ പരീക്ഷയെഴുതി ഉയർന്ന മാർക്കോടെ ഇന്റർമിഡിയറ്റ് പാസായി. പിന്നീട് കാശി വിദ്യാപീഠത്തിൽ വിദ്യാർത്ഥിയായി ചേർന്നു. ഇന്ത്യൻ സോഷ്യലിസ്റ്റ് പ്രസ്ഥാനത്തിന്റെ നേതൃനിരയിലുണ്ടായിരുന്ന ആചാര്യ നരേന്ദ്രദേവ് ദാമോദരന്റെ

ഗുരുവായും പിന്നീട് ഇന്ത്യൻ പ്രധാനമന്ത്രിയായ ലാൽബഹദൂർ ശാസ്ത്രി സതീർത്ഥ്യനുമായി കാശി വിദ്യാപീഠത്തിലുണ്ടായിരുന്നു. അപ്പോഴേക്കും ദാമോദരൻ ഗാന്ധിയൻ ആദർശങ്ങളോട് വിടപറഞ്ഞിരുന്നു.

1937-ൽ ഇ.എം.എസ്., പി. കൃഷ്ണപിള്ള, എൻ.സി. ശേഖർ, കെ. ദാമോദരൻ എന്നിവരുൾപ്പെട്ട ആദ്യ കമ്മ്യൂണിസ്റ്റ് ഘടകം കേരളത്തിൽ രൂപപ്പെട്ടു. അതിനുമുമ്പ് 1935-ൽ കാശി വിദ്യാപിഠത്തിൽ വിദ്യാർത്ഥിയായിരിക്കെ ആർ.ഡി. ഭരദ്വാജിന്റെയും ഓംപ്രകാശ് ശാസ്ത്രിയുടെയും സ്വാധീനത്തിൽ ദാമോദരൻ കമ്മ്യൂണിസ്റ്റ് പാർട്ടി അംഗത്വം നേടിയിരുന്നു.

1936-ൽ പുരോഗമന സാഹിത്യകാരന്മാരുടെ ലഖ്നൗ സമ്മേളനത്തിൽ പങ്കെടുത്ത ദാമോദരൻ ജീവൽ സാഹിത്യ സംഘത്തിന്റെയും പുരോഗമന സാഹിത്യ പ്രസ്ഥാനത്തിന്റെയും സ്ഥാപകരിൽ ഒരാളായി.

കാശിയിൽനിന്ന് മടങ്ങിയെത്തിയ ദാമോദരൻ കോഴിക്കോട്ടെ തൊഴിലാളി സംഘടനാ പ്രവർത്തനങ്ങളിൽ വ്യാപൃതനായി. ഇക്കാലത്ത് കർഷക സംഘത്തിന്റെ സമ്മേളനങ്ങളിൽ അവതരിപ്പിക്കാനായിട്ടാണ് 'പാട്ടബാക്കി' രചിക്കുന്നത്; 1937-ൽ. മുപ്പതുകളുടെ അവസാനം കെ.പി.സി.സി. ഇടതുപക്ഷ നേതൃത്വത്തിലായി. അബ്ദുറഹ്മാൻ സാഹിബ് പ്രസിഡണ്ടും ഇ.എം.എസ്. സെക്രട്ടറിയുമായ ഈ ഘട്ടത്തിൽ കെ. ദാമോദരൻ കെ.പി.സി.സി. നിർവ്വാഹക സമിതിയിലും എ.ഐ.സി.സി.യിലും അംഗമായിരുന്നു. ഇ.എം.എസ്. ഒളിവിൽ പോയപ്പോൾ ദാമോദരൻ സെക്രട്ടറിയായി.

ബ്രിട്ടീഷ് ഭരണത്തിനെതിരെയുള്ള പ്രതിഷേധ ദിനാചരണത്തെത്തുടർന്ന് (1940 സെപ്തംബർ 15) മൊറാഴ സംഭവമുണ്ടാവുകയും, കലാപം സംഘടിപ്പിച്ചതിന്റെ പേരിൽ 1940 നവംബറിൽ ദാമോദരൻ അറസ്റ്റ് ചെയ്യപ്പെടുകയും ചെയ്തു. നാലുവർഷം ജയിൽ ജീവിതം.

ഇതിനുമുൻപ് 1937 മുതൽ അറസ്റ്റ് ചെയ്യപ്പെടുന്നതുവരെ കോഴിക്കോട്ടെ തൊഴിലാളി സംഘടനാ പ്രവർത്തനങ്ങളിൽ അദ്ദേഹം സജീവമായിരുന്നു. ഫറോക്കിലെ ഓട്ടുകമ്പനി പണിമുടക്ക്, പൊന്നാനിയിലെ ബീഡി തൊഴിലാളി സമരം, ആലപ്പുഴയിലെ തൊഴിലാളി പണിമുടക്ക് (1938) എന്നിവയ്ക്കെല്ലാം ദാമോദരൻ നേതൃത്വം നൽകി.

1945-ൽ ജയിൽ മോചിതനായ ദാമോദരൻ കമ്മ്യൂണിസ്റ്റ് പാർട്ടിയുടെ ഏറ്റവും വലിയ പ്രചാരകനായി മാറി.

1948-ലെ കൽക്കത്ത തീസിസ്സിനെത്തുടർന്ന് വീണ്ടും ജയിലിലായി. ക്വിറ്റ് ഇന്ത്യാ സമരത്തിലുള്ള പാർട്ടി നിലപാടിന്റെയും കൽക്കത്താ തീസിസ്സിന്റെയും വിമർശകനായിരുന്നു ദാമോദരൻ. പരോളിലിറങ്ങിയ ദാമോദ

രൻ ഒളിവിൽപോയി രഹസ്യമായി പാർട്ടിയുടെ മലബാർ കമ്മിറ്റി സെക്രട്ടറിയായി പ്രവർത്തിച്ചു.

1956-ലെ പാർട്ടിയുടെ നാലാം കോൺഗ്രസ് (പാലക്കാട്) അദ്ദേഹത്തെ ദേശീയ കൗൺസിൽ അംഗമായി തിരഞ്ഞെടുത്തു. തുടർന്ന് 1958-ലെ അമൃത്സർ കോൺഗ്രസിലും '60-ലെ വിജവാഡ കോൺഗ്രസിലും അദ്ദേഹം നാഷണൽ കൗൺസിലിലേക്ക് തിരഞ്ഞെടുക്കപ്പെട്ടു.

1960-ൽ വിയറ്റ്നാം കമ്മ്യൂണിസ്റ്റ് പാർട്ടി സമ്മേളനത്തിൽ ഇന്ത്യൻ പ്രതിനിധിയായിരുന്നു. അതിനുമുൻപ് 1958-ൽ താഷ്കെന്റിൽ നടന്ന ആഫ്രോ-ഏഷ്യൻ എഴുത്തുകാരുടെ സമ്മേളനത്തിലും അദ്ദേഹം പങ്കെടുത്തു.

രാജ്യസഭാംഗമായി തിരഞ്ഞെടുക്കപ്പെട്ട് ഏറെ കഴിയുന്നതിനുമുൻപ് 1964-ൽ പാർട്ടി പിളർന്നു. അദ്ദേഹം സി.പി.ഐ.യിൽ തുടർന്നുവെങ്കിലും തന്റെ സ്റ്റാലിനിസ്റ്റുവിരുദ്ധ നിലപാടുകളുടെയും മറ്റും പേരിൽ സി.പി.ഐ.യുടെ ഉന്നത സമിതിയിൽനിന്നും ഒഴിവാക്കപ്പെട്ടു. 'കേരളാ മാർക്സ്' എന്ന ഖ്യാതിയുണ്ടായിരുന്ന ഈ മാർക്സിസ്റ്റ് താത്ത്വികാചാര്യന്റെ പടിയിറക്കമാണ് പിന്നീടുണ്ടായത്. പാർട്ടിയുടെ സംസ്ഥാന കൗൺസിലിൽപോലും ഇടംകിട്ടാതെ, തന്റെ കൃതികളുടെ റഷ്യൻ ഭാഷയിലേക്കുള്ള വിവർത്തനം തടയപ്പെട്ട്, രാജ്യസഭാംഗത്വം നഷ്ടപ്പെട്ട്, മകന്റെ സ്കൂൾ ഫീസിനുള്ള പണം ഇരന്നുവാങ്ങി, 1970-നുശേഷം ഗവേഷണ പഠനങ്ങളിൽ മുഴുകിയുള്ള ഒരുതരം പാർശ്വവല്കൃത ജീവിതം.

1976 ജൂലൈ മൂന്നാം തിയ്യതി, പ്രസ്ഥാനത്തിൽനിന്ന് തിരസ്കൃതനായി, സഖാക്കളാൽ അവഗണിക്കപ്പെട്ട് ഡൽഹിയിലെ സഫ്ദർജങ് ആശുപത്രിയിൽ ആ മഹത്ജീവിതത്തിനു വിരാമം.

ആശയസംഘട്ടനങ്ങളിൽ ഒത്തുതീർപ്പുകൾക്ക് വിധേയനാവാൻ കൂട്ടാക്കാത്ത, കമ്മ്യൂണിസ്റ്റ് പ്രസ്ഥാനത്തിൽ ആന്തരിക വിമർശകനായ കെ. ദാമോദരൻ സ്വാഭാവികമായും പ്രസ്ഥാനത്തിന് അന്യനായി.

നരവംശവിജ്ഞാനം, മതം, തത്ത്വശാസ്ത്രം, രാഷ്ട്രമീമാംസ, ധനതത്ത്വശാസ്ത്രം തുടങ്ങിയ വിഷയങ്ങളിലായി ഏതാണ്ട് 40ൽപ്പരം ഗ്രന്ഥങ്ങൾ ധിഷണാശാലിയായ കെ. ദാമോദരൻ രചിച്ചിട്ടുണ്ട്.

ചില കൃതികൾ:

സമഷ്ടീവാദ വിജ്ഞാപനം

(കമ്മ്യൂണിസ്റ്റ് മാനിഫെസ്റ്റോയുടെ മലയാള വിവർത്തനം-1936)

ജവഹർലാൽ നെഹ്റു (ജീവചരിത്രം-1931), ഏകവഴി (1934), മാർക്സിന്റെ ജീവചരിത്രം (1934), പാട്ടബാക്കി (നാടകം-1937), രക്തപാനം (നാടകം-1939), കണ്ണുനീർ (കഥകൾ-1936), മനുഷ്യൻ (1946), കമ്മ്യൂണിസം എന്ത്? എന്തിന്? (1951), ചൈനയിലെ വിപ്ലവം (1952), മാർക്സിസം 10 ഭാഗങ്ങൾ (1953-54), സോഷ്യലിസവും കമ്മ്യൂണിസവും (1960), ധനശാസ്ത്ര പ്രവേശിക (1946), നാണയപ്രശ്നം (1947), ധനശാസ്ത്ര തത്ത്വങ്ങൾ (1958), ഇന്ത്യയുടെ സാമ്പത്തികാഭിവൃദ്ധി (1959), ഇന്നത്തെ ഇന്ത്യയിലെ സാമ്പത്തിക സ്ഥിതി (1959), പണം മുതൽ നയാപൈസാ വരെ (1962), എന്താണ് സാഹിത്യം? (1958), സാഹിത്യ നിരൂപണം (1962), ഇന്ത്യയുടെ ആത്മാവ് (ദർശനം).

മുന്നോട്ട്, നവയുഗം എന്നിവയുടെ പത്രാധിപരായി കെ. ദാമോദരൻ പ്രവർത്തിച്ചിട്ടുണ്ട്.

പിതാവ്: കിഴക്കിനിയകത്ത് തുപ്പൻ നമ്പൂതിരി. മാതാവ്: കീഴേടത്ത് നാരായണിയമ്മ. ഭാര്യ: പത്മം.

☞

തകഴി ശിവശങ്കരപിള്ള

(1912–1999)

മലയാളത്തിന് ലോകസാഹിത്യത്തിൽ പീഠം നേടിക്കൊടുത്തുകൊണ്ട് വിശ്വസാഹിത്യകാരനായി മാറിയ മലയാണ്മയുടെ പ്രിയപ്പെട്ട എഴുത്തുകാരൻ. കുട്ടനാടൻ ഗ്രാമീണന്റെ നിരീക്ഷണപാടവത്തോടെ തനിക്കു ചുറ്റുമുള്ള ലോകത്തെ തകഴി നോക്കിക്കണ്ടു. കണ്ടത് ആർജ്ജവത്തോടെ തന്റെ കഥകളിലൂടെയും നോവലുകളിലൂടെയും ആവിഷ്കരിച്ചു. കുട്ടനാടൻ പുലയന്റെയും (രണ്ടിടങ്ങഴി), പുറക്കാട്ടു കടപ്പുറത്തെ മുക്കുവരുടെയും (ചെമ്മീൻ), ആലപ്പുഴയിലെ തോട്ടിത്തൊഴിലാളികളുടെയും (തോട്ടിയുടെ മകൻ) സംഭാഷണങ്ങളിലൂടെ കടന്നുപോവുന്ന അനുവാചകന് അവയിലെ വൈചിത്ര്യം മാത്രമല്ല അനുഭവപ്പെടുക; അവരുടെ വിഭിന്നങ്ങളായ സാംസ്കാരിക പശ്ചാത്തലം, വൈയക്തിക ബന്ധങ്ങൾ, ആചാരസവിശേഷതകൾ, ജീവിതസാഹചര്യങ്ങൾ ഒക്കെ വായനക്കാരനു മുന്നിൽ ഇതൾവിടരുകയായി.

ആലപ്പുഴ ജില്ലയിൽ തകഴി ഗ്രാമത്തിൽ പടഹാരം മുറിയിൽ അരീപ്പുറത്തു വീട്ടിൽ 1912 ഏപ്രിൽ 17-ന് ശിവശങ്കരപിള്ള ജനിച്ചു. പൊയ്പ്പള്ളിക്കളത്തിലെ ശങ്കരക്കുറുപ്പും അരീപ്പുറത്തെ പാർവ്വതിയമ്മയും മാതാപിതാക്കൾ. കഥകളിയാചാര്യൻ ഗുരു കുഞ്ചുക്കുറുപ്പ് തകഴിയുടെ ചെറിയച്ഛനാണ്. തൊഴിലാളികളായ പുലയരുമായി തന്റെ അച്ഛനുള്ള ആത്മബന്ധം ശിവശങ്കരപ്പിള്ളയും തുടർന്നു. അമ്പലപ്പുഴയിലെ ഇംഗ്ലീഷ് സ്കൂളിൽ ചേർന്നതോടെ മുക്കുവരുമായി അടുത്തു. വൈക്കത്തും കരുവാറ്റയിലും ഹൈസ്കൂൾ പഠനം. കരുവാറ്റ എൻ.എസ്.എസ്. ഹൈസ്കൂളിലെ പ്രധാ

നാധ്യാപകനായിരുന്ന കൈനിക്കര കുമാരപിള്ള ശിവശങ്കരപിള്ളയിലെ കഥാകാരനെ സ്പർശിച്ചറിഞ്ഞു. തിരുവനന്തപുരത്ത് പ്ലീഡർ പരീക്ഷയ്ക്കു പഠിക്കുമ്പോൾ കേസരി ബാലകൃഷ്ണപിള്ളയുടെ 'പ്രബോധകൻ' മാസികയിലും തുടർന്നു പ്രസിദ്ധീകരണമാരംഭിച്ച 'കേസരി' വാരികയിലും കഥകളെഴുതി പയറ്റിത്തെളിഞ്ഞു. മോപ്പോസാങ്, സോള, ചെക്കോവ് തുടങ്ങിയ വിശ്വസാഹിത്യകാരന്മാരുടെ കഥകളുമായി തകഴിയെ പരിചയപ്പെടുത്തിയത് കേസരി ബാലകൃഷ്ണപിള്ളയാണ്. പിന്നീടുണ്ടായ തകഴിയുടെ രചനകളെല്ലാം പാശ്ചാത്യ റിയലിസത്തിന്റേയും നാചറലിസത്തിന്റേയും സ്വാധീനം പ്രകടമാക്കുന്നവയായിരുന്നു.

ഇന്ത്യയുടെ പല ഭാഗങ്ങളിലും സംഘടിത തൊഴിലാളി പ്രസ്ഥാനങ്ങൾ വളർന്നുവന്ന മുപ്പതുകളിൽ തകഴി തിരുവനന്തപുരത്തായിരുന്നു. എഴുത്തുകാരും രാഷ്ട്രീയ നേതാക്കളുമായുള്ള സഹവാസവും മാർക്സിസ്റ്റ് പ്രത്യശാസ്ത്രവുമായുള്ള പരിചയപ്പെടലും തകഴിയുടെ സർഗ്ഗജീവിതത്തിന് പുതിയ ഊടും പാവും നല്കി; പുതിയ മാനങ്ങൾ നല്കി. നാട്ടിൽ തിരിച്ചെത്തി ആലപ്പുഴയിലെ മുൻസിഫ് കോടതിയിലും മജിസ്ട്രേറ്റ് കോടതിയിലും പ്ലീഡറായി പ്രാക്ടീസാരംഭിച്ചു. രണ്ടു ദശാബ്ദത്തിനുശേഷം 1957-ൽ വക്കീൽ ജീവിതം ഉപേക്ഷിച്ച് കൃഷിയിലും സാഹിത്യരചനയിലും മുഴുകി. ഇതിനിടെ തന്റെ പ്രധാന കൃതികളായ തോട്ടിയുടെ മകൻ (1947), രണ്ടിടങ്ങഴി (1948), തലയോട് (1948), തെണ്ടിവർഗ്ഗം (1950), ചെമ്മീൻ (1956) എന്നിവ പ്രസിദ്ധീകരിച്ചു.

മുപ്പതിലധികം നോവലുകളും ഒട്ടേറെ കഥാസമാഹാരങ്ങളും തകഴിയുടേതായിട്ടുണ്ട്. 'ഏണിപ്പടികൾ'ക്ക് കേരള സാഹിത്യ അക്കാദമി അവാർഡും (1964), 'ചെമ്മീനി'ന് കേന്ദ്രസാഹിത്യ അക്കാദമി അവാർഡും (1957), 'കയറി'ന് വയലാർ അവാർഡും 1978-ലെ ജ്ഞാനപീഠം അവാർഡും ലഭിച്ചു. രാമുകാര്യാട്ടിന്റെ സംവിധാനത്തിൽ ചെമ്മിൻ അഭ്രപാളികളിൽ പകർത്തപ്പെട്ടപ്പോൾ ഇന്ത്യയിലെ ഏറ്റവും നല്ല ചിത്രത്തിനുള്ള സ്വർണ്ണ മെഡൽ ലഭിച്ചു. തകഴിയുടെ പല കൃതികളും വിദേശ ഭാഷകളിലേക്ക് വിവർത്തനം ചെയ്യപ്പെട്ടു. 'ചെമ്മീൻ' ജാപ്പാനീസ് ഉൾപ്പെടെ പല വിദേശ ഭാഷകളിലേക്ക് വിവർത്തനം ചെയ്യപ്പെട്ടു. 1935-ൽ പ്രസിദ്ധീകരിക്കപ്പെട്ട 'പതിതപങ്കജം' Unchaste എന്ന പേരിൽ ഇംഗ്ലീഷിൽ പ്രസിദ്ധീകരിച്ചു.

1974-ൽ അദ്ദേഹത്തിന് സോവിയറ്റ് ലാന്റ് നെഹ്രു അവാർഡ് ലഭിച്ചു. കേരളാ യൂണിവേഴ്സിറ്റിയുടെ ഡിലിറ്റ് ബിരുദം ലഭിച്ചിട്ടുണ്ട്. 1934-ൽ നെടുമുടിയിലെ ചെമ്പകശ്ശേരി ചിറയിൽ കമലാക്ഷിയമ്മ (തകഴിയുടെ പ്രിയപ്പെട്ട 'കാത്ത') യെ വിവാഹം ചെയ്തു. അഞ്ച് മക്കൾ.

1999 ഏപ്രിൽ 10-ന് തകഴി കഥാവശേഷനായി.

പാണക്കാട്ട് പി.എം.എസ്.എ. പൂക്കോയ തങ്ങൾ

(1913–1975)

ഇന്ത്യൻ യൂണിയൻ മുസ്ലിംലീഗ് പ്രസിഡണ്ട്, 'ചന്ദ്രിക'യുടെ മാനേജിംഗ് ഡയറക്ടർ, സമസ്ത കേരള ജമായത്ത് ഉലമ നേതാവ്, ആത്മീയാചാര്യൻ.

പാണക്കാട്ട് പുതിയ മാളിയേക്കൽ സയ്യിദ് അഹമ്മദ് പൂക്കോയ തങ്ങൾ എന്ന പാണക്കാട്ട് പൂക്കോയ തങ്ങൾ എല്ലാ അർത്ഥത്തിലും ഒരു ചരിത്രപുരുഷനായിരുന്നു. മലബാർ മുസ്ലീങ്ങൾ തങ്ങളുടെ ആത്മീയ കേന്ദ്രമായി കരുതുന്ന പാണക്കാട്ട് കൊടപ്പനയ്ക്കൽ തറവാട്ടിലെ കുടുംബനാഥന്മാർ മലബാർ മുസ്ലീങ്ങളുടെ ആത്മീയാചാര്യന്മാരാണ്.

മലപ്പുറം ജില്ലയിൽ കടലുണ്ടിപ്പുഴയുടെ തീരത്തെ കൊടപ്പനയ്ക്കൽ തറവാട്ടിലെ വലിയ തങ്ങൾമാർ എന്നും മതമൈത്രിയുടെ സന്ദേശവാഹകരായിരുന്നു, ഒരു മഹത്തായ പാരമ്പര്യത്തിന്റെ പിൻതുടർച്ചക്കാരും. പ്രവാചകനായ നബിതിരുമേനിയുടെ വംശപരമ്പരയിൽപ്പെട്ടവരാണ് സയ്യിദുമാർ അഥവാ തങ്ങൾമാർ. നൂറ്റാണ്ടുകൾക്ക് മുൻപ് യമനിൽ നിന്ന് പായ്ക്കപ്പലിൽ കടൽ താണ്ടി പൂക്കായ തങ്ങളുടെ പിതാമഹാന്മാർ വളപട്ടണത്തെത്തി. അതിൽ ഒരു തങ്ങളുടെ മകൻ അറയ്ക്കൽ രാജവംശവുമായി വിവാഹബന്ധത്തിൽ ഏർപ്പെട്ടു. പിന്നീട് അദ്ദേഹവും കുടുംബവും കോഴിക്കോട്ടേക്ക് താമസം മാറ്റി, ഒരു തായ്‌വഴിയാകട്ടെ മുന്നൂറുവർഷം മുൻപ് പാണക്കാട്ടെത്തി. പൂക്കോയ തങ്ങൾ നബിതിരുമേനിയുടെ 39-ാമത് പേരക്കുട്ടി

യെന്ന് ചരിത്രരേഖകൾ.

പാണക്കാട്ട് സയ്യിദ് മുഹമ്മദ് കോയഞ്ഞിക്കോയ തങ്ങളുടെ പുത്രനായി പൂക്കോയ തങ്ങൾ 1913 ജനുവരി 20-ന് ജനിച്ചു. ഉമ്മ ഉമ്മുഹാനി അബീവി.

രണ്ടുതവണ വിവാഹിതനായി. ആദ്യത്തെ ഭാര്യയിൽ മൂന്ന് പുത്രന്മാരും, രണ്ടാമത്തെ ഭാര്യയിൽ രണ്ട് പുത്രന്മാരും ഒരു പുത്രിയും. മക്കൾ ഇവരാണ്: മുഹമ്മദലി ശിഹാബ് തങ്ങൾ, ഉമറലി ശിഹാബ് തങ്ങൾ, ഹൈദരലി ശിഹാബ് തങ്ങൾ, സാദിക്കലി ശിഹാബ് തങ്ങൾ, അബ്ബാസലി ശിഹാബ് തങ്ങൾ, കുഞ്ഞിബീവി.

നന്നേ ചെറുപ്പത്തിൽത്തന്നെ പിതാവ് നഷ്ടപ്പെട്ട പൂക്കോയ തങ്ങളുടെ സംരക്ഷണച്ചുമതല മാതുലൻ സെയ്തലവി പൂക്കോയ തങ്ങൾ ഏറ്റെടുത്തു. ദയാലുവും മനുഷ്യസ്നേഹിയുമായ അദ്ദേഹം നാട്ടിലെ പ്രശസ്തനായ ആയൂർവ്വേദ ഭിഷഗ്വരനായിരുന്നു. പഴയ പാലക്കാട് ജില്ലയിൽ അമ്മാവൻ താമസമുറപ്പിച്ച വീട് പിന്നീട് കൊടപ്പനയ്ക്കൽ തറവാട് എന്നു പ്രസിദ്ധമായി. 1932-ൽ സെയ്തലവി മരിച്ചു. അദ്ദേഹത്തിന് നിയമപരമായ അവകാശികൾ ഇല്ലാതിരുന്നതു കാരണം പതിനഞ്ചുവയസ്സ് മാത്രം പ്രായമുണ്ടായിരുന്ന പൂക്കോയയ്ക്ക് അമ്മാവന്റെ വീടും സ്ഥാവരജംഗമ സ്വത്തുക്കളും കൈവശം വന്നുചേർന്നു. മാതുലനോടുള്ള ആദരസൂചകമായി പിന്നീട് തനിക്കു പിറന്ന അഞ്ച് മക്കളുടെ പേരിനൊപ്പം പൂക്കോയ തങ്ങൾ 'അലി' എന്നുകൂടി ചേർത്തു.

പൂക്കോയ തങ്ങളുടെ മതപഠനം അമ്മാവന്റെ ശിക്ഷണത്തിലായിരുന്നു. പ്രാഥമിക വിദ്യാഭ്യാസമാവട്ടെ പാണക്കാട്ട് സ്കൂളിലും. ചെറുപ്പത്തിലേ പൂക്കോയയുടെ ബുദ്ധിസാമർത്ഥ്യം അധ്യാപകരുടെയും സതീർത്ഥ്യരുടെയും പ്രശംസ പിടിച്ചുപറ്റി.

പഴമല്ലൂരിലെ സയ്യിദ് ഹമീദ് ഷിഹാബുദ്ദീൻ കുഞ്ഞിക്കോയയുടെ മകൾ അയിഷ ചെറുകുഞ്ഞിബീവിയായിരുന്നു പൂക്കോയ തങ്ങളുടെ ഭാര്യ. ഇവർക്ക് സയ്യിദ് മുഹമ്മദ് അലി ഷിഹാബ്, സയ്യിദ് ഉമർ അലി ഷിഹാബ്, സെയ്ദത്ത് ഖദീജാബീവി, സെയ്ദത്ത് ഷരീജ മുല്ലബീവി എന്നിങ്ങനെ നാല് മക്കൾ. ആദ്യഭാര്യയുടെ മരണശേഷം പൂക്കോയ തങ്ങൾ കോഴിക്കോട്ടെ മാളിയേക്കൽ നഹ്റി കുടുംബത്തിലെ സെയ്ദത്ത് ഖദീജ ഇമ്പിച്ചിബീവിയെ നിക്കാഹ് ചെയ്തു. ഈ ബന്ധത്തിൽ സയ്യിദ് സാദിഖ് അലി ഷിഹാബ്, സയ്യിദ് അബ്ബാസ് അലി സാഹിബ്, സയ്യിദ് സിദ്ദിഖ് അലി സാഹിബ് തങ്ങൾ എന്നീ മക്കൾ.

പൂക്കോയ തങ്ങളുടെ വ്യക്തിത്വവും മാതൃകാ ജീവിതശൈലിയും അനുകരണീയമായ മാതൃകയായിരുന്നു അദ്ദേഹത്തിന്റെ മുഖമുദ്ര. മത കാര്യങ്ങളിൽ അതീവ നിഷ്കർഷ.

സ്വതന്ത്ര ഭാരതത്തിൽ മുസ്ലിംലീഗിന്റെ രൂപീകരണം ക്വായിദേമില്ലത്തിന്റെ നേതൃത്വത്തിലായിരുന്നു. 1948 മാർച്ച് 10-ന് ഇന്ത്യൻ .യൂണിയൻ മുസ്ലിംലീഗിന്റെ ആദിരൂപമായ ഇന്ത്യൻ നാഷണൽ മുസ്ലിംലീഗ് പിറന്നു. ഈ സംഘടനയുടെ ശാഖയായ 'മലബാർ മുസ്ലിംലീഗി'ലൂടെ പൂക്കോയ തങ്ങൾ പൊതുരംഗത്തെത്തി, തുടർന്ന് ഏറനാട് താലൂക്ക് മുസ്ലിംലീഗ് പ്രസിഡണ്ട്.

കേരളപ്പിറവിക്കുശേഷം 1956 നവംബർ 18-ന് എറണാകുളത്ത് ചേർന്ന ലീഗ് പ്രതിനിധി സമ്മേളനം സ്റ്റേറ്റ് പ്രസിഡണ്ടായി ബാഫഖി തങ്ങളെയും ജനറൽ സെക്രട്ടറിയായി സീതി സാഹിബ്ബിനെയും തിരഞ്ഞെടുത്തു. (1956 മുതൽ 1973 വരെ ബാഫഖി തങ്ങൾ പ്രസിഡണ്ടായി തുടർന്നു. ബാഫഖി തങ്ങളുടെ മരണശേഷം 1973-ൽ പൂക്കോയ തങ്ങൾ പ്രസിഡണ്ട് പദം ഏറ്റെടുത്തു.)

മലപ്പുറം ജില്ലാ രൂപീകരണത്തിനുശേഷം പൂക്കോയ തങ്ങൾ രണ്ടു തവണ മുസ്ലിംലീഗിന്റെ മലപ്പുറം ജില്ലാ അധ്യക്ഷനായി,

1973 മുതൽ രണ്ടുവർഷക്കാലം സംസ്ഥാന പ്രസിഡണ്ടായി. 1973-ൽ ലീഗിന്റെ സംസ്ഥാന പ്രസിഡണ്ടായിരിക്കെ ബാംഗ്ലൂരിലേക്കുള്ള ഒരു യാത്രക്കിടെ അദ്ദേഹം രോഗാതുരനാവുകയും 1975 ജൂലൈ 6-ന് ആ ധന്യജീവിതം പൊലിയുകയും ചെയ്തു. പിന്നീട് സംഘടനയെ നയിച്ചതും കൊടപ്പനയ്ക്കൽ കാരണവരായതും മകൻ ഹൈദരലി ശിഹാബ് തങ്ങൾ.

☞

എസ്. കെ. പൊറ്റെക്കാട്
(1913–1982)

എഴുത്തുകാരൻ, ജ്ഞാനപീഠ പുരസ്കാര ജേതാവ്, സഞ്ചാര സാഹിത്യകാരൻ.

ലോകത്തിലെ വിവിധ രാജ്യങ്ങളിലൂടെ, വിവിധ ജനപഥങ്ങളിലൂടെ ഒരു ഭിക്ഷാംദേഹിയെപ്പോലെ ദേശാന്തരഗമനം ചെയ്ത് വൈവിധ്യമാർന്ന സംസ്കാരങ്ങളെ മലയാളിക്കു പരിചയപ്പെടുത്തിയ സഞ്ചാര സാഹിത്യകാരനായിരുന്നു പൊറ്റെക്കാട്.

1913 മാർച്ച് 14-ന് കോഴിക്കോട്ട് ജനനം. യഥാർത്ഥ പേര് ശങ്കരൻകുട്ടി പൊറ്റെക്കാട്. ഇന്റർമീഡിയറ്റുവരെ വിദ്യാഭ്യാസം. 21-ാമത്തെ വയസ്സിൽ തൊഴിലന്വേഷിച്ച് ബോംബെയ്ക്കുപോയി. മടങ്ങിയെത്തി കുറേക്കാലം അധ്യാപക ജോലി ചെയ്തു. കോൺഗ്രസ് പ്രവർത്തനങ്ങളിലും പങ്കുകൊണ്ടു. ഉത്തരേന്ത്യയിൽ പലേടത്തും ചുറ്റിസഞ്ചരിച്ചതിനുശേഷം 1949-ൽ ആദ്യ വിദേശയാത്ര കപ്പലിൽ. യൂറോപ്പ്, ആഫ്രിക്ക, ദക്ഷിണേഷ്യ, പൂർവ്വേഷ്യ എന്നിവിടങ്ങളിലെ പല രാജ്യങ്ങൾ സന്ദർശിക്കുകയും അവിടങ്ങളിലെ ജീവിതം പഠിക്കുകയും ചെയ്തു. 1962-ൽ കമ്മ്യൂണിസ്റ്റ് പിന്തുണയോടെ ലോക്സഭയിലേക്ക് മത്സരിച്ച് ജയിച്ചു. കുറേക്കാലം കേന്ദ്രസാഹിത്യ അക്കാദമി എക്സിക്യൂട്ടീവ് അംഗം.

സ്കൂൾ വിദ്യാഭ്യാസ കാലത്താണ് ആദ്യ സാഹിത്യരചന: 'രാജ

നീതി' എന്ന ചെറുകഥ. 1939-ൽ പ്രസിദ്ധപ്പെടുത്തിയ 'നാടൻപ്രേമം' പ്രഥമ നോവൽ. 1945-ൽ യവനികയ്ക്കു പിന്നിൽ' എന്ന ചെറുകഥാ സമാഹാരത്തിനും 1949-ൽ 'വിഷകന്യക' എന്ന നോവലിനും മദിരാശി സർക്കാർ പുരസ്കാരം ലഭിച്ചു. 1960-ൽ 'ഒരു തെരുവിന്റെ കഥ'യ്ക്ക് കേരള സാഹിത്യ അക്കാദമി അവാർഡ്. 'ഒരു ദേശത്തിന്റെ കഥ'യ്ക്ക് 1973-ൽ കേന്ദ്രസാഹിത്യ അക്കാദമി അവാർഡും 1977-ൽ എസ്.പി.എസ്. അവാർഡും 1980-ൽ ജ്ഞാനപീഠ പുരസ്കാരവും ലഭിച്ചു.

കാലിക്കറ്റ് യൂണിവേഴ്സിറ്റി പൊറ്റെക്കാടിന് ഡോക്ടറേറ്റ് നല്കി ആദരിച്ചിട്ടുണ്ട്.

നൈൽ ഡയറി, പാതിരാസൂര്യന്റെ നാട്ടിൽ, കാപ്പിരികളുടെ നാട്ടിൽ, ബാലി ദ്വീപ്, യൂറോപ്പിലൂടെ, ലണ്ടൻ നോട്ട്ബുക്ക്, ഹിമാലയ സാമ്രാജ്യത്തിൽ, സിംഹഭൂമി, കെയ്റോ കഥകൾ തുടങ്ങിയവയാണ് പൊറ്റെക്കാടിന്റെ യാത്രാവിവരണ ഗ്രന്ഥങ്ങൾ.

മറ്റു കൃതികൾ:

നോവൽ: നാടൻപ്രേമം, ഒരു തെരുവിന്റെ കഥ, മൂടുപടം, ഒരു ദേശത്തിന്റെ കഥ, വിഷകന്യക.

ചെറുകഥ: ചന്ദ്രകാന്തം, പുള്ളിമാൻ, പ്രേതഭൂമി, യവനികയ്ക്കു പിന്നിൽ.

അച്ഛൻ: കുഞ്ഞിരാമൻ. അമ്മ: കുട്ടൂലി.

ഭാര്യ: ജയവല്ലി (1980-ൽ നിര്യാതയായി.)

മക്കൾ: ജ്യോതീന്ദ്രൻ, സുമ, സുമിത്ര, ജയദേവൻ.

1957-ൽ തലശ്ശേരി പാർലമെന്റ് നിയോജക മണ്ഡലത്തിൽ കമ്മ്യൂണിസ്റ്റ് പാർട്ടി പിന്തുണയോടെ മത്സരിച്ച് പരാജയപ്പെട്ട പൊറ്റെക്കാട് 1962-ൽ പാർലമെന്റ് സ്ഥാനാർത്ഥിയായി മത്സരിച്ച് വിജയിക്കുകയുണ്ടായി.

1982 ഓഗസ്റ്റ് 6-ന് കഥാവശേഷനായി.

www.ingramcontent.com/pod-product-compliance
ing Source LLC
ne TN
V090307051026
518LV00005B/1691